கொங்கு மண்டல வரலாற்றுக் களஞ்சியம்

ப. சசிக்குமார்

விஜயா பதிப்பகம்
20, ராஜ வீதி,
கோயம்புத்தூர் - 641 001.

கொங்கு மண்டல வரலாற்றுக் களஞ்சியம்

Kongu Mandala Varalatruk Kalanjiyam

ப.சசிக்குமார்

நான்காம் பதிப்பு : 2023

விஜயா பதிப்பகம்

20, ராஜ வீதி, கோயம்புத்தூர் - 641 001.

✆ 0422 - 2382614 / 📱 90470 87053

vijayapathippagam2007@gmail.com

ஒளியச்சு / புத்தக வடிவமைப்பு

அட்டை வடிவமைப்பு : **ஐரிஸ் கிராபிக்ஸ், கோவை.**

அச்சாக்கம் : **பி.வி.கிராபிக்ஸ், கோவை.**

ISBN - 81-8446-261-1 / பக்கம் : 336 + viii /**விலை : ரூ.350/–**

முன்னுரை

தமிழக வரலாறு மிகவும் பழமை வாய்ந்ததோடு, நிகழ்வுகள் மிக்கது. இதை ஒரு தொகுப்பிற்குள் வரையறுப்பது என்பது இயலாத தாலும், மண்டலங்களின் வரலாற்று தனித்துவம் கருதியும் தமிழ் மண்டலம் ஐந்திற்கும் (சேர, சோழ, பாண்டிய, பல்லவ மற்றும் கொங்கு மண்டலங்கள்) தனித்தனியாக வரலாற்றுத் தொகுப்புகள் வெளியிட விரும்பி அதன் முதற்படியாக கொங்கு மண்டல வரலாற்றை தமிழ் கூறும் நல்லுலகிற்கு சமர்ப்பிக்கின்றேன்.

90-களின் பிற்பகுதியில் ஒரு வாசகனுக்கே உரிய இயல்பான தேடுதல் உணர்வில்தான் கொங்குமண்டல வரலாற்றுக் குறிப்புகளை சேகரிக்கத் துவங்கினேன். பத்தாண்டு கால சேகரிப்புப் படலத்தில் கிடைக்கப் பெற்ற அரிய தகவல்கள், ஆவணங்கள், கையேடுகள் மற்றும் முக்கிய நூல்களைப் பார்த்த பொழுது பெரும் வியப்பே மேலிட்டது. இவையனைத்தும் ஒருங்கிணைந்து புத்தகமாக வெளி வரவேண்டுமென்று எமது உற்றார், உறவினர் மட்டுமின்றி வரலாற்று ஆர்வலர் பலரும் விருப்பம் தெரிவித்து தொடர்ந்து ஊக்கப்படுத்தியதன் விளைவே இந்நூல்.

இந்நூலில் குமரிக்கண்ட காலம் துவங்கி நாடு சுதந்திரமடைந்த 1947 வரையிலான கொங்கு மண்டல வரலாற்று நிகழ்வுகள் பதிவு செய்யப்பட்டுள்ளன.

- இந்தியாவின் மீது படையெடுத்த அலெக்சாந்தருக்குக் கொடுக்கப்பட்ட பரிசுகளுள் கொங்குநாட்டு இரும்பு முதன்மையானது.

- எகிப்தில் பிரமிடுகள் உருவாக்க உதவிய உளிகளும், சுத்திகளும் இங்கிருந்து சென்றவையே.

- புவியியல் மற்றும் வணிக ரீதியில் ஆசியாக்கண்டத்தையும், ஐரோப்பாவையும் இணைக்கும் முக்கிய மையமாகத் தமிழகம் திகழ்ந்தது.

- (அரபி) மேலைக்கடற்கரையில் வஞ்சி, தொண்டியும் (வங்க) கிழக்குக் கடற்கரையில் மல்லை, புகார் மற்றும் கொற்கையும் உலகின் தலைசிறந்த துறைமுகங்களாகவும், வணிக மையங் களாகவும் (இன்றைய சிங்கப்பூர் போன்று) திகழ்ந்தன.

- மேலைக்கரையை அடைந்து கலமிறங்கும் யவனர், ரோமர், எகிப்தியர் மற்றும் அரேபியர் கொங்குநாட்டில் ஊடுருவிச் செல்லும் மூன்று பெருவழிகள் மூலம் பயணித்து கீழைக்கரைத் துறைமுகங்களை அடைந்து அங்கு வந்திறங்கும் சாவகத்தீவினர், கடாரத்தினர் மற்றும் சீனருடன் வணிகம் புரிந்தனர். தாம் கொண்டு வந்த பொருட்களையெல்லாம் சீனருள்ளிட்ட கிழக்காசியாவினருக்கு விற்றுவிட்டு திரும்பிச் செல்கையில் தமிழகத்தில் தமக்குத் தேவையான பொருட்களை சேகரித்துச் சென்றனர். இதேபோல சீனரும் கிழக்கில் கரையிறங்கி கொங்கு நாட்டின் வழியாக மேற்கு நோக்கிப் பயணித்து வஞ்சியிலும், தொண்டியிலும் வணிகம் புரிந்தனர்.

- படியூரில் கிடைத்த கடல் நீலக்கற்களையும், கொங்கு நாட்டில் உருவான ஆபரணங்களையும் யவனரும், ரோமரும் விரும்பி வாங்கினர்.

- கங்கர் காலத்தில் விஜயமங்கலத்தில் நற்சங்கத்தார் அவைக் களம் எனப்படும் தமிழ் சங்கம் நிறுவப்பட்டது.

- கொங்கில் கிடைத்த தங்கத்தைக் கொண்டுதான் ஆதித்த சோழர் தில்லையம்பலத்திற்குப் பொன் வேய்ந்தார்.

- இராமேஸ்வரம் துவங்கி மதுரைவரைக் கைப்பற்றிக் கொள்ளை யிட்டு தீ வைத்துக் கொளுத்தி அட்டூழியம் பலபுரிந்த இலங்கைப் படையை முறியடித்துத் தமிழகத்தைக் காப்பாற்றியவர் கொங்கு மாமன்னனான குலோத்துங்கனாவார்.

- ஒட்டாரமன்னன் (ஒரிஸா) கபிலேசுவர கஜபதி தமிழகத்தைக் கைப்பற்ற முனைகையில் அவரை துரத்தியடித்த பெருமை காடையூர் மன்றாடியார் வம்ச காங்கேயனையே சாரும்.

- மைசூர்த் தாக்குதல்களிலிருந்து நெடுங்காலம் தமிழகத்தை அரண்போல் காத்தவர்கள் தாரமங்கலக் கெட்டியரசர்.

- ஆங்கிலேய - மைசூர்ப்போரின் இறுதிக்கட்டத்தில் திப்புவை அவரது தளபதிகளே கைவிட்டபோதும், இறுதிவரை உறுதுணை நின்றது கொங்குப்படையே. சென்னை மாகாணத்தின் முதல்வராக பொறுப்பேற்ற முதல் தமிழர் சேலம் Dr. சுப்பராயன்.

- இந்தியாவின் முதல் கவர்னர் ஜெனரலான இராஜாஜி பிறந்தது ஹோசூரருகேயுள்ள தொரப்பள்ளியில், அரசியல் ரீதியாக வளர்ந்தது சேலத்தில்.

- திராவிட இயக்கங்களின் தந்தையான பெரியார் ஈ.வே.ரா. ஈரோட்டைச் சார்ந்தவர்.

- சுதந்திர இந்தியாவின் முதல் எம்.பி.யைத் (போட்டியின்றி) தேர்வு செய்த பெருமை கோவை நாடாளுமன்றத் தொகுதிக்குரியது.

கொங்கு மண்டல வரலாறு எனும் மாபெரும் கடலில் எம்மால் தேர்வு செய்ய முடிந்த நல்முத்துக்கள் மட்டுமே இந்நூலில் பதிக்கப்பட்டுள்ளன.

இந்நூல் தொடர்பாக தென்னகத்தின் தொன்மை வாய்ந்த கோயில்களையும், கன்னியாகுமரி முதல் விஜயநகரம் வரையிலான வரலாற்றுச் சிறப்பு வாய்ந்த இடங்கள் பலவற்றையும் தரிசிக்க முடிந்ததை மிகச் சிறந்த பேறாகக் கருதுகிறேன். கோவை சங்க மேஸ்வரர் கோயில் சிவசுப்பிரமணியக்குருக்கள் முதல் தர்மபுரி கோட்டை மலிலிகார்ஜுனர் கோயில் சாய் அர்ச்சகர் வரை பல்வேறு திருக்கோயில்களின் குருக்களும், அறங்காவலர்களும் தேவைப் பட்ட வரலாற்றுக் குறிப்புகளையும், தல புராணங்களையும் தந்துதவியதோடு நூல் நன்கு வெளிவர வாழ்த்தியது மனதை நெகிழ வைத்த நிகழ்ச்சிகளாகும்.

தில்லி தமிழ்ச்சங்க நூலகம், சென்னை கன்னிமாரா நூலகம், கோவை மைய நூலகம் ஆகியவற்றின் நூலகர்களுக்கும், தமிழகத்தின் முக்கிய அருங்காட்சியக அலுவலர்களுக்கும், துணை நூல் பட்டியலில் குறிப்பிடப்பட்டுள்ள நூலாசிரியர்களாகிய வரலாற்று மாமேதை களுக்கும், வெளியீட்டாளர்களுக்கும் எமது உளமார்ந்த நன்றியை உரித்தாக்குகிறேன்.

இலக்கியவாதிகளின் அட்சயப் பாத்திரமாகத் திகழும் விஜயா பதிப்பகத்தார் இந்நூலை வெளியிட முன்வந்தது மிகுந்த மன நிறைவையளிக்கின்றது.

உலகத்தமிழ்ச் செம்மொழி மாநாட்டிற்கு முன் இந்நூல் வெளிவர உதவிய விஜயா பதிப்பக அய்யா. திரு.மு. வேலாயுதம், திரு.வே. சிதம்பரம், ஐரிஸ் கிராபிக்ஸ் திரு. இராசாராமன் மற்றும் ஜோதி அச்சகத்தாருக்கு மிகவும் நன்றி கூற விரும்புகின்றேன்.

கொங்குமண்டல வரலாறேவாகினும் தமிழக வரலாற்றோடு இணைந்த வண்ணம் மிகுந்த தேசிய உணர்வோடு படைக்கப்பட்ட **"கொங்கு மண்டல வரலாற்றுக் களஞ்சியம்"** எனும் இந்நூலினை வரவேற்று ஆதரிக்குமாறு தமிழ்வாசகப் பெருமக்களை பணிவுடன் கேட்டுக் கொள்கிறேன்.

அன்புடன்

ப. சசிக்குமார்

பொருளடக்கம்

1. புவியின் தோற்றம் ... 9
2. தமிழக உட்பிரிவுகள் ... 12
3. கொங்கு பெயர்க்காரணம் ... 16
4. இயற்கையமைப்பு ... 19
5. ஆறுகள் ... 25
6. தொல்பழங்காலம் ... 30
7. வெளிநாட்டு வணிகமும், பெருவழிகளும் ... 36
8. முற்காலச் சேரர் ஆட்சி ... 50
9. இரட்டர்கள் ஆட்சி ... 55
10. கங்கர்கள் ஆட்சி ... 58
11. பல்லவர்கள் ... 67
12. பிற்காலச் சேரர்கள் ... 73
13. பாணர்கள் (எ) வாணர்கள் ... 84
14. பிற்காலச் சோழர்கள் ... 87
15. வீரகேரளர் ... 103
16. கொங்குச் சோழர்கள் ... 106
17. பிற்காலப் பாண்டியர்கள் ... 113
18. கொங்குப் பாண்டியர்கள் ... 116
19. காலிங்கராயன் வாய்க்கால் ... 119
20. ஹொய்சளர் எனும் கோசலர் ... 126

21. முகம்மதியப் படையெடுப்பு	...	126
22. தென்னகக் கூட்டிணைப்பு - திராவிட ஒற்றுமை	...	133
23. உம்மத்தூர் தலைவர்கள்	...	144
24. மதுரை நாயக்கர்கள்	...	148
25. தாரமங்கலத்துக் கெட்டியரசர்	...	166
26. மைசூர் உடையார்கள்	...	171
27. மைசூர்ப் போர்கள்	...	185
28. ஆங்கிலேய - மைசூர்ப் போர்களினால் பாதிப்புக்குள்ளான பாளையங்கள்	...	195
29. சிவகங்கைச் சீமை	...	199
30. விருப்பாட்சி கோபால் நாயக்கர்	...	201
31. தீரன் சின்னமலை	...	205
32. கிழக்கிந்தியக் கம்பெனியின் ஆட்சிக்காலம் (கி.பி. 1792 முதல் 1857 வரை)	...	209
33. முதல் இந்திய சுதந்திரப் போராட்டம் (கி.பி. 1857)	...	220
34. ஆங்கிலேயர் கால சீர்திருத்தங்கள்	...	225
35. சுதந்திரப் போராட்ட காலம்	...	243
துணைநூற்பட்டியல்		

1. புவியின் தோற்றம்

பலகோடி ஆண்டுகளுக்கு முன்னர் அண்டவெளியில் ஏராளமான வாயுக்களும், தூசு வடிவிலான பல்வேறு வகை கனிமங்களும் பரவியிருந்தன. காலவெள்ளத்தில் அவைகளுக் கிடையேயான ஈர்ப்பு சக்தியால் அவையனைத்தும் ஒன்றிணைந்து ஓர் எரிகோளமாக (சூரியன்) மாறி வெகுவேகமாக சுற்றிவரத் துவங்கியது.

எரிகோளின் சுழற்சிவேகம் காரணமாக அதிலிருந்து பல்வேறு துண்டுகள் சிதறி மிதக்க ஆரம்பித்தன. இலட்சக்கணக்கான ஆண்டுகள் இடைவெளியில் இச்சிதறல்கள் ஆங்காங்கே நிலைப்பெற்று பல்வேறு கோளங்களாக உரு வெடுத்து தமக்கென்று ஓர் நீள்வட்டப் பாதையைத் தேர்ந்தெடுத்து சூரியனை மையமாக வைத்து சுற்றிவர ஆரம்பித்தன.

இவ்வாறு தோன்றிய புதன், வெள்ளி (சுக்கிரன்), பூமி, செவ்வாய், குரு, சனி, யுரேனஸ், நெப்டியூன், புளூட்டோ ஆகிய 9 கோள்கள் சூரியக் குடும்பமென அழைக்கப்பட்டது.

இந்த 9 கோள்களில் சூரியனிலிருந்து மூன்றாவதாக 150 மில்லியன் கிலோமீட்டர் தொலைவிலுள்ள புவியில் மட்டும் ஹைட்ரஜன் வாயுவும், பிராண வாயுவும் (ஆக்ஸிஜன்), 2:1 என்ற விகிதத்தில் இணைந்து நீர் எனும் வாழ்வாதார மூலப்பொருளை உருவாக்கியது.

எரிமலைகள் வெடித்து பாறைக்குழம்புகள் மலைகளையும், பள்ளத்தாக்குகளையும் உருவாக்கின. தொடர்ந்து மழைப்பொழி வேற்பட்டு புவி குளிர்ந்தது. மலைகளின் மீது தொடர்ந்து பெய்த மழையால் ஆறுகள் உருவாகி சமவெளிகள் தோன்றலாயின.

நாவலந்தீவு எனும் லெமூரியா கண்டம்

உலகில் முதன்முதலில் தோன்றிய கண்டம் குமரிக்கண்டமே.

கன்னியாகுமரிக்குத் தெற்கே கிட்டத்தட்ட 700 காவத அளவு குமரிக்கண்டம் விரவியிருந்தது. லெமூர் எனப்படும் குரங்கினம் அதிக அளவில் காணப்பட்டதால் லெமூரியா என அழைக்கப்பட்டாலும் இலக்கியங்களில் குமரிக்கண்டம் என்றே இப்பகுதி வழங்கப்பட்டுள்ளது.

அங்கு வனவளம் மிக்க குமரிமலை மற்றும் பன்மலைத் தொடர்கள் இருந்தன. அவற்றிலிருந்து வற்றாத ஜீவநதிகளான குமரியாறு மற்றும் பஃறுளியாறுகள் ஏராளமான துணை நதிகளுடன் உற்பத்தியாகி குமரிக்கண்டத்தை நீர்வளம் மிக்கதாய் மாற்றின.

அத்தகைய வளமிக்க குமரிக்கண்டம் நிலநடுக்கோடருகே அமைந்திருந்தது. சிறந்த சூழ்நிலையமைப்பால் உலகில் முதன் முதலாக உயிரினங்கள் அங்குதான் தோன்றத் துவங்கின.

குமரிக்கண்டத்தின் இயற்கைவளத்தாலும், தமிழர்தம் உயரிய எண்ணங்களின் வெளிப்பாட்டாலும் நாகரிகம் வளர்ந்து உலகின் முதல் கலாச்சாரத் தொட்டிலாகக் குமரிக்கண்டம் விளங்கியது. குமரிக் கண்டத்தில் ஏழ்தெங்கநாடு, ஏழ்குறும்பணை நாடு, ஏழ்மதுரைநாடு, ஏழ்குன்றநாடு, ஏழ்குணகரை நாடு, ஏழ்முன்பாலை நாடு, ஏழ்பின் பாலை நாடு என மொத்தம் 49 நாடுகளிருந்தன.

பஃறுளியாற்றின் கரையில் மதுரை மாநகரைத் தலை நகராய்க் கொண்டு தமிழ் மூவேந்தருள் பண்டையர் எனும் புகழிற் குரிய பாண்டியர் அறநெறி கொண்டு ஆட்சி செலுத்திவந்தனர். முதல் தமிழ்ச்சங்கம் நிறுவப்பட்டு 89 அரசர்கள் ஆண்டனர். அகத்தியர் போன்ற தெய்வீகப் புலவர்கள் அலங்கரித்த இச்சங்கத்தில் அகத்தியம் போன்ற முக்கிய இலக்கண நூல்கள் படைக்கப்பட்டன.

நெடியோன் எனும் பாண்டிய மன்னன் காலத்திலேற்பட்ட முதல் ஊழியால் தென்மதுரையும், முதல் தமிழ்ச்சங்கமும் கடலில் மூழ்கின. நெடியோன் மற்றும் அவரது வம்சத்தவர்கள் தமது குடிகளைக்கொண்டு கபாடபுரத்தில் புதிய தலைநகர் ஏற்படுத்தி

இடைச்சங்கமெனும் இரண்டாம் தமிழ்ச்சங்கம் நிறுவிப் பல்வேறு இன்னல்களுக்கு இடையேயும் தமது தமிழ்ப்பற்றை நிரூபித்தனர். இங்கு கிட்டத்தட்ட 59 அரசர்கள் ஆண்டனர். கபாடபுரம் வால்மீகி இராமாயணத்தில் குறிப்பிடப்படுவது, தமிழர்களின் புராதனப் பெருமையைப் பறைசாற்றுவதாகும். இந்த சங்கத்தின் முக்கியப் புலவரான தொல்காப்பியரால், தொல்காப்பியம் இயற்றப்பட்டது.

மீண்டும் ஏற்பட்ட ஊழியால் கபாடபுரமும், குமரியாறும், பெருநிலப்பரப்பும் கடலில் மூழ்கிவிட நிலந்தருதிருவிற் பாண்டியன் எனும் முடத்திருமாற பாண்டியன் காலத்தில் உயிர்தப்பிய மக்கள் முதலில் மணவூரையடைந்தனர். (மகாபாரதத்தில் பாண்டியர்களின் தலைநகரென மணவூர் குறிப்பிடப்பட்டுள்ளது).

பின்னர் இன்றைய மதுரையைத் தோற்றுவித்து மூன்றாம் தமிழ்ச்சங்கமெனும் கடைச்சங்கம் நிறுவினர். இச்சங்கத்தின் தலைமையேற்ற நக்கீரருடன் சிவபெருமான் வாதித்து திருவிளையாடற் புராணம் தோன்றிடச் செய்தார். இச்சங்கத்தை 49 பாண்டிய மன்னர்கள் ஆதரித்தனர்.

பாரதப் போர்க்காலத்திலிருந்து சேரர்கள் குறித்த செய்திகள் தெளிவாகக் கிடைக்கப் பெறுகின்றன. உதயன் சேரலாதன் எனும் சேரமன்னன் கௌரவர் மற்றும் பாண்டவர் ஆகிய இருபடைக்கும் பெருவிருந்து படைத்ததால் பெருஞ்சோற்றுதயன் எனப் பெருமையுடன் வழங்கப்பட்டார்.

2. தமிழக உட்பிரிவுகள்

தென்முனையில் குமரிக்கண்டம் அமிழ்கையில் வடபுலத்தில் கடல் மறைந்து நிலப்பரப்பு தோன்றியது. தொடர்ந்து ஏற்பட்ட ஊழிகளின்போது புதிதாகத் தோன்றிய நிலப் பரப்பு மற்றும் குமரிக் கண்டத்தின் எஞ்சிய நிலப்பரப்பு நகரத்துவங்கி வடபுறத்திலிருந்த நிலத்தோடு (திபெத் பகுதி) இணைய முற்படு கையில் அழுத்தத்தின் காரணமாய் இமயமெனும் மடிப்பு மலைத்தொடர் உருவாகியதோடு, வளம் கொழிக்கும் சிந்து, கங்கை, பிரம்ம புத்திரா சமவெளிகளைத் தோற்றுவித்தது.

குமரிக் கண்டத்தில் உயிர்தப்பிய மக்கள் இன்றையத் தென்னகம் முழுக்கப் பரவியதோடு விந்திய, சாத்பூரா மலைத் தொடர்களைத் தாண்டி வடஇந்தியாவிலும், சிந்துவெளியிலும் புதிய குடியிருப்புகளைத் தோற்றுவித்து சிந்து வெளி நாகரிகம் எனும் ஓர் அற்புதமான நாகரிகத்தை உலகிற்கு அறிமுகப்படுத்தினார்கள். சுமேரிய, எகிப்திய, யவன மற்றும் சீன நாகரிகங் களுக்கெல்லாம் முன்மாதிரியாக விளங்கியது ''சிந்துவெளி நாகரிகம்'' என்பதில் ஐயமில்லை.

சிந்துநதியில் அடிக்கடி ஏற்பட்ட வெள்ளப் பெருக்கு அதன் கரையிலுள்ள நகரங்களை மண்மேடிட்டு மூடியது. அதைத் தொடர்ந்து ஏற்பட்ட அந்நியப் படையெடுப்புகளும்

வடக்கிற்கும், தெற்கிற்குமிடையேயான தகவல்தொடர்பு மற்றும் போக்குவரத்தைத் துண்டித்ததோடு கலாச்சார மாற்றத்திற்கும் மொழி வேறுபாட்டிற்கும் வழிவகுத்தது.

இவ்வாறான மாற்றங்களினால் ஒட்டுமொத்தத் தமிழினமும் நீள்வாக்கில் வடவேங்கடம் முதல் தென்குமரி வரையிலும், பக்க வாட்டில் இரு கடல்களுக்கு இடையேயான குறுகிய நிலப்பரப்புடனும் திருப்தியுற வேண்டியதாயிற்று.

சேரநாடு

இன்றைய கேரளப்பகுதிகள் முழுக்கச் சேரர் வசமிருந்தன. மேலைக்கடல் தரை சேருமிடத்தை ஆண்டதால் இவர்கள் சேரலர்கள் என வழங்கப்பட்டு பின் சேரராயினர். பெரியாறு கடலோடு கலக்கு மிடத்தமைந்திருந்த முசிறி எனும் துறைமுகப்பட்டினமும், அதற்குச் சற்று கிழக்கே அமைந்த திருவஞ்சைக்களம் எனப்படும் தலைநகர் வஞ்சியும் சேரரது முக்கிய நகரங்கள்.

இவை தவிர தொண்டி, விழிஞம், மாந்தை, பொன்னானி ஆகியவை முக்கியத் துறைமுகங்களாக விளங்கின. சேரநாட்டின் வடவெல்லையாகத் துளு நாடும், தென் எல்லையாகப் பாண்டிய நாட்டின் கன்னியாகுமரிப் பகுதிகளும் விளங்கின.

சோழர்கள்

தென்பெண்ணையாற்றுக்கும், தென் வெள்ளாற்றுக்கும் இடைப் பட்ட பகுதிகள் சோழநாடு என வழங்கப்பட்டன. இதன் மேற் கெல்லையாக மதில்கரை (குளித்தலையருகேயுள்ள) மற்றும் பாண்டிய நாடும், கிழக்கெல்லையாக சோழர்களது வரி எனப் பெருமை கொண்டாடப்பட்ட வங்கக்கடலும் விளங்கின. குறிப்பாகச் சொன்னால் திருச்சிராப்பள்ளி, புதுக்கோட்டை, தஞ்சை, திருவாரூர், நாகப் பட்டினம், அரியலூர், பெரம்பலூர் மற்றும் கடலூர் மாவட்டங்கள் சோழநாடெனப்பட்டன.

பூம்புகார் முக்கிய துறைமுகப்பட்டினமாகவும், உறையூர் (திருச்சி) தலைநகராகவும், திருவாரூர், குடந்தை முக்கிய நகரங் களாகவும் விளங்கின. பிற்காலச் சோழர்களின் காலத்தில் தஞ்சையும், கங்கை கொண்ட சோழபுரமும் தலைநகராகவும், நாகப்பட்டினம் முக்கிய துறைமுகமாகவும், பழையாறை முக்கிய நகரமாகவும் விளங்கின.

பாண்டியர்கள்

தென்வெள்ளாற்றிற்குத் தெற்கே கன்னியாகுமரி வரை பாண்டியரால் ஆளப்பட்டது. பாண்டிய அரசுக்கு மேற்குத்தொடர்ச்சி மலையும், வங்கக்கடலும் இருபுற எல்லைகளாயின. மதுரை, திண்டுக்கல், தேனி, சிவகங்கை, இராமநாதபுரம், விருதுநகர், தூத்துக்குடி, திருநெல்வேலி மற்றும் கன்னியாகுமரி மாவட்டங்கள் பாண்டியர் வசமிருந்தன.

மதுரை தலைநகராகவும், முதலில் கொற்கையும், பின்னர் காயலும் முக்கியத் துறைமுகங்களாக விளங்கின. திருநெல்வேலி, தென்காசி, திருச்செந்தூர், இராமேஸ்வரம் போன்றவை இதர முக்கிய நகரங்களாகும்.

பல்லவர்கள்

ஆதொண்டன் என்றழைக்கப்பட்ட சோழ இளவரசனால் தோற்றவிக்கப்பட்டதெனக் கருதப்படும் பல்லவப்பேரரசின் தலை நகராய் காஞ்சிபுரமும், முக்கியத் துறைமுகமாய் கடல்மல்லை யெனும் மாமல்லபுரமும் விளங்கின.

சென்னை, காஞ்சிபுரம், திருவள்ளூர், வேலூர், திருவண்ணா மலை, விழுப்புரம் மாவட்டங்களும், கடலூர் மாவட்டத்தின் ஒரு பகுதியும் பல்லவர்களின் ஆளுகைக்குட்பட்டிருந்தன.

கொங்குநாடு

சேர, சோழ, பாண்டிய மற்றும் பல்லவ நாடுகளுக்கிடைப் பட்ட பகுதி கொங்கு நாடெனப்படுகிறது. இப்பகுதியில் நீலகிரி, கோவை, ஈரோடு, கரூர், நாமக்கல், சேலம் மாவட்டங்களும், திண்டுக்கல் மாவட்டப் பழனி வட்டமும், தருமபுரி மற்றும் கிருஷ்ணகிரி மாவட்டங்களடங்கிய தகடூர் நாடும் உள்ளன. இதன் வடக்கே எருமை நாடென்றழைக்கப்படும் மைசூர் நாடும் (கர்நாடகா). தெற்கே பாண்டிய நாடும், கிழக்கே பல்லவ, சோழநாடுகளும், மேற்கே சேரநாடும் எல்லைகளாகும். கரூர், தாராபுரம் போன்றவை இதன் தலைநகரங்களாக விளங்கியவை.

தகடூர், தாரமங்கலம், அமரகுந்தி, நாமக்கல், சேலம், பவானி, ஈரோடு, சத்தி, கோவை, பேரூர், வெள்ளலூர், கொடுமணல், படியூர், அவினாசி, திருமுருகன் பூண்டி, மதில்கரை, கொடுமுடி, பழனி, ஆனைமலை, கொழுமம் ஆகியவை கொங்கின் முக்கிய ஊர்களாக விளங்கின.

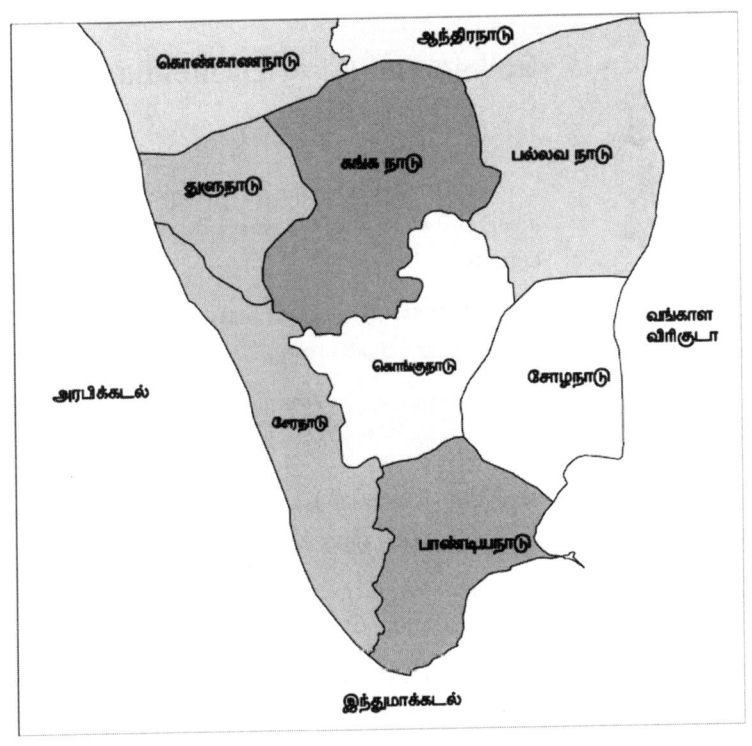

தமிழக உட்பிரிவுகள்

3. கொங்கு பெயர்க்காரணம்

ஐம்பெரும் காப்பியங்களுள் ஒன்றான சிலப்பதிகாரத்தில் கண்ணகியைப் புகழும் பாடலான

"கொங்கச் செல்வி, குடமலையாட்டி
தென்றமிழ்ப்பாவை... யும்"

(சிலப்பதிகாரம் 12 : 47 – 8)

மற்றும்

"கொங்கர் செங்களத்துக் கொடுவரியக் கயற்கொடி
பகைப்புறத்துத் தனராயினும்"

போன்ற பழம்பாடல்கள் கொங்கின் பழம் பெருமையை மெய்ப்படுத்துகிறது.

கொங்கு எனப் பெயர் வந்ததற்குப் பல்வேறு காரணங்கள் கூறப்படுகின்றன.

சுற்றிலும் மலைகளால் சூழப்பட்ட கொங்கு நாட்டின் மணம் தரும் மலர்களை நாடிவரும் தேனீக்கள், அம்மலர்களின் மகரந்தத்திலிருந்து அதாவது பூந்தாதுவிலிருந்து தேனெடுத்துத் தமது தேனடைகளை நிரப்பின. கொங்கு நாட்டுத் தேன் பிரசித்திபெற்றது. பழந்தமிழ் இலக்கியங்களில் மணமும், பூந்தாதும் கொங் கெனக் குறிக்கப்படுவதால் இப்பகுதிக்குக் கொங்கெனப் பெயர் வழங்கலாயிற்று.

"கொங்கு தேர் வாழ்க்கை அஞ்சிறைத்தும்பி
:
:
நறியவும் உளவோ, நீ அறியும் பூவே?"

- இறையனார் (குறுந்தொகை - 2)

"கொங்கலர் பூம்பொழில் குறுகினர்
கொங்கு மணம்"

(சிலப்பதிகாரம் 10 : 220)

இங்கு பொன் நிறையக் கிடைத்ததாலும் கொங்கெனப் பெயர் வழங்கலாயிற்று.

"சேண்பரல் முரம்பின் ஈர்ம்படைக் கொங்கர்
ஆபரந்தன்ன செலவின்"

(பதிற்று - 77)

"இயலெறி பொன்னிற் கொங்கு சேர் புரைப்ப" (அகம் – 142)

ஒருசில வரலாற்றாய்வாளர்களால் சேர, சோழ, பாண்டிய மற்றும் பல்லவ நாடுகளின் கங்கில் அதாவது ஓரத்திலமைந்ததால் கொங்கு எனப் பெயர் வந்ததாகக் கருதப்படுகிறது.

துளுமொழிகளில் குணதிசை அல்லது கிழக்கை கொங்கென்பர். துளுநாட்டிற்குக் கிழக்கேயமைந்த நாடாதலால் கொங்குநாடான தாகவும் ஒருசிலரால் கருதப்படுகிறது. கொங்கு நாடானது ஆதியில் சேரர்களது மேலாதிக்கமேற்றுப் பின்னர் கங்க வம்சத்துப் புகழ் பெற்ற கொங்கணி வர்மனால் நீண்ட காலம் ஆளப்பட்டதால் கொங்கணிநாடு எனப் பெயர் பெற்றுப் பின்னர் கொங்குநாடு என மருவியதாகவும் சிலர் கருதினாலும் கொங்கணி வர்மனுக்கும் முன்பே கொங்கெனப் பெயர் வழங்கப்பட்டு வந்ததை இலக்கியங்கள் பறைசாற்றுகின்றன.

முற்காலச் சேரர்கள் ஆட்சியில் சேரநாடானது வேணாடு, துளுநாடு, கூபகநாடு, கொண்காண நாடு, கொங்குநாடு, குடநாடு, நாஞ்சில் நாடு, கருங்கோ நாடு, வள்ளுவநாடு, பூழிநாடு, பொறைநாடு எனப் பல்வேறு மண்டலங்கள் கொண்டதாய்ப் பரந்து விரிந்திருந்தது. சேர மன்னர்களின் வாள்வலிமையால் பல்வேறு புதிய நாடுகளும் கைப்பற்றப்பட்டன. அவர்களது வடவெல்லையாகச் சிலகாலம்

கூபகநாடு என்று சங்ககாலத்தில் வழங்கப்பட்டுப் பின் கோபக மாகத் திரிந்த இன்றைய கோவா விளங்கலாயிற்று. அத்துடன் வட, தென் கன்னட மாவட்டங்கள் அடங்கிய கர்நாடகப்பகுதி கொண் காண நாடென வழங்கப்பட்டு சேரர் ஆளுகையிலிருந்தது.

சேரனது நினைவாக உருவான சேரலம் எனும் ஊரே சேலமாகவும் சேர அரையனது (அரசனது) மலையே சேர்வராயன் மலையாகவும் இன்று மாறியுள்ளது.

சேர, சோழ, பாண்டிய நாடுகளுக்கிடையில் விரவிக் கிடந்த பெருநிலப் பரப்பிற்கும் (இன்றைய நீலகிரி, கோவை, ஈரோடு, சேலம், கரூர், நாமக்கல், தருமபுரி, கிருஷ்ணகிரி மாவட்டங்கள்) முதலில் ஆட்சி புரியத்துவங்கிய சேர வம்சத்தவர் நினைவாக சேரன் அல்லது கொங்கனது நாடு எனும் பொருள்படியாகக் கொங்கு நாடு எனப் பெயர் வந்ததாகவும் கருதப்படுகிறது.

கொங்குப் பாளையக்காரர்கள் ஆங்கிலேயருக்கு எழுதிக் கொடுத்த கைப்பீதுகளிலெல்லாம்

"சேரனுக்குக் கொங்கணரென்றும் பெயர் இருக்கின்ற படியினாலே" எனத் துவங்குகின்ற வரிகள் இக்கூற்றை மெய்ப்படுத்துகின்றது.

4. இயற்கையமைப்பு

"வடக்குத் தலைமலையாம் வைகாவூர் தெற்கு
குடக்கு வெள்ளிப் பொருப்புக் குன்று - கிழக்கு
கழித்தண் டலைசூழும் காவிரிசூழ் நாடா!
குழித்தண்டலையளவும் கொங்கு"

"வடக்குப் பெரும்பாலை வைகாவூர் தெற்கு
குடக்குப் பொருப்பு வெள்ளிக்குன்று - கிடக்கும்
களித்தண்டலை மேவு காவிரி சூழ்நாட்டுக்
குளித்தண்டலையளவு கொங்கு"

மேற்கண்ட பழம்பாடல் மற்றும் கொங்கு மண்டல சதகப்பாடலின்படி வடக்கே தலை மலை மற்றும் பெரும்பாலையும், கிழக்கே மதில்கரையெனும் மதுக்கரையும், தெற்கே பழனியும், மேற்கே வெள்ளியங்கிரிமலையும் கொங்கு நாட்டின் எல்லைகளாகக் கருதப் படுகின்றது. தென்கிழக்கிலுள்ள மதுக்கரை (குளித்தலை) பகுதி தவிர சுற்றிலும் மலை களால் சூழப்பட்டதே கொங்கு நாடு என்றால் மிகையாகாது.

தெற்கே பழனிமலையும், வராகமலைத் தொடரும் (பன்றி மலை), கொண்டரங்கி மலை, ஐவர் மலையும் உள்ளது. உடுமலை யருகே திருமூர்த்தி மலை, குதிரை மலை உள்ளது. அதற்கடுத்து பொள்ளாச்சி பகுதியில் ஆனைமலைத் தொடர், பொன்மலை,

கோலார்பட்டி மலைகள் உள்ளன. கோவையைச் சுற்றி மூன்று புறங்களிலும் (கிழக்கு தவிர்த்து) அய்யாசாமி மலை, வெள்ளியங்கிரி மலை, மருதமலை, குருடிமலை, ரத்தினகிரி மலையும் உள்ளன. மேட்டுப்பாளையமருகே குருந்தமலை உள்ளது.

மலைகளின் மாவட்டம் என்றழைக்கப்படும் நீலகிரி மாவட்டம் முழுக்க நீலமலைத் தொடர் விரவியுள்ளது. அவினாசி யருகே தோகை மலையும், ஓதி மலையும் உள்ளது. பல்லடமருகே தென்சேரிமலை, அலகு மலை உள்ளன.

சத்திக்கு வடக்கே தலைமலையும், அதிலிருந்து தொடர்ச்சியாக பிளிகிரி ரங்கன் மற்றும் மாதேஸ்வரன் மலைத்தொடர்கள் அமைந்து கர்நாடகாவையும், தமிழகத்தையும் பிரிக்கின்றன. இத்தொடர் களுக்கடுத்து தர்மபுரி மாவட்டத்தில் அமைந்திருப்பது பாலை மலைத் தொடர்.

தகடூர் நாடே நீலகிரி மாவட்டம் போல மலைகளின் ஊடாக அமைந்தது என்று கூறுமளவு பாலைமலைத் தொடர், கீழ் மற்றும் மேல் மலைத் தொடர்களும், தீர்த்த மலைகளும் அமைந்துள்ளன. பாலைமலைத்தொடரின் அஞ்செட்டி துர்க்கம் 3192 அடியும், முனீஸ்வரகொண்டமலை 2982 அடியும், தியான துர்க்கம் 2930 அடியும், ரத்தினகிரி 2805 அடியும் உயரம் கொண்டவை. மேல் மலைத் தொடரெனப்படும் மேலகிரி மலைகளில் உள்ள குத்திராயன் 4579 அடிஉயரம் கொண்டது. அஞ்செட்டியருகேயுள்ள மல்லி கார்ஜுனதுர்க்கம் 2996 அடியும், தேவாரபேட்ட 3364 அடியும், ஒசூரருகேயுள்ள பகோடாமலை 3116 அடியும் கொண்டவை.

சேலத்தையடுத்து கஞ்சமலை, பெருமாள் மலை, ஏற்காட மைந்துள்ள சேர்வராயன் மலைகள் உள்ளன.

இராசிபுரமருகே பேளுக்குறிச்சி மலையும், கொங்கணர் தங்கியிருந்த கொங்கணர் மலையும் உள்ளது. நாமக்கல் அருகே நாமகிரி மலை, நயினார் மலை, கந்த குன்று போன்றவை உள்ளன. கரூரருகே தாந்தோன்றி மலை, வெண்ணை மலை, புகலியூர் குன்றுகள் உள்ளன.

பவானியருகே பெருமாள் மலை, ஊராட்சிக் கோட்டை மலை உள்ளது. இதற்கடுத்து அந்தியூர் மலை உள்ளது. ஈரோட்டிற்கருகே சென்னிமலையும், அரசண்ணா மலையும் உள்ளது.

காங்கேயம் மற்றும் தாராபுரம் அருகே சிவன்மலை, ஊதியூர் மலையும், கோபியருகே தாள மலை, பவள மலை, குன்றத்தூர் மலைகளும், திருச்செங்கோடருகே சங்ககிரி, பெருமாள் மலை, சூரியன் மலை, கபிலர் மலை, திருச்செங்குன்றமும் உள்ளன.

நீலமலைத்தொடர்

பாலக்காட்டுக் கணவாய் தாண்டி வெள்ளியங்கிரி மலைத் தொடருக்கு வடக்கேயுள்ள மலைத்தொடர் நீலமலைத் தொடராகும். உதகை மாவட்டத்தில் மேற்குத் தொடர்ச்சி மலைகளும், கிழக்குத் தொடர்ச்சி மலைகளும் ஒன்றையொன்று சந்திக்கின்றன. நீலமலைத் தொடரில் தமிழகத்தின் மிக உயரமான சிகரமாக விளங்கும் தொட்ட பெட்டா (8652 அடி) உள்ளது. இங்கு இயற்கை எழில் கொஞ்சும் மோயாறு, பவானியாறு, பைக்காரா நதிகளும், உதகையும், குன்னூரும், கூடலூரும், முதுமலை சரணாலயமும் அமைந்துள்ளது. உதகை ''மலைகளின் இராணி'' எனப் பெருமையுடன் அழைக்கப்படுகிறது.

கல்ராயன் மலைத்தொடர்

கிழக்குத் தொடர்ச்சி மலையின் ஒரு பகுதியான கல்ராயன் மலைத்தொடர் சேலம் மாவட்டத்தின் கிழக்கெல்லையாகத் திகழ்கின்றது. கிட்டத்தட்ட 1600 சதுர கி.மீ. பரப்பும், 3000 அடி வரை உயரமும் கொண்டது இம்மலைத் தொடர்.

பச்சை மலை

பச்சைப் பசேல் என காட்சியளிக்கும் அடர்ந்த வனப்பகுதி கொண்டதால் இப்பெயர் பெற்றது. கிழக்குத் தொடர்ச்சி மலையின் ஓர் பகுதியாக சேலம், பெரம்பலூர் மாவட்டங்களில் இம்மலைத் தொடர் பரவியுள்ளது.

சேர்வராயன் மலைத்தொடர்

சேர்வராயன் எனும் வனதெய்வக் கோயிலுள்ள (ஏற்காடு) மலைத்தொடராதலால் சேர்வராயன் மலைத் தொடர் எனப் பெயர் வழங்கலாயிற்று. கிட்டத்தட்ட 5000 அடி வரை உயரம் கொண்ட இம்மலைத் தொடரில்தான் புகழ்பெற்ற மலைவாழிடமான ஏற்காடு உள்ளது. வனவளத்தோடு காபித்தோட்டங்களும் இத்தொடரில் மிகுந்து காணப்படுகிறது.

பழனிமலைத்தொடர்

மேற்குத் தொடர்ச்சி மலையிலிருந்து கிழக்கு நோக்கிப் பிரிந்து நீண்டுள்ள மலைத்தொடரே பழனி மலைத்தொடர். சிறந்த மலை வாழிடமான கொடைக்கானல், முருகனின் அறுபடை வீடுகளுள் ஒன்றான பழநி போன்றவை இங்குள்ளன. 800 அடி முதல் 8000 அடி வரை உயரம் கொண்ட பழனி மலைத் தொடரில் நங்காஞ்சி, சண்முக நதி, கொடவனாறு பாய்ந்தோடி வளம் கொழிக்கச் செய்கின்றன.

ஆனைமலைத்தொடர்

ஆனைமலைத் தொடரானது மேற்குத் தொடர்ச்சி மலைகளில் பாலக்காட்டுக் கணவாய்க்குத் தெற்கில் ஏலமலைத்தொடர் வரை பரவியுள்ளது. இதன் தென்கிழக்கே பழனிமலை உள்ளது. யானை நிறையக் காணப்படுவதால் ஆனைமலையெனப் பெயர் வந்தது. இங்கு புலி, சிறுத்தை, காட்டெருமை, மான்கள் என பல்வேறு வனவிலங்குகளும், அரிய வகைப் பறவைகளும், தேக்கும் மிகுதி யாகக் காணப்படுகிறது. தேயிலை, காபி தோட்டங்களும் நிறைய உள்ளன. இம்மலைத் தொடரில்தான் தென்னிந்தியாவின் உயர்ந்த சிகரமான ஆனைமுடி (8842 அடி) உள்ளது. வால்பாறை, டாப்சிலிப் போன்ற மலைவாழிடங்கள் இத்தொடரைச் சார்ந்தவையே.

பழங்குடியினர்

கோவை மாவட்டத்தில் ஆனைமலை, வால்பாறை, திருமூர்த்தி மலைகளில் காடர், மலசர், புலையர், முதுவர், இருளர் எனும் பழங்குடியினர் வாழ்கின்றனர்.

வெள்ளியங்கிரி எனும் வெள்ளிமலைத் தொடரில் இருளரும், மலசரும் வாழ்கின்றனர். இவர்களுக்கு வெள்ளியங்கிரி ஆண்டவர் முக்கியத் தெய்வமாவார். மருதமலையில் இருளர்கள் உள்ளனர். இவர்கள் மருதமலையானைத் தமது தெய்வமாகக் கருதுகின்றனர்.

நீலகிரி மாவட்டத்தில் தொதவர், குரும்பர், கோத்தர் இனத் தவர்கள் வாழ்கின்றனர். ஈரோடு மாவட்டம் சத்தியமங்கலம் காடு களிலும், தாளவாடி, தலை மலைகளிலும் சோளகர்களும், ஊராளிக் கவுண்டர் இனத்தவரும் உள்ளனர். இவர்கள் பண்ணாரியம்மனையும், காரமடை ரங்கநாதரையும் வழிபடுகின்றனர்.

சேலம் மாவட்ட சேர்வராயன் மலைத் தொடரிலும், நாமக்கல் மாவட்ட கொல்லிமலைத் தொடரிலும் மலையாளிகள் வாழ்கின்றனர். மலையாளிகள் என்ற பெயர் வழங்கப்பட்டாலும் தமிழ் பழங்குடி யினத்தைச் சார்ந்தவர்கள்தாம். மலையை ஆள்பவர்கள் என்ற பொருளில் மலையாளிகள் என அழைக்கப்பட்டனர்.

இதே போன்றுதான் காட்டில் வாழ்பவர்கள் காடர் எனவும், மலையைச் சார்ந்தோர் மலசர் எனவும் மருவி அழைக்கப்படுகின்றனர். இம்மலையாளிகள் சேர்வராயனையும், கொல்லிமலை அறப்பளீசு வரனையும் தமது தெய்வமாகக் கொண்டுள்ளனர்.

ஈரோடு மாவட்ட சத்திக் காடுகள் துவங்கி சேலம், தர்மபுரி, கிருஷ்ணகிரி மாவட்டங்களின் கர்நாடக எல்லையோர மலைத் தொடர்களில் சோளகர், லம்பாடி, லிங்காயத்து இனத்தவர் வாழ்கின்றனர்.

சேலம், தர்மபுரிக்கிடைப்பட்ட மலைகளில் மலையாளி களும், கிருஷ்ணகிரி, தர்மபுரி மாவட்ட இதர மலைப்பகுதிகளில் பரவலாகக் குறும்பரும், இருளரும் வசிக்கின்றனர். பொதுவாகப் பழங்குடியினரின் முக்கியத் தெய்வங்களாக கொற்றவை, சிவன், முருகனுடன் நடுகல் வீரர்களும் விளங்குகின்றனர்.

இரவு நேரங்களில் பறை முழக்கத்துடன் பழங்குடியின ஆடவர் - மகளிர் நடனமாடி இறைவனை வணங்குகின்றனர். இவர்களது வீடுகள் பெரும்பாலும் காட்டுப்புல் கொண்டு கூரை வேய்ந்தவை யாகவே உள்ளன. காட்டில் கிடைக்கும் மூங்கில் அரிசி, சாமை, கம்பு, தினை, கேழ்வரகு, காட்டுக்கிழங்குகள், கனிகள் மற்றும் இறைச்சி இவர்களது முக்கிய உணவுப்பொருட்கள்.

குழந்தைப்பிறப்பு, பெயர் வைத்தல், பருவமடைதல், திருமணம், மரணம், கருமாதி, நீத்தார் நினைவு (திவசம்) போன்ற நிகழ்ச்சிகளை பிற பகுதி மக்களைப் போலவே ஆனால் தத்தமது கூட்டங்களின் நடைமுறைகளுக்கேற்ப இவர்கள் நிறைவேற்றுகின்றனர்.

ஒவ்வொரு குடியிருப்புப் பகுதிக்கும் தலைவராக நாட்டண்மைக் காரரொருவர் செயல்பட்டு இவர்களை வழிநடத்தி வருகிறார். சில விடங்களில் நாட்டண்மைக்காரரை ஊர்க்கவுண்டர் என அழைக்கின்றனர். இவர்களது பகுதிகள் பொதுவாக பட்டி, பதி அல்லது பாடி என அழைக்கப்படுகின்றன.

ஆண்களும், பெண்களும் வெள்ளி, ஈயம், இரும்பு மற்றும் மரத்தினாலான ஆபரணங்களை பல்வேறு வண்ணக்கற்கள், பாசிகள் இணைத்துத் தயாரித்து அணிந்து கொள்கின்றனர்.

மலைவாழ் மக்களுக்கென வனத்துறையிடமிருந்து கிடைக்கும் சிறுநிலப்பரப்பில் இவர்கள் விவசாயம் செய்தும், வனத்திலிருந்து பிசின், தேன், குங்கிலியம், கடுக்காய், மற்றும் மூலிகைப் பொருட்களை சேகரித்தும் வாழ்ந்து வருகின்றனர்.

நாட்டில் நடப்பதுபோல காட்டில் குற்றங்கள் அறவே கிடையாது என்பது மகிழ்ச்சி தரும் செய்தியாகும். புலி, சிறுத்தை, யானை, காட்டெருமை, கரடி, மலைப்பாம்பு போன்றவற்றின் நடுவே எந்தவிதமான அச்சமுமின்றி இன்றளவும் தமது பாரம்பரியத்தையும், கலாச்சாரத்தையும் கைவிடாது வாழ்ந்து வருவதோடு சங்க இலக்கியங்களில் காணப்படும் குறிஞ்சி வாழ்வைப் பழங்குடியினர் கடைப்பிடித்து வருவது போற்றுதலுக்குரியது.

காடே நாடாகக் கருதி வாழ்ந்து வரும் வனங்களின் பரம்பரைக் காவலர்களான இவ்வரிய பழங்குடியின மக்களின் மேம்பாட்டிற்காக (அவர்களது வாழ்வாதாரங்களுக்கு எவ்வித அச்சுறுத்தலுமின்றி) அரசு பல்வேறு நலத்திட்டங்களை மேலும் முனைப்போடு செயற்படுத்த வேண்டும்.

5. ஆறுகள்

தென் கிழக்கிலுள்ள மதுக்கரை பகுதி தவிர சுற்றிலும் மலைகளால் சூழப்பட்டதால் ஏராளமான ஆறுகளைக் கொண்டுள்ளது கொங்குநாடு.

காவிரி

''கோனிலை திரிந்து கோடை நீடினும்

தானிலை திரியாத் தண்டமிழ்ப்பாவை''

(மணிமேகலை 24 - 5)

தான் பாயும் பகுதிகளையெல்லாம் தனது வற்றாத நீர் வளத்தால் பொன் விளையும் பகுதிகளாக மாற்றியதால் ''பொன்னி'' எனும் பெயர் பெற்ற காவிரி, கர்நாடக மாநிலம் குடகருகே தலைக் காவிரியில் தோன்றி சிவசமுத்திரத்தில் நீர் வீழ்ச்சியாய் விழுந்து, மைசூரருகே ஸ்ரீரங்க பட்டிணம் எனும் தீவை உருவாக்கிப் பின் ஒகேனக்கல் வழியாகத் தமிழகத்தில் நுழைகிறது. கொங்கு மண்டலத்தின் இதர முக்கிய நதிகளான பவானி, நொய்யல், அமராவதி போன்றவை இதன் துணை நதிகளாகும்.

பவானி

நறுமணப்பூக்களை அள்ளி வந்ததால் சங்க காலத்தில் பூவானியாரெனப் புகழப்பட்ட பவானியாறு நீலகிரி மாவட்டத்தில் உற்பத்தியாகி

கோவை மாவட்டத்தின் வழியே ஈரோடு மாவட்டத்தில் நுழைந்து திருநணா எனும் பவானி திருத்தலத்தில் காவிரியுடன் கலக்கிறது.

சிறுவாணி, பைக்காரா, மோயார், கல்லாறு ஆகியன இதன் துணை நதிகளாகும். பவானியின் குறுக்கே நீலகிரி மாவட்டத்தில் மேல்பவானி அணையும், கோவை மாவட்டத்தில் பில்லூர் அணையும், ஈரோடு மாவட்டத்தில் பவானிசாகர் அணையும், கோபிக்கு முன்னர் கொடிவேரி அணையும், பவானியில் காலிங்கராயன் அணையும் உள்ளது. பவானி நீர்ப்பாசனத்தால் ஈரோடு மாவட்டத்தில் மஞ்சளும், வாழையும், செந்நெல்லும் செழித்து விளைகின்றன. ஈரோடு மஞ்சள் நகரெனப் புகழப்படுகின்றது.

காஞ்சிமாநதியெனும் நொய்யல்

மேலைக்கைலாயமென்றழைக்கப்படும் வெள்ளியங்கிரி மலைத்தொடரில் உற்பத்தியாகி கோவை மாநகரின் தெற்கெல்லையாக ஓடி பழையகோட்டை தாண்டி காவிரியில் கலக்கும் நொய்யலாறு, காஞ்சிமாநதியெனவும் அழைக்கப்பட்டுள்ளது. கொங்குச் சோழர்கள் காலத்தில் கட்டப்பட்ட 32 அணைகளுள் இன்றும் குறிப்பிட்டுச் சொல்லும்படியாக உள்ள சிறு அணைகளுடன் சித்திரைசாவடி அணை மற்றும் நீலி அணைக்கட்டு, கோவை அணைக்கட்டு, சுண்டக்காமுத்தூர் (அ) பேரூர் அணைக்கட்டு, குறிச்சி அணைக்கட்டு, வெள்ளலூர் அணைக்கட்டு, சிங்காநல்லூர் அணைக்கட்டு, மருதவல்லி அணைக்கட்டு ஆகியவற்றின் மூலம் கிட்டத்தட்ட 13000 ஏக்கர் நிலங்களுக்குப் பாசனவசதி கிடைக்கின்றது. எம்.ஜி.ஆர் காலத்தில் கட்டப்பட்ட ஒரத்துப்பாளையம் அணையே இதன் முக்கிய அணை. கோவை மற்றும் திருப்பூரின் சுற்று வட்டாரங்களில் ஏராளமான ஏரி, குளங்களை நிரப்பி விவசாயம் செழிக்க உதவினாலும் திருப்பூர் தாண்டியவுடன் பெரும்பாலும் கழிவு நீரையே (சாயப் பட்டறை) நொய்யல் சுமந்து செல்கின்றது. நீலிப்பள்ளம் ஓடையும், அவினாசி மற்றும் பல்லடம் வட்டங்களின் வழியே பாயும் நல்லாறும் இதன் துணை நதிகள்.

அமராவதியெனும் ஆம்பிராவதி

மேற்குத் தொடர்ச்சி மலையில் மூணாறு அருகே உற்பத்தியாகி உடுமலை, தாராபுரம் வழியே கரூர் தாண்டிக் காவிரியில் கலக்கிறது அமராவதி ஆறு.

இதன் குறுக்கே உடுமலையருகே அமராவதியணை கட்டப் பட்டுள்ளது. ஆன்பொருநை, ஆம்பிராவதி என்றெல்லாம் பழங் காலத்தில் வழங்கப்பட்ட இந்த ஆறுக்கு குதிரையாறு, சண்முக நதி (பழனி), உப்பாறு, குடவனாறு போன்றவை துணை நதிகள்.

ஸனத்குமாரநதி

ஸனத்குமார முனிவர் தமது தவ வலிமையால் உருவாக்கிய சுனையிலிருந்து உருவான நதியே ''ஸனத்குமாரநதி'' என வழங்கப் படுகிறது. ஓசூர் வட்டம் தளியருகே 3368 அடி உயரமுள்ள தேவர பேட்டா மலையில் உருவாகி, தளியில் பாய்ந்து கிழக்கு நோக்கி ஓடி ஹீடேதுர்க்கம் அருகே தெற்கு நோக்கித் திரும்பி பின் பிக்கிலி குன்றுகளால் தடுக்கப்பட்டு ஒகேனக்கல் அருகே காவிரியில் கலக்கின்ற இந்நதியால் பாலக்கோடு, பெண்ணாகரம் பகுதிகள் பலன் பெறுகின்றன.

மார்கண்ட நதி

இந்நதி மைசூர்ப் பீடபூமியில் மல்லிகெரெவில் தீர்த்தமாகத் தோன்றி வேப்பன்னபள்ளி வழியாகப் பாய்ந்து தென்பெண்ணை யோடு கலக்கின்றது.

பாம்பாறு

ஜவ்வாது மற்றும் ஏலகிரி மலைகளில் உருவாகும் பாம்பாறு ஊத்தங்கரை வட்டத்தை செழிப்பாக்கி பின் தென்பெண்ணை யுடன் கலக்கிறது. பர்கூர் நதி, மாத்தூர் நதி, சந்தூர் ஆறு ஆகியவை இதன் துணை நதிகளாகும்.

வாணியாறு

வாணியாறு சேர்வராயன் மலைத் தொடரில் ஏற்காடருகே உற்பத்தியாகி மலைப்பகுதி கடந்து வெங்கடசமுத்திரத்தில் சமவெளியை அடைந்து அரூர் வட்டத்தை வளமாக்கி பாம்பாறு கலக்குமிடத்திற்கு சற்றுத் தொலைவில் தென்பெண்ணையுடன் இணைகிறது.

தென்பெண்ணை ஆறு

கர்நாடக மாநிலம் நந்திதுர்கமலையில் உருவான தென் பெண்ணை ஆறு, பாகலூருக்கு 5 கி.மீ. வடமேற்கே ஓசூர் வட்டத்தில்

தமிழகத்தினுள் நுழைகிறது. மாலூர் சாலையைக் கடந்தபின் தெற்கு நோக்கிப் பாய்ந்து பின் ராயக்கோட்டை சாலையிலிருந்து கிழக்கு நோக்கிப் பாய்கிறது.

மார்கண்டநதி, கம்பையநல்லூர் ஆறு, பாம்பாறு, வாணியாறு ஆகியன இதன் முக்கியத் துணை நதிகள். இத்துணை நதிகள் தாம் கலக்குமிடம் ஒவ்வொன்றிலும் வளைவுகளை ஏற்படுத்தி தென் பெண்ணையின் போக்கை மாற்றுகின்றன. இதன் பாரூர் குடி நீர்த்திட்டம் மிகவும் பயனுள்ளதாக விளங்குகின்றது.

வஷிஷ்ட நதி மற்றும் ஸ்வேதா நதி

இவ்விரு நதிகளும் கல்ராயன் மற்றும் கொல்லிமலை, பச்சை மலைகளின் வடிகாலாகக் கருதப்படுகின்றன.

வஷிஷ்ட முனிவரால் உருவானதாகக் கருதப்படும் வஷிஷ்ட நதி ஆறுநாட்டார் மலையில் உருவாகி 12 கி.மீ. வடக்கே ஓடி கீரிப்பட்டி அருகே தெற்கே திரும்பி பேலூரருகே சமவெளியை அடைகிறது. பேலூர் கடந்து 3 கி.மீ. தொலைவில் இந்நதியுடன் கரியகோவிலாறும், அம்மாப்பாளையம் ஆறும் இணைகின்றன. வஷிஷ்ட நதி சேலம் - ஆத்தூர் சாலையை அடைகையில் சிங்கபுரம் ஆறும், ஆத்தூருக்கு சற்று மேற்கே மேகப்பள்ளி ஆறும் இதனுடன் இணைகிறது.

ஸ்வேதா நதி

கொல்லிமலை மற்றும் பச்சை மலைகளில் இந்நதி உற்பத்தியாகின்றது. அர்ஜுனன் பூஜைக்காகப் பாணமெய்தி உருவாக்கிய நதியென்பதால் அர்ஜுனனின் மற்றொரு பெயரான ஸ்வேதவாகன எனும் பொருள்படும்படியாக ஸ்வேதா நதி என்று அழைக்கப்பட்டாலும் இதன் வெண்மை நிறம் காரணமாகக் கடலூர் மாவட்டத்தில் **“வெள்ளாறு”** என்றே அழைக்கப்படுகிறது. இவ் வெள்ளாறே சோழர்களின் வடவெல்லையாகத் திகழ்ந்துள்ளது.

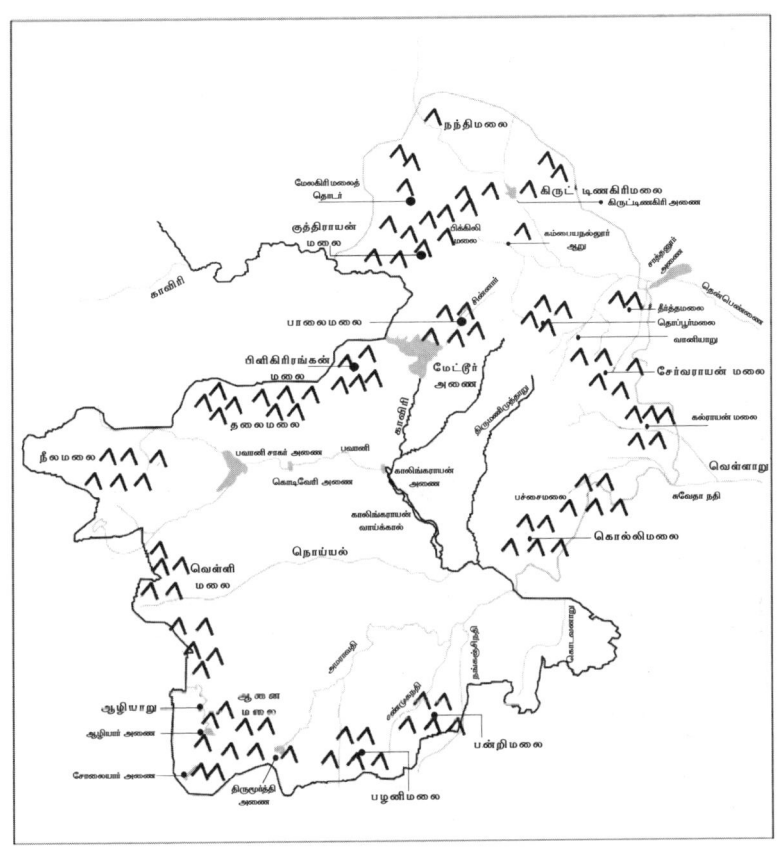

கொங்கு மண்டலம் – ஆறுகளும், மலைகளும்

6. தொல்பழங்காலம்

வரலாற்றுக்கு முந்தைய தொல்பழங் காலமானது கற்காலம், செம்புக்காலம், இரும்புக் காலம் எனும் பெரும் பிரிவுகளைக் கொண்டது. அதில் கற்காலத்தை தொல்பழங்கற்காலம், பழையகற்காலம், புதியகற்காலம், பெருங்கற் காலம் என வரையறுத்துள்ளனர்.

தொல்பழங்காலத்திலும், பழைய கற் காலத்திலும் ஆதிமனிதன் நாடோடியாக இடம்விட்டு இடம் அலைந்து தமது கையில் அகப்பட்ட கூரான கற்களைக்கொண்டு வன விலங்குகளை வேட்டையாடியும், காட்டில் கிடைத்த கிழங்குகள் மற்றும் கனிகளை உண்டும் தனது உணவுத் தேவையை நிறைவு செய்தான். நாடோடி வாழ்க்கையை மேற்கொண்டிருந்த ஆதிமனிதன், மாண்டோர் உடலை அப்படியே பறவைகளுக்கும், விலங்குகளுக்கும் இரையாகப் போட்டுவிட்டுச் சென்றான்.

பழைய கற்காலத்திற்கும், புதிய கற்காலத் திற்குமிடைப்பட்ட காலத்தில் இறைச்சியை வேகவைத்து உண்டு பழகி, அதற்காக உரசினால் தீப்பொறி கிளம்பும் ஒருவகை சிக்கி முக்கிக் கற்களை உபயோகப்படுத்தினான். மாண்டு போனவர்கள் உடல் இக்காலத்தில் புதைக்கப்பட்டது.

புதிய கற்காலத்தில் மனிதன் தனது அறிவைப் பயன்படுத்தி இடம்விட்டு இடம் பெயர்வதைத் தவிர்த்து கால்நடைகளைப் பிடித்துப் பட்டியிலடைத்து வளர்த்ததால், இறைச்சிக்குத் தேடியலைவது குறைந்தது, ஓய்வு நேரம் நிறைய கிடைத்தது, சிந்திக்கத் துவங்கிய மனிதன் முதலில் கொஞ்சம், கொஞ்சமாய் பயிர்த்தொழிலைக் கற்றான். பிறகு பெருங்கற் காலத்தில் விலங்குகளின் தோல் மற்றும் ரோமங்களிலிருந்து ஆடைகள் செய்யவும், நீர் சேமித்து வைக்க மற்றும் உணவு தயாரிக்க, மட்பாண்டங்கள் செய்யவும் கற்றுக்கொண்டான்.

பழைய கற்கால
கருவிகள்

பழைய கற்காலக் கருவிகள்

[1]ஆங்கிலேயராட்சிக்காலத்தில் பிரபல தொல்பொருள் ஆய்வாளர்களான ஆர். புரூஸ் புட் மற்றும் எப்.ஜே. வால்ஹௌஸ் ஆகியோர் தலைமையிலான குழு கொங்கு, தகடூர் நாடுகளை நன்கு ஆராயந்து தென்னிந்தியாவில் முதன்முதலில் மனிதன் வாழ்ந்ததற்கான அறிகுறி நீலகிரி, பழநி மற்றும் ஆனைமலைத் தொடர்களில் காணப்படுவதைக் கண்டறிந்தனர். சேர்வராயன் மலை, கல்வராயன் மலை, கொல்லிமலை, குத்திராயன் மலை மற்றும் மேலகிரி மலைகளில் (Neolithic) புதிய கற்கால மனிதர்கள் பயன்படுத்திய பொருட்கள் கிடைத்தன. 70 உளிகள், 5 கத்திகள், மூன்று உரைகற்களையும், சிவலிங்கத்தையும் புரூஸ்புட் கண்டறிந்து சென்னை அருங்காட்சியகத்தில் ஒப்படைத்தார். இதில் உரைகல் துணிகளைப் பளபளப்பாக்கவும், விலங்குத் தோல்களின் உரோமங்களையகற்றவும் பயன்பட்டது. இதன் பின்னர் புரூஸ்புட், பாஸ்வொர்த்ஸ்மித் ஆகியோர் கூட்டாக பர்கூர் மலைகளிலும் நினைவுச் சின்னங்களைக் கண்டறிந்தனர். இக்கண்டுபிடிப்புகள் கொங்கு நாட்டின் பழமையைப் பறை சாற்றியதோடு மேலும் பல ஆய்வுகளுக்கு வித்திட்டது.

---

1. Gazetteer of the Salem District P.No. 44

²வரட்டனப்பள்ளி அருகே பழைய கற்காலக் கருவிகள் செய்யும் தொழிற்சாலை இருந்துள்ளது. கப்பல்வாடியில் ஏராளமான பழைய கற்காலக் கருவிகளும், தொகரப் பள்ளி, கொள்ளஹள்ளி, தட்டக்கல், திம்மாவரம், ஜிஞ்சம்பட்டி, மோதூர், பன்னிமடுவு ஆகிய பகுதிகளில் புதிய கற்காலக் கருவி களும் கிடைத்துள்ளன. கவிரமலை அடிவாரத்தில் ஏரிப்பகுதியில் தொல்லுயிர்ப்படிவம் கிடைத்துள்ளது.

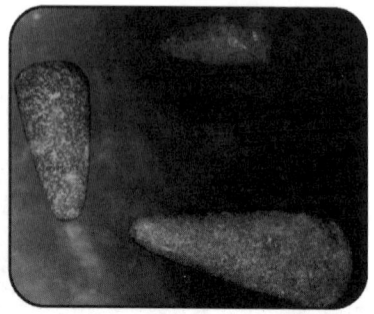

புதிய கற்காலக் கருவிகள்

³கீழ்க்கோத்தகிரி அருகேயுள்ள ஏழு கோட்டையில் பெருங் கற்கால சுடுமண் பொம்மைகளும் பொக்காபுரம் மற்றும் செம்மநத்தம் பகுதிகளில் பெருங்கற்கால பானை ஓடுகளும் கிடைத்துள்ளன.

ஈரோடு மாவட்டத்தில் பெருங்கற்கால நினைவுச்சின்னங்கள் பல கிடைத்துள்ளன. அங்கு பெரிய மேட்டுப்பாளையத்தில் மண் தட்டுகளும், சதுமுகையில் இரு மண்குவளைகளும், நடுப்பாளையத்தில் நான்குகால் ஜாடி மற்றும் இரும்பு அம்பும் கிடைத்துள்ளன. வெள்ளோட்டில் மாட்டின் 12 செ.மீ. நீள கீழ்த்தாடை, காங்கேயம் வட்டம் சரவணக்கவுண்டன் வலசில் ஒரு அடி நீள தொடை எலும்பு போன்ற தொல்லுயிர்ப் படிவங்கள் கிடைத்துள்ளன.⁴ அரச்சலூர் மலையில் 2000 ஆண்டுகளுக்கு முந்தைய இசைக்கல் வெட்டுகள் கண்டறியப்பட்டுள்ளன.

தர்மபுரி மாவட்டத்தில் மல்லப்பாடியிலும், நீலகிரி மாவட் டத்தில் வெள்ளரிக்கொம்பை, கொணவக்கொரை, சிகூர் ஆகிய இடங்களிலும் பழங்கால பாறை ஓவியங்கள் கண்டறியப்பட்டுள்ளன. உடுமலை - மூணாறு சாலையிலுள்ள மறையூரில் பதினைந்தடி கொற்றவை ஓவியமும், வெள்ளியங்கிரி மலைகுகையில் மற்றொரு தொல் பழங்கால தெய்வத்தின் ஓவியமும் கண்டறியப்பட்டுள்ளன.

கெய்ர்ன் வகை கல்வட்டம் கணியாம்பூண்டி, பெருந்துறையரு கேயுள்ள நல்லாம்பட்டி, பல்லடமருகேயுள்ள கண்டியன்கோயில்,

---

2. கிருட்டிணகிரி அரசு அருங்காட்சியகக் கையேடு (பக். 4, 16)
3. உதகமண்டலம் அரசு அருங்காட்சியகக் கையேடு (பக்-6)
4. ஈரோடு அரசு அருங்காட்சியகக் கையேடு (பக் - 3).

அன்னூரருகேயுள்ள கஞ்சப்பள்ளி, பொள்ளாச்சி அருகேயுள்ள நாட்டுக்கல்பாளையம், நல்லாம்பட்டியில் கண்டறியப்பட்டன. கிஸ்த்வன் வகை கல்பதுக்கைகள் முத்துக்கோனாம்பட்டியிலும், உடுமலையருகேயுள்ள பூண்டியிலும் கிடைத்தன. டால்மென் (அ) க்ராம்லெக் கல்லறைகள் ஈரோடு (திருப்பூர்) மாவட்டம் தாராபுரம் பகுதியிலும், கோவை மாவட்டம் மேட்டுப்பாளையத்திலும் (இங்கு கிட்டத்தட்ட 100) கண்டறியப்பட்டது.

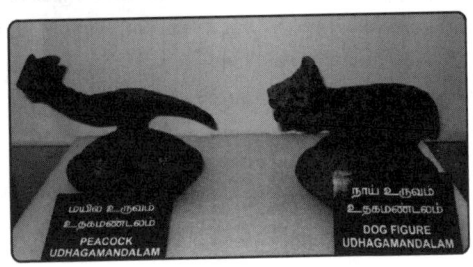

உதகை மற்றும் கோவையில் கண்டறியப்பட்ட தொல்பொருட்கள்

மாண்டவர் குழிகள் (தற்போது பாண்டவர்குழிகள் என மருவி விட்டன) பேரூர், வெள்ளலூர், அன்னூரையடுத்த எல்ல பாளையம், ஹோசூரையடுத்த குந்தணி, கும்மலாபுரம், முண்டக்கம் பாடி, மாதம்பாடி ஆகிய பகுதிகளில் அகழ்ந்தெடுக்கப்பட்டுள்ளன.

மாண்டவர்குழிகளிலும், முதுமக்கட்தாழிகளிலும் மாண்டவர் களுடன், அவர்கள் உபயோகப்படுத்திய கருவிகள், கிரீடங்கள் போன்ற நினைவுப் பொருட்கள் சேர்த்து புதைக்கப்பட்டன.

இரும்பினாலான கத்தி, மரப்பிடி கொண்ட ஈட்டி, அம்புகள் மற்றும் வெண்கலத்தாலான பானைகள், கரண்டிகள், கிண்ணங்கள், நீரருந்தும் குவளைகள், தந்தத்திலான பொருட்கள், சேவல்

உருவம் கொண்ட வெண்கல மூடி, புலி உருவம் பதிக்கப்பட்ட கால்கள் கொண்ட வெண்கல சாடிகள், மட்பாண்டங்கள், சுடுமண் பொம்மைகள், வளையல்கள், சலங்கைகளும் இவ்வகைக் குழிகளில் இருந்து கிடைத்துள்ளன. அதுமட்டுமல்லாது[5] கருப்பு, சிவப்பு போன்ற வண்ணப்பூச்சுடைய இப்பானைகளில் மாண்டோரின் குலம் அல்லது இனத்தைக் குறிக்கும் குறியீடுகளும் காணப்படுகின்றன.

தஞ்சைத் தமிழ்ப்பல்கலைக்கழம், தமிழக தொல்லியல் துறை, சென்னைப் பல்கலைக்கழகம் ஆகியன தற்போது இவ்வகை ஆய்வுகளை விரைவுபடுத்தியுள்ளன. ஈரோடு மாவட்டம் கொடு மணம் (இன்றைய கொடுமணல்) முக்கிய ஆராய்ச்சிக் களமாக மாறிவருகிறது. 2003-ல் தஞ்சைத் தமிழ் பல்கலைக் கழகத்தினர் பர்கூரில் (இன்றைய கிருஷ்ணகிரி மாவட்டம்) சானாரப்பன் மலையடிவாரத்தில் மயிலாடும் பாறை மற்றும் சென்ராய நாயக்கனூரில் 100 ஏக்கர் பரப்பில் ஆயிரத்திற்கு மேற்பட்ட குழிகளைக் கண்டறிந்தனர்.

போரில் வீரமரணமடைந்தோர் நினைவாக நடுகற்கள் கொங்குநாடு முழுக்கப் பரவலாகக் காணப்படுகின்றன. அதுதவிர போரில் மாண்ட கணவருடன் உடன்கட்டையேறிச் சொர்க்கம் சென்ற பத்தினிப் பெண்டிர் நினைவாக மாசதிக்கல் வைத்து வழிபாடு செய்யப் பட்டது. இந்த வீரமாசதிக்கல் வழிபாடு பின்னர் வீரமாஸ்தியம்மன் வழிபாடாக மாறிவிட்டது.

---

5. கோயம்புத்தூர் மாவட்டத் தொல்லியல் கையேடு (பக் - 12).

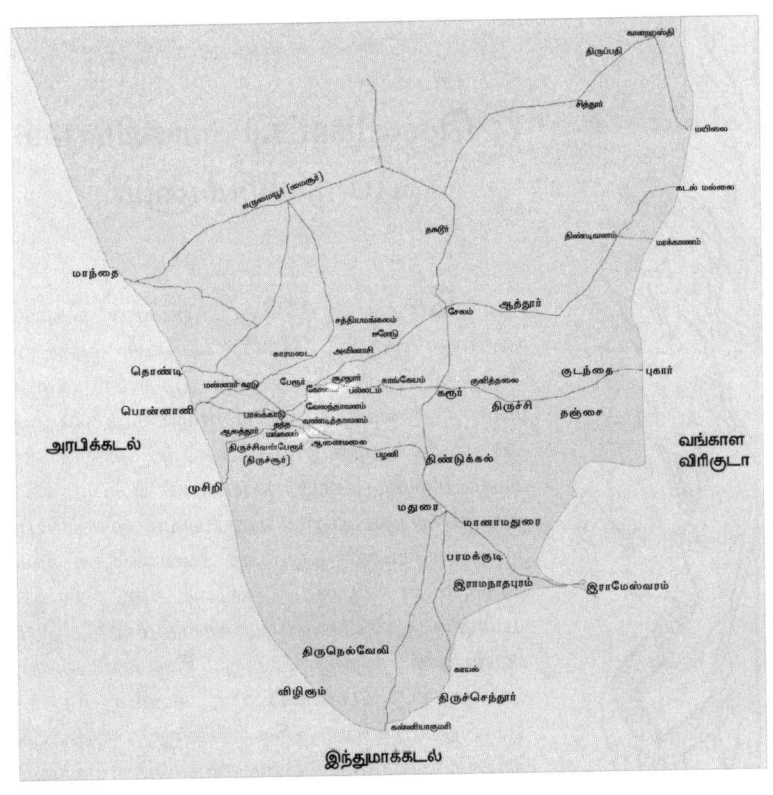

தமிழகப் பெருவழிகள்

7. வெளிநாட்டு வணிகமும், பெருவழிகளும்

சேரரது ஆட்சிக்குட்படும்வரை கொங்கு நாடானது இருளர், கோசர், வேடுவர், இடையர், வேளிர், தொதவர், கங்கர், முதுவர், காடர், மலசர், புலையர், குறும்பர், மழவர் ஆகிய ஆதி குடிகளைக் கொண்டு இங்கொன்றும் அங்கொன்று மாகச் சிறுசிறு குடியிருப்புகளை உள்ளடக்கிய தாகவும் பெரும்பாலும் வனமாகவும் விளங்கியது. இயற்கையெழில் ததும்பும் மலைத்தொடர்கள், ஏராளமான குளம், குட்டைகள், காவிரி, பவானி, ஆன்பொருநை, காஞ்சிமாநதி, தென் பெண்ணை, தொப்பையாறு, திருமணிமுத்தாறு, சரபங்கநதி, பொன்னியாறு, சனக்குமார நதி போன்ற முக்கிய நதிகளல்லாது, எண்ணற்ற சிற்றாறுகளையும், ஓடைகளையும் கொண்டு வளமாகத் திகழ்ந்த இப்பகுதி மூவேந்தர்களால் விரும்பப்பட்டது மட்டுமன்றி மைசூர் சிற்றரசர்கள் கண்ணையும் உறுத்தியதெனலாம். இவைதவிர இங்கு கிடைத்த தங்கம், இரும்பு, பல்வேறு வண்ணக்கற்கள், வைரம், கொங்கு நாட்டு வளமிகு வனங்களிலிருந்து கிடைக்கப் பெற்ற சந்தனம் மற்றும் தேக்கு மரங்கள், மயில்தோகை போன்றவையும் வெளிநாட்டினரால் குறிப்பாக ரோமானியர்கள் மற்றும் சீனர்களால் நல்ல விலை கொடுத்து வாங்கப்பட்டன.

இராமாயண, மகாபாரத புராண காலத்திலிருந்தே தமிழகம் வட இந்தியாவோடு நிலமார்க்கமாகத் தொடர்பு கொண்டிருந்தது. இந்நிலமார்க்கமானது பின்னர் மௌரியர் காலத்தில் **"தட்சிணபதம்"**[1] என்ற பெயரில் தேசியப் பெருவழியாக உருவெடுத்துக் கன்னியா குமரியையும், கங்கை சமவெளியையும் மதுரை, கரூர், தகடூர், பைதான் (சாதவாகனர் தலைநகரம்) வழியே இணைத்தது.

மேலைக்கடல் மார்க்கமாக எகிப்து, ரோமாபுரி, யவன மற்றும் அரேபிய நாடுகளுடனும், வங்கக்கடல் வழியே சாவகத் தீவுகள், கடாரம் மற்றும் சீனாவுடனும் வணிகத் தொடர்புகள் ஏற்பட்டன. ஆரம்பத்தில் முசிறி, விழிஞம், தொண்டி, மாந்தை, காந்தளூர், நறவு ஆகிய துறைமுகங்கள் மேலைக்கடற்கரையிலும், நெல்லூர், கடல் மல்லை, மரக்காணம், பூம்புகார், கொற்கை ஆகிய துறைமுகங்கள் கிழக்குக் கடற்கரையிலும் புகழ்பெற்று விளங்கின. (பொன்னாணி, நாகை, காயல் போன்றவை பிற்காலச் சேர, சோழ, பாண்டியரது ஆட்சிக்காலங்களில்தான் புகழ்பெற்றன).

முசிறியிலிருந்து மரக்காணம் 910 கி.மீ. தொலைவிலும், பூம்புகார் 820 கி.மீ. தொலைவிலும் (கடல் வழியே) இருந்தன. ஏற்கனவே கிட்டத்தட்ட 5300 கி.மீ. நெடும்பயணம் மேற்கொண்டு மேலைக் கரையில் முசிறி வந்திறங்கிய யவன, அரேபிய, ரோம வணிகர்கள் தங்கள் கலங்களைப் பழுதுபார்க்கவும், சரக்குகளை ஏற்றவும் அங்கேயே விட்டுவிட்டு தரைமார்க்கமாகக் கொங்குநாடு கடந்து புகார்த் துறைமுகத்தையடைந்து சீனர்களுடன் வர்த்தகம் புரிந்தனர். திரும்பிச்செல்லும் வழியில் உள்நாட்டு வணிகர்களிடம் பல்வேறு பொருட்களைப் பெற்று, கொங்கு நாட்டின் விலைமதிப்பு மிக்கப் பல்வேறு வண்ணக் கற்களையும், ஆபரணங்களையும் வாங்கிச் சென்றனர். இதன் மூலம் முசிறிக்கும், புகாருக்குமிடையேயான 820 கி.மீ. நீள கடற்பயணம் தவிர்க்கப்பட்டதோடு அவர்களால் உள்நாட்டு வணிகர்களோடும், சீனர்களோடும் நேரிடையாக வர்த்தகம் புரிய முடிந்தது. இதே காரணங்களால் புகாரிலிறங்கிய சீனர்களும் தரைவழியே முசிறி வரை சென்று திரும்பினர். இதனால் மூன்று முக்கிய வணிகப் பெருவழிகள் தோன்றிக் கொங்கு நாட்டின் வழியே இவ்விரு கடற்கரைகளையும் இணைத்தன.

---

1. கோயம்புத்தூர் மாவட்டத் தொல்லியல் கையேடு (பக் - 23).

பெருவழிகள்

சேரநாட்டு[2] மாந்தையிலிருந்தும், முசிறியில் இருந்தும் பாலைக் காட்டுக் கணவாயையடைந்த பெருவழிகள் மூன்றாகப் பிரிந்து கொங்கு நாட்டின் வழியே மூன்று துறைமுகங்களையடைந்தன. முதல் பெருவழி கோவை, அவினாசி, விசயமங்கலம், ஈரோடு, சேலம், ஏத்தாப்பூர், கள்ளக்குறிச்சி, விழுப்புரம், திண்டிவனம் வழியாக கடல்மல்லையையும், மரக்காணத்தையும் அடைந்தது. இராச கேசரிப் பெருவழி என்றழைக்கப்பட்ட இரண்டாவது பெருவழி பேரூர், வெள்ளலூர், சூலூர், பல்லடம், காங்கேயம், கரூர், உறையூர், குடந்தை வழியே பூம்புகாரையடைந்தது. மூன்றாவது பெரு வழியான வீரநாராயணப் பெருவழி ஆனைமலை, வடபூதிநத்தம், அ. கலையமுத்தூர், பழனி, திண்டுக்கல், மதுரை, திருத்தங்கல் வழியே இராமேஸ்வரம் மற்றும் கொற்கைக்கு சென்றது. வடுகப் பெருவழியானது தர்மபுரியிலிருந்து கிருஷ்ணகிரி, சித்தூர் வழியே ஆந்திராவிற்கு சென்றது. இவ்வாறாகத் தமிழகத்தின் முக்கியப் பெருவழிகள் கொங்குநாடு வழியே செல்வதால் இதைப் **பெரு வழிநாடு** என பர்டன்ஸ்டீன் விவரிக்கிறார்.

பண்டைக்காலத்தில் எகிப்தில் பாரோ மன்னர்களின் ஆட்சி நிலவி வந்தது. கி.மு. 3500-க்கும் 2700-க்கும் இடைப்பட்ட காலத்தில் மரணமடைந்த பாரோ மன்னர்களுக்குப் பிரமிடுகள் எனும் மாபெரும் நினைவகங்கள் ஏற்படுத்தப்பட்டன. மன்னன், அவனது அடிமைகள், அவர்களுக்குத் தேவையான பொருட்கள் மற்றும் ஏராளமான செல்வத்தையும் நிலவறைகளில் வைத்து அவற்றின் மேலே பிரமிடுகள் இலட்சக்கணக்கான வேலையாட்களின் பல ஆண்டுகள் உழைப்பில் உருவாயின. பிரமிடுகள் கட்டுமானத்தில் பயன்பட்ட கற்களை செதுக்கி வடிவம் தர கொங்கு நாட்டிலிருந்து முசிறி வழியே உளிகளும், சுத்தியல்களும் கொண்டு செல்லப்பட்டுள்ளன. இன்றளவும் கெடாது காணப்படும் மம்மிகளின் உடலைச் சுற்றியுள்ள வேலைப்பாடுமிக்க பருத்தி மற்றும் பட்டாடைகளும் தமிழகத்திலிருந்து சென்றவையேயாகும்.

கி.மு. 4000-ம் ஆண்டு வாக்கில் யூப்ரடிஸ், டைக்ரடீஸ் நதி களுக்கிடைப்பட்ட சுமேரிய நாகரிகத்தின் முக்கியமான நகரங்கள் சிலவற்றிற்கு ஊர், நிப்பூர் எனப் பெயர் வழங்குவது தமிழினத் தொடர்பைக் காட்டுகிறது. பாபிலோன் மன்னர்களுள் புகழ்பெற்ற

2. கோயம்புத்தூர் மாவட்டத் தொல்லியல் கையேடு (பக் - 22).

ஹமுராபியாண்ட ஊரின் இடிபாடுகளில் தேக்குமரம் கிடைத்துள்ளது. ஊரின் திங்கட்கோட்டம் கட்டுவதற்கு சேர மற்றும் கொங்குநாட்டு தேக்குமரங்கள் ஏற்றுமதியாகின.

கி.மு. 1000-ம் ஆண்டுகளில் ஜெருசலத்தில் யூதர்களின் புகழ் பெற்ற மன்னனாகிய சாலமன் தமது நாட்டின் தேவைகளுக் காகவும், தாம் கட்டிய யூதக்கோயிலுக்காகவும் வருடந்தோறும் முசிறிக்குக் கப்பல்களனுப்பி தேக்கு மரங்கள், யானைத்தந்தம், மயில்தோகை, தங்கம், குரங்குகள் ஆகியவற்றைப் பெற்றுள்ளார். இதைத்தொடர்ந்து சேரநாட்டில் (கிறிஸ்து பிறப்பதற்கு முன்பே) சாலமன் காலத்தில் யூதர்கள் குடியேறத் துவங்கினர்.

கி.மு. 727 முதல் கி.மு. 562 வரையிலான அசிரிய மன்னர்கள் சால்மநேசர் காலந்தொடங்கி நேபுகாட்நேசர் காலம் வரை தமிழகப் பொருட்களைக் குறிப்பாகத் தேக்கு மற்றும் செடார் மரங்களை தருவித்தனர்.

கொங்கு மலைபடு பொருட்கள்

கருங்காலி, செடார், அரக்கு, சாய மரங்கள், கருமருது, சந்தனம், தேக்கு, ஈட்டி, அகில், மலைத்தேன், மூலிகைகள், சிங்கம், புலி, யானை, குரங்கு, மயில், கிளி, கானக்கோழி, திமிலுடைய எருதுகள், ஆட்டு ரோமங்கள், யானைத்தந்தம், மயில்பீலி.

விளைபொருட்கள்

அரிசி, கம்பு, சோளம், மஞ்சள், புளி, பாக்கு, தேங்காய், எண்ணெய் வகைகள், இஞ்சி மற்றும் மல்லி.

கொங்கு நாடு கனிமவளமிக்கதாயும் மிகச்சிறந்த கைவினை ஞர்களைக் கொண்டதாகவும் விளங்கியது. கோவை, ஈரோடு, சேலம் மாவட்ட மலைகளிலும், ஆறுகளிலும் இரும்புத்தாதும், பொன் தாதும் கிடைத்தன.

சேலம் மாவட்ட கஞ்சமலையும், ஈரோடு மாவட்ட சென்னி மலை, காங்கேயம், பெருந்துறைப் பகுதிகளும், கோவை மாவட்டத்தின் மேற்குத் தொடர்ச்சி மலைகளும் இரும்புத்தாதுவிற்குப் புகழ் பெற்று விளங்கின. கம்மாளர்கள் இரும்புத்தாதுவை உருக்கி இரும்பைப் பிரித்துப் பல்வேறு கருவிகளைச் செய்தனர். கொடு மணலில் இரும்பைக் காய்ச்சி கலன்கள் வடிவமைக்கும் முக்கிய

உற்பத்திச் சாலையிருந்தது. கொங்குநாட்டு இரும்பினாலான பொருட்களை முசிறிவழியே வந்த ரோம, யவன, எகிப்திய வணிகர் களும் தட்சிணபதம் வழியே வட இந்தியரும் வாங்கிச் சென்றனர்.

ஈரோடு மாவட்ட ஊதியூர் மலை, எழுமாத்தூர், கோபி ஆகிய இடங்களிலும் சேலம் மாவட்ட கஞ்சமலையடிவாரத்திலும் பொன் கிடைத்தது. கஞ்சமலையிலிருந்து ஓடிவரும் பொன்னியாறும் ஏராளமான பொன்துகள்களைச் சுமந்து வந்தது.

திருமுருகன் பூண்டிக் கல்வெட்டில்

“மீன்படுசுனையும் தேன்படுவரையும்
மான்படுகாடும் பொன்படு குட்டமும்”

எனக் குறிப்பிடப்பட்டுள்ளது. திருமுருகன் பூண்டியிலிருந்து 30 கி.மீ. தொலைவில் பொன்கற்கள் கிடைக்கப்பெற்ற ஊர் பொன் கல்லூர் (இன்றைய பொங்கலூர்) என வழங்கப்பட்டது.

ஈரோடு மாவட்டம் காங்கேயத்தையடுத்த படியூரில், பெரில்ஸ் எனும் இரத்தினக்கற்கள் கிடைத்தன. அக்வாமரைன் எனப்படும் கடல்நீலக்கல் உற்பத்தியில் படியூர் உலகப் புகழ்பெற்று விளங்கியது. சேலம் மாவட்டம் இடைப்பாடியருகேயும் பல்வேறு வண்ணக் கற்கள் கிடைத்துள்ளன. ரோம அரசமரபினர், வடஇந்தியப் புகழ் பெற்ற தட்சசீல அரண்மனை ஆகியவற்றை இவை அலங்கரித்தன. இதை ரோமபுரியின் உயர்குடியினரும், யவனர்களும் மிகவும் விரும்பிவாங்கினர். இங்கு கிடைத்த கடல் நீலக்கற்களுடன், அகேட், சந்திரகாந்தக்கல், கொற்கையிலிருந்து முத்துக்களும், ஆப் கானிஸ்தான், இலங்கை மற்றும் வடஇந்தியாவிலிருந்து மரகதம், மாணிக்கம், பவளம், வைடூரியம் மற்றும் இதர விலைமதிப்பற்ற கற்களும் தருவிக்கப்பட்டு பொன் ஆபரண உற்பத்தி கொங்கு நாட்டில் சிறந்து விளங்கியது.

படியூரில் கடல் பச்சைக்கற்கள் சுரங்கம் 19-ம் நூற்றாண்டு வரை தொடர்ந்து செயல்பட்டுள்ளது. 1820-ல் இறுதியாக 60 கடல் பச்சை இரத்தினங்கள் வெட்டியெடுக்கப்பட்டுள்ளன.

யவன மாலுமி பிளினி படியூரை படொரஸ் (Pae doros) எனவும், கருவூரைக் கரொவொரா (Kore vora) எனவும் தமது நூலில் குறிப்பிட்டுள்ளார்.

"இலங்கு கதிர்த்திருமணிப் பெறுஉம்
அகன் கண்வைப்பின் நாடுகிழவனோ"

(பதிற்று 6:10 - 15)

இவ்வாறாக பழந்தமிழ் இலக்கியங்களும் கொங்கு நாட்டில் விலைமதிப்பற்ற கற்கள் கிடைத்ததைப் பறைசாற்றுகின்றன.

சென்னிமலையையடுத்த கொடுமணலிலும், கொங்கு நாட்டின் பிற பாகங்களிலும் பரவலாக அழகிய வண்ண ஓவியங்களுடன் கூடிய மட்பாண்டங்கள் செய்யப்பட்டுப் பல்வேறு நாடுகளுக்கு முசிறி மூலம் ஏற்றுமதியாகின.

மதுரையும், கரூரும் பருத்தி நெசவுக்கும், காஞ்சி பட்டு நெசவுக்கும் பெயர்பெற்று விளங்கின.

சேநாடு நீர்வளமிக்கதால் நெல்லும், கமுகும், தென்னையும் தேவைக்கதிகமாக விளைந்து குவிந்தன. மலைவள நாடெனப் போற்றப்பட்ட சேரநாட்டின் மலைகளில் சாதிக்காய், மிளகு, கிராம்பு, கசகசா, பட்டை கிடைத்தது. இங்கு விளைந்த மிளகு உலகத்தரம் வாய்ந்ததாகயிருந்தது. சங்கு, கிளிஞ்சல்கள், மீன், கருவாடு போன்ற கடல்படு பொருட்களும் பாம்புகளும் ஏற்றுமதியாகின.

"சுள்ளிஅம் பேரியாற்று வெண்நுரை கலங்க,
யவனர் தந்த வினைமாண் நன்கலம்
பொன்னோடு வந்து கறியோடு பெயரும்
வளம்கெழு முசிறி ஆர்ப்புஎழ வளைஇ"

(அகநானூறு 149)

என யவன மரக்கலங்கள் பொன்னைக் கொண்டுவந்து கொட்டிக் கறியெனும் குரு மிளகோடு முசிறியிலிருந்து சென்றதாகத் தாயங் கண்ணனார் குறிப்பிடுகின்றார். சேரநாட்டு கைவினைஞர்களின் திறனால் தேக்குமர இரதங்கள் உருவாகி ரோம, யவன நாடுகளில் வலம்வந்தன. யானைத்தந்தத்திலான பல்வேறு அலங்காரப் பொருட்கள் செய்யப்பட்டன.

தமிழகம் வந்து சென்ற பிறநாட்டு வணிகர்களாலும், இங்கிருந்து கொண்டு செல்லப்பட்ட பொருட்களாலும் தமிழகத்தின் பெருமை உலகெங்கும் பரவியது. போட்டிபோட்டுக் கொண்டு யவனரும், ரோமரும் தமிழின மூவேந்தர்களிடம் வேலைக்கமர்ந்தனர்.

ஐரோப்பியர் கண்ணில் சொர்க்கபுரியாகத் தமிழகம் தோன்றியது. யவனச்சேரிகள் முசிறியிலும், பூம்புகாரிலும் தோன்றின. ரோம, யூதக் குடியிருப்புகளும் அவர்களின் கோயில்களும் முசிறியில் ஏற்படுத்தப்பட்டது. முசிறியில் இருந்த யூதர்களின் கோயில்கள் கடற் கொள்ளையர் தாக்குதலுக்குள்ளாகி பின்னர் மட்டாஞ் சேரிக்கு (கொச்சி) மாற்றப்பட்டாலும் சேரமான் பெருமாள் நாயனார் தமிழில் தந்த செப்புப் பட்டயத்துடன் இன்றளவும் பழம் பெருமையைப் பறைசாற்றி வருகின்றது.

உலகையே கிரேக்கர்களின் குடையின் கீழ்க் கொண்டுவர விரும்பிய மாவீரன் அலெக்சாந்தர் தமது இருபதாம் வயதில் கி.மு. 335-ல் கிரேக்க அரசனானார். புகழ்பெற்ற தத்துவஞானியான அரிஸ்டாட்டிலின் சீடனாகினும் அலெக்சாந்தர் அதிகம் விரும்பியது போர்க்களத்தையே. அக்கம்பக்கத்து நாடுகளை வென்றபின்னர் மத்திய தரைக்கடல் கடந்து எகிப்தைக் கைப்பற்றி நைல்நதி முகத்துவாரமருகே ''அலெக்சாந்திரியா'' எனும் மிகமுக்கிய துறைமுகப்பட்டினம் உருவாக வழிவகுத்தார். இத்துறைமுகம் யவனர்களுக்கும் பின்னர் வந்த ரோமர்களுக்கும் தமிழகம் உள்ளிட்ட கீழ்திசை நாடுகளுடன் வணிகம் வளர வழிவகுத்தது. தமது இருபத் தொன்பதாம் வயதிற்குள் பல்வேறு ஐரோப்பிய நாடுகள், எகிப்து, பாரசீகப் பேரரசு மற்றும் காந்தாரத்தை (ஆப் கானிஸ்தானம்) வென்ற அலெக் சாந்தருக்குப் பாரதத்தில் சவால் காத்திருந்தது. அடிமையாக மாறிய தட்சசீல அம்பி துணைகொண்டு ஜீலம் நதிக்கரையிலிருந்த இந்திய மன்னன் புருஷோத்தமனை எதிர்த்தார். கடல் போன்ற கிரேக்கப்படைகளைக் கண்டும் மனந்தளராத புருஷோத்தமன் ஒருமாத காலம் அலெக்சாந்தரை அலைக்கழித்தார். வரலாற்றில் முதலும் கடைசியுமாக இந்திய மன்னர்களுக்கு ஆதரவாய் இயற்கையும் செயல்பட்டது. ஜீலம் நதியின் வெள்ளப் பிரவாகத்தில் திணறிய அலெக்சாந்தரை அம்பி

கொச்சின் – மட்டாஞ்சேரியிலுள்ள யூதர் கோவில்

வழிகாட்டி ஆற்றைக் கடக்க உதவினான். போரில் கிரேக்கர் செலுத்திய எரியம்புகளால் வெருண்ட புருஷோத்தமனது யானைகள் அவரது சேனைகளையே திருப்பித் தாக்கின. தோற்றுக் கைதான புருஷோத்தமனது அடங்காத வீரம் கண்டு அரிஸ்டாட்டிலின் சீடன் பூரித்துப் போனான். மிகச்சிறிய படையாகயிருந்தாலும் புருஷோத்த மனது படைகளால் கிரேக்கருக்கும் நல்ல சேதம் ஏற்பட்டது. குறிப்பாக இந்திய மண்ணில் வைத்து அவர்களது மனவலிமை முதல் முறையாகக் குன்றியதால் அலெக்சாந்தர் திரும்பிச் சென்றார். அவ்வமயம் அலெக்சாந்தருக்குக் கொடுக்கப்பட்ட நினைவுப் பரிசுகளில் கொங்கு நாட்டு இரும்பும் ஒன்று.

சந்திரகுப்த மௌரியரது (கி.மு. 325 - 301) ஆட்சியில் தென்ன கத்தின் மீது படையெடுப்பு நிகழ்ந்தது. மைசூருக்குத் தெற்கே யிருந்த மோகூரைப் பழையன் எனும் சிற்றரசன் ஆண்டு வந்தான். கொண்கான நாடெனும் துளு நாடாண்ட கோசர் பரம்பரையைச் சார்ந்த நன்னன் மோகூர் மீது படையெடுத்தார். வீரமிக்க சேர மன்னர், மோகூர்ப் பழையன், கொங்குநாட்டுக் கட்டியரசர் துணையுடன் நன்னனையும், கோசரையும் துரத்தியடித்தார். நன்னனின் நண்பர் களான மௌரியர்கள் தெலுங்கரான வடுகரையும் சேர்த்து மோகூர் மீது படையெடுத்தனர்.

''துனைகாலன்ன புனைத் தேர்க்கோசர்
தொல்மூதாலத்து அரும்பணைப் பொதியில்
இன்னிசை முரசங்கடிப்பிகுத்திரங்கத்
தெம்முனை சிதைத்த ஞான்றை மோகூர்
பணியாமையின் பகைதலை வந்த
மாகெழுதானை வம்ப மோரியர்
புனைதேர் நேமிஉருளிய குறைத்த
இலங்கு வெள்அருவி அறைவாய் உம்பர்'' மாமூலர்

(அகநானூறு - 251)

வடவர் படையெடுப்பின் ஆபத்தை உணர்ந்த சோழமா மன்னன் இளஞ்சேட் சென்னி தாமே களமிறங்கி அம்மூவர் சேனையைத் தோற்கடித்து மோகூரையும், தமிழகத்தையும் காப்பாற்றினார். அத்துடன் கொங்கணம் சென்று நன்னனது பாழி நகரையும் அழித்தார். (பாழிக்கல் இன்று பட்கல் எனப்படுகிறது).

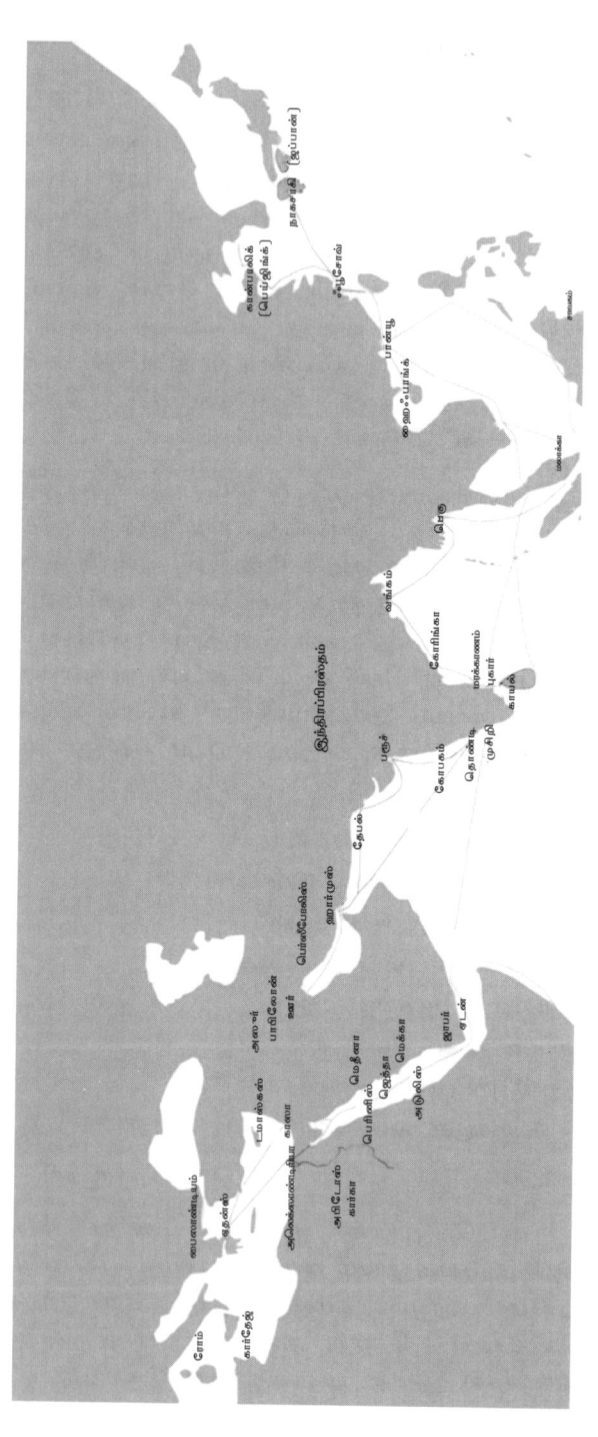

ஐரோப்பாவையும், ஆசியாவையும் இணைக்கும் முக்கிய கடல் வழிகள்

“எழூஉத் திணிதோள், சோழர் பெருமகன்
விளங்குபுகழ் நிறுத்த இளஞ்சேட் சென்னி
குடிக்கடனாகலிற் குறைவினை முடிமார்
செம்பு உறழ்புரிசைப் பாழிநூறி
வம்ப வடுகர் பைந்தலை சவட்டி”

(அகநானூறு - 375)

சந்திரகுப்தர் இதன்பின்னர் வடவிந்தியப் போர்களில் கவனம் செலுத்தி இந்தியாவின் முதல் பேரரசை நிறுவினார். பின் இறுதிக்காலத்தில் போர்களை வெறுத்துச் சமண சமயம் தழுவித் தமது சமண குருவான பத்திரபாகுவுடனும் ஆயிரக்கணக்கான சீடர்களுடனும் தென்னிந்தியா வந்தடைந்து, மைசூருக்கு வடக்கே 70 கி.மீ. தொலைவிலுள்ள சிரவணபெலகோலாவில் (சரவணவேல் குளம் என தமிழறிஞர்களால் கூறப்படுகிறது) 12 ஆண்டுகள் தவமியற்றி பின் உண்ணா நோன்பிருந்து வடக்கிருந்து உயிர்நீத்தார். இவருடன் வந்த சமண சீடர்களின் மூலம் தென்னிந்திய அரசர்கள் பலர் சமணராயினர். அவர்களுள் பாண்டியர்கள், சேரர்களுக்குப் பின் மைசூர் மற்றும் கொங்கு நாட்டையாண்ட இரட்டர்கள் மற்றும் கங்கர்கள் முக்கியமானவர்கள்.

ரோமாபுரியை பேரரசாக மாற்றியமைத்த ஜூலியஸ் சீசர் கி.மு. 47-ல் அலெக்சாந்திரியாவைக் கைப்பற்றி எகிப்தையாளத் துவங்கினார். இதன்பிறகு தமிழ்நாட்டுடனான ரோமவர்த்தகம் பன்மடங்கு பெருகியது. ஐரோப்பிய நாடுகளில் சேகரிக்கப்பட்ட பொருட்கள், மது ரசங்கள், கண்ணாடிப் பொருட்கள் அனைத்திற்கும் மேலாக ஸ்பானிய சுரங்கங்களிலிருந்து வெட்டியெடுக்கப்பட்ட தங்கக் கட்டிகளுடன் புறப்படும் ரோம, யவனக் கப்பல்கள் மத்திய தரைக்கடல் தாண்டி எகிப்தின் வாயிலிலுள்ள அலெக்சாந்திரியத் துறைமுகத்தில் நங்கூரமிட்டு பொருட்களை இறக்கும். அங்கிருந்து எகிப்திலுள்ள சினாய் பாலைவனம் கடந்து செங்கடலிலுள்ள புராதன சிறப்புமிக்க எகிப்தியத் துறைமுகமான பெரினிக்கிக்கும், ஓசெலிசுக்கும் கொண்டு செல்லப்பட்டு பின்னர் பெரிய மரக்கலங்கள் மூலம் சேரநாட்டுத் துறைமுகமான முசிறியை அடைந்தன. முசிறி, பெரியாற்றின் கிளையாறான சுள்ளியாறு கடல் சேருமிடத்திலுள்ளது. முசிறி மற்றும் சீனாவிலிருந்து பெறப்பட்ட பொருட்களும் இவ்வழியாக ஐரோப்பாவையடைந்தன.

ஜூலியஸ் சீசர் நம்பிக்கைத் துரோகியான புரூட்டஸ் கையால் மடிந்தவுடன் சீசரின் ஆதரவாளர்களான ஆக்டேவியன், மார்க் ஆண்டனி ஆகியோர் இணைந்து புரூட்டஸ் உள்ளிட்ட கொலை காரர்களைக் கொன்று ரோமப் பேரரசைத் தமக்குள் பங்கிட்டுக் கொள்கின்றனர். எகிப்து இராணியும் உலகப்பேரழகியுமான கிளியோபாட்ராவிடம் மயங்கிய மார்க் ஆண்டனி தமக்குக் கிடைத்த எகிப்தை சரிவர நிர்வகிக்காது குழப்பத்தில் விட்டார். இதற்குள் ரோமில் தமது நிலையை வலுப்படுத்திய (அகஸ்டஸ் சீசர் எனப்பெருமையாக அழைக்கப்பட்டு வந்த) ஆக்டேவியன் அகஸ்டஸ் எகிப்து மீது படையெடுத்து வென்றதால் ஆண்டனியும், கிளியோபாட்ராவும் தற்கொலை செய்து கொண்டனர். சிறந்த நிர்வாகியும், மிக்கப் போர்த்திறன் கொண்டவருமான அகஸ்டஸ் சீசர் காலத்தில் (கி.மு. 29 முதல் கி.பி. 14 வரை) கடல் கொள்ளைகள் குறைந்து வணிகம் மேலும் பெருகியது. கி.பி. 47-ல் ஹிப்பலாஸ் எனும் யவன மாலுமி பருவக்காற்றின் துணைகொண்டு நடுக் கடலில் மரக்கலம் செலுத்துவதைக் கண்டறிந்து புதிய கடல் வழிகளை ஏற்படுத்தினார். அவர் கண்டறிந்த பருவக்காற்றை ஹிப்பலாஸ் பெயர்கொண்டு அனைத்து மாலுமிகளும் பெருமைப் படுத்தினர். இப்புதியவழி கிட்டத்தட்ட ஒன்றரை மாதகாலப் பிரயாணத்தை குறைத்தது. இவ்வழி கண்டுபிடிக்கப்படு முன்னர் நேரடியாக நடுக்கடலில் கப்பல்கள் செல்லாமல் கரையோர மாகவே சிந்து, அராபியக் கடற் கொள்ளையர் வலிமை மிகு பகுதிகள் கடந்து, பயத்துடன் செல்ல வேண்டியிருந்தது. இப்புதிய முறையும் வழிகளும் பிரயாணத்தைக் குறைத்ததோடு, கொள்ளையர் பயமின்றி செல்ல உதவியதால் வணிகர்களும், அரசுகளும் மகிழ்ந்தன. இதேநிலை கிட்டத்தட்ட ஏழு நூற்றாண்டுகள் வரை நீடித்தது. கி.பி. 89-ல் பெரிப்ளஸ் யவன மொழியில் (கிரேக்கம்) எரிதிரைக் கடல் வழியிலான பயணம் குறித்தும், தமிழருடனான வணிகம் குறித்தும் அரியநூல் வெளியிட்டார். (The Periplus Maris Erythrai / Periplus of Erythrean Sea) பின்னர்வந்த டாலமி இந்நூலை அடிப்படையாகக் கொண்டு முதன்முதலாக பூகோள வரைபடம் தயாரித்து கடற்பயணத்திற்குப் பெரிதும் உதவினார்.

இதைத்தொடர்ந்து அலையலையாய் ரோம மரக்கலங்கள் முசிறி நோக்கி வந்தன. ரோம வணிகர்கள் சேரநாட்டு வாணிபத்தை முடித்த கையோடு கொங்கு நாட்டின் வழியே சோழ, பாண்டிய நாடுகளை அடைந்தனர்.

ரோம நாணயங்கள்

யவன, ரோம வணிகர்கள் முன்னர் குறிப்பிட்ட மூன்று பெருவழிகள் வழியே வணிகச்சிறப்பு வாய்ந்த நகர்களில் தங்கிக் கிழக்குக் கடற்கரையையும், சீன வணிகர்கள் மேலைக் கடற்கரை யையும் அடைந்தனர். வழியில் வெளிநாட்டு வணிகர்கள் கள்வர் பயமின்றி இரவைக் கழித்துச் செல்ல ஆங்காங்கு உருவாக்கப்பட்ட தங்குமிடங்கள் தாவளம் என்றழைக்கப்பட்டன. கேரளாவிலிருந்து கோவை வரும் வழியில் வேலந்தாவளமும், பொள்ளாச்சி செல்லும் வழியில் தத்தமங்கலத்தை அடுத்த வண்டித்தாவளமும் தமிழக எல்லையில் உள்ளது குறிப்பிடத்தக்கது. சேலத்தில் வேம் படித்தாவளம் உள்ளது. கொங்கு நாட்டிற்கு வெளிநாட்டு வணிகர் களுடன் இதன் மூலம் நேரடி வணிகத்தொடர்பு ஏற்பட்டது. வடபூதிநத்தம், ஆனைமலை, கலையமுத்தூரில் மட்டும் கிட்டத் தட்ட 2000 ரோமானியக் காசுகள் கண்டெடுக்கப்பட்டுள்ளன. இதுவரை இந்தியாவில் கிடைத்த ரோம நாணயங்களில் 70% க்கு மேல் கோவை (ஈரோடு, திருப்பூர் பிரிவதற்கு முந்தைய) மாவட்டத்தில் கிடைத்துள்ளது குறிப்பிடத்தக்கதாகும்.

கிறிஸ்து பிறப்பதற்கு முந்தைய 44- 14-ம் ஆண்டுகளில் ரோமாபுரி பேரரசனாயிருந்த அகஸ்டஸ் சீசர் காலக்காசுகள் 1800-ல் முதலில் பொள்ளாச்சியிலும் 1806-ல் கரூரிலும் கிடைத்ததையடுத்து தொல்பொருள் ஆர்வலர் கவனம் கொங்கு நாட்டின் மீது திரும்பியது. 1931-ல் கோவை வெள்ளலூரில் 121 ரோம வெள்ளி நாணயங்கள் கிடைத்தன. 1987-ல் சேலம் மாவட்டம் கோனேரிப்பட்டியில் ரோமப் பேரரசர்கள் டைபீரியஸ், கள்ளாடியஸ் மற்றும் நீரோ காலக் காசுகள் கிடைத்துள்ளன.

இதன்பின்னர் கி.பி. 471 - 491 வரை ஆண்ட ஜெனோ எனும் ரோமப்பேரரசன் காலம் வரையிலான காசுகள் மதுரையில் கிடைத் துள்ளதால் கிட்டத்தட்ட ஐந்தாம் நூற்றாண்டு முடியும்வரை ரோமருடன் தமிழகம் கொண்டிருந்த வணிகத் தொடர்பு புலனாகிறது. ரோமக்காசுகள் மேற்குறிப்பிட்ட இடங்களில் மட்டுமல்லாது ஆந்திரமாநிலம் கடப்பை, கிருஷ்ணா பகுதிகளிலும் சோலப்பூரிலும் கேரளத்தின் கண்ணனூரிலும் (மாந்தை எனும் பழமைவாய்ந்த துறைமுகத்தையடுத்த பெருநகர்) ஓரளவு கிடைத்துள்ளன.

*ரோமப் பேரரசன்	ஆட்சிக்காலம்	கண்டெடுக்கப்பட்ட இடம்	கிடைத்த ஆண்டு
அகஸ்டஸ் சீசர்	கி.மு. 44 - 14	வெள்ளலூர்	1842
		கரூர்	1878
		பொள்ளாச்சி	1888
ட்ரூசஸ்		வெள்ளலூர்	1842
		கலயமுத்தூர்	1856
அந்தோனியா	கி.மு. 8	கரூர்	1806
ஜெர்மானிகஸ்	கி.மு. 8	வெள்ளலூர்	1842
டைபீரியஸ்	கி.பி. 14 - 37	பொள்ளாச்சி	1800
		கரூர்	1806 & 1878
		வெள்ளலூர்	1842
		கலயமுத்தூர்	1856
கேலிகுலா	கி.பி. 37 - 41	வெள்ளலூர்	1842
		கலயமுத்தூர்	1856
க்ளாடியஸ்	கி.பி. 41 - 54	கரூர்	1806
		வெள்ளலூர்	1842
		கலயமுத்தூர்	1856
நீரோ	கி.பி. 54 - 68	கலயமுத்தூர்	1856
டோமிஷியன்	கி.பி. 81 - 96	கலயமுத்தூர்	1856
நெர்வா	கி.பி. 96 - 98	கலயமுத்தூர்	1856
ட்ராஜன்	கி.பி. 98 - 117	கலயமுத்தூர்	1878
ஹேத்திரியன்	கி.பி. 117 - 138	கலயமுத்தூர்	1856
கம்மோடியஸ்	கி.பி. 180 - 193	கலயமுத்தூர்	1856
கான்ஸ்டான்டினஸ்	கி.பி. 323 - 377	கரூர்	1806

* கொங்கு நாட்டு வரலாறு - கோவைகிழார் (பக். 76 - 77).

8. முற்காலச் சேரர் ஆட்சி

பொதுவாகச் சோழர்களின் (கி.பி. 850 முதல் கி.பி. 1279 வரை) ஆட்சியையே அனைவரும் பொற்காலமென்பர். ஆனால் அதற்கு எட்டு நூற்றாண்டுகள் முன்னரே சேரமா மன்னர்கள் போர்த்திறனில் மட்டுமல்லாது குடிமக்கள் நலன் பேணுதல், தமிழ்ப்புலவர்களைப் போற்றி ஆதரித்தல், கப்பல் கட்டுதல், அயல்நாட்டு வணிகம் எனப் பல்வேறு வகையிலும் ஒரு முன்னுதாரணத்தை ஏற்படுத்தியுள்ளனர். எனவே முற்காலச் சேரர்களது ஆட்சியைத் தமிழகத்தின் முதல் பொற்காலமெனக் கூறினால் அது மிகையாகாது.

எந்தவிதக் கலவரங்களோ, கிளர்ச்சிகளோயில்லாததோடு வெளிப்புறத் தாக்குதல்களும் குறைந்து உள்நாட்டு அமைதி நீண்டகாலம் சேரராட்சியில் மட்டுமே நிலவியது. சேர மாமன்னர்களது கடற்படை வலிமையால் கடம்பர் உள்ளிட்ட அனைத்துக் கடற் கொள்ளையரும் அழிக்கப்பட்டதால் கடல்வாணிபம் பெருகியது.

முற்காலச் சேர மாமன்னர்கள்

முற்காலச் சேர மன்னர்களுள் சேரன் செங்குட்டுவனுக்கு முன் மிகப்புகழ்பெற்று விளங்கியவர்கள் உதயஞ்சேரலும், இமயவரம்பன்

நெடுஞ்சேரலாதனும் ஆவர். பெருவீரரான உதயஞ்சேரல் தனது ஆட்சிக் காலத்திலேயே சேரரது அரசைப் பேரரசாக்க முனைந்தார். தமது வீரமக்களாகிய இமயவரம்பன் நெடுஞ்சேரலாதன், பல்கெல் யானைச் செல்கெழு குட்டுவன் ஆகிய இருவரையும், தாயாதி வழித்தம்பியான அந்துவஞ்சேரல் இரும்பொறையையும் துணை கொண்டு தமது முயற்சியில் வெற்றியும் கண்டார்.

முதலில் உதயஞ்சேரல் மூவேந்தர்களுக்கிடைணயாகத் தனியாட்சி செலுத்திவந்த தமது உறவினர்களான இதர வேளிர்குல மன்னர்களோடு நட்பு பூண்டார். வேள்நாட்டு (வேணாடு) மன்னன் மகளான வெளியன் நல்லினியைத் திருமணம் புரிந்தார். பின் தமது வலிமையால் பாண்டியரிடமிருந்து குமரிப்பகுதியைக் கைப்பற்றினார். அவரது மூத்தமகனான இமயவரம்பன் நெடுஞ்சேரலாதன் சேர நாட்டைக் கவனித்துக் கொள்ள, அந்துவஞ்சேரல் இரும்பொறை மற்றும் பல்கல்யானைச் செல்கெழுகுட்டுவன் தலைமையிலான சேரப்பெரும்படை கொங்கு நாட்டைக் கைப்பற்றியது.

''மாகெழு கொங்கல் நாடகப் படுத்த
வேல்கெழுதானை வெருவருதோன்றல்''

(3-ம் பத்து)

இவ்வெற்றியை விவரிக்கிறது.

இதன்மூலம் வேளிர், வேட்டுவர், கோசர், ஆயர், மழவர் போன்ற குடிமக்களால் ஆங்காங்கே சின்னஞ்சிறு பிரதேசங்களாக சிதறிக் கிடந்த கொங்குநாடு ஒன்று சேர்ந்து சேரரது ஆளுகையில் வந்தது.

கொங்குநாட்டில் தான் பெற்ற வெற்றிக்குப் பாடுபட்ட வீரர்களுக்குப் பெருஞ்சோறு விருந்து படைத்து பெருஞ்சோற்று தயன் எனப் புகழப்பட்டார். இதனால் தென்கன்னடப் பகுதிகளிலிருந்து தொடர்ந்து வந்த படையெடுப்புகளும் நின்று, கொங்குநாட்டில் அமைதி நிலவத் தொடங்கியது. அத்துடனல்லாது சேரர் தம் துறை முகப்பட்டினமான தொண்டி மற்றும் (கண்ணனூருக்கு வடமேற்கில் 13-கல் தொலைவில் உள்ள) மாந்தை வாயிலாக ரோமர் மற்றும் யவனர்களுடன் கொங்கு நாட்டுக்கு நேரடித் தொடர்பும் அதிகரிக்க லாயிற்று. இவரது வெற்றி குறித்து சங்கப்புலவர் முடிநாகனார் புகழ்ந்துள்ளார்.

அந்துவஞ்சேரல் இரும்பொறை

உதயஞ்சேரல் தமது தாயாதித் தம்பியான அந்துவஞ்சேரல் இரும்பொறைக்குக் கொங்கு நாட்டைக் கொடுத்து பரம்பரையாக ஆண்டுவர அனுமதித்தார். சேரநாட்டு முசிறியையும், சோழநாட்டுப் பூம்புகாரையும் இணைக்கும் பெருவழியில் வணிக முக்கியத்துவம் வாய்ந்த ஊராகவும், ஆன்மீகரீதியாக புராதனச் சிறப்பு வாய்ந்த ஊராகவும் விளங்கி வந்த கருவூரைத் தமது தலைநகராக்கிக் கொங்குச் சேரர் பரம்பரையை அந்துவஞ்சேரல் துவக்கினார். அதுமுதல் சேர நாட்டில் பெரியாற்றின் வடகரையில் முசிறிக்கு மேற்கே தலை நகராக விளங்கி வந்த கருவூர் வஞ்சிக்கிணையாகக் கொங்குநாட்டுக் கருவூரும் புகழடையத் துவங்கியது.

சோழ, பாண்டிய மன்னர்கள் அடிக்கடி சேரநாட்டின் மீது படையெடுத்து வருவதைத் தடுக்கும் முக்கியக் காவல் அரணாகவும் கருவூர் விளங்கலாயிற்று.

கொங்குநாட்டு அரியணை ஏறிய அந்துவஞ்சேரல் இரும் பொறையை ''சேரமான் கருவூரேறிய ஒள்வாட் கோப்பெருஞ்சேரல் இரும்பொறை'' என புலவர் நரிபெரு உத்தலையார் வாழ்த்தினார்.

செல்வக்கடுங்கோ வாழியாதன் [அ] மாந்தரம் பொறையன்

அந்துவன் பொறையனுக்குப்பிறகு அவரது மகனான செல்வக் கடுங்கோ வாழியாதன் (மாந்தரம் பொறையன்) பதவிக்கு வந்து, கொங்குநாட்டின் பிற பாகங்களிலிருந்த சிற்றரசர்களோடு போர் செய்து வென்றார். புலவர்கள் பாணர் மற்றும் கபிலரால் புகழப் பெற்ற இவர், கபிலருக்கு நன்றாமலை (பவானி அருகே) மீதிருந்த ஏராளமான நிலங்களைப் பரிசில் வழங்கினார். ஒகந்தூரில் திருமால் கோயில் கட்டினார். பாணர்களை ஆதரித்து பாணர் புரவல, பரிசிலர் வெருக்கை எனப் புகழப்பட்டார்.

இமயவரம்பன் நெடுஞ்சேரலாதனும், செல்வக் கடுங்கோவாழி யாதனும் வையாவி நாட்டின் (பழனிநாடு) வேள் ஆவிக்கோனின் பெண்களை மணம் செய்து தமது தந்தையருக்குக் பிறகு முறையே சேரநாட்டையும், கொங்கு நாட்டையும் அரசாளத் தலைப்பட்டனர்.

பெருஞ்சேரல் இரும்பொறை

செல்வக்கடுங்கோவிற்குப் பிறகு அவரது மகன் பெருஞ் சேரல் இரும்பொறை அரசேற்றார். முதலில் காமூர்த் தலைவனான கழுவுள் என்போரைப் பதினான்கு வேளிர்துணை கொண்டு தோற் கடித்துத் தமது நாட்டோடு காமூரை இணைத்தார். திருக்கோவிலூர் மலைமான் திருமுடிக்காரியோடு நட்புறவு பூண்டார். இதன் பின்னர் கடையெழு வள்ளல்களுள் ஒருவரான கொல்லிநாட்டு ஓரியுடன் போர் தொடுத்து வென்றார். அந்நாளில் தகடூர் பெரும் பலம் வாய்ந்து விளங்கியது. அதன் மன்னனான அதியமான் நெடுமான் அஞ்சியும் அவனது தானைத் தலைவனான பெரும்பாக்கனும் சேரர் களைத் திறம்பட எதிர்த்தும் வீழ்ந்ததால் தகடூரும் சேரநாட்டோடு இணைக்கப்பட்டது. பெரும்சேரலிரும்பொறை சேரன் செங்குட்டு வனின் காலத்தவர். அவரது தாயாதியாவார்.

சேரன் செங்குட்டுவன் கண்ணகிக்குக் கோயிலெழுப்ப இமயம் வரை சென்று வழியில் எதிர்த்த கனகவிசயருள்ளிட்ட வடநாட்டு மன்னர்களை வென்று இமயத்தில் இலச்சினை பொறித்துக் கல் கொணர்ந்தார். இந்த மாபெரும் திக்விஜயமே இந்தியாவில் முதல் திக்விஜயமாகக் கருதப்படுகிறது. செங்குட்டுவனின் தம்பி இளங்கோவடிகளால் ஐம்பெரும் காப்பியங்களுள் ஒன்றான சிலப்பதிகாரம் படைக்கப்பட்டது. சேரன் செங்குட்டுவன் மலை வளம் காண நீலகிரி மலைக்கு வருகை புரிந்த செய்தி காப்பியங் களில் காணப்படுகிறது.

இளஞ்சேரலிரும்பொறை

பெருஞ்சேரலிரும்பொறைக்கு யானைக்கட்சேய் மாந்தரஞ் சேரலிரும்பொறை எனும் மகன் இருந்தார். எனினும் பெருஞ் சேரலிரும்பொறைக்குப் பிறகு அவரது தம்பி குட்டுவன் இரும் பொறையின் மகனான இளஞ்சேரலிரும்பொறையே அரச பதவியேற்றார். இவரது காலத்தில் புன்னாடு, தகடூர், கங்கநாடு போன்றவை சேரரது ஆட்சியின் கீழ் வந்தன. விச்சிமலைமீது படையெடுத்து வென்றார். சோழனுடன் போர்புரிந்து வென்ற தோடு வெற்றியின் நினைவாகக் காவிரிப் பூம்பட்டினச் சதுக்கப் பூதங்களை வஞ்சியிலுள்ள பத்தினிக் கோட்டத்திற்கு (இன்றைய கேரளாவில் கொடுங்கலூர் பகவதியம்மன் கோவில் என்றழைக்கப் படும் கண்ணகி கோவில்) அனுப்பினார். பத்தினியம்மன் வழிபாடே பின்னர் பகவதியம்மன் வழிபாடென பெயர் மாறிற்று.

யானைக்கண்சேய் மாந்தரஞ்சேரலிரும்பொறை

இளஞ்சேரலிரும்பொறைக்குப் பின்னர் யானைக்கண்சேய் மாந்தரஞ்சேரலிரும்பொறை பதவிக்கு வந்தார். சோழன் கிள்ளி வளவன் கருவூரை முற்றுகையிட்டு இவரைத் தோற்கடித்தார். சோழனைச் சமாளிக்கு முன் பாண்டியருடன் பகை முற்றி தமிழக வரலாற்றில் திருப்புமுனை ஏற்படுத்திய தலையாலங்கானப் போர் நடந்தது. சோழன், எருமையூர் வேளான் (மைசூர்) இருங்கோ வேண்மான் மற்றும் திதியன், எழினி, பொருநன் போன்ற பிற வேளிர் துணையோடு இவர் மதுரையை முற்றுகையிட்டார். ஆனால் நெடுஞ்செழியன் சிறுவனாயிருந்தும் தீரப்போர் புரிந்து தனது தலைநகரைக் காத்துப் பகைவர் அனைவரையும் தலை யாலங்கானம் வரை துரத்திச் சென்று தோற்கடித்துப் பின் வஞ்சி மீதும் படையெடுத்து சதுக்கப் பூதச்சிலைகளைத் தனது நாட்டிற்குக் கவர்ந்து சென்றார். இவ்வாறாக இவரது ஆட்சிக்காலம் முழுக்க தோல்விகரமாகவே இருந்தது.

கணைக்கால் இரும்பொறை

சேரர் வலிமை குன்றிய நிலையில் யானைக்கண்சேய் மாந்தரஞ் சேரல் இரும்பொறைக்குப் பின்னர் பதவியேற்ற கணைக்கால் இரும்பொறை கழுமலம் மற்றும் திருப்போர்ப்புரக் களங்களில் செங்கட் சோழனிடம் தோற்றுச் சிறைபுகுந்தார்.

கும்பகோணம் (குடவாயில்) சிறையிலிருந்தபொழுது தண்ணீர் தர சிறைக்காவலர் மறுத்து அவமரியாதை செய்ததால் நீரருந்தாது நோன்பிருந்து உயிர்நீத்துப் புகழடைந்ததால் கொங்குச்சேரர் வம்சம் முடிவுற்றுச் சில காலம் குழப்பமே நிலவியது. வஞ்சிச் சேரராலும் மீண்டும் ஓர் குறிப்பிடத்தக்க ஆட்சியைக் கொங்கில் நிறுவ முடியவில்லை.

9. இரட்டர்கள் ஆட்சி

சேரரது வீழ்ச்சிக்குப் பிறகு சோழராலும் கொங்குநாட்டை வெகுகாலம் ஆளமுடிய வில்லை. வடக்கிலிருந்து படையெடுத்து வந்த களப்பிரர்களின் வாள் வலிமைக்குச் சோழ, பாண்டியப் பேரரசுகள் அடங்கிய சூழலில் கொங்குநாடு எருமை நாட்டை தாயகமாகக் கொண்டு அரசு நிறுவிய இராஷ்டிரகூட மன்னர்கள் (தமிழில் இரட்டர்கள்) வசம் சென்றது.

இந்த இரட்டர்களும் சேர, சோழ, பாண்டியர் உள்ளிட்ட தமிழ் மூவேந்தர்களிடம் குறிப்பாகச் சேரரிடம் உறவும், பகையும் மாறி மாறி கொண்டு அரசாண்டு வந்தனர்.

இவர்களுள் பெரும்பாலோர் தமிழ் மண்ணில் மூவேந்தர் போற்றி வளர்த்த சைவத் திற்குப் புறம்பாகச் சமணத்தை மேற்கொண்டு வாழ்ந்தனர். இவர்களது தலைநகரம் சங்கரத் தேவர் கோயில் இருந்த ஸ்கந்தபுரம் எனப் படுகிறது. பின்னாளில் தாராபுரத்தின் பெயரும் ஸ்கந்தபுரம் என வழங்கப்பட்டதெனினும், சங்கரத்தேவர் கோயில் குறித்த அடையாளங்கள் அங்கு பெரிதாக இல்லாததால் இரட்டர்கள் ஆண்ட முதல் ஸ்கந்தபுரம் மைசூர் பீடபூமியில் கொள்ளேகாலம் தாலுகாவில் தமிழகத்தின்

வடஎல்லையாக இருந்திருக்கலாம் என்றொரு கருத்து நிலவி வருகிறது. எனினும் காங்கேயம் அருகே ஸ்கந்தபுரம் இருந்ததாகக் கோவை கெஜட்டியர் கருதுவது தான் பொருந்தும்.

இரட்ட மன்னர்களுள் ஆறாவது மன்னனின் "கன்னர தேவன்" என்ற பெயரே அவர்களைக் கன்னட மன்னர்களாக உறுதி செய்கிறது.

ஸ்ரீ வீரராஜ சக்ரவர்த்தி [கி.பி. 250 – 270]

இரட்டகுலத்தை தோற்றுவித்த முதல் மன்னரான இவர் சிறந்த ஞானம் பெற்றவராக விளங்கியுள்ளார். சமணசமயத்தைத் தழுவி வாழ்ந்த இம்மன்னர் ஸ்கந்தபுரத்தைத் தலைநகராக அமைத்தார்.

கோவிந்தராயன் [கி.பி 270 – 290 வரை]

ஸ்ரீ வீரராஜ சக்ரவர்த்திக்குப் பின்னர் அவரது மகன் கோவிந்தராய சக்ரவர்த்தி அரசாண்டார். இவரது காலத்தில் போர்களின் மூலம் இரட்டர்கள் தங்கள் எல்லையை விரிவுபடுத்தலாயினர்.

கிருஷ்ணராயன் [கி.பி 290 – 310 வரை]

கோவிந்தராய சக்ரவர்த்தியின் மகனான இவர் நீதிபரி பாலனத்தில் மிகச்சிறந்து விளங்கியதாகச் சான்றுகள் பகர்கின்றன.

கலவல்லவராயன் [கி.பி 310 – 330 வரை]

கிருஷ்ணராயரின் மகனான கலவல்லவராயன் (அ) கலை வல்லவராயன் கலைகளில் சிறந்து விளங்கித் தனது தந்தையை யொற்றி நீதி தழுவாமல் அரசாண்டார்.

இரண்டாம் கோவிந்தராயன் [கி.பி. 330 – 355 வரை]

கலை வல்லவராயனுக்குப் பின் பட்டத்திற்கு வந்த கோவிந்த ராயன் போர்க்கலையில் சிறந்து விளங்கினார். தனது படைபலத்தால் எதிரிகளை வென்றபின்னர், ஏராளமான தான தர்மங்களைச் செய்துள்ளார். அதில் குறிப்பிடத்தக்கது கன்னட தேசத்தில் குலஸ்த மற்றும் பொம்மகொம்மம் எனும் கிராமத்தில் அரிஷ்டணன் எனும் சமணருக்கு ஏழு கண்டகம் பெஸ்தி ஜெயின் கோயிலுக்காக நிலதானம் செய்ததாகும்.

சதுர்ப்புய கன்னரதேவன் (கி.பி. 355 – 380 வரை)

கோவிந்தராயனுக்குப் பின்னர் பட்டத்துக்கு வந்தவர் சதுர்ப்புய கன்னரதேவன். இவரது காலத்தில் அரச குருவாக விளங்கியவர் குருநாத நந்தி. இம்மன்னன் போர் தொடுத்துச் செல்கையில் 18 வகை வாத்தியங்கள் முழங்கும் என்று கூறப்படுகிறது. அரசாட்சியோடு மந்திர, தந்திரங்களில் தேர்ந்தவனாகக் கருதப்படுகிறார். இத்தோடு நான்கு கைகள் இவருக்கிருந்தன எனவும் விவரிக்கப்படுகிறது. ஆனால் இவரது வீரதீரபராக்கிரமம் காரணமாக இவ்வாறு விவரிக்கப் பட்டிருக்கலாம்.

திருவிக்கிரமதேவ சக்ரவர்த்தி
(கி.பி. 380 – 405 வரை)

திருவிக்கிரமதேவ சக்ரவர்த்தி இரட்டகுல மன்னர்களுள் இறுதியானவர். இவரது காலத்தில் சேர, சோழ, பாண்டியரோடு போர்செய்து சிறப்புற்றிருந்தார். சங்கரர் என்ற சைவப் பெரியோரால் சமணத்திலிருந்து சைவத்திற்கு மாறியவர், அத்துடன் நரசிங்கப் பட்டர் என்பவர் மூலம் தானங்கள் செய்துள்ளார். ஆனால் இவருடன் கொங்குநாட்டு ஆட்சி இரட்டரிடமிருந்து பிரிந்து கங்கர் வசம் சென்றது. இரட்டர்களின் இறுதி மன்னனான திருவிக்கிரமன் சமணத்திலிருந்து சைவம் மாறியதாலோ, பிள்ளைப்பேறு இல்லாத தாலோ அவரோடு இரட்டர் ஆட்சி முடிவுற்றது. கொங்கையிழந் தாலும் இரட்ட குலத்தவர், இரட்டிரகுலத்தோராகிப் பின் இராஷ்டிர கூடராகி வடகர்நாடக மற்றும் மஹாராஷ்டிரப் பகுதிகளை பெரும் பலத்துடன் அரசாளத் துவங்கினர்.

10. கங்கர்கள் ஆட்சி

கொங்கணிவர்மன்

இரட்டர்கள் வீழ்ச்சிக்குப் பிறகு கி.பி. 405 முதல் கொங்கு நாட்டின் ஆட்சியுரிமை கங்கர்களுக்கு மாறியது. கி.பி. முதல் நான்கு நூற்றாண்டுகளிலெல்லாம் விரிந்து பரந்து கிடந்த தமிழகத்தின் பல்வேறு பகுதிகளில் மட்டு மல்லாது தென்னகம் முழுக்க வேளிர் இனச் சிற்றரசர்களே அரசு புரிந்து வந்தனர். இவ்வேளிர் இனச் சிற்றரசர்கள் தமது உறவினர்களான மூவேந்தர்களைச் சார்ந்து(ம்). அவ்வப்போது போரிட்டுத் தன்னுரிமையை மீட்டும் வாழ்ந்து வந்தனர். இவ்வேளிர் குலமானது கங்கைக் கரையில் தோன்றியதாக வேளாளர் புராணம் குறிப்பிடுகின்றது. கரிகால்சோழனின் தாயாதி இருங்கோவேள் என்றே அழைக்கப்படுகின்றார். வேந்தருள் மூத்தவரான சேரனின் மாளிகையை வேள்மாடம் (அ) வேண்மாடம் என்ற பெயரிட்டே அழைத்தனர்.

கங்கர்களைக் கங்கை குலத்தில் தோன்றிய தாகக் கொங்குதேச ராசாக்கள் குறிப்பிடுவதால், கங்கர்கள் ஆதித்தமிழகத்தின் வேளிர் குடியினர் எனக் கருதப்படுகின்றனர். இல்லையெனில் தமிழகத்தின் நான்கிலொரு பாகத்தைப் பிறர் ஆள, களப்பிரர்கள் வீழ்ச்சிக்குப்பிறகு மிகவும் வலுப்பெற்று பேரரசர்களாகத் திகழ்ந்த மூவேந்தர்கள் அனுமதித்திருக்க மாட்டார்கள்.

இக்கங்கை குல வேளாளர்களே பின்னால் சமஸ்கிருதக் கலப்பால் கங்ககுலமாகத் திரிந்திருக்கலாம். ஏனெனில் இன்றளவும் கர்நாடகத்தின் பல்வேறு பகுதிகளுக்கும் வேள் மன்னர்களின் ஆதிக்கம் நிலைப்பெற்றிருந்ததால் வேள் எனும் பெயர் வழங்கப் படுகின்றது. இதேபோல் மேலைக் கங்க மன்னர்களின் முக்கிய நகரத்திற்கு வேளகம் எனப் பெயரிட்டனர். இதுவே பிற்பாடு வேள்கம் என மாறி பெல்காமாகத் திரிந்துள்ளது.

கன்னடநாட்டு வெள்ளாளத் தலைவர்களே பிறகு சமஸ் கிருதக் கலப்பால் பெல்லாளன் - I, II என்ற பெயரில் கர்நாடக அரசைப் புகழ் உச்சிக்குக் கொண்டு சென்றனர்.

ஆகத் தமிழகத்தின் பல்வேறு ஆதிகுடிகளுள் முதன்மை யாகத் திகழ்ந்த வேளிருள் ஒருவரான கங்கர் தலைமையில் கொங்கு நாடும் (மைசூர் உள்ளிட்ட) தென் கன்னடப் பகுதிகளும் பன்னெடுங் காலம் ஆளப்பட்டு வந்தது என்பதுவே உண்மையாகும்.

தென்னகத்தின் சமண குருக்களுள் முதன்மையானவரான சிம்மநந்தியின் உதவியால் கங்கைகுலத் தோன்றல் எனப் பட்டயம் கூறும் கங்ககுல முதல்வனான கொங்கணிவர்மன் ஆட்சிப் பொறுப் பேற்றார்.

கொங்கணிவர்மன் [கி.பி. 405 – 450 வரை]

கங்க வம்சத்தின் முதல் மன்னராகக் கருதப்படுபவர் ஸ்ரீமத் கொங்கணிவர்மன். இவர் தமது தலைநகரை தலைக்காட்டிலிருந்து விஜயஸ்கந்தபுரத்திற்கு மாற்றினார். அந்நாளில் விஜயஸ்கந்தபுரம் எனப் புகழப்பெற்றது இன்றைய தாராபுரமேயாகும். இம்மன்னர் சமணராயிருந்தும் மாபெரும் வீரனாகத் திகழ்ந்துள்ளார். போருக்குச் செல்லுமுன் வழியிலுள்ள கல்லை இரு கூறாக வாளால் வெட்டித் தனது பகைவர்களுக்கு எச்சரிக்கை விடுமளவு இவர் வலிமை பெற்றிருந்தார்.

விஜயஸ்கந்தபுர கங்கர்கள்

மாதவ மகாராசன் – 1 [கி.பி. 450 – 460 வரை]

கொங்கணிவர்மனின் நீண்ட ஆட்சிக் காலத்திற்குப் பின்னர் அவரது மகன் மாதவ மகராசன் விஜய ஸ்கந்தபுரத்தில் பட்ட மேற்று நீதிவழுவாது அரசாண்டார்.

ஹரிவர்மன் (கி.பி. 460 – 480 வரை)

மாதவ மகாராசனுக்குப் பின்னர் ஹரிவர்மன் பதவியேற்றார். கங்க குல மன்னர்களுள் முக்கியமானவரான இவர் அநேக சிற்றரசர் களையும் அடக்கி அரசாண்டார். பெரிய யானைப்படையை உருவாக்கிப் பல வெற்றிகளைப் பெற்றார். கடம்பர்களோடு நெருங்கிய நட்புறவு கொண்டிருந்தார்.

ஹரிவர்மன் காலத்தில் கங்ககுலத்தில் தாயாதிகளிடையே உட்பூசல் நிலவத் தொடங்கியது. குவலாளபுரத்தில் ''பாருவி'' எனும் பெயருடைய தமது தாயாதியாரைத் தன் கட்டுப்பாட்டில் வைத்திருக்கத் தலைநகரை விஜயஸ்கந்தபுரத்திலிருந்து மீண்டும் தலைக்காட்டிற்கே மாற்றினார்.

விஷ்ணு கோபன் (கி.பி. 480 முதல் 525 வரை)

ஹரிவர்மனுக்குப் பின்னர் ஆட்சிக்கு வந்த அவரது மகனான விஷ்ணுகோபன் சமணத்திலிருந்து வைணவத்திற்கு மாறி விஷ்ணு கோயில் கட்டிப் பெயர் பெற்று விளங்கினார்.

தமக்குப் பிள்ளைப்பேறு இல்லாததால் மாதவன் எனும் குழந்தையை பாருவி வம்சத்திலிருந்து வேறுவழியின்றி தத்து எடுத்து வளர்த்து ஆட்சிப் பொறுப்பையும் ஒப்படைத்தார்.

மாதவன் – II (கி.பி. 525 – 535 வரை)

தளவனபுரத்தில் பட்டமேற்ற மாதவன் - II, பின்னாளில், விஷ்ணுகோபனுக்குப் பிள்ளை பிறந்ததால் ஆட்சியை அவருக்கு விட்டுக்கொடுத்து ஒரு சிறுபகுதியை மட்டும் பெற்று ஒதுங்கிக் கொண்டார்.

கிருஷ்ணவர்மன் (கி.பி. 535 – 555 வரை)

விஷ்ணுகோபனுக்கு வெகுகாலம் கழித்துப் பிறந்த கிருஷ்ண வர்மன், மாதவன் II க்குப் பிறகு பதவிக்கு வந்தார். இவர் தளவன புரத்தில் சிவாலயம் அமைத்து நிலங்கள் நன்கொடையாக வழங்கி நீதிவழுவாது அரசாண்டார்.

விஜயமங்கல தமிழ்ச்சங்கம்

கொங்கு நாட்டை மைசூரின் கங்கவம்சத்தினர் ஆண்ட பொழுது விஜயமங்கல சிற்றரசராக விளங்கியவர் கொங்குவேள். கங்கர் காலத்தில் நற்சங்கத்தார் அவைக்களம் எனும் தமிழ்ச்சங்கம்

விஜயமங்கலத்தில் செயல்பட்டது. கங்கமன்னனான துர்விநீதன் வடமொழியில் எழுதிய பிருகத்கதையைக் கொங்குவேள் தமிழில் பெருங்கதையாக எழுதினார். கங்க ஆட்சியின்போது கொங்கு நாடெங்கும் சமணம் பரவியது.

சந்திரப்பிரபா தீர்த்தங்கரர் ஆலயம் [நெட்டைக் கோபுரம்]

விஜயமங்கலத்தின் உடபுறத்தில் இவ்வாலயம் உள்ளது. கங்கர்கள் மட்டுமின்றி தமிழ் மன்னர்களும் திருப்பணிகள் செய்ததால் விநாயகர் உருவமும் மண்டபத்தூணில் உள்ளது. விஜயமங்கலத்தில் பாண்டவர் இருந்ததன் நினைவாய் பஞ்சபாண்டவர் மற்றும் திரௌபதி சிலைகள் உள்ளன. கோயிலின் கிழக்கே பீமன் தமது கதாயுதம் கொண்டு தோற்றுவித்த பீமதீர்த்தம் எனும் கிணறு உள்ளது. கோயிலுக்கு முன்பு ஒரே கல்லினாலான முப்பதடியுயர கொடிக்கம்ப முள்ளது. இக்கோயிலுள் விஜயநகரப் பெருவேந்தரான ஹரிஹரர் கல்வெட்டு உள்ளது. கொங்குச் சோழரில் குலோத்துங்கனும் இக் கோயிலுக்கு *(கி.பி. 1149 - 1183)* சகாண்டு *1085*-ல் நிலதானம் செய்துள்ளார்.

திண்டிகரன் [எ] கொங்கணிவர்மன் II [கி.பி. 555 – 610 வரை]

விஜயமங்கல சந்திரப்பிரபா தீர்தங்கரர் ஆலயம்

கிருஷ்ணவர்மனுக்கும் பிள்ளைப்பேறு இல்லாததால் அமைச்சர், சேனாதிபதி உள்ளிட்டோர் கலந்தாலோசித்து கிருஷ்ணவர்மனின் தங்கை மகனான கொங்கணிமராதி ராயனுக்கு கொங்கு தேசம், கர்நாடகதேசம் இரண்டுக்கும் அரசராகப் பட்டாபிஷேகம் செய்து வைத்தனர். இவர் தமது அரசிருக்கையைப் பாருவி வமிச அவநீதனோடு பங்கிட்டார். ஏராளமான தானதருமங்கள் செய்து புகழ்பெற்றார்.

Imperial கங்கர்கள்
துர்விநீதன் (கி.பி. 610 - 655 வரை)

கொங்கணிவர்மனுக்குப் பிறகு அரசுரிமையை அவரது மகனுக்கே கொடுக்க முயன்றார் பாருவி வம்ச அவநீதன். கோவை கெசட்டியர் இதைக் கீழ்கண்டவாறு குறிக்கின்றது. And, though, it is said, Avanita, intended the throne to be occupied by konganivarman's son, his own son, Durvinita wrested it from him. (The kongu country by M. Arokiasami) 1956 Pages 126-138. ஆனால் அவநீதனின் மகனான துர்விநீதன் இதை அனுமதிக்காது தாமே கவர்ந்து அரசுப் பதவியேற்றார். உள்நாட்டில் ஏற்பட்ட கலவரத்தை அடக்க அந்தாரி, ஆலத்தூர், போளூரில் மட்டுமல்லாது சேலம் பகுதிக்கும் படையனுப்பினார். ஆயினும் இடைப்பட்ட காலத்தில் சேலம் மாவட்டம், நாமக்கல் உள்ளிட்ட பகுதிகள் பல்லவர் ஆட்சிக்குட்பட்டன. ஹரிவர்மன் காலத்திலிருந்து தலைக்காட்டு கங்க வம்சத்தவர் பல்லவப் பேரரசோடு நெருங்கிய நட்பு பூண்டு வந்தனர். பாருவி வம்சத்தை சேர்ந்த துர்விநீதனுக்குப் பல்லவ உறவு கைகூடாததால் வலிமை மிக்க சாளுக்கியரோடு மண உறவு கொண்டார். கங்க குல மன்னர்களுள் முக்கியமானவரான துர்விநீதன் பிருகத்கதையை வடமொழியில் எழுதினார்.

முஷ்கரன் (கி.பி. 655 - 660 வரை)

துர்விநீதனுக்குப் பிறகு அவரது மகன் முஷ்கரன் தளவன புரத்தில் பட்டமேற்றார். அத்துடன் மந்திரவித்தைகளும் தனது தந்தையைப் போலவே தெரிந்திருந்தார். இவரும் தமது எதிரிகளை அடக்கிக் கப்பம் வசூலித்தார். அந்தணர்களைப் போற்றி ஆதரிக்க மறுத்தார். எனினும் மிகக் குறுகியகாலமே அதாவது 5 ஆண்டுகள் மட்டுமே அரசாண்டார்.

திருவிக்கிரமன் (கி.பி. 660 முதல் 665 வரை)

முஷ்கரனுக்குப் பிறகு பதவிக்கு வந்த திருவிக்கிரமனும் தளவனபுரத்திலிருந்து சிறப்பாக ஆண்டார். ஆயகலைகள் அறுபத்து நான்கில் பதினான்கில் சிறந்து விளங்கினார். தமது தந்தையைப் போல இவரது ஆட்சிக்காலமும் 5 ஆண்டுகள் மட்டுமே. திருவிக்ரமன் சோழருடன் நட்பு பூண்டு சோழ இளவரசியை மணந்தார். இவர்களுடைய மகன் பூவிக்ரமன் ஆவார்.

பூவிக்ரமன் [கி.பி. 665 – 680 வரை]

மிகப்பெரிய யானைப்படையை உருவாக்கி சோழ, பாண்டியரோடு மட்டுமல்லாது மகாராஷ்டிர மாநிலத்திலும் போர் செய்து பல வெற்றி வாகைகள் சூடியவர். யானையின் தந்தத்தாலான ஆயுதங்களைப் போரில் பயன்படுத்தி ''கெஜபதி'' எனும் விருதுப் பெயரையும் பெற்றார். தளவனபுரக் கோட்டையைப் புதுப்பித்தார். பூவிக்ரமன் ஒரு சிறந்த போர்வீரராவார். கிட்டத்தட்ட 15 ஆண்டுகள் அரசாண்ட இவர் தம்மிடம் போர் செய்த பரமேசுவர்மப் பல்லவரைத் தோற்கடித்ததோடு, போர்க்களத்தில் அவரது உக்ரோதயத்தைக் (மார்பணியை) கவர்ந்தார். துர்விநீதனுக்குப் பிறகு வந்த கங்க மன்னர்களுள் வலிமைமிக்கவராகத் திகழ்ந்து, தமது பெரும் நிலப்பரப்பைப் பேணிக்காத்தார்.

கொங்கணிவர்மன் III [கி.பி. 680 – 725 வரை]

பல்லவர்களுடன் போரும் பூசலும் இவர் காலத்தில் தொடங்கியது. துர்விநீதனுக்குப் பிறகு அரசாண்ட கங்க மன்னர்களுள் நெடுங் காலம் கிட்டத்தட்ட 45 ஆண்டுகள் அரசாண்டவர் கொங்கணிவர்மன் III. தமது தாயாதித் தம்பியரான வல்லவாக்யனோடு அரசுரிமையைப் பகிர்ந்து கொண்டு நாட்டில் அமைதியை நிலைநாட்டினார். பல்லவரது உட்பூசலில் தலையிட்டு பல்லவ இளவரசர்களுக்கு அடைக்கலம் கொடுத்துக் காப்பாற்றினார். ஆரம்பத்தில் பல்லவமன்னன் 2-ஆம் நந்திவர்மனைத் தோற்கடித்தாலும் பின்னர் நந்திவர்மனது எதிர்ப்பை சமாளிக்கமுடியாமல் கங்கபாடியருகே சில பகுதிகளை இழந்தார். மூன்றாம் கொங்கணிவர்மனுக்குப் பிறகு கங்கர்கள் நிலை தாழ்ந்து போயிற்று. உட்பூசல்கள் அதிகரித்தன. தலைக்காடும், கொங்குநாடும், பிரிக்கப்பட்டு வல்லவாக்கியனின் வம்சத்தார் கைக்கு கொங்கு நாட்டு அரசுரிமை சென்றது. இதுமுதல் இவர்கள் கொங்குக் கங்கர்கள் என்றழைக்கப்பட்டனர். இராசகோவிந்தன் (எ) கோவிந்த ராயன் முதல் கொங்குகங்க அரசனானான். கங்கப் பேரரசு தாழ்ந்த சூழலைப் பயன்படுத்திக்கொண்டு பாண்டியர்களும், பல்லவர்களும் பெரும் நிலப்பரப்பைக் கைப்பற்றினர்.

கோவிந்தராயன் [கி.பி. 725 – 750 வரை]

வில்வித்தையில் பரசுராமனுக்கும் செல்வத்தில் இந்திரனுக்கும் ஒப்பானவராகப் புகழப் பெற்றவர் கோவிந்தராயன். கர்நாடகத்தில் வலுப்பெற்று வந்த வீரசைவத்தை (லிங்காயத்து) ஆதரித்துப்

பேணியதால் இவர் நந்திவர்மனெனவும் புகழப்பெற்றார். ஒருபுறம் பல்லவர்களிடமும், மறுபுறம் பாண்டியர்களிடமும் கங்கர்களுக்குப் பகை ஏற்பட்டது. கோவைப் பகுதிகளைப் பாண்டியர் கைப்பற்றினர். மாறவர்மன் இராசசிம்ம பாண்டியர் தமது கொங்குநாட்டு வெற்றியின் விளைவாகக் கோவைப் பேரூரில் திருமால் ஆலயம் கட்டினார். பல்லவன் நந்திவர்மனோ இராசகோவிந்தனைத் தோற் கடித்துப் பரமேசுவர பல்லவன் காலத்தில் இழந்திருந்த உத்ரோத யத்தைத் திரும்பப் பெற்றுக்கொண்டார். பல்லவர் மற்றும் பாண்டியரிடம் தோற்றுத் தமது பல்வேறு பகுதிகளை கோவிந்த ராயன் இழந்தார்.

சிவராமராயன் (கி.பி. 750 – 775 வரை)

இவர் பல்லவ, பாண்டியர் மற்றும் இராஷ்டிரகூட மன்னர் களோடு அடிக்கடிப் போர் செய்யும் சூழ்நிலை ஏற்பட்டது. கொங்கு நாட்டின் பெரும் நிலப்பரப்பை எதிரிகளிடம் இழந்தார். தற்காலிகமாகத் தமது தலைநகரை முகுந்த பட்டணத்திற்கு மாற்றினார். தமது ஆட்சி நெடுக அந்தணர்களுக்குத் தானதர்மங்கள் செய்து நீதி தவறாமல் ஆண்டு வந்தார். சிவராமராயனுக்குப் பின் அவரது பேரன் பிரிதிவி கொங்கணிவர்மன் பட்டத்திற்கு வந்தார்.

பிரிதிவி கொங்கணிவர்மன் (கி.பி. 775 – 830 வரை)

இவரது ஆட்சிக்காலம் மிகமுக்கியமானது. கங்கர்கள் மீண்டும் வலுப்பெற்றனர். புருஷராயன் என்ற சேனாதிபதி விஜயஸ் கந்தபுரத்தில் பாடி வீடமைத்து எதிரிகளைத் தோற்கடித்ததால் அவருக்கு நரேந்திர சேனாதிபதி எனும் பட்டம் கொடுத்துக் கௌரவித்தார்.

இராச மல்லதேவன் I (கி.பி. 830 – 840 வரை)

பிரிதிவி கொங்கணி வர்மனுக்குப்பின் அவருக்கு வாரிசாக மகனில்லாததால், அவரது தம்பி மகனான இராசமல்லன் I ஆட்சிக்கு வந்தார். இவர் பல்லவ மன்னர்களுடன் நட்புறவு பூண்டு அவர்களுடன் சேர்ந்து பல போர்களில் ஈடுபட்டு தமது நிலையை நிலைநிறுத்திக் கொண்டார். தலைக்காட்டிலிருந்து ஆட்சிபுரிந்த இவரது எல்லைக்குள் கொங்குப் பகுதிகளும், கன்னட மைசூர்ப் பகுதிகளும் அடங்கியிருந்தன.

கெந்ததேவன் [கி.பி. 840 – 850 வரை]

இராசமல்லனுக்குப் பிறகு அவரது மகனான கெந்ததேவன் தலைக்காட்டில் அரசுப் பொறுப்பேற்றார். இவரது ஆட்சிக்காலமான பத்தாண்டுகள் கிட்டத்தட்ட அமைதியாகவும் பெரிய அளவில் போர்கள் எதுவுமின்றி மக்களுக்கு அமைதியையும், நாட்டிற்கு வளர்ச்சியையும் தந்துள்ளது. சோழ, பாண்டிய மன்னர்களோடு நட்புறவு பூண்டிருந்தார்.

சத்தியவாக்கியன் [கி.பி. 850 – 860 வரை]

கெந்ததேவனுக்குப் பிறகுத் தலைக்காட்டில் அரியணை யேறிய அவரது மகனான சத்தியவாக்கியன் நீதி தவறாது நேர்மை யோடு ஆட்சிசெய்து மக்களின் நன்மதிப்பைப் பெற்றவர். சாளுக்கியர் எதிர்ப்பைச் சமாளித்துக் கடம்பர்களை அடக்கி நாட்டைக் காப் பாற்றினார். இவருக்கு மக்கள்கள் இல்லை. எனவே தமக்குப்பின் அரசாட்சியைத் தமது தம்பியான குணாளுத்துமனுக்குத் தந்தார்.

குணாளுத்துமன் [கி.பி. 860 – 870 வரை]

தலைக்காட்டில் தமது தமையனான சத்தியவாக்கியனுக்குப் பிறகு பட்டம்சூட்டி அரசுப் பொறுப்பேற்ற குணாளுத்துமனின் ஆட்சியும் 10 ஆண்டுகளுக்கு மேல் நீடிக்கவில்லை. அந்தக் குறுகிய காலத்திலும் தமது முன்னோர்கள் கட்டிக்காத்த கன்னட, கொங்கு தேசங்களில் நன்கு நீதிபரிபாலித்தார். இராஷ்டிரகூட மன்னனின் மகளை மணந்தவராயினும் பல்லவப்பாண்டிய போரில் பல்லவர் பக்கம் சாய்ந்து கொங்கில் தமது நிலையை வலுப்படுத்திக் கொண்டார். கும்பகோணப்போரில் பாண்டியனிடம் தோற்க நேரிட்டாலும், தெள்ளாற்றுப் போரில் பல்லவரை வெற்றியடையச் செய்த மாவீரர்.

இராசமல்லன் II [கி.பி. 870 – 875]

குணாளுத்துமனுக்குப் பிறகு அவரது தம்பியான இராச மல்லன் பதவிக்கு வந்தார். மைசூரருகே ஸ்ரீரங்கப்பட்டிணத்திலுள்ள ஸ்ரீரங்கநாதர் ஆலயத்தைக் கட்டிய இவர் குறுகியகாலமே அரசாண்டதாகக் கருதப்படுகிறது.

கங்கப்பிரிதிவிபூதி [கி.பி. 875 – 880]

இராசமல்லன் II க்குப்பிறகு பதவிக்கு வந்த கங்கப்பிரிதிவிபூதி வரலாற்றுப் பிரசித்தி பெற்றவர். இவரது காலத்தில்தான் தமிழக

வரலாற்றில் இரண்டாவது திருப்புமுனையெனக் கருதப்படுவதான திருப்புறம்பியப் போர் நடைபெற்றது. திருப்புறம்பியப் போரில் பல்லவ, சோழப் படைகளுடன் சேர்ந்து இரண்டாம் வரகுணப் பாண்டியனைத் தோற்கடித்தார். எனினும் போர் முடிவில் வீரமரணமடைந்தார். இத்துடன் சோழர் எழுச்சியில் கொங்கு கங்கர் வம்சம் முடிவுற்றது.

திருப்புறம்பியப் போரைப் பற்றிப் பார்க்குமுன் சோழர்களைப் பற்றி சற்றுக் குறிப்பிடுவது அவசியமாகும். சங்க காலத்தில் இளஞ்சேட் சென்னி, கரிகால்வளவன் போன்ற தன்னிகரில்லா மாமன்னர்களைப் பெற்றிருந்த சோழஇனமும் களப்பிரர் வருகையால் தாழ்வுற்றுப் பின் பல்லவர் காலத்தின் பிற்பகுதியில்தான் மீண்டும் எழுச்சியுறத் துவங்கியது. எனினும் அது ஓர் எளிய காரியமாக இருக்கவில்லை. சோழநாட்டின் பெரும்பகுதி நிலப் பரப்பு பல்லவர்களின் ஆதரவைப் பெற்றிருந்த முத்தரையர் வசம் இருந்தது. பூம்புகார் என்றழைக்கப்பட்ட காவிரிப்பூம்பட்டினம் கடல்கொள்ளப்பட்ட பிறகு, சோழ பரம்பரையினர் பிரிந்து நின்று தமது அரசிருக்கையை பூர்வீகத் தலைநகரான உறையூருக்கும், பழையாறைக்கும் மாற்றி பல்லவப் பேரரசரிடம் சிற்றரசர்களாகப் பணியாற்றி வந்தனர். அவர்கள் பெரும்பாலும் தமது எல்லையை அடுத்து செந்தலையிலிருந்து அரசாண்டு வந்த முத்தரையர்களாலும், மதுரைப் பாண்டியராலும் பல்வேறு இன்னல்களுக்கு ஆளாகி வந்தனர்.

11. பல்லவர்கள்

கி.பி. 3-ம் நூற்றாண்டில் பல்லவர்கள் இனம் தோன்றி அரசேறினாலும் அவர்களது புகழ் பரவத் தொடங்கியது கி.பி. 4-ம் நூற்றாண்டில் விஷ்ணுகோபனின் ஆட்சிக் காலம் முதல்தான். குப்தப் பேரரசருள் பிரசித்தி பெற்றவரும், இந்திய நெப்போலியன் என்று வழங்கப்படுபவருமான சமுத்திர குப்தனை எதிர்த்துப் போர் செய்து வெற்றி பெற்றவர் விஷ்ணுகோபன். இவரது எதிர்ப்பால் தான் சமுத்திர குப்தர் காஞ்சியோடு திரும்பியதாகக் கருதப்படுகிறது. கி.பி. 4-ம் நூற்றாண்டு முதல் கி.பி. 8-ம் நூற்றாண்டு வரை பல்லவர்களின் கை ஓங்கியிருந்தது. கி.பி. 6-ம் நூற்றாண்டில் சிம்மவிஷ்ணு பல்லவர் (கி.பி. 574 - 600) களப்பிரர் என்ற நாடோடிக் கூட்டத்தைத் தமிழகத்திலிருந்து விரட்டியடித்துத் தமிழ்க் கலாச்சாரத்தைக் காப்பாற்றினார்.

மேலைக்கங்க மன்னன் துர்விநீதன் சிம்மவிஷ்ணு - முதலாம் மகேந்திரவர்மன் காலத்தவர். சிம்மவிஷ்ணுவால் அடக்கப் பெற்றவர் துர்விநீதன். தொடர்ந்து தெற்கே பாண்டவர்களோடு ஆதிக்கப்போட்டியில் இறங்கியிருந்தாலும், வடமேற்கிலிருந்து தொடர்ந்து ஏற்பட்ட சாளுக்கியப் படை யெடுப்பைப் பன்னெடுங்காலம் பல்லவர்கள் சமாளித்து நின்றார்கள்.

முதலாம் மகேந்திரவர்மன் (கி.பி. 600 – 630)

சிம்மவிஷ்ணுவிற்குப் பின்னர் பட்டமேறிய முதலாம் மகேந்திரவர்மன் காலத்தில் சாளுக்கிய மாமன்னரான இரண்டாம் புலிகேசி, கங்க மன்னன் துர்விநீதன் துணையோடு பல்லவ நாட்டின் மீது படையெடுத்தார். முதலில் வேங்கிநாட்டை (வேங்கை நாடு) மீட்டு தனது சகோதரன் விஷ்ணுவர்தனனுக்குக் கொடுத்து (கீழைச் சாளுக்கிய மரபு உருவாக்கியவர்) விட்டுத் தமிழகத்தில் புகுந்தார்.

எவ்வளவு முயன்றும் பல்லவரின் பலமிக்கக் காஞ்சிக் கோட்டையைத் தாக்க முடியாததால் தெற்கே காவிரிவரை பாய்ந்து சூறையாடி புலிகேசி திரும்புகையில் மகேந்திரவர்மன் திடீரென்று காஞ்சிக் கோட்டையிலிருந்து வெளியேறிக் காஞ்சிக்குப் பத்துகல் வடக்கேயிருந்த புள்ளலூரில் சாளுக்கியப் படையைத் தாக்கி முறியடித்தார். புலிகேசியைத் துரத்தியடித்த கையோடு அவருக்குதவிய கங்கமன்னன் துர்விநீதனோடு போர்தொடுத்துத் தோற்கடித்தார்.

மகேந்திரர் ஆரம்பத்தில் சமணராயிருந்து பின்சமயக்குரவர் திருநாவுக்கரசரால் சைவத்திற்கு மாறினார். விசித்திரசித்தன் எனும் பெயருடைய இவரால் சித்தன்னவாசல் ஓவியங்கள் உருவாகின. பல்லவபுரம் (பல்லாவரம்), வல்லம், திருக்கழுக்குன்றத்தில் சைவத் திருக்கோயில்களை உருவாக்கினார். குடவரைக்கோயில்களை முதலில் தோற்றுவித்தவர் மகேந்திரரே. இவர் காலத்தில்தான் அதியன் நாமக்கல்லில் பெருமாள் கோயிலை உருவாக்கினார்.

முதலாம் நரசிம்மவர்ம பல்லவன் (கி.பி. 630 – 668)

பல்லவ மன்னர்களுள் சிறப்பு வாய்ந்தவர் முதலாம் நரசிம்மர். தனது மல்யுத்தத்திறனால் மாமல்லன் என்ற சிறப்புப் பெயர் பெற்றிருந்த இவரது காலத்தில் மீண்டும் சாளுக்கியப் படையெடுப்பு நிகழ்ந்தது. புள்ளலூர்ப் போரில் 2-ம் புலிகேசி தலைமையிலான சாளுக்கியரது பெரும்படையை ஏற்கனவே சந்தித்துப் போர்க்கள அனுபவம் பெற்றிருந்த இவரது திறமை மற்றும் நரசிம்மரின் படைத்தளபதியான பரஞ்சோதியாரின் மாவீரத்தின் துணை கொண்டு பல்லவ சேனை சாளுக்கியரை பரியளம், சூரமாரம், மணிமங்கலப் போர்க்களங்களில் தொடர்ச்சியாகத் தோற்கடித்து அவர்தம் தலைநகரான வாதாபி வரை கி.பி. 630-ல் துரத்திச் சென்று வாதாபியைத் தீக்கிரையாக்கியது.

நரசிம்மவர்மன் தமது துறைமுகப்பட்டினத்தை மாமல்லபுரம் எனும் பெயரில் விரிவாக்கிப் புகழ் சேர்த்தார். அங்கு ஏராளமான கற்சிற்பங்கள், குடைவரைக்கோயில்கள் உருவாக்கி தலைநகரமாகவும் மாற்றினார். அத்துடன் கொங்கு மண்டல நாமக்கல்லில் தனது தந்தை காலத்தில் உருவாகிய பெருமாள் கோயிலுக்குத் திருப் பணிகள் செய்தார். நரசிம்மரின் தளபதியான பரஞ்சோதியார் பிற் காலத்தில் போர்த்தொழிலை விட்டு சிவநெறிச் செல்வராக விளங்கி 63 நாயன்மார்களுள் ஒருவரெனும் புகழ் நிலையை எய்தினார்.

பிள்ளையார் வந்த வரலாறு

இவ்வாதாபிப் போரின் மிக முக்கிய விளைவு பிள்ளையாரின் வருகையாகும். சிவ, திருமால் மற்றும் முருகவழிபாடுகளே தொன்று தொட்டு விளங்கி வந்த தென்னக இந்து சமய நெறியில் பிள்ளையார் முக்கியத்துவம் பெறத் துவங்கியது இப்போருக்குப் பின்னரே. இன்றும் ''வாதாபி கணபதிம் பஜே'' எனும் கர்நாடக சங்கீதம் பிள்ளையாரின் வாதாபி தொடர்பை வலியுறுத்தி வருகின்றது. வாதாபியை பரஞ்சோதியார் தீக்கிரையாக்கினாலும் அதன் முக்கியக் கலைச்செல்வமாக பிள்ளையாரை எந்த சேதமுமின்றி காஞ்சிபுரம் கொணர்ந்து பிரதிஷ்டை செய்து முழுமுதற் கடவுளாக்கினார். விதைக்க, அறுவடை செய்ய, மங்கலக் காரியங்களைத் துவங்க என ஒவ்வொரு முக்கியக் காரியங்களிலும் பிள்ளையார் முன்னிலை பெறுகிறார். கொங்கு நாட்டின் ஆற்றங்கரை, குளக்கரைகள் மட்டுமின்றி ஆலும், வேம்பும் சேர்ந்துள்ள மரத்தடிகள் தோறும் பிள்ளையார் வீற்றிருந்து அருள்பாலிக்கின்றார்.

இரண்டாம் மகேந்திரன் [கி.பி. 668 – 670]

முதலாம் நரசிம்மவர்மருக்குப் பின்னர் ஆட்சிக்கு வந்த அவரது மகன் இரண்டாம் மகேந்திரன் சாளுக்கிய விக்ரமாதித் தனுடன் நடந்த போரில் உயிரிழந்ததாகக் கருதப்படுகிறது.

முதலாம் பரமேசுவர்மன் [கி.பி. 670 – 695]

இரண்டாம் மகேந்திரருக்குப் பின்னர் அவரது மகனான முதலாம் பரமேசுவர்மன் ஆட்சிக்கு வந்து பெரும் படையுடன் சென்று விக்ரமாதித்தனோடு போரிட்டு தோற்கடித்தார். அத்துடன் நிற்காது மேலைக்கங்க மன்னனான பூவிக்ரமன் சாளுக்கியருக்குத் தொடர்ந்து பல உதவிகள் செய்து வந்தது கண்டு வெகுண்டு, அவன் மீது படையெடுத்தார். ஆனால் அப்படையெடுப்பு தோல்வியில் முடிந்தால். தனது கழுத்தணியை அப்போரில் பறிகொடுத்தார்.

இராசசிம்மன் [அ] இரண்டாம் நரசிம்மன் [கி.பி. 695 – 722]

இவர் சாளுக்கிய மன்னர் வினயாதித்தனுடன் (விக்ரமாதித்தன் மகன்) போர்களைத் தொடர்ந்தாலும் நாட்டில் பெருமளவு அமைதியை நிலைநாட்டி காஞ்சிபுரத்தில் கைலாயநாதர் ஆலயத்தைக் கட்டினார். [1]ஓசூர் சந்திர சூடேஸ்வரர் (செலிடநாயனார்) ஆலய இராஜ கோபுரமும் இவர் காலத்தில்தான் உருவாகியது.

நாமக்கல் – நரசிம்மசாமி ஆலயம்

இரண்டாம் பரமேசுவர்மன் [கி.பி. 722 – 730]

இரண்டாம் நரசிம்மனுக்குப் பிறகு அவரது மகனான இரண்டாம் பரமேசுவர்மன் பட்டமேற்றார். கங்கர் எதிர்ப்பை இவரால் சமாளிக்க முடியவில்லை. எனவே மூன்றாம் கொங்கணிவர்மன் எனும் ஸ்ரீபுருஷ கொங்கணிமகாதி ராயனிடம் இவர் தோற்க நேரிட்டது.

இரண்டாம் நந்திவர்மபல்லவர் [கி.பி. 730 – 795]

இரண்டாம் பரமேசுவர்மனுக்கு வாரிசு இல்லாததால் தாயாதிகளிடையே நடைபெற்ற அரசுரிமைப் போர்களில் பல்லவர் பலமிழந்தனர். எனினும் இராஷ்டிரகூடருடனான மணவுறவால், அவர்தம் துணை கொண்டு இரண்டாம் நந்திவர்மபல்லவர் (இராஷ்டிரகூட இளவரசி ரேவாவை மணந்தவர்) பதவியேற்றார். பின்னர் சேரர், கொங்கு நாட்டரசர், தகடூர் அதியமானுடன் ஒன்று

1. ஓசூர் அருள்மிகு சந்திர சூடேசுவரர் - ஓர் ஆய்வு - இரா. இராமகிருட்டிணன் (பக் - 25).

சேர்ந்து பாண்டியரோடு போர் தொடுத்தார். அத்துடன் நில்லாது கங்கர்களைத் தோற்கடித்து பரமேசுவர்மன் இழந்த கழுத்தணியைத் திரும்பப் பெற்றார். பின் திருமங்கையாழ்வாரைப் போற்றி வைணவனாக மாறினார்.

தந்திவர்மன் (கி.பி. 796 – 846)

இரண்டாம் நந்திவர்மனின் மகனான இவர் இராஷ்டிர கூடத்திற்கு அடங்கித் திறை செலுத்தினார்.

மூன்றாம் நந்திவர்மன் (கி.பி. 846 – 869)

தந்திவர்மனின் மகனான இவரும் தனது பாட்டனைப்போல இராஷ்டிரகூடருடன் மணவுறவு பூண்டு இராஷ்டிரகூட இளவரசி சங்காவை மணம் புரிந்தார். இவருக்கு சங்கா மூலம் நிருபதுங்கனும், மற்றொரு மனைவி மூலம் அபராஜிதனும் பிறந்தனர். அது மட்டு மல்லாது கங்கர், சோழர் துணையோடு தெள்ளாற்றுப் போரில் பாண்டியன் ஸ்ரீமாறவல்லபனைத் தோற்கடித்தார். சயாம் நாட்டில் வைணவக் கோயில் கட்டினார்.

நிருபதுங்கன்

மூன்றாம் நந்திவர்மனுக்குப்பின்னர் அவரது மகனான நிருபதுங்கன் அரசராகி வரகுணப் பாண்டியனுடன் நட்புறவு கொண்டார். இவ்விருவரும் சேர்ந்து பல்லவ வாரிசுரிமைப் போரில் ஈடுபட்டிருந்த அபராஜிதனைத் தெள்ளாற்றில் தாக்கினர். ஆனால் வலிமையடைந்து வந்த சோழர் மற்றும் மேலைக் கங்கர் உதவியுடன் கி.பி. 895-ல் திருப்புறம்பியம் போரில் அபராஜிதன் வெற்றி பெற்றார். எனினும் அப்போரில் கங்கப்பிரதிவிபூதி உயிர் துறந்ததால் கங்கர்களின் உயர் நிலை வெகுவாகத் தாழ்ந்தது.

அபராஜிதன்

தொடர்ந்து நடைபெற்று வந்த உள்நாட்டுப் போர்களினால் பல்லவப் பேரரசின் வலிமை குன்றி, பலவீனம் வெளிப்பட்டது. வாரிசுரிமைப் போரில் அபராஜிதன் வெற்றி பெற்றாலும் பல்லவப் பேரரசைக் கட்டிக் காக்கக்கூடிய வலிமையற்றவராகவே விளங்கினார். தம்மை அரியணையேற்றிய ஆதித்த சோழரின்

வீரத்தையும், சோழர்களின் படை வலிமையையும் சரிவர மதிப்பிடாது அவர்கள் மீது போர் தொடுத்தார். ஆதித்த சோழரின் அம்புக் கிலக்காகி அபராஜிதன் போர்க்களத்திலேயே மடியப் பல்லவப் பேரரசு முடிவுக்கு வந்து சோழர்கள் தன்னுரிமை பெற்றனர்.

12. பிற்காலச் சேரர்கள்

களப்பிரர்களின் ஆதிக்கத்தில் தமிழகம் சிக்கித் திணறியபோது சிம்மவிஷ்ணு, கோச் செங்கன்சோழன் அரும்பாடுபட்டு அவர்களை விரட்டியடித்ததால் பல்லவநாடும், சோழ நாடும் விடுதலையடைந்தது. இதைத் தொடர்ந்து கடுங்கோன் பாண்டியனும் மதுரையை மீட்டு பாண்டிய வம்சத்தை அரியணையில் ஏற்றினார். இவர்களது வெற்றியால் வலுவிழந்த களப்பிரர்கள் கேரளமண்ணையும் விட்டுவிலகிவிட பிற்காலச் சேரவம்சம் ஆட்சிக்கு வந்தது.

முதலாம் சேரமான் பெருமாள் நாயனார்

மகோதயபுரம் என்றழைக்கப்பட்ட (இன்றைய கொடுங்கலூர்) தலைநகர் வஞ்சியிலிருந்து அரசாண்ட சிறந்த சிவபக்தரான முதலாம் சேரமான் பெருமாள் நாயனார் சமயக்குரவர் நால்வரில் சுந்தரரது சமகாலத்தவர். தமிழகத்திலுள்ள பல்வேறு திருத்தலங்களுக்கும் இவர் சுந்தரருடன் இணைந்து தல யாத்திரை சென்றார். இறுதியில் திருவஞ்சைக்கள ஆலயத்திலிருந்து தமது குதிரை மீதேறி சுந்தரரைத் தொடர்ந்து கைலாயம் சென்று சிவனடி சேர்ந்தார். முதலாம் சேரமான் பெருமாள் நாயனார் "மும்மணிக் கோவை", "திருக்கல்யாண ஞான உலா" போன்றவற்றை இயற்றினார். அவை பதினொன்றாம் திருமுறையில் சேர்க்கப்

பட்டுள்ளன. அறுபத்திமூன்று நாயன்மார்களுள் ஒருவராக முதலாம் சேரமான் பெருமாள் நாயனார் புகழப்பட்டாரெனின் அவருக் கடுத்துப் பட்டமேறிய சேரமன்னர்கள் வைணவத்தையும், இஸ்லாத் தையும் தாமே மனமுவந்து பின்பற்றி ஆதரித்துப் போற்றினார்கள். இவ்வாறு ஒரு நூற்றாண்டுகால இடைவெளியில் மூன்று சமயங் களைத் தழுவிப் போற்றிய ஒரே அரச வம்சமெனும் பெருமையை சேரர் அடைந்தனர். அத்துடன் நில்லாது யூதமதம், கிறித்துவமதம் என ஒவ்வொரு மதத்தையும் சமமாகப் போற்றி ஆதரித்த சேரமன்னர் பரம்பரையிடமிருந்தே மேற்குலகம் (உலகின் பல்வேறு பாகங்களிலும் ஆதிக்க வெறி கொண்டு மதங்களின் பெயரால் சண்டைகள் மலிந்து காணப்பட்ட சூழலில்) சமயச் சார்பின்மையைப் பற்றி அறிந்த தென்பது ஒட்டுமொத்த தமிழினத்திற்கும் பெருமையை சேர்ப்பதாகும்.

தம்பிரான் பெருமாள்

முதலாம் சேரமான் பெருமாளுக்குப் பிறகு ஆட்சிக்கு வந்த தம்பிரான் பெருமாள் ஆட்சிக்காலம் முழுக்க அமைதி நிலவியது.

குலசேகர ஆழ்வார்
[இரண்டாம் சேரமான் பெருமாள் நாயனார்]

இவர் காலத்தில் சேரர்கள் மிகவும் வலுப்பெற்று விளங்கினர். தமது வெற்றிகளின் மூலம் கோழியர்கோன் (சோழர்கள் கோழியர் அல்லது சோழியர் எனவும் அழைக்கப்பட்டனர்). கொங்கர்கோன் எனப் புகழப்பட்ட குலசேகரர் தென்னக பக்தி இயக்கத்தின் வேராகவும் திகழ்ந்ததால் பன்னிரு ஆழ்வார்களில் ஒருவராகப் போற்றப் படுகிறார். திருப்பதி, திருவரங்கம், திருவில்லிப்புத்தூர் என 108 வைணவத் திருத்தலங்கள் பலவற்றிற்கும் யாத்திரை சென்று பெருமாள் புகழ் பாடும் ''பெருமாள் திருமொழி''யை தமிழிலும், ''முகுந்த மாலை'', ''சுபத்ரதா மாலை'' போன்றவற்றை வடமொழியிலும் எழுதினார். கொங்குத் தலைநகரான கரூரில் உள்ள திருவிதவக் கோடு ஆலயத்தில் தங்கி தரிசித்து சோழநாட்டு திருக்கண்ண புரத்தில் பரந்தாமனடி சேர்ந்தார். இம்மன்னரது இறைபக்தி காரணமாய் சோழனும், பாண்டியனும் இவரைப் பெரிதும் மதித்து நடந்ததால் தமிழகம் முழுக்க அமைதியே நிலவியது.

மூன்றாம் சேரமான் பெருமாள்நாயனார்

குலசேகர ஆழ்வார் தமது இறுதிக்காலத்தில் பதவி துறந்து முறையே திருவரங்கம், திருவிதவக்கோடு மற்றும் திருக்கண்ணபுரக்

கோயில்களில் இறுதிக்காலத்தைக் கழித்தார். குலசேகரர் அரசப் பொறுப்பை துறந்தவுடன் அவரது மகனான மார்த்தாண்டவர்மன் பதவிக்கு வந்தாலும் உட்பகையால் தாயாதி வம்ச பாஸ்கர ரவிவர்மனிடம் நாட்டின் பெரும்பகுதியினை இழந்தார். குலசேகரரால் தமிழகம் முழுக்க அமைதி நிலவிய போதிலும் சேரநாடு இரண்டாகப் பிரிவதைத் தடுக்க முடியவில்லை. பெரும் நிலப்பரப்பை பாஸ்கர ரவிவர்மன் கைப்பற்றிவிட, வேணாடு (ஆய்வேளாண் ஆண்ட நாடாதலால் வேளாண்நாடு என்பது மருவி வேணாடானது) என்றழைக்கப்பட்ட ஒரு சிறிய பகுதிக்கு மட்டுமே பட்டத்து இளவரசனான மார்த்தாண்ட வர்மன் மன்னனாக திருப்தியுற வேண்டியதாயிற்று.

கி.பி. ஆறாம் மற்றும் ஏழாம் நூற்றாண்டில் களப்பிரர் காலத்தில் தமிழகத்தில் ஆரியர் பலர் குடியேறினர். அவ்வாறு சேரநாடு வந்தேறிய நம்பூதிரிகள் குறுகிய காலத்தில் அரசியல் ரீதியாக வலுப்பெற்று விட்டனர். சேரநாட்டு அரசியல் நிர்வாகத்தில் ''நம்பூதிரிகள் சபை'' முக்கியத்துவம் பெற்று விளங்கியது. சேர மன்னனும், அவனுக்கடங்கிய குறுநிலத் தலைவர்களும் நம்பூதிரி களின் ஆலோசனைப்படி நடந்து வரலாயினர். நாட்டின் நிலவுரிமை மற்றும் கோயில்கள் முழுக்க நம்பூதிரிகள் வசம் வந்தது. சேரரது உட்சண்டையில் பாஸ்கரன் பக்கம் நம்பூதிரிகள் நின்று அவனை மூன்றாம் சேரமான் பெருமாள் நாயனாராகக் கொண்டாடினர். இருப்பினும் இம்மன்னனது மனதை இஸ்லாமே பெரிதும் கவர்ந்த தால் இந்துக் கோயில்கள் போன்று கிழக்கு நோக்கிய வண்ணம் இந்தியாவின் முதல் மசூதியை அரேபிய வணிகர்களுக்காகக் கட்டித் தந்தார். கிட்டத்தட்ட 12 நூற்றாண்டுகள் கடந்து நிற்கும் அம்மசூதியில் சேரன் தந்த பிரம்மாண்டமான குத்துவிளக்கு இன்றும் ஒளிவீசி வருகின்றது. இம்மசூதி சேரரது குலதெய்வமான திரு வஞ்சைக்களநாதர் ஆலயத்திலிருந்து சேரனது இஷ்ட தெய்வமான கண்ணகி ஆலயம் செல்லும் வழியில் இரண்டிற்கும் மத்தியில் பிரம் மாண்டமாக அமைந்துள்ளது. தமது சொற்படி நடக்காது வேறு திசையில் பயணிக்கிறார் என்றஞ்சிய நம்பூதிரிகள் பாஸ்கரனுக் கெதிராய்ப் பாண்டியன் ஸ்ரீமாற வல்லபனை படையெடுக்க வைத்தனர். மூன்றாம் சேரமான் இறுதிக்கட்ட மோதலைத் தவிர்த்து அரேபியாவுக்குக் கப்பலேறி இஸ்லாத்தை ஏற்று தாம் விரும்பிய அரேபியப் பெண்ணை மணந்து அப்துல் ரஹ்மான் சேமொரினாக வாழ்ந்து மடிந்தார். முதலாவது சேரமான் பெருமாள் நாயனார் சைவத்தை ஆதரித்து நாயன்மாராக, இரண்டாம் சேரமான்

பெருமாள் வைணவத்தை தழுவி குலசேகர ஆழ்வாராக, மூன்றாமவரோ இஸ்லாத்தை ஏற்று அப்துல் ரஹ்மான் சேமொரினாக வாழ்ந்து மடிந்தது சேரநாட்டையும், தமிழக வரலாற்றையும் அடியோடு மாற்றி அமைத்தது. அரேபியா செல்லு முன்பு தமது நாட்டை பன்னிரு பிரிவுகளாகப் பிரித்து ஒரு பிரிவை மார்த்தாண்டனுக்கும், பிறவற்றைத் தமது சகோதரிகள், உறவினர்களுக்கும் பங்கிட்டுத் தந்தார்.

சேரநாடு இவ்வாறு துண்டாடப்பட்டாலும் வேணாடாண்டு வந்த மார்த்தாண்டன் பரம்பரையினர் சேரனாகத் தமிழர்களால் போற்றப்பட்டனர். பாண்டியனிடமிருந்து கொங்கு நாட்டை மீட்க ஆதித்தசோழருக்கு சேரன் ஸ்தாணு ரவியின் படைத்தலைவனான கொடும்பாளூரின் விக்கியண்ணன் பேருதவி புரிந்ததால் செம்பியன் தமிழ்வேள் எனப் புகழப்பட்டார். ஸ்தாணு ரவிக்குப்பின் பட்ட மேறிய (கி.பி. 885 - 917) ராமவர்ம குலசேகரனது மகளான கோக் கிழான் அடிகளையும், வேணாட்டு இளவரசி வில்லவன் மாதேவி யையும் பராந்தகர் மணம் புரிந்தார். பராந்தகரது சேனையில் முக்கியத் தளபதியாகப் பணியாற்றிய சேரநாட்டு வெள்ளாண் குமரன் வெற்றிகள் பல ஈட்டித் தந்தார். ஆதித்தருக்குப்பின் பதவி யேற்ற அரிஞ்சயரும் சேரவம்சத்தின் கோதைப் பிராட்டியாரை மணம் புரிந்தார். அவருக்குப் பின் வந்த சுந்தரசோழரும் சேர வம்சத்திலேயே மண முடித்தார். சுந்தரரது மனைவியின் பெயர் பராந்தகன் தேவியார். இவ்வாறாக ஆரம்பத்தில் சேர வம்சத்தில் தொடர்ந்து மணம் புரிந்து வந்தவர்கள் சோழ மாமன்னர்கள். இருப்பினும் இராஜராஜசோழர் சேரரது கடற்படையை வீழ்த்தி காந்தளூர்ச்சாலை எனும் சேரனது இராணுவப் பயிற்சிக் கல்லூரி யையும் கைப்பற்றிவிட இவ்விரு வம்ச உறவில் பின்னடைவு ஏற்பட்டது. இராஜேந்திரசோழர் தமது காலத்தில் சாளுக்கிய, கங்கை மற்றும் வங்கப் படையெடுப்புகளின்போது சேரநாட்டுடன் நல்லுறவு பூணவேண்டி பாஸ்கர ரவிவர்மனின் மகனாகக் கருதப் படும் வீரகேரளனுக்கு (கி.பி. 1021 - 1028) பட்டம் சூட்டி தமது பெயரில் அரசாண்டு வர அனுமதித்தார். ஆனால் குலோத்துங்க சோழர் காலத்தில் வேணாட்டு சேரனும், மகோதயப்பட்டின (கொடுங்கலூர்) சேரனும் திரை செலுத்த மறுத்ததால் சோழர் படையெடுத்து வெற்றி பெற்று ஏராளமான பொருளைப் பெற்றுச் சென்றனர்.

சேர மாமன்னர்கள் வணங்கிய திருவஞ்சைக்களநாதர் ஆலயம் – வஞ்சி மாநகரம் [கேரளா]

சோழருக்குப்பின் வலுப்பெற்ற பாண்டியர் காலத்திலும் சேரநாடு தாக்குண்டதெனினும் டெல்லி சுல்தான்களின் படையெடுப்பிலிருந்து தப்பியதால் மீண்டும் வலுப்பெற்றது. சேர மன்னன் குலசேகர ரவிவர்மன் 1312-ல் சோழ, பாண்டிய நாடுகளைப் பிடித்துக் காஞ்சியில் முடி சூட்டிக் கொண்டார். வீர பாண்டியன் சேரனது உதவி பெற்ற சூழலில், அவனது சகோதரனான சுந்தர பாண்டியனோ வாரங்கல்லின் பிரதாப ருத்ரன் உதவியால் இவ்விருவரையும் தோற்கடித்தான். தமிழரது ஒற்றுமையின்மையை பயன்படுத்திய டெல்லி சுல்தான் முகம்மது பின் துக்ளக் கி.பி. 1326-ல் மஜீர் எனும் தளபதி தலைமையில் மதுரையைக் கைப்பற்றினான். கிட்டத்தட்ட 45 ஆண்டுகள் மதுரைசுல்தானின் கொடுங்கோலாட்சியில் தமிழகம் அல்லல்பட்ட சமயம் சேர நாட்டில் வடமொழிக் கலப்பால் அதுவரை நிலவி வந்த மலைவள நாட்டுத் தமிழ் மருவி மலையாளமாக உருவெடுத்தது. டெல்லி சுல்தான்களின் ஆட்சிக்குப் பிறகும் நிலையான தமிழின அரசொன்று தமிழகத்தில் உருவாகாததால் சேரநாடு தனித்தீவாக மாறி அறவே வேறுபட்டுவிட்டது.

சுந்தரமூர்த்தி நாயனார்

மூன்றாம் சேரமான் பெருமாள் எழுப்பிய இந்தியாவின் முதல் மசூதி – வஞ்சி மாநகரம் [கேரளா]

கைலாயத்தில் சிவனின் தொண்டராக சுந்தரர் இருந்த போது இரு பணிப்பெண்கள் மீது காதல் கொண்டதால் மனிதப் பிறவியெடுக்க நேரிட்டது. சுந்தரர் காதல் கொண்ட பெண்களுள் ஒரு பெண் திருவாரூரில் பரவை நாச்சி யாராகவும், மற்றொரு பெண் திருவொற்றியூரில் சங்கிலி யாராகவும் பிறந்தனர்.

திருமுனைப்பாடி நாட்டின் திருநாவலூரில் ஆதிசைவர் குடியில் தோன்றிய சுந்தரரது திருமணத்தின்போது சிவபெருமான் வயதான வேதியர் உருக்கொண்டு அத்திருமணத்தை நிறுத்தி அவரைத் தம்முடைய அடிமையாக்கிக் கொண்டார். பின் பார்வதி யோடு தரிசனம் தந்து உண்மைநிலையை உணர்த்திய சிவனை வணங்கிய சுந்தரர்,

"பித்தா! பிறைசூடி! பெருமானே! அருளாளா!"

எனப் பாடலியற்றியதோடு தமிழக சிவாலயங்கள் பலவற்றையும் தரிசிக்கலானார். அதன் பொருட்டு சுந்தரர் மூன்று முறை கொங்கு நாட்டிற்கு வருகை புரிந்துள்ளார்.

முதல் பயணம்

ஈசனது திருவிளையாடலால் பரவை நாச்சியாரை திருவாரூரில் மணம் புரிந்து சிவதொண்டில் ஈடுபட்டு வந்த சுந்தரர் சோழநாட்டு சிவாலயதரிசனம் முடிந்த பிறகு காவிரிக்கரையிலுள்ள திருஈங்கோய் மலை, கொடுமுடி தலங்களிலுள்ள இறைவனைக் கும்பிட்டுப்பின் அவினாசியடைந்தார். சுந்தரரிடம் விளையாட விரும்பிய ஈசன் வேடன் உருவெடுத்து, அவினாசியிலிருந்து அகத்தியர் பூசித்த சிவலிங்கமுடைய துடிசை (கோவையை அடுத்த துடியலூர்) வரை வழிகாட்டிச் சென்று அங்கு விருந்து படைத்தார். விருந்து வைத்த இறைவனாதலால் துடிசை ஈசன் இன்றளவும் விருந்தீஸ்வரர் என்றே அழைக்கப்படுகின்றார். பின் துடிசை வழியே மேலைச் சிதம்பரம் எனும் பேரூரையடைந்தார். பேரூரில் பட்டீஸ்வரனும், பச்சைநாயகியம்மனும் பள்ளம் தோண்டி நாற்றுநடச் சென்று விட்டதால் இறைவனைக் காணாது திகைத்தார். நந்தி உதவிட இறைவனைக் கண்டறிந்து வணங்கிய சுந்தரருக்கு சிதம்பரத்தில் தான் நாட்டியமாடும் காட்சியை ஈசன் பேரூர் கனகசபையில் காட்டிட மனமகிழ்ந்து சுந்தரர் நாடு திரும்பினார்.

இரண்டாம் பயணம்

வஞ்சி மாநகரில் (கேரளாவின் கொடுங்கலூர்) ஆட்சி புரிந்து வந்த முதலாம் சேரமான் பெருமாள் நாயனார் சிறந்த சிவபக்தர். சுந்தரரது புகழ் கேட்டு திருவாரூர் அடைந்து அவருடன் இணைந்து பேரூருள்ளிட்ட பல்வேறு சிவாலயங்களை தரிசித்தவண்ணம் கொங்குநாடு வழியே தமது நாட்டுக்கு அழைத்துச் சென்றார். வஞ்சி மாநகரில் சேரனது குல தெய்வமான திருவஞ்சைக் களநாதரை வணங்கி,

''முடிப்பது கங்கையும் திங்களுஞ் செற்றது மூவெயில்
நொடிப்பது மாத்திரை நீறெழக் கணைநூறினார்
கடிப்பதும் ஏறுமென்றஞ்சு வன்திருக் கைகளால்
பிடிப்பது பாம்பன்றி இல்லையோ எம்பிரானுக்கே
முடிப்பது கங்கை'' என திருப்பதிகம் பாடினார்.

சேரநாட்டுப் பயணம் முடிந்து அவர் திருவாரூர் திரும்புகையில் திருமுருகன்பூண்டியருகே சிவனது பூதகணங்கள் வேடுவர் வேடம் பூண்டு சேரன் தந்திருந்த பரிசுப்பொருட்களைக் கொள்ளையடித்தன.

''கொடுகு வெஞ்சிலை வடுகவேடுவர் விரவலாமை சொல்லி''

எனப் பதிகம் பாடிய சுந்தரரை கூப்பிடுவிநாயகர் விளித்து, அழைத்துச் சென்று திருமுருகன் பூண்டிக் கோயிலில் அனைத்துப் பொருட்களும் திரும்பக் கிடைக்கச் செய்தார்.

மூன்றாம் பயணம்

சேரமானது அழைப்பேற்று வஞ்சி மாநகர் செல்ல விரும்பி மூன்றாம் முறையாகக் கொங்கிற்கு வந்த சுந்தரர், திருப்பொக் குளியூர் எனும் அவினாசியில் ஒரு வீட்டில் உபநயன நிகழ்ச்சியும், மறு வீட்டில் அழுகுரலும் கேட்டிட அது குறித்துக் காரணம் வினவினார். ஒரே வயதுடைய இரு சிறுவர்கள் அருகாமைக் குளத்தில் ஒன்றாகக் குளிக்கப்போன நிலையில் ஒருவன் மட்டும் முதலையிடம் சிக்கி உயிரை விட்டுவிட்டான். உயிர் தப்பிய சிறுவனுக்கு மங்கல ஒலியுடன் பூணூல் உபநயனம் ஒரு வீட்டில் நடக்க, மற்றொரு வீட்டில் அவர்களது மகன் உயிரிழந்த ஞாபகம் வந்திட சோக ஒலி கேட்டது. தண்ணீர் வற்றிப் போயிருந்த குளம்தேடி சுந்தரர் சென்று ''கரைக் கான் முதலையைப் பிள்ளை தரச் சொல்லு காலனையே'' என முடிவுறும் பதிகம் பாடினார். வற்றிய குளத்தில் நீர் நிரம்பி முதலை மீண்டும் தோன்றி முன்னர் விழுங்கிய சிறுவனை வெளியேவிட அவன் உயிர்ப் பெற்று மீண்டான்.

சுந்தரர் முதலை வாயிலிருந்து பாலனை மீட்டல்

தமது காலம் முடிவுறுவது உணர்ந்து நண்பன் சேரனை நாடி திருவஞ்சைக்களம் சென்ற சுந்தரரை யானை மீதமர்த்தி வரவேற்று உபசரித்தார் சேரமான் பெருமாள் நாயனார்.

''தலைக்குத் தலைமாலை அணிந்ததென்னே
சடைமேற் கங்கை வெள்ளந் தரித்ததென்னே
மனை வாழ்க்கையகற்ற''

எனப் பதிகம் பாடிய சுந்தரரை அழைத்துவர தேவர்களை வெள்ளை யானையுடன் அனுப்பி கைலாயத்திற்கு வரவைத்தார் ஈசன். தமது நண்பரை விட்டுப் பிரிய மனமில்லாத சேரமான் தமது குதிரை மீதேறி அவரைத் தொடர்ந்து கைலாயம் அடைந்தார். இவ்விருவர் மட்டும் கைலாயம் செல்வதறிந்து வருந்திய ஔவையை அமைதிப்படுத்திய சேரலம் (சேலம்) சுகவனேசுவரர் ஆலயப் பிள்ளையார், சுந்தரரும் சேரமானும் கயிலை சேருமுன்பே தமதருளால் ஔவையை ஈசனிடம் கொண்டு சேர்த்தார்.

முதலாம் சேரமான் பெருமாள் நாயனார் பழனிக் கோயிலைக் கட்டியவர். தென்னகத்தின் பெரும்பாலான சிவாலயங்களைத் தரிசித்துத் திருப்பணி பலபுரிந்து 63 நாயன்மார்களுள் ஒருவராகத் திகழ்ந்தவர். இதனால் சுந்தரருடன் சேரமானுக்கும் பேரூர்த் திருக்கோயிலின் உட்பிரகாரத்தில் சிலையமைக்கப்பட்டுள்ளது. சேரமானுக்கு வருடாவருடம் அவரது வழித்தோன்றல்களான சேரகுல வேளாளர்கள் இன்றளவும் அவர் பிறந்த நட்சத்திரத்தன்று குருபூசை செய்து வருகின்றனர். கேரள கவர்னராக மேதகு. ஜோதி வெங்கடாசலம் அம்மையார் பொறுப்பேற்றிருந்த சமயம் காஞ்சி தொண்டைமண்டல ஆதீனம் ஸ்ரீலஸ்ரீ ஞானப்பிரகாச தேசிக பரமாச்சாரிய சாமிகள் அருளாசியுடன் திருவஞ்சைக்களப் பதிகங்களை கோவை சேக்கிழார் திருக்கூட்டத்தினர் மூலம் திருவஞ்சைக் களத்தில் 6.8.1981-ல் தமிழில் கல்வெட்டுகளாகப் பதியவைத்தார்.

வேளாளர் குடியேற்றம்

முற்காலச் சோழர்களில் கரிகால் சோழனுக்குப்பிறகு சோழரது வம்சம் சிறிது சிறிதாக வலுவிழந்தது. அவர்களது முக்கியத் துறைமுகப் பட்டினமான காவிரிப்பூம்பட்டினம் கடல்கொள்ளப்பட்டதும், களப்பிரர்களது எழுச்சியும் சோழரை வீழ்த்தியது. இரு சிற்றரசுகளாகச் சிதைந்த சோழர்கள் கும்ப கோணத்தையடுத்த பழையாறையையும், உறையூறையும் தமது அரசிருக்கையாகக் கொண்டு ஆண்டு வந்தனர்.

கி.பி. எட்டாம் நூற்றாண்டில் சேர வம்சத்தின் இறுதிப் பரம்பரையினர் ஆண்டபொழுது உறையூர்ச் சோழனது மகளை சேரமானுக்கு மணமுடித்துக் கொடுத்தனர். மகளுக்கு சீதனமாய் பல்வேறு பரிசில்களைக் கொடுத்ததோடு பூர்வத்தில் தொண்டை மண்டல வேளாளரெனப் பெயர் பெற்ற நற்குடி. 48000 வேளாளரில் 8000 பேரையும் மகளுடன் சோழன் அனுப்பினார்.

அந்நாளில் கொங்கு வஞ்சி என்றழைக்கப்பட்ட சேரர்களது முக்கிய நகரமான தாராபுரத்தின் சுற்றுவட்டாரங்களிலும் சேர, சோழ நாடுகளையிணைக்கும் பெருவழிப் பாதைகளின் முக்கிய நிலைகளிலும் அவர்கள் நிலைபெற்று கள்வர் தொல்லைக்கு முற்றுப்புள்ளி வைத்தனர்.

பின்னர், ஏற்கனவே இருந்த நாடுகளின் வேளாளரோடு இணைந்து கொங்கு இருபத்து நான்கு நாடுகளை விரிவுபடுத்தி, காடழித்து கழனியாக்கி வேளாண்மை புரியலாயினர். கொங்கு நாடு நொய்யல், அமராவதி, பவானி போன்ற நதிக்கரையோரங்கள் தவிரப் பெரும்பாலும் வனமாகவோ, வறண்டோதான் காணப் பட்டது. காவிரி பாயும் தஞ்சை சமவெளி, வைகை பாயும் மதுரை, தாமிரபரணி பாயும் நெல்லை, ஏரிப்பாசனமிகு தொண்டை மண்டலம் போலல்லாது ஒரு வேறுபட்ட சூழலே கொங்கு நாட்டில் காணப்பட்டது.

கொங்கு நாடுவாழ் வேளாளர்கள் தமது கடின உழைப்பால் கிணறுகள் வெட்டி வறண்ட தரிசு நிலங்களையெல்லாம் கழனி களாக மாற்றினர்.

கொங்கு 24 நாடுகளும், அவற்றின் தலைநகரங்களும் சேர நாட்டை தமிழகத்துடன் இணைக்கும் பெருவழிப் பாதைகளின் பாதுகாப்பு அரண்களாக மட்டுமல்லாது, வேளாண் உற்பத்தி மையங்களாகவும், வணிகத்தலங்களாகவும் மாறின.

பிற்காலத்தில் இவ்விருபத்தி நான்கு நாட்டு பிரிவுகளுக்கும் பழைய கோட்டை பட்டக்காரர், காங்கேயம் பல்லவராயர், காடையூர் மன்றாடியார், சங்கராண்டம்பாளையும் வேணாடுடையார் வம்சங்கள் முதன்மையானவையாக விளங்கின.

சேரனுக்கு வில் - அம்பு. சோழனுக்குப் புலி, பாண்டியனுக்கு மீன் போன்று கொங்கு நாட்டிற்கு அன்னம் சின்னமாகவும், மேழிக் கொடியாகவும் விளங்கியது. மூவேந்தர்களது வலு குன்றிய சமயங்களிலெல்லாம் கொங்கு நாடு தனியுரிமை பெற்று விளங்கியது.

கொங்கு 24 நாடுகள்

*சொல்லஅரி தானபூந் துறைசைதென் கரைநாடு
தோன்றுவா ரக்கநாடு
தோவாத பொன்கலூர் நாடுதிகழ் ஆறை அளி
தோய்ந்தவா ரக்கநாடு

வல்லமை செறிந்ததிரு வாவிநன் குடிநாடு
மணநாடு தலையநாடு
வரதட்டை பூவாணி அரையநாடு ஏடுவங்கம்
வடகரை கிழங்குநாடு

நல்லுருக் காநாடு வாழவந் தியும்அண்ட
நாடுவெங்காலநாடு
நாவலர்கள் சொல்கா வடிக்காநாடு ஆனைமலை
ராசிபுர நாடுநிதமும்

இல்லறம் வளர்ந்துதவு மல்குகாஞ் சிக்கோயில்
இயல்செறி குறுப்புநாடு
இனியபுகழ் சேர்கொங்கு மண்டலம் தனியான
இருபத்துநான்கு நாடே.

1. பூந்துறைநாடு
2. தென்கரைநாடு
3. காங்கேயநாடு
4. பொன்கலூர்நாடு
5. ஆறைநாடு
6. வாரக்கநாடு
7. திருவாவிநன்குடிநாடு

* கொங்குநாடு - புலவர். முத்துசாமிக்கோனார் (பக். 227 - 228).

8. மணநாடு
9. தலையநாடு
10. தட்டயநாடு
11. பூவாணியநாடு
12. அரையநாடு
13. ஒடுவங்கநாடு
14. வடகரைநாடு
15. கிழங்குநாடு
16. நல்லுருக்காநாடு
17. வாழவந்திநாடு
18. அண்டநாடு
19. வெங்காலநாடு
20. காவடிக்காநாடு
21. ஆனைமலைநாடு
22. இராசிபுரநாடு
23. காஞ்சிக்கோயில்நாடு
24. குறுப்புநாடு

13. பாணர்கள் (எ) வாணர்கள்

பாணர்கள் (எ) வாணர்கள்

தமிழகத்தின் எல்லையான திருப்பதி மற்றும் காளஹஸ்தி பகுதிகளுக்கு வடக்கே அரசாண்டு வந்தவர்கள் ''பாணர்'' எனவும் அவர்களது நாடு ''பெரும்பாணப்பாடி'' எனவும் அழைக்கப்பட்டது.

இவ்வரசின் மூன்று புறமும் வாதாபி சாளுக்கியர், தலைக்காடு - குவலாளபுரம் கங்கர்கள், காஞ்சிப் பல்லவர் எனப் பேரரசு களால் சூழப்பட்டு இருந்ததால் பாணர்களால் பேரரசு எதையும் உருவாக்க முடியவில்லை. இவர்கள் தனித்தியங்கிய காலத்தைவிட இம் மூன்று பேரரசுகளுள் ஒன்றிற்கு அடங்கிய சிற்றரசாகத் திகழ்ந்த காலமே அதிகம்.

கங்கப்பேரரசனான ஸ்ரீபுருஷ கொங்கணி மஹாதிராசன் எனும் மூன்றாம் கொங்கணி வர்மன் பல்லவப் பேரரசனான இரண்டாம் நந்திவர்மன் மீது படையெடுத்து வென்றான். ஆனால் பாணரது துணை கிடைத்ததால் இரண்டாம் நந்திவர்மன் வலுப்பெற்று மூன்றாம் கொங்கணிவர்மனைத் தோற்கடித்துக் கங்கபாடி - 6000 (தகடூர் உள்ளிட்டவை) எனும் பகுதிகளைக் கைப்பற்றி அவற்றை தமக்கு உதவிய பாண

இளவரசன் ஜய நந்திவர்மனிடம் ஒப்படைத்து அரசாண்டு வர அனுமதித்தார். ஆனால் கங்கர்கள் சிவராமராயனின் இறுதிக்காலத்தில் அவரது பேரன் ப்ரிதிவி கொங்கணிவர்மன் தலைமையில் மீண்டும் வலுப்பெற்றபோது பாணர்கள் பல்லவர்களைக் கைவிட்டு கங்கரது மேலாட்சியை ஏற்றனர். தகடூராண்ட பாணர் குலமன்னர்களுள் மாவல்லி வாணாதிராயரே தலைசிறந்தவர். இவருக்குப் பின் வந்த பாண மன்னர்களுக்கு திறமையில்லாததால் தகடூர் உரிமை நுளம்பர் வசம் சென்றது. இதனால் பாணர் தமது ஆந்திரப் பகுதிக்கே திரும்பிச் சென்று காளஹஸ்தியின் வடபகுதியை மட்டும் ஆளலாயினர்.

பாணர்களின் இறுதி மன்னனான மூன்றாம் விக்ரமாதித்தன் கங்கர்களைக் கைவிட்டு இராஷ்டிரகூட மூன்றாம் கிருஷ்ணனுடன் உறவு பூண்டார். இரண்டாம் பிரிதிவிபூதி பராந்தகசோழரது உதவி பெற்று வாணமன்னன் மூன்றாம் விஜயாதித்தனைத் தோற்கடித்து ''வாணாதிராயன்'' எனும் பட்டம் பெற்றார். இத்துடன் வாண நாடும் சோழப் பேரரசுடன் இணைக்கப்பட்டது.

நுளம்பர்கள்

பாணர்கள் தமிழக - ஆந்திர எல்லையைப் பூர்வீகமாகக் கொண்டதுபோல நுளம்பர்கள் கர்நாடக - ஆந்திர எல்லையைப் பூர்வீகமாகக் கொண்டவர்கள். இவ்வம்சத்தின் மஹேந்திர நுளம்பன் கி.பி. 873-ல் தகடூராண்டு வந்த பாணர்களைத் தோற்கடித்துத் தகடூரைக் கைப்பற்றியபோது தகடூர் நாடு ''நுளம்ப பாடி'' எனப் பட்டு பஞ்சவன் பிரமாதிராயன் எனும் படைத்தலைவர் பொறுப்பில் விடப்பட்டது. அதியமான் கோட்டையைத் தலைநகராய்க் கொண்டு இவ்வரசன் அரசாண்டதால் அவ்வூர் ''மகேந்திரமங்கலம்'' என அழைக்கப்பட்டது.

முதலாம் இராசராசசோழனது ஆட்சியில் கங்கப்பேரரசின் தடிகைபாடி, நுளம்பபாடி, கங்கபாடி ஆகியவை சோழரால் கைப்பற்றப்பட்டு பஞ்சவன் பிரமாதிராயன் எனும் படைத்தலைவர் பொறுப்பில் விடப்பட்டது. இதனால் தமது தனித்துவத்தை இழந்த நுளம்பர்கள் சிலகாலம் சோழர்தம் சிற்றரசர்களாகவும், படைத் தலைவர்களாகவும் திகழ்ந்து பின் வரலாற்றிலிருந்து படிப்படியாய் மறைந்து போயினர். சோழர் காலத்தில் நுளம்பபாடி ''நிகரிழி சோழமண்டலம்'' எனப்பட்டது.

சோழமன்னர்களுள் முதலாம் இராசராசன் காலம் முதல் முதலாம் குலோத்துங்கன் காலம் வரையிலும் தகடூர் பகுதி கோயில்களுக்கு சோழர்கள் புரிந்த திருப்பணிகள் குறித்த கல் வெட்டுகள் பல கிடைத்துள்ளன. முதலாம் குலோத்துங்கனது படைத்தலைவனாக வீர ராஜேந்திர அதியமான் பணியாற்றினார்.

சோழர்களாட்சியின் இறுதியில் கடையேழு வள்ளல்களுள் ஒருவரான அதியமானின் பரம்பரையினருக்கு முக்கியத்துவம் தரப் பட்டு தகடூரின் சிற்றரசர்களாக்கப்பட்டனர்.

இந்த பிற்கால அதியமான்களுள் முக்கியமானவரான ''விடிகாதழகிய பெருமாள்'' மூன்றாம் குலோத்துங்கன் காலம் முதல் மூன்றாம் இராசராசன் காலம் வரை சோழ சிற்றரசராகத் தகடூரையாண்டுள்ளார்.

14. பிற்காலச் சோழர்கள்

விஜயாலயன் (கி.பி. 850 – 871 வரை)

தனது பெயருக்கேற்றபடி சோழவம்ச வரலாற்றில் வெற்றி தேவதையைச் சோழர் பக்கம் திருப்பிய வெற்றிவீரர். கி.பி. 836-ல் நடைபெற்ற தெள்ளாற்றுப்போரில் பல்ல வருடனிணைந்து சோழர் வென்றாலும் கி.பி. 859-ல் கும்பகோணப்போரில் பாண்டியன் ஸ்ரீமாற வல்லபனிடம் தோற்றனர். ஆனாலும் அரிசிலாற்றங்கரைப்போரில் நிருபதுங்க பல்லவரிடம் ஸ்ரீமாற வல்லபன் தோற்றதோடு இலங்கையின் உள்விவகாரங்களில் தலை யிட்டு தனது கவனத்தை திசை திருப்பியபோது, விஜயாலயன் தமது ஆற்றல் முழுவதையும் ஒருங்கிணைத்து முத்தரையர்களைத் தோற் கடித்து, தஞ்சையையும் கைப்பற்றி, பிற்காலச் சோழர்களுக்கு அடிக்கல் நாட்டினார். சிற்றரசாக சுருங்கிக் கிடந்த சோழராஜ்யத்தைப் பேரரசாக்கக் கனவு கண்டார். எனினும் ஓரிரு தலைமுறை களுக்கு சோழர்கள் பொறுத்திருக்க வேண்டி யிருந்தது. பல்லவர்க்கடங்கிய சிற்றரசராக இருந்தாலும் மிக்க வலிமை பெற்றிருந்தார் விஜயாலயன். தமது வாழ்நாளின் இறுதியில் தமது மகனான ஆதித்த சோழனுக்கு அரசுப் பட்டம் சூட்டினார்.

ஆதித்தசோழன் (கி.பி. 871 – 907 வரை)

ஆதித்தசோழன் பல்லவ இளவரசி திரிபுவன மாதேவியையும், இராஷ்டிரகூடப் பேரரசனின் மகளான இளங்கோப் பிச்சியையும் திருமணம் புரிந்தார். பல்லவர்களின் பரமவைரிகளாகக் கருதப்பட்ட பாண்டியர்கள், பல்லவர்களின் உட்பூசல்களில் தலையிட்டு நிருபதுங்க பல்லவனை ஆதரித்தனர். நிருபதுங்கனுக்கும், அபராஜிதப் பல்லவனுக்கும் இடையே அரியணைப் போட்டி தோன்றியது. அபராஜிதனை சோழ சிற்றரசனான ஆதித்த சோழனும், கங்க மன்னன் பிரிதிவிபூதியும் மட்டுமே ஆதரித்தனர். கி.பி 880-ல் தமிழக வரலாற்றை அடியோடு மாற்றியமைத்த திருப்புறம்பியப் போரில் அபராஜிதபல்லவன், ஆதித்தசோழன் மற்றும் தனது பாட்டன் முறையிலான கங்க மன்னன் முதலாம் பிரிதிவிபூதி துணைகொண்டு பாண்டியரை எதிர்கொண்டார். கும்பகோணத்திற்கு 5 கல் வடமேற்கேயிருந்த திருப்புறம்பியத்தில் நடைபெற்ற அப்போர் மிகக் கடுமையாகவும், இரு தரப்புக்கும் பெருத்த சேதத்தையும் விளைவித்தது. எனினும் ஆதித்த சோழனும், கங்கப் பிரிதிவிபூதியும் தமது வலிமையால் வரகுணபாண்டியனைக் கடுமையாகத் தாக்கித் தோல்வியுறச் செய்தனர். இப்போரில் கங்கப் பிரிதிவிபூதி வீரமரணம் எய்தி, திருப்புறம்பியத்தில் நடுகல் கோயிலாக மாறினார். இப்போருக்குப்பின் பாண்டவர் வலிமை முற்றிலும் அடங்கிவிட, பல்லவரது பலவீனமும் வெளிப்பட்டது. அபராஜிதப் பல்லவனால் வலுகுன்றிய நிலையில் பரந்துகிடந்த பல்லவப் பேரரசைக் கட்டியாள முடியவில்லை. தமது வலிமையை

காங்கேயம் பல்லவராயர்கள்

*பிற்காலச் சோழ பரம்பரையைத் தோற்றுவித்த விஜயாலயரின் மகனான முதலாம் ஆதித்த பல்லவரிடமிருந்து முழுக்க விடுபடுவதோடு, சோழப் பேரரசை உருவாக்கவும் விரும்பினார். இவரது விருப்பத்திற்குத் தடையாக விளங்கியவர் பல்லவப் பேரரசனான அபராஜிதவர்ம பல்லவன், இவ்விருவருக்குமிடையே ஏற்பட்ட போரில் யானை மீதிருந்து போர் புரிந்து வந்த அபராஜிதன் தலை வெட்டப்பட்டு, சோழர்கள் பெருவெற்றியடைந்தனர். இப்போரில் பல்லவனை முறியடிக்க சோழர்களுக்கு, கொங்கு நாட்டு லிங்கையன் பேருதவிகள் புரிந்ததால், லிங்கைய பல்லவராயர் எனும் பெயர்பெற்று அவரது வம்சத்தார்கள் காங்கேயம் காணியாட்சி பெற்று கொங்கு நாட்டுப் பட்டக்காரர் ஆனார்கள்.

---

* பாளையப்பட்டுக்களின் வம்சாவளி - தொகுதி I - (பக். 86 - 87).

நிலைநாட்டவும், சோழச் சிற்றரசின் மீதான தமது மேலாண்மையைக் காட்டவும் சோழர்மீது படையெடுத்தார். ஆனால் அப்போரில் தோற்று பல்லவன் உயிரிழக்கத் தொண்டை மண்டலம் முழுக்க ஆதித்தசோழன் வசம் வந்தது. பிறகு ஆதித்த சோழனை பல்லவ ரோடு தாங்கள் கொண்டிருந்த உறவின் காரணமாகக் கங்கர்கள் எதிர்த்ததால் தலைக்காடு மீது ஆதித்தர் படையெடுத்துக் கங்க நாட்டையும், அவர்கள் வசமிருந்த கொங்குப் பகுதிகளையும் கைப் பற்றினார். பின்னர் செம்பியன் தமிழ்வேள் எனும் விக்கியண்ணன் தலைமையில் படையனுப்பிப் பாண்டியர் கைப்பற்றியிருந்த கொங்குப் பகுதிகளைச் சோழர் கைப்பற்றினர்.

ஆதித்தசோழன் தாம் பெற்ற வெற்றிகளின் நினைவாகக் கொங்குநாட்டில் கிடைத்த பொன் கொண்டு சிதம்பரம் நடராஜர் ஆலயத்திற்குப் பொன் வேய்ந்தார். அத்துடன் நில்லாது காவிரிக் கரை நெடுக சிவாலயங்கள் பல எழுப்பினார்.

முதலாம் பராந்தக சோழன் [கி.பி. 907 – 955 வரை]

ஆதித்த சோழனுக்குப்பின் ஆட்சிக்கு வந்த அவரது மகனான முதலாம் பராந்தகன், சேரனது மகளான கோக்கிழானடிகளை மணந்து உறவைப் புதுப்பித்தார். சோழர்குலத்தின் நெருங்கிய உறவினரும் விஜயாலயன் காலந்தொட்டு நட்புப்பாராட்டி வருபவர்களுமான கொடும்பாளூர் வேளாளர் குடும்பத்தில் தமது இளவரசி அனுபமாவை மணம் செய்வித்து, சோழ இளவலுக்கு கொடும்பாளூர் இளவரசி பூதி ஆதிச்ச பிடாரியை பெண் எடுத்தார். அத்துடன் வடகொங்கு ஆட்சியுரிமையை கொடும்பாளூர் வேளாளர் வம்சத்திடம் ஒப் படைத்ததாகக் கருதப்படுகிறது. திருப்புறம்பியப் போரில் வீர மாணம் அடைந்த கங்கப் பிரிதிவிபூதியின் மைந்தனான 2-ம் பிரிதி விபூதி பராந்தகனிடம் வலிய நட்புப் பாராட்டி அவரது மேலாண் மையை ஏற்றதோடு சோழரது பல போர்களிலும் பங்குபெற்று உற்ற நண்பராக விளங்கினார். பராந்தகர் சேர வம்சத்தில் தமது மைத்துனருள் ஒருவருக்கு தென்கொங்கைக் கொடுத்து ஆள வைத்ததால் கொங்குச்சேர பரம்பரை அல்லது வீரகேரள மரபும் துவங்கியது எனக் கருதப்படுகிறது.

இலங்கையின் படையெடுப்பு

மதுரையை ஆண்டுவந்த இரண்டாம் இராசசிம்ம பாண்டியன் சோழரோடு போரிட்டுத் தோற்றார். எனினும் இலங்கை மன்னன் ஐந்தாம் கசபனிடம் படைஉதவி பெற்றார். சக்கன் எனும்

கொடியகுணம் படைத்த தளபதி தலைமையில் தமிழகத்தினுள் நுழைந்த சிங்களப்படையைச் சோழர் சிதறடித்தனர். போரில் தோற்ற இராசசிம்மன் இலங்கைக்கு ஓடி தஞ்சம் புகுந்தான். தமது மணிமுடியையும் இலங்கையரசன் பாதுகாப்பில் விட்டான். இது கண்டு பொறுக்காத பராந்தகர் கொங்கு, சோழ, கொடும்பாளூர் படைகளை இலங்கைக்கனுப்பி மணிமுடியைத் தமிழகம் கொணர முயன்றார். சோழர்படை பெருவெற்றி பெற்றாலும், காடுகள் மிக்க இலங்கையில் மணிமுடியைக் கைப்பற்ற முடியாது திரும்பி வந்தது. இதன் பின்னர் பாணர், வைதும்பர், சாளுக்கியப் படைகளைத் தோற்கடித்தார். பராந்தகன் தமது இன்னொரு மகள் வீரமா தேவியை இராஷ்டிரகூட நான்காம் கோவிந்தனுக்கு திருமணம் செய்துவைத்து நட்புப் பராட்டினார். இராஷ்டிரகூட பங்காளி களுக்குள் ஏற்பட்ட போட்டி காரணமாய் நான்காம் கோவிந்தன் பதவியிழந்து அவரது தாயாதி மூன்றாம் கிருஷ்ணன் பதவிக்கு வந்தார். அதே சமயம் சோழரது நண்பரான 2-ம் பிரிதிவிபூதி மறைய அவரது அரசிருக்கையை பூதுகன் ஏற்று கங்க மன்னன் ஆனான். இவர் மூன்றாம் கிருஷ்ணனின் தங்கையை மணந்தவர். இவ் விருவரும் ஒருசேர்ந்து பராந்தகன் மீது படையெடுத்தனர். கி.பி. 949-ல் காஞ்சிக்கு வடக்கே பராந்தகனின் மூத்த புதல்வனான இராசாதித்தன் தமது படைத்தலைவனான சேரநாட்டு வெள்ளாண் குமரனோடு தக்கோலத்தில் எதிர்த்தார். ஆனால் துரதிர்ஷ்டவசமாக இராசாதித்தன், பூதுகன் அம்புபட்டு யானை மீதிருந்து உயிர் துறக்க, சோழர் தாம் கைப்பற்றியிருந்த பாண நாடு, நுளம்ப நாடு, கங்கநாடு, தொண்டை மண்டலம் எனப் பலவற்றையும் இழந்தார்கள். மீண்டும் வலிமைபெற்ற கங்கர் கொங்குப் பகுதிகளை கைப்பற்ற ஆரம்பித்தனர்.

கண்டாரதித்தன் [கி.பி. 949 – 956]

முதலாம் பராந்தகருக்குப்பின் அவரது இரண்டாம் மகனான சோழியர்வேள் கண்டராதித்தன் பதவிக்கு வந்தார். இவரும் இவரது மனைவியான செம்பியன் மாதேவியும் புகழ்பெற்ற சிவ பக்தர்கள். சோழியர் கோன் எனவும் இவர் புகழ் பெற்றார். இவருக்கு மதுராந்தகன் எனும் மகன் பிறந்தான். சிவபக்தியில் மிஞ்சிய இவரால் பாண்டியநாடு தம்மை விட்டுப் பிரிந்து சென்றதைத் தடுக்க முடியவில்லை.

அரிஞ்சய சோழன் [கி.பி. 956 – 957]

கண்டாரதித்தருக்குப்பின் அவரது மகன் மதுராந்தகன் சிறுவனாதலால், அவரது தம்பியான பராந்தகருக்கும், சேர

இளவரசிக்கும் பிறந்த அரிஞ்சய சோழர் பட்டத்துக்கு வந்தார். எனினும் தொண்டை மண்டலத்தைக் கைப்பற்றும் முயற்சியில் அரிஞ்சயர் போரில் உயிரிழக்கவே அவரது மகனான இரண்டாம் பராந்தகன் எனும் சுந்தரசோழர் பட்டமேறிட நேரிட்டது.

சுந்தரசோழர் [கி.பி. 957 – 973]

இவர் தாம் பதவியேற்ற குறுகிய காலத்திற்குள்ளேயே பாண்டியர் எதிர்ப்பைச் சந்திக்க வேண்டி வந்தது. கொடும்பாளூர் பராந்தக சிறிய வேளாண், தமது மகன் ஆதித்தன், தொண்டை நாட்டுப் பார்த்திபேந்திர பல்லவன் தலைமையில் படையனுப்பினார். பாண்டியன் தோற்று இலங்கைக்கு ஓட சோழரது படை கொடும்பாளூர் பராந்தக சிறிய வேளாண் தலைமையில் துரத்திச் சென்றது. ஆனால் இலங்கைப் படையின் கடும் எதிர்ப்பால் கொடும்பாளூர் தலைவன் தனது இன்னுயிரை இழந்து சோழரது மானம் காத்தான். அதன்பின் நடைபெற்ற மற்றொரு போரில் பராந்தக சிறிய வேளாணின் மகனான பூதிவிக்கிரம கேசரியும், பட்டத்து இளவரசன் இரண்டாம் ஆதித்தனும் தலைமை தாங்கிப் பெரு வெற்றி கண்டனர். இப்போரில் வீரபாண்டியன் தலை வெட்டப்பட்டது. பின் வீரபாண்டின் முடித்தலை கொண்ட கோப்பரகேசரி எனும் பட்டம் பெற்று காஞ்சியில் வடபகுதி சேனைக்குத் தலைமை வகித்து வந்த இரண்டாம் ஆதித்தன் தமது தந்தை சுந்தரசோழருக்கென ஒரு பொன்மாளிகை கட்டினார்.

ஆனால் கி.பி. 969-ல் காஞ்சியில் பட்டத்து இளவரசனான இரண்டாம் ஆதித்தன் பாண்டிய ஆபத்துதவிகளால் கொல்லப்பட்டார். இதனால் மனமுடைந்துபோன சுந்தர சோழன் தமது இறுதி நாளில் உலகப்பற்றை விடுத்து அப்பொன் மாளிகையில் மகன் நினைவாய் வாழ்ந்து உயிர்நீத்தார்.

மதுராந்தகசோழன் [கி.பி. 973 – 986]

சுந்தரசோழனுக்குப் பிறகு அவரது மகனான இராசராசன் ஆட்சிக்கு வரவில்லை. அதற்குப் பதில் சுந்தரசோழனுக்கு முன் ஆட்சிபுரிந்த கண்டராதித்த சோழனின் மகனான மதுராந்தக சோழன் பட்டமேறினார். சிறந்த சிவபக்தரான இவரது காலத்தில் பெரும்பாலும் அமைதி நிலவியது.

முதலாம் இராசராசன் [கி.பி. 985 – 1010]

பிற்காலச் சோழர்களின் ஆட்சியில் தமிழரால் கடல் பலகடந்து வெற்றிகள் பல குவிக்க முடியும் என உலகிற்கு முதலில் நிரூபித்த மாபெரும் வீரரான இராசராசனின் பொற்கால ஆட்சி மதிப்பிட முடியாதது. பொதுமக்கள், போர்வீரர்கள், அரசப்பிரதி நிதிகள் என அனைவர் ஆதரவும் தனக்கு இருந்தபோதும் தனது ஒன்றுவிட்ட சகோதரனான உத்தமச் சோழனுக்குத் தானே வலிய வந்து ஆட்சிப்பொறுப்பை ஒப்படைத்திருந்தார். உத்தமச்சோழனின் மறைவுக்குப்பின் இவர் அரசுப் பொறுப்பேற்றபொழுது சோழ சாம்ராஜ்யத்தின் எல்லா முனைகளிலும் அரசியல் கொந்தளிப்பு ஏற்பட்டிருந்தது. சேரர், பாண்டியர், இலங்கை வேந்தர், சாளுக்கியர், கங்கர், நுளம்பர் என ஒவ்வொருவரும் சோழரை வீழ்த்துவதையே தமது பொதுக் குறிக்கோளாகக் கொண்டு செயல்பட்டு வந்தனர். இவர்களது செயல்கள் சோழரது ஆதிக்கத்தை வேரோடு அழிக்கவும் முயன்றன. ஆனால் இராசராசன் பொறுப்பேற்ற உடனேயே தன்னையும், நால்வகை சேனையையும் தயார்படுத்திப் பாண்டியன் அமரபுயங்கன் மீது பாய்ந்தார். அமரபுயங்கன் தோற்றாலும் சேரரோடு இணைந்து மீண்டும் எதிர்த்தார். சேரநாட்டின் தலைநகரான

பழையகோட்டைப் பட்டக்காரர்

பழையாறையை மையமாகக் கொண்டு முத்தரையர்களோடு தொடர்ந்து போர்புரிந்து வந்த சோழப்பரம்பரையினரில் விஜயாலய சோழன் தஞ்சையை முத்தரையரிடமிருந்து கைப்பற்றி பிற்காலச் சோழப்பரம்பரைக்கு அடித்தளமிட்டார். தொடர்ந்து வெற்றிப் பாதையில் பீடுநடைபோட்ட சோழர்களுக்கு ஆட்சியதி காரத்தைவிட, இறைபக்தியில் நாட்டமிகுந்து, சிறந்த சிவநெறிச் செல்வராக விளங்கிய உத்தமசோழர் காலத்தில் பின்னடைவு ஏற்பட்டது. கொங்கின் மீது படையெடுத்து வந்த உத்தம சோழரை யெதிர்க்க பாண்டியன் தனக்குதவுமாறு கொங்குப் படையை நாடினார். கரியான் சர்க்கரையெனும் கொங்குத் தலைவனின் படை உத்தம சோழரை முறியடித்தது. இதனால் மனமகிழ்ந்த பாண்டியன், கரியான் சர்க்கரைக்கு காரையூர் (காங்கேயமருகே) பழைய கோட்டை நாட்டையும், ''காமிண்ட நல்ல சேனாபதி'' எனும் பட்டத்தையும் நல்ல வழங்கி கொங்கு நாட்டின் முதன்மைப் பட்டக்காரராகவும் ஆக்கினார். கரியான் சர்க்கரை மரபினர் சிறந்த போர்த்திறம் மிக்கவர்களாக மட்டுமின்றி, அறநெறிச் செல்வர்களாகவும், ஆநிரை போற்றுபவர்களாகவும், புலவர்களை ஆதரிக்கும் புரவலர் களாகவும் திகழ்ந்தார்கள்.

திருவனந்தபுரத்திற்குச் சோழர்படை விரைந்து சென்று தாக்கி, அதன் கடற்கரைப்பட்டினமான காந்தளூர்ச்சாலையின் கடற்படையையும் முறியடித்துச் சேரனைத் தோற்கடித்தது. காந்தளூரிலிருந்த கல்விச்சாலை நெறிகள் மாற்றப்பட்டது. சேரன் பாஸ்கரரவி வர்மன் திருவடி பயந்து கொல்லத்திற்கு ஓடி அங்கும் சோழருடனான போரில் தோற்றார். சோழர்கள் முசிறி (கொடுங்கலூர்) கைப்பற்றிப் பின் குடநாட்டைத் தாக்கிக் கைப்பற்றினர். இதன் முக்கியப் படைத்தலைவனுக்குச்[1] **"சத்திரிய சிகாமணி கொங்காள்வான்"** பட்டம் கொடுக்கப்பட்டது. தளபதி பொறுப்பேற்று படைநடத்திய இராசேந்திரனுக்கு பஞ்சன் மாராயன் எனும் பட்டத்தை வழங்கினார்.

இலங்கையின் ஐந்தாம் மகிந்தன் சோழரது பகைவர்களை ஆதரித்து நின்றதால், சோழப்படைகள் இலங்கையைத் தமது பலமிக்க கடற்படை மூலம் கடல் கடந்து தாக்கின.

இலங்கைத் தலைநகர் அநுராதபுரம் தாக்கி அழிக்கப்பட்டு, மற்றொரு முக்கிய நகரான பொலன்னருவா, ஜனநாத மங்கலம் எனப் பெயர் மாற்றம் செய்யப்பட்டு இராசராசேச்சுரம் எனும் அழகிய சிவன்கோவில் கட்டப்பட்டது.

இதன்பின்னர் இராசேந்திர சோழன் தலைமையில் கிளம்பிய கிட்டத்தட்ட பத்து லட்சம் பேர் அடங்கிய மாபெரும் சேனைமுன் தடிகைபாடி, நுளம்பபாடி, (சேலம், தருமபுரி, கிருஷ்ணகிரி மாவட்டங்கள்) கங்கபாடி உள்ளிட்ட ஒட்டுமொத்த கங்கநாடும் பணிந்து சோழனின் கீழ்வந்தது. தலைக்காடு கைப்பற்றப்பட்டது. இறுதியாக கி.பி. 1007-ல் சாளுக்கியத் தலைநகர் கல்யாணியும் வீழ்ந்தது.

இப்போர்களின் மூலம் தென்னகத்தின் முக்கால் பாகம் சோழர்களின் ஆட்சியின் கீழ்வந்தது. ஒப்பற்ற கடல் வலிமையால் முந்நீர்ப்பழந்தீவு பன்னீராயிரமும் கைப்பற்றப்பட்டது. கடல் கொள்ளையர் இந்துமாக்கடலில் நுழையவே தயங்கி நிற்குமளவு சோழரது கடற்படை வலிமைவாய்ந்து விளங்கியது. வங்காள விரிகுடா சோழர்களது ஏரியாகக் காட்சியளித்தது.

தமது உயரிய சைவப் பற்றை உலகோர் வியக்குமாறும், கால வெள்ளத்தால் அழிவுறாது என்றென்றும் புகழோடு திகழுமாறும் தஞ்சைப் பெரிய கோயிலைக் கட்டினார் இராசராசசோழன்.

1. சோழர் வரலாறு - Dr. மா. இராசமாணிக்கனார் (பக். - 184).

முதலாம் இராசேந்திரசோழன் [கி.பி. 1012 – 1044]

கொங்குநாட்டை முதலாம் விக்ரமசோழன் ஆண்ட கி.பி. 1004 முதல் 1045-க்குட்பட்ட காலத்தில் சோழப் பேரரசராகப் பதவி வகித்தவர் இராசேந்திர சோழன் கி.பி. 1012 - 1044. இவர் தமது அரிய வெற்றிகளின் மூலம் சோழரது புலிக்கொடியை வடமாநிலங்களிலும், கடல் கடந்த நாடுகளிலும் படரவிட்டவர்.

தமது நம்பிக்கைக்குரிய கொங்கு சோழர், கொடும்பாளூர் வேளிர் உள்ளிட்ட சிற்றரசர்கள் மற்றும் ஆற்றல்மிகு மகனான இராசாதிராசன் தலைமையில் நாட்டு நிர்வாகத்தை ஒப்படைத்துத் தாமே நேரடியாகப் பேரரசைப் பெருக்குவதில் பேரார்வம் கொண்டார். அவற்றுள் கங்கைப் படையெடுப்பு முக்கியமானது. ஆந்திர, கர்நாடக தேசங்கள் தாண்டி, கோதாவரி கடந்து மத்தியப்பிரதேச - சக்கரகோட்டத்தை வென்று மதுரா மற்றும் கன்னோசியில் கசினி படையெடுப்பால் ஏற்பட்டிருந்த குழப்பங்களையகற்றி தமது நண்பர் போசராசனுக்குதவினார்.

பின் மகாநதி கடந்து ஒட்டாரத்தை (ஒரியா) வீழ்த்தி கங்கையில் யானைப்படை கொண்டு பாலம் அமைத்துத் தென்பீகார் மற்றும் வங்கத்தைத் தாக்கி அதன் பேரரசனான மகிபாலனை வீழ்த்தினார். பின்னர் தோல்வியுற்ற மன்னர்களின் தலையில் கங்கை நீரை சுமக்கச்செய்து தமது புதிய தலைநகரான கங்கைகொண்ட சோழபுரத்துச் சோழ கங்க ஏரியைப் புனிதமடையச் செய்தார்.

வங்கம் சென்று வெற்றியடைந்த சேனைத்தலைவருள் அங்கேயே தங்கிவிட்ட சாமந்த சேனனின் வழிவந்தவரே பின் சேனமரபு எனும் புதிய மரபைத் தோற்றுவித்து வங்கத்தைப் பல ஆண்டுகாலம் ஆண்டு வந்ததோடு, டெல்லி சுல்தானியப் படை யெடுப்பாளர்களுக்கு சிம்ம சொப்பனமாக விளங்கி கீழை இந்தியாவை அரண்போல் பாதுகாத்து நின்றனர்.

கடாரப்போர்

தமிழ் மூவேந்தர்கள் அடைந்த வெற்றிகளுள் முத்தாரமாய் திகழ்வது இராசேந்திரனின் கடாரப்போரே. கடல் கொள்ளையர் களால் அடிக்கடி தாக்கப்பட்டு வந்த கடாரப்பகுதியில் தமது வலிமையை நிலைநாட்டவும், தமிழ்சீன வாணிபத்தைப் பேணவும் நடைபெற்ற போராகக் கருதப்படுகிறது.

“அலை கடல் நடுவில் பலகலம் செலுத்தி...” எனத் தொடங்கும் மெய்கீர்த்தி இவ்வெற்றியை விவரிக்கும். மலேயா நாடு, சுமத்ரா தீவு மற்றும் அந்தமான் நிகோபர் ஆகிய அனைத்து தீவுகளும் இப்போரில் சோழக் கடற்படையால் வெல்லப்பட்டன. இதன்பின் ஈழத்தின்மீது படையெடுத்துச் சோழரது ஆட்சியை நிலைநிறுத்தினார். இவ்வெற்றிகளில் எல்லாம் இராசாதிராசனும், கொடும்பாளூர் சிற்றரசன் (இளங்கோவேளாணும்) முக்கியப் பங்கேற்றனர்.

இத்துடனல்லாது பாண்டியர், சாளுக்கியரும் தண்டிக்கப் பட்டனர். பின் பாதுகாப்புக்காக எல்லைப்புறங்களில் படைகளை நிறுத்தினார். இராசேந்திரர் தமக்கையும், கீழைச்சாளுக்கியப் பேரரசியுமாகிய குந்தவையின் மகனான நரேந்திரனுக்குத் தமது மகள் அம்மங்கை தேவியை கலப்புத்திருமணம் செய்வித்தார். இவ் விருவருக்கும் பிறந்த குலக்கொழுந்தின் பெயர் குலோத்துங்கனாகும்.

முதலாம் இராசாதிராசன் [கி.பி. 1044 – 1054]

இவரது ஆட்சியில் கிருஷ்ணா ஆற்றங்கரையிலுள்ள கொப்பத்தில் சாளுக்கியரோடு சோழர் மோதினர். இப்போரில் சோழர் வெற்றி பெறுந் தருவாயில் முன்வரிசையிலிருந்த இராசாதிராசன் மீது எதிரிகள் அம்புமாரி பொழிந்து கொன்றனர்.

சோழர்படை திகைத்துப் பின்வாங்க நினைக்கையில் உடன் சென்றிருந்த தம்பியான இரண்டாம் இராசேந்திரன் படைத் தலைமை தாங்கிச் சோழருக்கு வெற்றிதேடித் தந்தார். அத்துடன் போர்க்களத்திலேயே முடிசூடிக் கொண்டார்.

இரண்டாம் இராசேந்திரசோழன் [கி.பி. 1054 – 1064]

இவர் பதவியேற்ற ஓராண்டிற்குள் ஈழத்தில் புரட்சி ஏற்படப் பெரும்படை அங்கே அனுப்பப்பட்டது. ரோகணம் எனும் தென் இலங்கை தவிர மீதிப்பாகம் முழுக்கச் சோழரது ஆளுகைக்குட்பட்டது.

கலிங்க இளவரசியை மணந்து வலுப்பெற்ற விஜயபாகு எனும் இலங்கை மன்னர் ரோகணத்தின் காடுகளில் ஒளிந்து கொண்டு தொடர்ந்து தொல்லை கொடுத்தாலும் சோழரது இலங்கை ஆளுகையை இவரது ஆட்சிமுழுக்க ஒன்றும் செய்ய முடியவில்லை.

வீரஇராசேந்திரசோழன் [கி.பி. 1064 – 1070]

இவரது ஆட்சியில் கூடல் சங்கமப்போரில் தோற்றோடிய சாளுக்கிய மன்னர் சோமேசுவரன் ஆற்றில் விழுந்திறந்ததால் சாளுக்கிய சேனை சிதறித் தோற்றோடியது. பின்னர் பட்டத்திற்கு வந்த சாளுக்கிய 6-ம் விக்ரமாதித்தனுக்குத் தமது மகளை மணம் செய்வித்து உறவேற்படுத்தி அமைதியை நிலைநாட்டினார். இவரது காலத்தில்தான் சோழரது பெருமையைப் பறைசாற்றும் **வீரசோழியம்** எனும் இலக்கியம் உருவாகியது. இவருக்குப்பின் பட்டத்து இளவரசனான அதிராசேந்திரன் 1 மாதம் மட்டுமே ஆட்சி புரிந்து மரணமடைய விசயாலயச் சோழனின் பரம்பரை முடிவுக்கு வந்து சோழநாட்டில் பெருங்குழப்பமும், கலவரமும் வெடித்தது.

முதலாம் குலோத்துங்கன் [கி.பி. 1070 – 1120]

சோழப்பேரரசின் குழப்பத்தைத் தவிர்க்கப் பிரதானிகள் உள்ளிட்டோர் ஏற்பாட்டால் இராசேந்திர சோழனின் பேரனும், கீழை சாளுக்கிய இளவரசனுமான விஷ்ணுவர்த்தன் (எ) இராசேந்திரன் சோழப்பேரரசனாகக் குலோத்துங்கன் எனும் பெயரில் பட்ட மேற்றார். மேலைச்சாளுக்கியப் பேரரசனான வீரராசேந்திரன் மகளை மணந்திருந்த விக்ரமாதித்தன், தமது மைத்துனரான அதிராசேந்திரன் மறைவிற்குப்பின் தமது பங்காளியும், கீழைச் சாளுக்கிய வம்சத்தவருமான குலோத்துங்கன் சோழப்பேரரச ரானது பொறுக்காது படையெடுத்து வந்தார். கோலார் (குவலாள புரம்) வரை முன்னேறிய விக்ரமாதித்தன் துங்கபத்ரை வரை துரத்தப் பட்டார். எனினும் கங்கர் காலத்திற்குப் பிறகு கர்நாடக மண்ணில் தோன்றிய ஹொய்சளர் விக்ரமாதித்தன் ஆதரவுடன் வளரத்துவங்கினர்.

இலங்கைப் போர்

தென் ரோஹண இலங்கை மன்னன் விசயபாகு கலிங்க இளவரசி மற்றும் அயோத்தியைப் (கன்னோசி) பூர்வீகமாகக் கொண்ட ஜெகதீபாலனின் மகளை மணந்து தமக்கு ஆதரவு பெருக்கி யிருந்தார். சோழரது உள்நாட்டுக் குழப்பம் மற்றும் சாளுக்கியரு டனான போரைப் பயன்படுத்திய விசயபாகுவின் திடீர்த் தாக்குதலால் இலங்கையில் அநுராதபுரம் மற்றும் பொலன்னருவையி லிருந்த சோழர்படை தோற்று இலங்கை ஒருவாறு பல நூற்றாண்டுகளுக்குப்பின் விடுதலையடைந்தது.

சேர பாண்டியருடன் போர்

இலங்கையினர் அடைந்த வெற்றியைத் தொடர்ந்து சேரரும், பாண்டியரும் ஒருசேரச் சோழரைத் தாக்கினர். குலோத்துங்கன் முதலில் பாண்டியரைத் தோற்கடித்துப் பின் சேரரை விழிஞத்தில் தாக்கினார். தோற்று கொல்லம் ஓடிய நரலோக இராமன் திருவடிச் சேரனை அங்கும் வென்று கொல்லத்தை அழித்தார். அத்துடன் சேரநாட்டுடனான தொடர்பும் அறவே அறுபட்டது.

கலிங்கப்போர்

கலிங்க அரசன் அனமந்தவர்மன், கலிங்க இளவரசியை மணந்த இலங்கை விசயபாகு மற்றும் சாளுக்கிய விக்ரமாதித்தன் தூண்டுதலால் சோழரை எதிர்த்தார். இலங்கையைக் குலோத்துங்கன் கைவிட்டாலும் கலிங்கத்தை மன்னிக்கத் தயாராயில்லை. தமது புகழ்பெற்ற தளபதியான கருணாகரத் தொண்டைமான் தலைமையில் பெரும்படையனுப்பிக் கலிங்கத்தை வென்றார். இதை செயங் கொண்டார் இயற்றிய கலிங்கத்துப்பரணி விளக்குகின்றது. சுங்கவரியை அறவே நீக்கி சுங்கம் தவிர்த்த சோழரானார். இவரது காலத்தில் கொங்குநாடு அதிராசராசமண்டலம் எனப் பெயரிடப் பட்டது. ஹொய்சள மன்னன் பிட்டி விஷ்ணுவர்த்தனன். 6-ம் விக்ரமாதித்தன் துணைகொண்டு கி.பி. 1116-ல் குலோத்துங்கனின் இறுதிக் காலத்தில் கங்கநாட்டைக் கைப்பற்றி தலைக்காட்டையும் தனதாக்கினார்.

விக்ரமசோழன் [கி.பி. 1120 – 1135 வரை]

முதலாம் குலோத்துங்கனுக்குப் பிறகு அவரது மைந்தன் விக்ரமசோழன் ஆட்சிப் பொறுப்பேற்றார். சாளுக்கிய 6-ம் விக்ர மாதித்தன் 1126-ல் மரணமடைய, தென் வேங்கியைத் தமது நாட்டோடு இணைத்துக்கொண்டார். இத்துடன் நில்லாது ஹொய்சாளரிட மிருந்து கங்கநாட்டின் பெரும்பகுதியை மீட்டுக் கொண்டார். சிதம்பரம் கோயிலுக்கு புறமதில் எழுப்பி ஏராளமான நிவந்தங்கள் செய்தார். தங்கத்தேர் தானம் செய்தார். அத்துடன் நில்லாது ஸ்ரீரங்கத்தின் 5-ம் மதில் சுவற்றை கட்டித் தந்துள்ளார். இவரது வெற்றிகள், பராக்கிரமங்கள் மற்றும் நற்செயல்கள் ஒட்டக்கூத்தர் இயற்றிய விக்ரமசோழன் உலா புகழ்கின்றது.

இரண்டாம் குலோத்துங்கன் (கி.பி. 1135 – 1150)

விக்ரமசோழனுக்குப் பிறகு அவரது மகனான 2-ம் குலோத்துங்கன் தில்லை நடராசர் ஆலயத்தில் மகுடம் சூட்டினார். சேக்கிழார், ஒட்டக்கூத்தரால் புகழப்பெற்ற இவரது காலம் முழுக்கப் பேரரசில் அமைதியே நிலவியது. எனினும் சைவ - வைணவத் தகராறுகள் முற்றின. சிதம்பரம் நடராசர் கோயிலை விரிவு படுத்திப் புதுப்பிக்கையில் கோவிந்தராசப் பெருமானின் சிற்பத்தைக் கடலில் வீசி பெயரைக் கெடுத்துக் கொண்டார்.

இரண்டாம் இராசராசன் (கி.பி. 1150 – 1163)

இவரது ஆட்சியிலேயே சோழர்கள் தமது சிற்றரசர்களினால் வலுவிழக்கத் தொடங்கினர். எனினும் சாளுக்கிய, ஹொய்சள, பாண்டிய எதிர்ப்பை அடக்கித் தமது சோழநாட்டு பரப்பைக் கட்டிக்காத்து அரசாண்டார். இவருக்கு மக்கட்பேறு இல்லாததால் விக்ரமசோழனது மகள் வயிற்றுப் பேரனான இரண்டாம் இராசாதிராசனிடம் பொறுப்பை ஒப்படைத்தார்.

இரண்டாம் இராசாதிராசன் (கி.பி. 1163 – 1179)

இவர் ஆட்சிப்பொறுப்பேற்ற உடனேயே பாண்டிய நாட்டில் பதவிப்போட்டி நடக்கலாயிற்று. பராக்கிரம பாண்டியன் இலங்கை மன்னன் பராக்கிரமபாகுவிடம் படையுதவி கோர, அவன் எதிரியான குலசேகரப் பாண்டியன் அப்படை வருமுன் பராக்கிரம பாண்டியனை தோற்கடித்துக் கொன்றாலும் பின்னர் வந்த சிங்களப் படையிடம் தோற்றுச் சோழர் உதவி நாடினார். சிங்களப்படை தமிழகத்தில் கோவில்களைக் கொள்ளையடித்து பொதுமக்களை கொலை, கொள்ளைகளால் அச்சுறுத்தி மதுரையைக் கைப்பற்றின. ஜகத்விஜயதண்டநாயகன், மற்றும் இலங்காபுரி தண்டநாயகன் தலைமையிலான சிங்களப் பெரும்படையை கொங்குச் சோழன் விக்கிரமன் துணையுடன் தோற்கடித்த சோழர்கள் குலசேகரப் பாண்டியனை அரியணையில் அமர்த்தினர். இலங்கைத் தளபதிகளின் தலைகள் துண்டிக்கப்பட்டு மதுரைக்கோட்டை வாயிலில் தொங்கவிடப்பட்டன. தொடர்ந்து சிங்களர்களைத் துரத்திச் சென்று இலங்கையில் புகுந்து அங்கும் தண்டித்தனர். பின்னர் குலசேகரனைப் பதவியிலிருந்து நீக்கிவிட்டு பராக்கிரமனின் மகனான வீரபாண்டியனை அரியணையேற்றினர்.

அத்துடன் இலங்கையில் பராக்கிரம பாகுவைத் தோற்கடித்து அவரது மருமகனை ஆட்சியிலமர்த்தினர். இப்போரில் கொங்கு நாட்டரசர் ஈடுபட்டு முதலில் குலசேகரனையும் பின்னர் சோழனையும் ஆதரித்தார்.

மூன்றாம் குலோத்துங்கன் [கி.பி. 1178 – 1216]

இரண்டாம் ராசாதிராசனுக்குப் பிறகு மூன்றாம் குலோத்துங்கன் பட்டமேற்றார். வீரபாண்டியன் சிங்களரோடு இணைந்து சோழரை எதிர்க்க சோழர் படையெடுத்துச் சென்று தோற்கடித்து விக்ரம பாண்டியனுக்கு நாட்டைக் கொடுத்தார். இந்நிலையில் வீர சோழன் எனும் பெயருடைய வீரகேரளன் சோழரை எதிர்க்க மூன்றாம் குலோத்துங்கனால் வீரகேரளனும் தோற்கடிக்கப்பட்டார். வடதென்கொங்குகள் கொங்குசோழர் வசம் விடப்பட்டன. எனினும் முதல் முறையாகக் கொங்குச் சோழர்கள் சோழப்பேரரசை எதிர்க்க ஆரம்பித்ததால் கி.பி. 1190-ம் ஆண்டு வாக்கில் கொங்கு நாட்டின் மீதும் படையெடுத்துத் தமது செல்வாக்கை நிலை நிறுத்தினார். விக்ரம பாண்டியனுக்குப் பிறகு வந்த ஜடாவர்ம பாண்டியன் சோழரை எதிர்த்து வந்தான். சோழர் மீண்டும் பெரும்படை திரட்டி ஜடாவர்மனையும் அவனது தம்பி மாறவர்ம சுந்தர பாண்டியனையும் தோற்கடித்து மதுரையில் முடிசூட்டு மண்டபம் உள்ளிட்ட பலவற்றை அடித்துத் தரைமட்டமாக்கினர். இவரது காலத்தில் மூவேந்த வேளாண்கள் படைத்தலைவர் களாகவும், அமைச்சராகவும் இருந்து அரசைக் கட்டிக் காத்தனர். தியாக விநோதன், தியாக விநோத மூவேந்த வேளாண் எனும் பெயர்களில் மூன்றாம் குலோத்துங்கன் தானங்கள் செய்துள்ளார். கோனேரின்மை கொண்டான் எனவும் பட்டம் பெற்றுள்ளார்.

மூன்றாம் குலேத்துங்கன் காலத்தில் கங்க நாட்டை ஆண்டு வந்த சீயகங்கர் (தமிழ்மன்னரே) சோழரது சிற்றரசராக விளங்கினார். இவரது ஆதரவால் பவணந்தி முனிவரால் நன்னூல் இயற்றப் பட்டது. சீயகங்கர் கம்பராலும் புகழப் பெற்றவர். இவரது மனைவியான சோழ குலத்தைச் சார்ந்த **அரிய பிள்ளையும்** பல நிவந்தங்கள் செய்து புலவர்களை ஆதரித்தார்.

மூன்றாம் இராசராசன் [கி.பி. 1216 – 1246]

இவரது ஆட்சிக்காலத்தில் கங்கர் ஆட்சி முற்றிலும் முடிந்து கர்நாடகா கோசலர் (ஹொய்சளர்) வசம் சென்றது. ஹொய்சள

நரசிம்மன் மூன்றாம் குலோத்துங்கனின் தங்கையை மணம் புரிந்திருந்தார். இந்நிலையில் மதுரையில் கி.பி.1216-ல் சடையவர்ம குலசேகரரது தம்பியான மாறவர்ம சுந்தரபாண்டியன் அரசேற்றார். கொங்குச் சோழரும், சேந்தமங்கலம் **கோப்பெருஞ்சிங்கனும்** மற்றும் தெலுங்குச் சோழரும் மைய அரசை விடுத்துத் தனியரசு நிறுவ முயன்று வந்தனர். இச்சூழ்நிலையை நன்கு பயன்படுத்திக் கொண்ட மாறவர்ம சுந்தரபாண்டியன் சோழநாட்டின் மீது படை யெடுத்து மூன்றாம் இராசராசனைத் தோற்கடித்துப் பெருநகரங்களை யெல்லாம் தீ வைத்துக் கொளுத்தினான். தப்பியோடிய மூன்றாம் இராசராசனைக் கோப்பெருஞ்சிங்கன் சிறையிலிட்டான். இது கண்டு பொறுக்காத ஹொய்சள மன்னர் தமது படையோடு வந்து சோழனையும் அவனது நாட்டையும் மீட்டுக் கொடுத்தார். கண்ணனூர், காஞ்சிபுரம் உள்ளிட்டவை ஹொய்சளர் வசம் சென்றது. மேலும் பாண்டியரைத் தோற்கடித்துக் கப்பம்கட்ட செய்தாராயினும் பாண்டியனுக்குத் தமது மகளைத் திருமணம் செய்துவைத்துப் புதிய உறவை இறுதியில் ஏற்படுத்தினார்.

மூன்றாம் இராசேந்திரன் [கி.பி. 1246 – 1279]

மூன்றாம் இராசராசனுக்குப் பிறகு ஆட்சிக்கு வந்த மூன்றாம் இராசேந்திரன் காலத்தில் ஹொய்சள நரசிம்மனின் மகனும் பாண்டியனின் மாமாவுமான வீரசோமேசுவரன் ஆட்சிக்கு வந்தார். இவர் பாண்டியருக்கு பக்கபலமாக இருந்து படைத்துணை கொடுத்தார். இருப்பினும் அணையப்போகும் விளக்கு பிரகாசமாக எரிவதுபோல் சோழரது இறுதி வீழ்ச்சிக்குமுன், மூன்றாம் இராசேந்திரனது ஆட்சியின் ஆரம்பகட்டம் நன்கு வெற்றிகர மாகவே இருந்தது. பாண்டிய ஹொய்சளப் படைகளைத் தாக்கி துவம்சம் செய்தார். தெலுங்குச் சோழரான கண்ட கோபாலன் துணைகொண்டு கோப்பெருஞ்சிங்கனைத் தாக்கி, அவனுக்குத் துணைவந்த சிங்கள இளவரசனையும் கொன்றார்.

எனினும் கி.பி. 1256-ல் சடாவர்மன் சுந்தர பாண்டியன் படையெடுத்து வந்து சோழரைத் தோற்கடித்துச் சிற்றரசராக்கினார். (பின் கண்ணனூர்க் கொப்பம் போரில் ஹொய்சாளரையும் தோற்கடித்தார்) போரில் தோற்றாலும் கி.பி. 1279 வரை அரசாண்டார் மூன்றாம் இராசேந்திரன். இவருக்குப்பின் இவரது மகனான சேமாப்பிள்ளை புதுக்கோட்டையையும் சுற்றுப்புறத்தையும்

ஆளும் குறுநிலத்தலைவனாக மாறிவிட பிற்காலச் சோழர் மரபு தமிழக ஆட்சிக்கட்டிலை விட்டு அகன்று, பாண்டியரின் மீன்கொடி தமிழக அரசியல் வானில் சுடர்விட்டுப் பறக்கலாயிற்று.

கொங்கு நாட்டில் முதலாம் ஆதித்தசோழன் காலம் முதல் இராசராசசோழன் காலம் வரை கிடைத்துள்ள கல்வெட்டுகள் சோழமன்னர்கள் பெயரிலும், அதன் பின்னர் கிடைத்தவை **கொங்குச் சோழர்கள்** பெயரிலும் நன்கொடைகள், அறப்பணிகள் மேற்கொள்ளப்பட்டதைக் குறிப்பிடுகின்றது.

இராஜராஜபுரம் எனும் தாராபுரத்தைத் தலைநகராகக் கொண்டு விசயாலயச் சோழன் தோற்றுவித்த சோழர்களின் நேர்ப்பரம்பரை முடிவுறும்வரை அதிராசராச மண்டலம் எனவும் பிறகு மூன்றாம் குலோத்துங்கன் காலம் வரை கேரளத்தின் ஒருசில பகுதிகள் நேரடி நிர்வாகத்தில் வந்ததால் பாலைக்காடு உள்ளிட்டவை சோழகேரள மண்டலம் எனவும் பின்னர் வீரசோழமண்டலம் எனவும் வழங்கலாயிற்று.

ஆதித்த கரிகாலர்

சேர இளவரசியை மணம் புரிந்து அரிஞ்சய சோழரைப் பெற்றெடுத்து சேர, சோழ நாடுகளிடையே நட்புறவை உருவாக்கி யிருந்த முதலாம் பராந்தகருக்கு வீர சோழன், வீர நாராயணன் எனும் விருதுப் பெயர்கள் இருந்தன. இவர் வடகொங்கை கொடும் பாளூர் வம்சத்திடமும், தென் கொங்கை வீர கேரள மரபினரிடமும் ஒப்படைத்தார்.

அரிஞ்சயருக்குப்பின் ஆட்சிக்கு வந்த அவரது மகனான இரண்டாம் பராந்தகர் எனும் சுந்தரசோழர் கொங்கை மேலும் சிறப்புடன் நிர்வகிக்க விரும்பி தமது மகனான ஆதித்த கரிகாலனை சோழப்பேரரசின் பிரதிநிதியாகவிருந்து கொங்குப் பகுதிகளை மேற் பார்வையிடச் செய்தார்.

ஆதித்த கரிகாலர் சோழமண்ணில் நிகழ்ந்து வந்த உள் நாட்டுக் கலவரங்களையடக்கிக் குழப்பங்களையகற்றினார். வேட்டைக்குச் சென்றபொழுது இவர் எய்த அம்பு தவறுதலாக வேதியரைக் கொன்றதால் பிடித்த பிரம்மஹத்தி தோஷம் நீங்க சிவாலயம் பல அமைக்க விரும்பினார்.

கரிகாலன் உறையூரில் இருந்து சமயமுதலி எனும் படைத் தலைவருடன் கொங்கு வந்தடைந்தார். மேல் கொங்கில் சேரன் (வீர கேரளன்) இவர்களுடன் இணைந்து கொள்ள, மூவரும் சேர்ந்து சிவாலயங்கள் அமைக்க இடம் தேர்வு செய்தனர்.

பெரும்பாலும் வனம் மண்டிக் கிடந்த கொங்கில் வன தேவதைகளின் (சிறு தெய்வ வழிபாடு) சிறு கோவில்கள் மட்டுமே ஆங்காங்கு காணப்பட்டன. கரிகாலன் உக்கிர தேவதைகளுக்கு முப்பலி கொடுத்து சாந்தப்படுத்தி, தாம் உருவாக்க உள்ள கோயில்களுக்கும், ஊர்களுக்கும் காவல் தேவதையாக்கினார்.

கவைய காளியம்மன் வசித்து வந்த ஊரில் முன்னர் காலன் (எமன்) வழிபட்டு நிறுவியிருந்த சிவலிங்கத்தை (காலகாலேசுவரர்) மையமாகக் கொண்டு பெரிய கோவில் எழுப்பி மக்களைக் குடியேற்றினார். கோவிலை முன்னிறுத்தி உருவான ஊராதலால் அவ்வூர் கோவில்பாளையம் (கோவை - சத்தி - மைசூர் சாலையில்) என வழங்கப்பட்டது.

கோனியம்மன் கோவிலுக்கு தென்மேற்கே சங்குப் பூக்கள் மிகுந்து காணப்பட்ட இடத்தில் சங்கீசர் எனும் சோழீஸ்வர முடையார் ஆலயத்தை எழுப்பினார். பேரூரில் அதிமூர்க்கம்மனை சாந்தப்படுத்திய பின் பேரூர் பட்டீசுவரருக்கு திருப்பணிகள் புரிந்து, காஞ்சிமா நதிக்கரையில் (நொய்யல்) தமது பெயரில் "கரிகாலன் சோழன் படித்துறை"யை ஏற்படுத்தினார்.

செங்கல் சுதைகளுடன் கூடிய சிறு சிவாலயங்களைக் கற்றளியாக மாற்றிதோடு, புதியதாவும் பல ஆலயங்களை எழுப்பினார். கரூர் முதல் முட்டம் (கோவைக்கு மேற்கே போளு வாம்பட்டி அருகே உள்ளது) வரை 36 சிவாலயங்களைக் கட்டிய தோடு, வேளாண்மை செழிக்க நீர்ப்பாசன வசதிகளையும் உருவாக்கினார்.

ஆயிரம் வருடங்கள் கடந்த பின்னரும் கரிகாலன் எழுப்பிய 36 சிவாலயங்களும் நீர்ப்பாசன வசதிகளும் அவரது புகழைப் போற்றி நிற்கின்றன. (சில வரலாற்றாசிரியர்களால் இக்கருத்து மறுக்கப்பட்டாலும் இந்த 36 சிவாலயங்கள் கட்டப்பட்ட காலத்தில் பிற்காலச் சோழர்களில் சுந்தரசோழரின் மூத்தமைந்தனான இரண்டாம் ஆதித்தர் தவிர வேறு எவருக்கும் கரிகாலன் எனும் பட்டப்பெயர் இல்லாதது குறிப்பிடத்தக்கது).

15. வீரகேரளர்

வீரகேரளன் வீரநாராயணன் (கி.பி. 958 – 967)

பராந்தகர் சேர வம்சத்தவருக்கு தென் கொங்கைக் கொடுத்து ஆளவைத்ததால் கொங்குச் சேர பரம்பரை அல்லது வீரகேரள மரபு துவங்கியது. இவ்வாறாக கி.பி. பத்தாம் நூற்றாண்டில் பிற்காலச் சேரர்களில் ஒரு பிரிவினரது ஆளுகையின் கீழ் தென் கொங்கு எனப்படும் நொய்யலாறு மற்றும் அதன் தெற்குப் பகுதிகள், கோவை மாவட்ட மேற்குத் தொடர்ச்சி மலைகள், பல்லடம், கிணத்துக்கடவு, உடுமலை, பொள்ளாச்சி மற்றும் பழனி பகுதிகள் வந்தன. அவர்களுள் முதல் மன்னராகக் கருதப்படுபவன் வீரகேரளன் வீரநாராயணன் ஆவார். இவரது ஆட்சி குறித்த கல்வெட்டுகள் பழனி பெரியா வுடையார் கோயிலில் கிடைத்துள்ளன.

வீரகேரளன் அமரபுயங்கன் (கி.பி. 967 – 990)

வீரகேரளன் வீரநாராயணனுக்குப்பின் அவரது தம்பியான வீரகேரளன் அமரபுயங்கன் ஆட்சிப் பொறுப்பேற்றார். வலுவடைந்து வந்த பிற்காலச் சோழர்களின் விரிவாக்கத்திற்கு வீரகேரளன் அமரபுயங்கன் தடையாகயிருந்த தால் முதலாம் இராஜராஜ சோழன் கி.பி. 989-ல் போர் தொடுத்து வெற்றிபெற்றார். எனினும் ஆட்சியை இவரிடமே திரும்ப ஒப்படைத்துத் திறை செலுத்தி வரச்செய்துள்ளார்.

வீரநாராயணன் அதிசயசோழன் (கி.பி. 990 – 1021)

வீரகேரள மன்னர்களின் பெயர்களில் ஒரு விநோதம் காணப்படுகிறது. அதாவது தமது பெயருக்கு முன் தந்தையின் பெயரை வைத்துக் கொண்டுள்ளனர். வீரகேரளன் அமரபுயங்கனுக்குப் பிறகு அவரது அண்ணன் மகனான அதிசயசோழன், வீரகேரளன் அதிசயசோழன் எனும் பெயரில் கி.பி. 990-ல் ஆட்சிக்கு வந்து கி.பி. 1021 வரை ஆண்டுள்ளார். சோழர்களது சிற்றரசர்களாக விளங்கிய பலரும் தமது பெயருடன் சோழர்களது பெயரை இணைத்துள்ளனர். அதன்படி இம்மன்னரும் சோழர்களது உறவையும், மேலாண்மை யையும் விவரிக்கும்படி ''அதிசய சோழன்'' எனும் பெயர் கொண்டிருப்பதாகத் தெரிகிறது.

அதிசய சோழன் வீரநாராயணன் (கி.பி. 1021 – 1040)

அதிசய சோழனுக்குப் பிறகு அவரது மகன் இரண்டாம் வீரநாராயணன் கி.பி. 1021-ல் ஆட்சிப்பொறுப்பேற்று கி.பி. 1040 வரை ஆண்டுள்ளார்.

வீரநாராயணன் வீரகேரளன் (கி.பி. 1040 – 1069)

இரண்டாம் வீரநாராயணனுக்குப் பிறகு அவரது மகனான இரண்டாம் வீரகேரளன், வீரநாராயணன் வீரகேரளன் எனும் பெயருடன் கி.பி. 1040 முதல் 1069 வரை அரசாண்டார். கிட்டத்தட்ட 29 ஆண்டுகள் நடைபெற்றது இவரது ஆட்சி.

வீரகேரளன் அதிராஜராஜன் (கி.பி. 1069 – 1092)

வீரநாராயணன் வீரகேரளனுக்குப் பிறகு அவரது மகனான அதிராஜராஜன், வீரகேரளன் அதிராஜராஜன் எனும் பெயரில் கி.பி. 1069-ல் பட்டமேற்று மகாமகத்திருவிழா நடைபெற்றுள்ள கி.பி. 1092 வரை அரசாண்டுள்ளார்.

அதிராஜராஜன் ஸ்ரீராஜராஜன் (கி.பி. 1092 – 1129)

வீரகேரளன் அதிராஜராஜனுக்குப் பிறகு அவரது மகன் ஸ்ரீராஜராஜன் கி.பி. 1092-ல் ஆட்சிக்கு வந்து நீண்டகாலம் அதாவது 37 ஆண்டுகள் ஆட்சி புரிந்துள்ளார். இவரது ஆட்சி குறித்த குறிப்புகள் போளுவாம்பட்டிக் கல்வெட்டிலும், இருகூர் செப்புப்பட்டயத்திலும் உள்ளது. இவர் காரைத்தொழுவில் கோட்டை கட்டிய கொங்குச் சோழ வம்சத்தவரான உத்தமசோழனின்

சமகாலத்தவராவார். இவர்களது காலத்தில் வீரகேரளனுக்கும், கொங்குச் சோழருக்குமிடையே சண்டைகள் தோன்றின. உத்தமசோழன் கட்டிய கோட்டைக்கெதிரில் [1]**"வஞ்சகன் கோட்டை"** என்ற பெயரில் ராஜராஜன் ஒரு கோட்டை கட்டினார்.

ராஜராஜன் கரிகாலன் [கி.பி. 1129 – 1149]

ஸ்ரீ ராஜராஜனுக்குப் பிறகு அவரது மகனான கரிகாலன் கி.பி. 1129-ல் ஆட்சிக்குவந்து 1149 வரை அரசாண்டுள்ளார். இவரது ஆட்சிக்காலத்திலேயே பலபகுதிகள் கொங்குச்சோழர் வசம் சென்றன. இவருக்குப்பின் வந்த வீரகேரள அரசர்கள் வலிமை யற்றவர்களாதலால் மூன்றாம் வீரசோழன் காலத்தில் கி.பி. 1168 - 69-ல் தென்கொங்கும் கொங்குச் சோழர் வசம் வந்தது. இரு கொங்கும் ஒன்றாக ஆண்ட பெருமையை மூன்றாம் வீரசோழன் பெற்றார்.

---

1. கோயம்புத்தூர் மாவட்டத் தொல்லியல் கையேடு (பக் - 38).

16. கொங்குச்சோழர்கள்

பிற்காலச் சோழர்களது எழுச்சிக்கும், வளர்ச்சிக்கும் உறுதுணை நின்றவர்களான கொடும்பாளூர் வேளாளர்கள் சோழ வம்சத்தின் நெருங்கிய உறவினர்கள், முத்தரையர் களிடமிருந்து தஞ்சையை விஜயாலய சோழன் கைப்பற்ற உதவியது முதல் சோழர்களது ஒவ்வொரு போரின்போதும் முன்னணியில் நின்றவர்கள். கொடும்பாளூர் உறவைப் போற்றும் வண்ணம் பராந்தக சோழர் அவ்வம்சத்தவர் வசம் வட கொங்கு ஆட்சியுரிமையைக் கொடுத்தார்.

முதலாம் வீரசோழன் [கி.பி. 943 – 980]

கொடும்பாளூர் வம்ச வீரசோழன் கொங்கு சோழர் எனும் பரம்பரையைத் தோற்று வித்து தாராபுரத்தைத் தலைநகராகக் கொண்டு அரசாளலானார். கி.பி. 943 - 980 வரை அரசாண்ட இவரது கல்வெட்டுகள் அவிநாசி, கொடு வாயில் கிடைத்துள்ளன.

வீரசோழகலிமூர்க்கன் [கி.பி. 980 – 1004]

வீரசோழனுக்குப் பிறகு கலிமூர்க்கன் அவரது மகன் வீரசோழகலிமூர்க்கன் பட்டமேறி 14 ஆண்டுகள் அரசாண்டார். பிரமியம், வெள்ளியெரிச்சல் மற்றும் கொடுவாயில் இவரது கல்வெட்டுகள் கிடைத்துள்ளன.

முதலாம் விக்ரம சோழன் (கி.பி. 1004 – 1045)

திருப்பணி நடைபெற்று வரும் பிரமியம் திருவலஞ்சுழி நாத சுவாமி ஆலயம்

கோனாட்டான், கோக்கலி மூர்க்கன் என்ற சிறப்புப் பெயர்கள் கொண்டிருந்த விக்ரம சோழன் தாராபுரத்தை இராசராசசோழன் நினைவாக இராசராசபுரம் எனப் பெயர் மாற்றி தலைநகராகக் கொண்டு அரசு புரியலானார். நொய்யல் மற்றும் அமராவதிக் கரை யோரக் கோவில்கள் அனைத் திலும் ஏராளமான திருப்பணிகள் செய்துள்ளார். கொங்குநாட்டில் பழனி, பேரூர், வெள்ளலூர், போளுவாம்பட்டி, திருமுருகன் பூண்டி, திங்களூர், விஜயமங்கலம், கண்ணாடிப்புத்தூர், தாராபுரம், இளந்தை, சமத்தூர், அன்னூர், கோவில்பாளையம் போன்ற பகுதிகளில் பரவலாக இவரது காலக் கல்வெட்டுகள் கிடைத்துள்ளன. விக்கிரமன் தாராபுரம் கண்ணபுரத்தில் விக்கிரம சோழேசுவரர் ஆலயம் எழுப்பியுள்ளார். ஐயபொழில், ஐந்நூற்றுவர் எனும் வணிகரமைப்பை ஏற்படுத்திக் கொங்குநாட்டின் வாணிகம் பெருக வழிவகுத்தார். ஏறத்தாழ 30 ஆண்டுகள் நடைபெற்ற இவரது ஆட்சியில் தாயுள்ளத்தோடு குடிகளைப் பேணி பெருமை தேடிக் கொண்டார். சோழரது பிறபாகங்கள் போல் கொங்குநாட்டில் ஆறிலொருபாகம் மட்டுமே நிலவரி விதித்து மக்களாதரவு பெற்றார்.

அபிமான சோழ ராஜாதிராஜன் (கி.பி. 1080 – 1100)

விக்ரம சோழனுக்குப் பிறகு கி.பி. 1045 முதல் அபிமான சோழன் காலமான கி.பி 1080 வரை ஆண்ட மன்னர்களின் ஆதாரங்கள் இன்னமும் வெளிக்கொணரப்படவில்லை. தாராபுரம் கண்ணபுரத்திலுள்ள விக்ரம சோழீசுவரர் ஆலயத்திலும், பிரமியத்தின் திருவலஞ்சுழிநாத சுவாமி ஆலயத்திலும் இவரது நன்கொடை குறித்துக் கல்வெட்டுகள் கிடைக்கப்பெற்றுள்ளன. ஈரோடு, விஜய மங்கலக் கல்வெட்டுகள் விளக்குதானம், நிலதானம் குறித்தும், திருப்பூர் அருகேயுள்ள திருமுருகன் பூண்டிக் கல்வெட்டுகள் கோயில் பணியாளர்களுக்குக் கொடுத்த உரிமைகளையும் விளக்குகின்றன.

இராஜராஜ உத்தமன் [கி.பி. 1100 – 1117]

கொங்குச் சோழர் தம் தலைநகரான தாராபுரத்தின் அருகில் அமராவதி நதிக்கரையிலுள்ள பிரமியத்தில் திருவலஞ்சுழி நாத சுவாமி ஆலயத்தில் இவரது ஆட்சி குறித்தும், கேரளகேசரி அமர புயங்கர கோட்புலியன் நன்கொடை குறித்தும் கல்வெட்டுகள் கிடைத்துள்ளது.

இராஜாதிராஜ வீரசோழன் [கி.பி. 1117 – 1135]

இராஜராஜ உத்தமசோழனுக்குப் பிறகு அவரது தம்பி இராஜாதிராஜ வீரசோழன் பட்டமேற்றார். ஈரோடு மாவட்ட விஜய மங்கல **நாகேசுவரசாமி** ஆலயத்தில் நிலதானம் குறித்த கல்வெட்டு கிடைக்கப்பட்டுள்ளது. இவரது காலத்தில் சோமாசி எனும் பிராமணன் இராஜத்துரோகம் செய்ததால் அவனது நிலங்கள் கையகப்படுத்தப்பட்டு வீரசோழ **காங்கயன்** எனும் **சாமந்தனுக்குக்** கொடுக்கப்பட்டது இவரது நீதிநெறியை வெளிப்படுத்துகிறது. தாராபுரம் தாலுக்கா கொடுவாயில் விண்நிறைந்த பெருமாள் கோயிலில் தீர்த்தக்கிணறு தோண்டியுள்ளார்.

உத்தமசோழ வீர நாராயணன் [கி.பி. 1135 – 1149]

இராஜராஜ உத்தம சோழனுடைய மகனான இவர், தனது சிறிய தந்தை இராஜாதிராஜ வீரசோழனுக்குப் பிறகு பட்ட மேற்றார். இவரது ஆட்சிக்காலத்தில் அமராவதிக்கரையிலுள்ள குமரலிங்கம் கரிவரதராஜப் பெருமாள் ஆலயத்தில் நிலதானக் கல்வெட்டு கிடைத்துள்ளது. கோவில்பாளையத்தின் காலகாலேசுவர முடையார் ஆலயத்தில் காலகாலரது ஆலயத்தை மன்னியூர்க் குடியொருவன் செப்பமிட்ட கல்வெட்டு கிடைத்துள்ளது. பல்லடம் தாலுக்காவின் நடுவாச்சேரி ஆலயத்தில் கிடைத்த கல்வெட்டு கோதைப்பிராட்டியெனும் இளவரசியின் பெயரைக் குறிப்பிடுகிறது. சங்கிராமநல்லூர் கொழுமம் சோழீசுவர முடையார் ஆலயத்தில் கிடைத்துள்ள கல்வெட்டு கேரளகேசரி நல்லூர், வீரநாராயணநல்லூர் போன்ற ஊர்கள் தானமளிக்கப்பட்ட தகவல்களைக் கொடுக்கிறது.

முதல் குலோத்துங்கச் சோழன் [கி.பி. 1149 – 1168]

இவருடைய கல்வெட்டுகள் கொங்குநாட்டின் பல்வேறு பாகங்களிலும் கிடைத்துள்ளன. திருமுருகன் பூண்டியில்

தவசிகளுக்கு நெல்தானம் செய்துள்ளார். தாராபுரம் காத்தங்காணி சொக்கப்பெருமாள் ஆலயத்தில் கட்டளை தானம் நடை பெற்றுள்ளது. பவானிக்கரையிலுள்ள சத்தியமங்கலத்தில் மீனாட்சி சுந்தரேசுவரர் ஆலயத்தில் திருப்பணி செய்துள்ளார். அவிநாசிக் கோயில் கல்வெட்டில் மருதன்மலையன் என்ற சாமந்தன் குறித்துக் காணப்படுவது மருதமலையின் தொன்மையை விளக்குவதாகும். ஒரு குயவர் குடியானவரொருவரிடம் தாம் பெற்ற கடனின் வட்டிக்காக மன்னீசுவரர் ஆலயத்தில் சிவனடியார்களுக்கு மாதம் 5 மண் ஓடு தர ஒப்பந்தம் போட்டுள்ளார். முத்தூர் குலோத்துங்க சோழீசுவரமுடையார் கோயிலுக்கு காங்கய வியாபாரி விளக்கு தானம் செய்துள்ளார். விஜயமங்கலம் - நாகேசுவரசாமி கோயிலில் அம்மன் வடிவம் ஸ்தாபிக்கப்பட்டது. காவேரிபுரம் சலகண்டேசுவரர் கோயிலை கற்கோயிலாகக் கட்டித் தந்துள்ளார். தீர்த்தமலையிலும் இவரது கல்வெட்டுகள் காணப்படுகின்றன. இவரது சேனாதிபதிகள் பேரூர், ஆனைமலை, கடத்தூர், முட்டம் ஆகிய ஊர் ஆலயங்களுக்குப் பல்வேறு திருப்பணிகள் புரிந்துள்ளனர்.

இம்மன்னர் காலத்தில் தமிழகம் குழப்ப நிலையிலிருந்தது. பிற்காலச் சோழராட்சி தளர்வுறத் துவங்கிய நேரம் பாண்டியர்களின் தாயாதிச் சண்டையில் வீரபாண்டியன் இலங்கை மன்னன் பராக்கிரமபாகுவை துணைக்கழைத்தான். நூற்றாண்டுகளாய் சோழர்களிடம் அடிமைப்பட்டுக் கிடந்த இலங்கையோ இவ்வரிய சந்தர்ப்பத்தை நழுவவிடாது ஜகத்விஜயதண்டநாயன், மற்றும் இலங்காபுரி தண்ட நாயகன் தலைமையில் பெரும்படையை அனுப்பியது. பராக்கிர பாண்டியனின் தாயாதியான குலசேகர பாண்டியன் தோற்றார். வெற்றிபெற்ற இலங்கை சேனை இராமேஸ்வரம், மதுரையைக் கைப்பற்றிக் கொள்ளையடித்தது. கைப்பற்றிய ஊர்கள் தீ வைத்துக் கொளுத்தப்பட்டன. கொங்குச் சோழனான முதலாம் குலோத்துங்கன் தமது படைகளுடன், சோழருடனிணைந்து குலசேகரபாண்டியனை ஆதரித்து இலங்கைப் படையினரை முறியடித்தார். கொடுமைகள் பலபுரிந்த அவ்விரு இலங்கைத் தளபதிகளின் தலைகளும் துண்டிக்கப்பட்டு மதுரைக் கோட்டை வாயிலில் தொங்க விடப்பட்டன. கி.பி. 1149-ல் வீரகேரளர் ஆட்சி முடிவுற்றது முதல் படிப்படியாகக் கொங்குப் பகுதிகள் கொங்குச் சோழர் ஆளுகையின் கீழ் வந்தன.

விஜயமங்கலம் – நாகேசுவரசாமி கோவில்

சங்கிராமநல்லூர் வீரசோழீசுவரமுடையார் கோவில்

மூன்றாம் வீரசோழன் [கி.பி. 1168 – 1196]

இரண்டு கொங்குகளையும் ஒருங்கிணைத்து சிறப்புடன் ஆட்சி புரிந்தார். உடுமலையில் சங்கிராமநல்லூரில் வீரசோழீசுவர முடையார் கோவிலைப் பெரிதாகக் கட்டினார். தாராபுரம் அலங்கியம் கண்ணீசுவரசாமி ஆலயத்தில் அலங்கியத்து முதலிகளில் தமையன் ஆளவந்தான் என்ற வீரராஜேந்திர அதிகமானின் மனைவி சேரூம்மையரால் நிலதானம் செய்யப்பட்டது. பேரூர் பட்டீஸ்வரர் கோயிலில் நெல்தானம் செய்தார். இக்கொங்குச் சோழன் காலம் முதல் பேரூரிலும் கொங்குச் சோழக்கல்வெட்டுகள் காணப்படுவது சேரரின் பிடியிலிருந்து கொங்குநாடு முழுமையாக விடுபட ஆரம்பித்ததைக் குறிக்கிறது. குமரலிங்கம் கரிவரதராஜப் பெருமாள் கோயில், அன்னூர் ஆலயம், பிரமியம் ஆகிய ஆலயங்களிலும் கிடைத்த கல்வெட்டுகளில் இவர் காலத்தில் நடைபெற்ற திருப்பணிகள் விளக்கப்பட்டுள்ளன. சேரனை மேற்கொண்ட சோழன் பெருவழி என்று ஒருவழி குறிக்கப்படுவது (சங்கிராம நல்லூரில்) வாணிக வழியையும், சேரர் மீதான வெற்றியையும் குறிக்கின்றது.

இரண்டாம் குலோத்துங்கன் [கி.பி. 1196 – 1207]

மூன்றாம் வீரசோழனுக்குப்பிறகு ஆட்சிக்கு வந்த இரண்டாம் குலோத்துங்கனது கல்வெட்டு அன்னூர் கோயிலில் கிடைத்துள்ளது.

வீர ராஜேந்திர சோழன்: (கி.பி. 1207 – 1252)

வீரராசேந்திரரது ஆட்சியில் வடகொங்கு, தென்கொங்கு இரண்டும் முதலாம் மாறவர்மன் சுந்தர பாண்டியன் ஆதரவில் கொங்குச் சோழர் ஆளுகையின் கீழ் வந்தது. கொங்குச் சோழர்களில் நெடுங்காலம் கிட்டத்தட்ட *45* ஆண்டுகள் ஆண்ட மன்னர் இவரே. முட்டம் (போளுவாம்பட்டி முட்டம்) நாகேசுவரசாமி கோயிலுக்குத் திருப்பணிகள் செய்துள்ளார். இவரது ஆட்சியில் அன்னூர் மன்னீசுவரர் கோயில் திங்களூர் சந்திரமௌலீசுவரர் கோயில் ஆகியவற்றில் முறையே அரசர், கைக்கோளர் மற்றும் சேனாபதிகள் பொன்தானம் செய்தனர்.

அவிநாசி ஈசுவரன் கோயிலில் - அரசனுடைய பிள்ளைமார் வீரப்பெருமாள் ஷேத்திரபாலர் கோயிலுக்கு பொன்தானம் செய்தார். பேரூர் பட்டீசுவரருக்குப் பாண்டியநாட்டு வியாபாரியின் விளக்குதானமும், பெருங்களந்தை ஆதிபுரீசுவரர் கோயிலுக்கு ஜெயங்கொண்ட சோழ வியாபாரியின் பொன்தானமும் பிற பகுதிகளோடு கொங்குநாடு கொண்டிருந்த வணிகத் தொடர்பை விளக்குகிறது.

வீரராசேந்திர சோழன் (கி.பி. *1207 - 1252*)க்குப் பிறகு இரண்டாம் விக்ரமசோழனும், பின் மூன்றாம் விக்ரம சோழனும் கி.பி. *1292* வரை அரசாண்டனர். வீர ராசேந்திரன் காலத்தில் கொங்குச் சோழர்களுக்குள் உட்பூசல் தோன்றி தாயாதிச் சண்டை நிலவியது. அச்சமயம் சோழ நாடாண்டு வந்த மூன்றாம் ராசராசனை விடப் பாண்டிய நாட்டை மீட்ட முதல் மாறவர்ம சுந்தர பாண்டியன் (கி.பி. *1216 - 1238*) வலிமை படைத்து விளங்கினார்.

கொங்குநாட்டின் உள்விவகாரங்களில் தலையிட்டு சமாதானம் செய்து வைத்ததால் இரண்டாம் மாறவர்மன் சுந்தரபாண்டியனுக்குக் (பாண்டிய இளவரசனுக்கு) கொங்குச் சோழர் தமது இளவரசியைக் கொடுத்து மணஉறவு பூண்டனர். ஏற்கனவே இதுபோன்ற மண உறவால் ஹொய்சாளர் ஆதரவும் பாண்டியருக்குக் கிட்டியிருந்தது. வீரராசேந்திர சோழனுக்குப் பிறகு (கி.பி. *1207 - 1252*) ஆட்சிக்கு வந்த கொங்குச் சோழரான இரண்டாம் விக்ரம சோழனின் காலத்தில் இரண்டாம் சுந்தரவர்ம பாண்டியன் அரசனானான். (கி.பி. *1239 - 1251* வரை) கொங்குச் சோழனின் மைத்துனராகவும், ஹொய்சாள வீரசோமேசுவரனை மாமாவாகவும் கொண்ட இரண்டாம் சுந்தர பாண்டியனால், அவ்விருவர் உதவியும் கொண்டுதான் தம்மீது

படையெடுத்துத் தோற்கடித்த கடைசி சோழமன்னரான மூன்றாம் இராசேந்திரன் மீது இறுதிப் போர்செய்து சோழரது பரம்பரையை ஒரு முடிவுக்குக் கொண்டு வரமுடிந்தது.

இரண்டாம் விக்ரம சோழன் :
[கி.பி. 1252 - 1276 வரை]

வீரராசேந்திர சோழனுக்குப் பிறகு (1207 - 1252) கொங்குநாட்டை ஆண்ட இறுதி மன்னர் விக்ரமசோழன் II ஆவார். வலிமை பெற்று வந்த பாண்டியரிடம் இவருக்குப் பின் வந்த மூன்றாம் விக்ரம சோழன் கி.பி. 1276-ல் தனது அனைத்து உரிமைகளையும் இழந்துவிடக் கொங்குப் பாண்டியராட்சி தோன்றியது.

திங்களூர் சந்திரமௌலீசுவரர் கோயில்

17. பிற்காலப் பாண்டியர்கள்

முதலாம் மாறவர்மன் சுந்தரபாண்டியன் (கி.பி. 1216 - 1238)

மதுரையை மீட்ட சுந்தரபாண்டியனாகக் கருதப்படும் முதலாம் மாறவர்மன் சுந்தர பாண்டியன் கி.பி. 1216-ல் மூன்றாம் குலோத்துங்க சோழருக்கடங்கிய சிற்றரசராகவே பட்ட மேற்றார். சோழர் குலத்தின் இறுதிப் பேரரசராக விளங்கிய மூன்றாம் குலோத்துங்கர் மறைந்த வுடன் மூன்றாம் இராசராசன் பதவிக்கு வந்தார்.

இதைப் பயன்படுத்தி முதலாம் மாற வர்மன் சுந்தரபாண்டியன் சோழநாட்டைத் தாக்கி வெற்றி கண்டார். இருப்பினும் மூன்றாம் இராஜராஜனின் மாமனாக விளங்கிய ஹொய்சாள வீரநரசிம்மர் காவிரியோர மகேந்திரமங்கலம் கிராமத்தில் பாண்டியனை வென்றதால் சோழன் தன்னாட்சி பெற்றார்.

இவரது ஆட்சிக்காலத்தில்தான் வட கொங்கை யாண்ட வீர கேரளர்கள் மற்றும் தென் கொங்கையாண்ட கொங்குச் சோழர் களிடையே பகைமை வளர்ந்தது. இவர்களது சண்டையில் தலையிட்ட பாண்டியனோ தென் கொங்கை அதாவது கொங்குச் சோழர்களை ஆதரித்து வீரகேரளர்களை வெற்றி கொள்ளச் செய்தார். இதனால் வீரராஜேந்திர சோழன் எனும் கொங்குச் சோழர் (கி.பி. 1207 - 1252) இரு கொங்கையும் ஒருங்கேயாளத் துவங்கினார்.

கொங்குச்சோழர்குல இளவல் விக்கிரமச் சோழனின் தங்கையான இளவரசியை இரண்டாம் மாறவர்ம சுந்தரபாண்டியன் மணந்தார். இதிலிருந்து கொங்குச் சோழர்கள் தமது முந்தைய உறவினர்களும் பேரரசர்களுமான பிற்காலச் சோழர்களை மறந்து பாண்டியரோடு உறவாடத் துவங்கினர்.

இரண்டாம் மாறவர்மன் சுந்தரபாண்டியன் [கி.பி. 1239 – 1251]

மூன்றாம் இராசராச சோழனின் மகனான மூன்றாம் இராஜேந்திர சோழன் மாபெரும் வீரன். தமது தந்தை காலத்தில் பாண்டியர் இழைத்த கொடுமைகளுக்கெதிராய் வாளேந்திப் பெரும் படை திரட்டிப் பாண்டிய நாட்டில் புகுந்தார்.

முதலாம் மாறவர்மனுக்குப் பிறகு பதவிக்கு வந்த இரண்டாம் மாறவர்மனால் இவரைச் சமாளிக்க முடியாது சரணடைந்தார். இதன் மூலம் தமிழகத்தில் பாண்டியர் நிலை தாழ்ந்தது. இரண்டாம் மாறவர்மனின் மாமாவாகத் திகழ்ந்தவரும் ஹொய்சாள மன்னனுமான வீரசோமேசுவரன் தலையிட்டு பாண்டியரை ஆதரித்ததால் பாண்டியர் முடி தப்பியது. இவ்வாறு பாண்டியரும், சோழரும் மாறி மாறி தோற்றபோதும் தொடர்ந்து வென்று வந்தது ஹொய்சாளர்களே.

முதல் சடாவர்மன் சுந்தரபாண்டியன் [கி.பி. 1251 – 1268 வரை]

கி.பி. 1251-ல் பதவியேற்ற முதல் சடாவர்மன் சுந்தர பாண்டியன் முதலில் ஹொய்சாள வீரசோமேசுவரனைக் கொன்ற தோடு அவரது மகனான வீரராமநாதன் மீதும் படைநடத்திச் சென்று கொங்கு நாட்டை முழுக்கத் தமது கட்டுப்பாட்டில் கொண்டு வந்தார்.

பிறகு கோப்பெருஞ்சிங்கன், தெலுங்குச் சோழன், காகதிய கணபதியையும் தோற்கடித்து நெல்லூரில் வீராபிஷேகம் செய்து சிதம்பரம், ஸ்ரீரங்கம் கோயில்களுக்கு ஏராளமான தானங்களைச் செய்தார்.

இவரது ஆட்சிக்காலத்தில் தமது உறவினனான வீரபாண்டியன் என்பவருக்குக் கொங்கு நாட்டு அரசப் பிரதிநிதி எனும் பட்டம் கொடுத்து கரூரிலிருந்து கொங்கு மண்டலத்தை அரசாளச் செய்தார்.

இதன் மூலம் கொங்குப் பாண்டிய வம்சம் கி.பி. 1265-ல் துவங்கி கி.பி. 1335 வரை கிட்டத்தட்ட 5 கொங்குப் பாண்டியர்களால் ஆளப்பட்டது.

முதல் மாறவர்மன் குலசேகரப் பாண்டியன்
[கி.பி. 1268 – 1311 வரை]

இவரது காலத்தில்தான் புகழ்பெற்ற இத்தாலிய நாட்டுப் பயணி மார்கோபோலோவும், இஸ்லாமியப் பயணி வாசப்பும் தமிழகம் வந்தனர்.

குலசேகரப் பாண்டியன் தமது முக்கியத் தளபதியான ஆரியச் சக்ரவர்த்தியை அனுப்பி இலங்கையை வென்று புத்தரின் புனிதப் பல்லைப் பறித்து வந்தார். மூன்றாம் பராக்கிரமபாகு மதுரை வந்து நேரில் மன்னிப்புக் கேட்டு தமது ஆட்சியைத் திரும்பப் பெற்றார்.

ஆனாலும் முதல் மாறவர்ம குலசேகரப் பாண்டியரது இறுதிக் காலம் வேதனை மிக்கதாக விளங்கியது. அவரது புதல்வர்களான சுந்தரபாண்டியனுக்கும், வீரபாண்டியனுக்கும் இடையே பதவிச் சண்டை ஏற்பட்டது.

வீரபாண்டியனை மன்னர் தமது வாரிசாக அறிவிக்க முற்படுகையில் வெகுண்டு எழுந்த மூத்தவனான சுந்தரபாண்டியன் தமது தந்தையைக் கொன்றுவிட்டு 1311-ல் மதுரையைக் கைப்பற்றி அரசாளத் தொடங்கினான்.

வீரபாண்டியனோ பாண்டியரது இரண்டாம் தலைநகரமாய் விளங்கிய முஸ்லீம் ஆசிரியர்களால் பீர்தூல் எனப்பட்ட வீரதளப் பட்டணத்தை (உறையூர்) கைப்பற்றி அரசாளலானான்.

இவ்விருவருக்குள்ளும் மாறி மாறி சண்டை நிலவி வந்தது. இந்நிலையில் ஹொய்சாள மூன்றாம் நரசிம்மன் மறைந்து மூன்றாம் வல்லாளன் ஆட்சிக்கு வந்தார்.

18. கொங்குப் பாண்டியர்கள்

வீரபாண்டியன் (கி.பி. 1265 – 85)

கொங்குப் பாண்டிய வம்சத்தின் முதல் அரசனாக வீரபாண்டியன் கி.பி. 1265-ல் பதவியேற்றார். 20 ஆண்டுகள் நடைபெற்ற இவரது சிறப்பான ஆட்சிக்காலத்தில் தென் கொங்கில் பல ஊர்கள் வீரபாண்டி எனும் பெயரில் உருவாகிக் காலவெள்ளத்தில் அழியாது இன்றளவும் அப்பெயர்தாங்கி நிற்கின்றன. உதாரணத்திற்கு கோவை சின்னதடாக மருகேயும், பெரியநாயக்கன்பாளையத்தை யடுத்தும் இன்றும் வீரபாண்டி எனும் பெயரில் ஊர்கள் உள்ளன. அவிநாசி சேவூர்ப் பெருமாள் கோயில், ஈரோடு தொண்டீசுவரர் கோயில், பெரியபாளையம் குரக்குத்தளி கோயில், உடுமலை சங்கராமநல்லூர், திருமுருகன் பூண்டி, பாரியூர், நம்பியூர், அந்தியூர், திங்களூர், விஜய மங்கலம், தாராபுரம், கொளிஞ்சிவாடி ஆகிய ஊர்க் கோயில்களில் வீரபாண்டியன் ஆட்சி நன்கொடைகள் குறித்த கல்வெட்டுகள் கிடைத்துள்ளன.

சுந்தரபாண்டியன் (கி.பி. 1285 – 1300)

வீரபாண்டியனுக்குப் பிறகு சுந்தர பாண்டியன் கொங்குப் பாண்டியராக அரசேற்றுப் பதினைந்து ஆண்டுகள் ஆண்டார். இவ்வரசன் காலத்தில் இடிகரையில் வேளாண்செட்டியார்

இனத்தவர் சந்தியா விளக்கிற்காகப் பொன் தானம் கொடுத்தது திருநெல்வேலியினத்தவருக்கும் கொங்கு நாட்டிற்கும் இடையே நிலவிய வணிகத் தொடர்பை விளக்கும். கோயில்பாளையம் கால காலேசுவரருக்கு வானவன் மாதேவிநல்லூர் எனும் கிராமம் தான மளிக்கப்பட்டது. இம்மன்னரால் அவிநாசிக்கடுத்த புக்கொளியூரில் சுந்தரமூர்த்திநாயனார் கோயில் எழுப்பப்பட்டது. அவிநாசி, சேவூர், அந்தியூர், பெரியபாளையம், விஜயமங்கலம், தாராபுரம், கொளிஞ்சி வாடி, பெருமாநல்லூர், கூகலூர் ஆகிய ஊர்களில் இவரது கல் வெட்டு கிடைத்துள்ளது.

[1]கோவையயடுத்த சூரலூரில் (இன்றைய சூலூர்) நொய்யலின் குறுக்கே அணைகட்டப்பட்டு சூலூர் பெரிய ஏரியில் நீர் சேமிக்கப் பட்டது. இவ்வணைப் பராமரிப்பு பிள்ளையான் என்பவரிடம் விடப்பட்டு சூலூர்குடிமக்களிடம் வாய்க்கால் வரி, மீன்பிடிவரி வசூலிக்கும் உரிமையும் தரப்பட்டது. அணை பராமரிப்பு, நீர் நிர்வாகத்தையும் இக்கல்வெட்டு தெளிவாகக் கூறுகின்றது.

கொங்குப்பாண்டியர்களின் இறுதிக்காலம் (கி.பி. 1300 – 1335)

இதில் 3 கொங்குப் பாண்டியர்கள் குறித்த செய்திகள் கிடைத்துள்ளன.

குலசேகரப் பாண்டியன்

திருபுவன சக்ரவர்த்தி என்றழைக்கப்பட்ட குலசேகர பாண்டியன் ஆட்சிக் கல்வெட்டுக்கள் 2 தாராபுரத்திலும் ஒன்று அவினாசிலிங்கேசுவரர் ஆலயத்திலும் கிடைத்துள்ளது.

திரிபுவன வீரபாண்டியன்

குலசேகரனுக்குப் பிறகாண்ட திரிபுவன வீரபாண்டியன் மிகச்சிறந்த நிர்வாகியாகத் திகழ்ந்துள்ளார். பாரியூர் அமர பரணீசுவரர் கோயில் மற்றும் கூகலூரில் இவரது ஆட்சிக் கல்வெட்டுகள் கிடைத்துள்ளன. கொங்கு நாட்டின் 24 நாட்டுப் பிரிவுகளுள் கிட்டத்தட்ட 20 பிரிவுகள் இவர் வசமிருந்தன. இவற்றில் ஒட்டச்சு எனும் வரியை நீக்கினார். தமது அதிகாரிகளிடையே நிலவிவந்த ஊழல்களைத் தடுக்க உத்திரவுகள் பிறப்பித்துள்ளார். பாரியூர்க் கோயிலுக்குத் திருப்பணி நடைபெற்றது.

1. கொங்கு நாட்டு வரலாறு - கோவைகிழார் (பக். 247).

ஜடாவர்மன் சுந்தரபாண்டியன்

பொங்கலூர் சுந்தரபாண்டியபுரம், விஜயமங்கலம், திங்களூர், திருமுருகன் பூண்டி, பருத்திப் பள்ளி, பெருங்களந்தை ஆகிய ஊர்களில் இவரது கல்வெட்டுகள் கிடைத்துள்ளன. இவ்வரசனோடு கொங்குப் பாண்டியராட்சி முடிவுக்கு வந்தது. மதுரைப் பாண்டியர்களுள் ஏற்பட்ட அரியணைச் சண்டையும், முஸ்லீம் படை யெடுப்பும் ஒரேயடியாக கி.பி. 1335-ல் கொங்குப் பாண்டிய ராட்சியை முடிவுக்குக் கொண்டுவந்தது.

19. காலிங்கராயன் வாய்க்கால்

கொங்கு 24 நாடுகளில் பூந்துறை நாட்டின் வெள்ளோட்டைச் சார்ந்த காலிங்கன் அல்லது லிங்கையன் எனும் வேளாள இளைஞர் தமது வீரத்தாலும் விவேகத்தாலும் 13-ம் நூற்றாண்டில் முதலாம் சடாவர்மன் சுந்தர பாண்டியனால் போற்றப்பட்டு பாண்டியன் சார்பில் கொங்கு நாட்டை நிர்வகிக்கும் பேறு பெற்றார். காவிரியின் குறுக்கே கல்லணை கட்டி கால்வாய்கள் வெட்டி கரிகாற் பெரு வளத்தான் என்று பெருமையுடன் அழைக்கப்பட்ட கரிகாற்சோழனுக்கு அடுத்தபடியாக தமிழர்கள் நினைவுகூற வேண்டிய பெயர் காலிங்கராயனாகும்.

[1]காலிங்கராயரது மகன் திருமண நிச்சய மன்று, வீட்டு சமையலாள் எந்த அரிசியில் சமைப்பதென்று வினவியுள்ளார். அதற்கு மணப்பெண் வீட்டார் கம்பு விளைகிற சீமையில் இருப்பவர்களுக்கு எந்த அரிசி என்று தெரியவா போகிறது. பழைய அரிசியிலேயே போடு என்று கூறிவிட்டார்கள் இதைக்கேட்டு வருத்தமுற்ற காலிங்கராயர் தமது நாட்டை நெல் விளையும் பூமியாக மாற்றிவிட்டு வந்து பெண் எடுப்பதாக சபதமிட்டு வெளியேறினார். காலிங்கராயன்

---

1. பாளையப்பட்டுக்களின் வம்சாவளி - தொகுதி I - (பக். 59 - 71).

மூலம் அணையும், கால்வாயும் உருவாக வேண்டுமென்பது ஆண்டவனின் சித்தமாக இருந்ததால், காலிங்கராயருக்கு கனவில் அந்தணர் வடிவில் இறைவன் தோன்றி பாம்பு காட்டுகின்ற வழியில் கால்வாய் வெட்ட அறிவுறுத்தினார். கனவின்படி மறுநாள் பாம்பு ஒன்று அவரின் முன்தோன்றி வழிகாட்டி கொடுமுடி வரை சென்றது. பின்னர் பவானியில் காவிரியும், பவானியும் இணையுமுன், மேற்கே சற்றுத்தள்ளி பாம்பு படுத்துவிட்டது. அதன் குறிப்புணர்ந்த காலிங்கராயர் அவ்விடத்தையே அணைகட்டுவதற்குத் தேர்ந்தெடுத்தார். அங்கிருந்து பாம்பு கொடுமுடி சென்றடைந்த பாதையையே கால்வாய் வெட்டுவதற்குரிய வழியாகக் கருதி வேலைகளைத் துவக்கினார்.

காலிங்கராயன் வாய்க்காலின் அழகிய தோற்றம்

அணை கட்டுகின்ற இடம் தமதென்று தடுத்த வெள்ளை வேட்டுவரெனும் பாளையக்காரருடன் போரிட்டு வென்று, அருகாமையிலிருந்த ஊராட்சி மலையையும் அதற்குரிய தடத்தையும் அதன் உரிமையாளரிடம் விலைகொடுத்து வாங்கினார். அம்மலையி லிருந்து கற்களைப் பெயர்த்துக் கொணர்ந்து அணைகட்டி கால்வாய் வெட்டி ஈரோடு மாவட்டத்தின் மேட்டுப்பாங்கான நிலங்களையும் பொன் விளையும் பூமியாக்கினார். கம்மாளர்களுக்கு மறுக்கப்பட்டு வந்த பல்வேறு உரிமைகளை மீட்டுத்தந்து சாதிபேதமற்ற சமூக சீர்திருத்தவாதியாகவும் திகழ்ந்தார்.

கொங்கு 24 பாளையக்காரர்களும் தமக்கிணையாகக் காலிங்க ராயருக்கு மரியாதைகள் கொடுக்கப்படுவதை எதிர்த்தனர். இதனால் தாமோ, தமது வமிசத்தினரோ கால்வாயின் பலனை ஆண்டு அனுபவிக்க விரும்பாது முன்னர் சேரமான் பெருமாள்

காலிங்கராயன்

நாயனாரால் தமது பரம்பரைக்குக் கொடுக்கப்பட்டிருந்த காவடிக்கா நாடு (பொள்ளாச்சி) வனப்பகுதிக்கு வந்து ஊற்றுக்குழியில் புதுப்பாளையம் அமைத்தார். நூற்றாண்டுகள் பலகடந்தும் நிலைத்து நிற்கும் கிட்டத்தட்ட 94 கி.மீ. நீளமுள்ள காலிங்கராயன் கால்வாயும், பவானிக்கு மேற்கேயுள்ள அணையும் புவி உள்ளவரையிலும் தன்னலம் கருதாத காலிங்கராயனின் பொறியியல் திறனைப் பறை சாற்றும்.

விஜயநகரப் பேரரசு காலத்தில் காலிங்கராயரின் வம்சாவழியினரில் ஒருவர் பெனுகொண்டாவை யடைந்து ராயரை (பேரரசரை) சந்தித்தார். ராயரது மகனின் மனப்பிரமை இவரது அருளால் தீர்ந்ததால் ராயர் மகிழ்ந்துபோய், பல்லக்கு, சாமரம், சுறுட்டி, வெள்ளை மற்றும் பச்சைக் குடைகள், சின்னம், மேளம், குதிரைமேல் டங்கா, யானைமேல் பேரிகை கொடுத்து கௌரவித்தார். இவ்வம்சத்தில் ஒன்பதாவது பட்டக்காரரான நஞ்சப்ப காலிங்கராயர் மதுரை விசுவநாத நாயக்கருக்குத் திருநெல்வேலி பஞ்சபாண்டியரைத் தோற்கடிக்க உதவினார். மதுரையின் 72 பாளையப்பட்டுக்களுள் ஒன்றாக அறிவிக்கப்பட்ட ஊற்றுக்குழி பாளையத்துக்கு மதுரையில் ஐம்பத்தி ஒன்றாம் கொத்தளத்தின் பொறுப்பு கொடுக்கப்பட்டது.

இருபத்தி மூன்றாம் பட்டக் காரரான நஞ்சய காலிங்கராய கவுண்டர் இம்முடிராஜ உடையாருக்காக, குடகு மன்னன் மீது போர் தொடுத்து வெற்றி தேடித்தந்தார். அவருக்குப்பின் வந்த காலிங்கராயர் மைசூர்க்காதரவாய் கோழிக்கோடு சாமூதிரியிடம் படை நடத்தியபோது தோல்வியுற நேரிட்டது. திப்புவின் காலத்தில் மைசூராரின் வரிக்கொடுமைகள் அதிகரித்ததால் பின்னர் வந்த பட்டக்காரரான குமாரசாமி காலிங்கராயர் ஆங்கிலேயே கிழக் கிந்தியக் கம்பெனிக்காதரவு தெரிவித்தார்.

திராவிட இயக்கத்தில் ஈடுபாடு கொண்டு பெரியாரின் நண்பராகத் திகழ்ந்த முத்துராமசாமி காலிங்கராயர் 1914-ம் ஆண்டு கோவையில் நடைபெற்ற பிராமணரல்லாதோர் மாநாட்டின் வரவேற்புக் குழுத் தலைவராக விளங்கினார். மோகன்ராஜ் காளிங்கராயர் 1971-ல் நடைபெற்ற பொள்ளாச்சி நாடாளுமன்ற இடைத்தேர்தலில் தமிழ்நாடு விவசாய சங்கத்தலைவரும், சுதந்திரா கட்சியின் கோவை மாவட்ட தலைவருமான கணபதி இரா. கிருஷ்ணசாமி கவுண்டரை எதிர்த்துப் போட்டியிட்டு வென்றார். பிரபல திரைப்பட நடிகர் சத்யராஜின் தாயார் காலிங்கராயர் வம்சத்தைச் சார்ந்தவர்.

20. ஹொய்சளர் எனும் கோசலர்

தமிழக வரலாற்றுக் குறிப்புகளில் போசளர், கோசலர் என்றெல்லாம் அழைக்கப் பெறும் ஹொய்சாளர்கள் நீண்ட பாரம்பரிய மிக்க பரம்பரையைச் சேர்ந்தவர்கள், கர்நாடக மாநிலத்தில் மேற்குத் தொடர்ச்சி மலைகளில் அமைந்த மலைநாட்டைச் சார்ந்தவர்கள்.

சுதத்தன் எனும் சமண குருவைத் தாக்க வந்த புலியிடமிருந்து அவரைக் காக்க சலன் எனும் மாவீரனை நோக்கி புலியைக் கொய் சலா என்று கூறியதாக நம்பப்படுகிறது. சலனும் புலியுடன் போராடிக் கொய்ததால் (கொன்றதால்) அவனுக்குக் கொய்சலன் எனும் பட்டப் பெயரிடப்பட்டது. அதுவே திரிந்து ஹொய் சாளராக மாறியது. இம்மன்னனை சங்க இலக்கியங்களில் புலி கடிமால், அதாவது புலியைக் கொன்றவன் எனும் பொருள் படும் படி கூறப்படுகிறது.

சலனது காலந்தொட்டு புகழடையத் துவங்கினாலும் மேலைக் கங்கரது வீழ்ச்சிக்குப் பிறகுதான் கர்நாடகத்தின் ஆட்சிப் பொறுப்பு ஹொய்சாளர்களுக்குக் கிட்டியது. முதலாம் நிருபகாமா (கி.பி. 976 - 1006) காலம் முதல் இவர்களது ஆட்சி குறித்த ஆவணங்கள் கிடைத்துள்ளன. கி.பி. 1108 முதல் கி.பி. 1152

வரை அரசாண்ட விஷ்ணுவர்த்தனனே இவ்வம்சத்தின் முதல் புகழ்பெற்ற அரசன். இவரது காலத்தில் தலைநகர் பேலூரிலிருந்து புதிதாக உருவாக்கப்பட்ட ஹளபேடிற்கு மாற்றப்பட்டது.

சீயகங்கனுக்குப் பிறகு கங்க வம்சத்தில் ஆட்சிக்கு வந்த அரசர்கள் வலிமையற்றவர்களானதாலும், தம்மை ஆதரித்த சோழர்கள் வீழ்ந்து விட்டதாலும் ஹொய்சாளர்களின் வளர்ச்சிக்கு முன் கங்கர்கள் தாழ்ந்து போயினர்.

இதைப் பயன்படுத்திய ஹொய்சாளர் வீரநரசிம்மர் தலைமையில் கர்நாடகம் முழுக்க தமது ஆட்சியை விரிவுபடுத்த லாயினர். அத்துடன் நில்லாது தமிழ்நாட்டின் பல பாகங்களையும் குறிப்பாகக் கொங்கு நாட்டினையும், தொண்டை மண்டலத்தினையும் கைப்பற்றப் பாண்டியரோடு அதிகாரப் போட்டியில் இறங்கினர். தமது சேனைத் தளபதிகளான சங்கராடநாயக்கன், தண்டநாயக்கன் தலைமையில் கொங்கு நாட்டின் பெரும்பாகத்தைக் கைப்பற்றினர்.

தாம் ஏற்கனவே பெற்றிருந்த கண்ணனூர்க்கொப்பம் (திருச்சிக்கு வடக்கே சமயபுரம் அருகே உள்ளது) உடன் சேர்த்துக் கொங்கு நாட்டையும் துவாரசமுத்திரத்திலிருந்து ஆளத்தலைப்பட்டனர்.

ஆனால் மாபெரும் வெற்றி வீரரும் பிற்கால பாண்டிய அரசைப் பேரரசாகப் பிரஸ்தாபித்தவருமான முதல் சடாவர்மன் சுந்தரபாண்டியன் (கி.பி. 1251 - 1268) தமது ஆட்சியில் கொங்கு நாட்டின் சில பகுதிகளைப் பிடித்த சேரர்களை துரத்தி வீரரவி உதயமார்த்தாண்ட வர்மனைக் கப்பம் கட்டச் செய்தார். பின் ஹொய்சாள மன்னன் வீர சோமேசுவரன் மீது பகை கொண்டு ஹொய்சாளரின் தமிழகத்தளமாக விளங்கிய கண்ணனூர்க் கொப்பத்தின் மீது போர் செய்தார்.

இதில் புகழ் பெற்ற ஹொய்சாளப் படைத்தலைவன் சிங்கணன் உள்ளிட்ட பலர் கொல்லப்படக் காவிரிக் கரையி லிருந்தும், கோட்டையிலிருந்தும் ஹொய்சாளப்படை விரட்டப்பட்டது.

இந்நிலையில் ஹொய்சாள சோமேசுவரன் இறக்க அவர்தம் நாடு இருபுதல்வர்களான மூன்றாம் நரசிம்மனுக்கும், வீரராம நாதனுக்கும் இருகூறாகப் பிரிக்கப்பட்டது. அதில் ஹொய்சாளர் தமிழகத்தில் கைப்பற்றியிருந்த கொங்கு மற்றும் தொண்டை மண்டலப் பகுதிகளுக்கு ஹோசூரருகேயுள்ள குந்தனியைத் தலைநகராகக் கொண்டு வீரராமநாதன் அரசாண்டார்.

மூன்றாம் வல்லாளன் (கி.பி. 1291 – 1342)

பாண்டியர் தமது உட்பூசலால் வலுவிழக்க ஹொய்சாளர் மூன்றாம் வல்லாளர் தலைமையில் முன்னர் பாண்டியரிடம் தாம் இழந்த கொங்கு, திருச்சிப் பகுதிகளைக் கைப்பற்றலாயினர்.

ஹொய்சாளரின் தளபதியான மகாதேவதண்ட நாயக்கன் வீரபாண்டியனை முறியடித்து நீலகிரி முதல் பழனி வரையிலான கொங்குப் பகுதிகளையும் திருச்சிக்கு அருகேயுள்ள கண்ணனூர்க் கொப்பத்தையும் கைப்பற்றிக் கொண்டார்.

அத்துடன் நில்லாது ஈரோடு மாவட்டம் சத்தி அருகே பவானிசாகரில் உள்ள தணாய்க்கன்கோட்டை எனும் வலுமிக்க அரணை உருவாக்கி மைசூரையும் கொங்கு மண்டலத்தையும் இணைக்கும் முக்கிய ராணுவ கேந்திரமாக மாற்றினான். இவ் வமைப்பும். இக்கோட்டையும் திப்புசுல்தான் காலம் வரை மைசூர் அரசர்களுக்குப் பேருதவியாக அமைந்தது.

21. முகம்மதியப் படையெடுப்பு

வீரபாண்டியன், சுந்தரபாண்டியன் சண்டை உச்சகட்டத்தை அடைகையில் வடஇந்தியாவை ஆண்டுவந்த அலாவுதீன் கில்ஜி தமது படைத்தலைவனும், கொடூர குணம் படைத்தவனுமான மாலிக்காபூர் தலைமையில் தென்னகத்தைக் கொள்ளை யிடப் பெரும்படையை கி.பி. 1310-ல் அனுப்பினார். ஏற்கனவே அலாவுதீன் கில்ஜிக்கு சுயநலத்தால் தமது மகளை மணம் செய்வித்து, மகாராஷ்டிரப் பகுதிகளைக் கப்பம் கட்டச் செய்திருந்த தேவகிரி இராமச்சந்திர தேவன் எனும் யாதவ மன்னன் மாலிக்காபூரின் தென்னகப் படையெடுப்புக்கு தமது மகன் எதிர்ப்பையும் மீறி சிவப்புக்கம்பளம் விரிக்கலானான். தமக்கருகாமையிலிருந்த வாரங்கல் நாட்டு (ஆந்திர) காகதீய மன்னன் பிரதாபருத்ரன் மீது பொறாமை கொண்டு மாலிக்காபூரின் சேனைகள் பிரதாபருத்ரன் மேல் போர் தொடுக்க எல்லா வித வசதிகளையும் செய்து கொடுத்தான். ஆனால் வாரங்கல்லில் தெலுங்கு சிற்றரசர்கள் அனைவரும் தமது வேறுபாடுகளை மறந்து ஒன்றுசேர்ந்து பிரதாபருத்ரன் தலைமையில் இரண்டு மாதகாலம் வீரத்துடன் எதிர்த்தனர். எனினும் முற்றுகை கடுமையாக இருந்ததால் பிரதாபருத்ரன் பணிந்து கோகினூர் வைரம்

உள்ளிட்ட பல பரிசுப் பொருட்களைத் திறையாகச் செலுத்தினார். இவ்வாறாக யாதவப் பேரரசும், காகதீயரும் எளிதில் வீழ மிச்சமிருந்த இந்து நாடுகள் மூன்றுதான். அவை ஹொய்சாளர் தலைமையிலான கர்நாடகாவும், பாண்டியர் தலைமையிலான மதுரை மற்றும் சேரன் தலைமையிலான கேரளாவும்.

கி.பி. 1310-ல் நடைபெற்ற சுல்தானியப் படையினரது அடுத்த தாக்குதலுக்கு ஹொய்சாளர்கள் பலியாகினர். வீரபாண்டியனது குதிரைப்படை உதவிபெற்றும் ஹொய்சாளரால் சமாளிக்க முடிய வில்லை. மூன்றாம் வல்லாளன் தமது செல்வம் அனைத்தையும் இழக்க, மாலிக்காபூரை நாடி தூது வந்தான் சுந்தரபாண்டியன். வீரபாண்டியனை வீழ்த்தித் தமது நாட்டைப் பெற்றுத் தருமாறு வேண்டிய சுந்தர பாண்டியனைப் பார்த்துப் பழம் நழுவி பாலில் விழுந்தது என்று நினைத்த மாலிக்காபூர் உடனே தமிழகத்தின் மீது பாய்ந்தார். முதலில் வீரபாண்டியன் ஆண்டுவந்த வீர தவளப்பட்டணத்தை (பீர்தூல் எனும் உறையூர்) தாக்கினார். இந்தியாவில் அந்நியப் படையெடுப்பாளருக்கெதிராக முதன் முதலாக புத்திசாலித்தனமாக நடந்து கொண்டவன் வீரபாண்டியனே. அந்நியப் படைவருமுன்பே தமது முக்கிய ஆதரவாளர்களோடும், பெரும் செல்வத்தோடும், கோவில் திருவுருவங்களோடும் தப்பியோடினார். மாலிக்காபூரை சந்தித்து மண்டியிடவோ, திறை செலுத்தவோ ஒப்புக்கொள்ளாத முதல் இந்திய மன்னனும் வீரபாண்டியனே. வீரபாண்டியனும் அரண்மனைக் கருவூலமும் தன் கைவிட்டுப்போக, (வீரபாண்டியனால் மாலிக்காபூரின் கவனத்தைத் திசைதிருப்ப அனுப்பப்பட்ட சில யானைகள் மீதான செல்வத்தை தவிர) தனது கோபத்தை எல்லாம் அப்பாவிப் பொதுமக்கள் மீது காட்டித் திருவரங்கக் கோயிலைக் கொள்ளையிட்டுத் திருச்சி உள்ளிட்ட நகரங்களைத் தீக்கிரையாக்கினான் மாலிக்காபூர். பின்னர் தமக்கு அழைப்பு விடுத்த சுந்தர பாண்டியனின் மதுரை மீதே படைகளை ஏவ, தமது தவறை உணர்ந்த சுந்தரபாண்டியன் வாழ்வில் முதல் முறையாகத் தம்பியைப் பின்பற்றித் தமது பெரும் செல்வத்தோடு தப்பியோடினான். கோபமுற்ற மாலிக்காபூர் மதுரையைத் தாக்கிக் கண்ணில் சிக்கியவரையெல்லாம் கொலை செய்து, மிச்ச மீதியிருந்ததைக் கொள்ளையடித்துத் தீக்கிரையாக்கினான்.

தமிழர் ஒற்றுமை

மாலிக்காபூரால் தமிழ்நாடு பல்வேறு இன்னல்களுக்கு ஆளானது கண்டு பொறுக்காத மறைந்த முதலாம் மாறவர்ம குல சேகரப் பாண்டியனின் சகோதரருள் ஒருவரும், சுந்தர, வீரபாண்டியன் களுக்குச் சிற்றப்பா முறையினருமான விக்ரம பாண்டியன் பாண்டிய நாட்டின் ஒட்டுமொத்த வலிமையையும் ஒன்று திரட்டி மாலிக் காபூரை மதுரையிலிருந்து விரட்டி அடித்தார். பாண்டியர் தமக்குள் தொடர்ந்து மோதி நின்றிருந்தாலும், பொது எதிரியான அந்நியப் படையெடுப்பாளனுக்கெதிராகச் சகோதரப் பாசத்தால் ஒன்று திரண்டு விரட்டியது குறிப்பிடத்தக்கது எனின், அவ்வொற்றுமை நீண்டகாலம் நீடிக்காதது வருந்தத்தக்கது. அலாவுதீன் கில்ஜியும், அவனது படைத்தலைவனான மாலிக்காபூரும் சென்ற இடமெல்லாம் இராசபுதனம் ஆனாலும் சரி, குஜராத், மகாராஷ்டிரா ஆனாலும் சரி வெற்றிமேல் வெற்றி பெற்று அடிமைப்படுத்திய நிலையில் தமிழ் மன்னன் எவருமே அடிபணியாதது, திறை செலுத்தாதது மட்டுமின்றி துரத்தியடித்ததும் குறிப்பிடத்தக்க வெற்றியேயாகும்.

இந்தியா முழுக்க (கேரளம் தவிர) அடிமைப்படுத்தியிருந்த கில்ஜியின் இலட்சக்கணக்கான வீரர்களின் முன் வெறும் 5-6 மாவட்டங்களை மட்டுமே (அதுவும் 2 ஆகப் பிரிந்து நின்றது) கொண்டிருந்த ஒரு சிற்றரசின் சிற்றப்பா முறையினாலான விக்கிரம பாண்டியனின் தலைமையில் போரிட்ட சில ஆயிரம் வீரர்கள் மட்டுமே கொண்ட சிறு கூட்டத்தால் கி.பி. 1311-ல் வெல்ல முடிந்தது என்பது இந்திய சரித்திரத்துக்கே பெருமை சேர்ப்பது ஆகும். மாலிக்காபூர் தன்கையில் வைத்திருந்த கரும்பைப் பிடுங்கி அருகிலிருந்த கல்யானை (சிற்பம்) சாப்பிட்டதால், மீனாட்சியம்மன் கோயிலுக்கு எந்த இடையூறும் அதன் பின்னர் விளைவிக்காது திரும்பியதாகக் கர்ணபரம்பரைக் கதையில் கூறப்படுகிறது. மாலிக்காபூரின் தோல்வியைச் சுல்தானிய அறிஞர்கள் தமது நூலில் குறிப்பிடாத தால் பாண்டியரது இவ்வெற்றியைப் பல வரலாற்றாசிரியர்கள் இருட்டடிப்பு செய்துள்ளனர்.

மாலிக்காபூர் ஓடிய பிறகு விக்ரமபாண்டியனும் தளர்ந்துவிட வீரபாண்டியனும், சுந்தர பாண்டியனும் மீண்டும் தமது குடுமிப் பிடி சண்டையைத் தொடரச் சேரன் குலசேகர இரவிவர்மன் மதுரை, திருவரங்கம், காஞ்சிவரைக் கைப்பற்றி வெற்றிவிழா கொண்டாடினான்.

தமிழகம் தப்பியதுபோல் தெலுங்கானா (ஆந்திரா) தப்பாது. தமது நீண்டகால சேமிப்பனைத்தையும் இழந்திருந்தது. எனினும் 2 மாத முற்றுகையை சமாளித்துக் கடும்போர் நிகழ்த்தி அனுபவம் பெற்றிருந்த பிரதாபருத்ரர் (வாரங்கல்லின் காகதீயப் பேரரசன்) இன்னொரு முறை சுல்தானியப் படையெடுப்பு நிகழாவண்ணம் தடுக்க நிரந்தரத் தீர்வை ஏற்படுத்த முயன்றார். ஏற்கனவே ஆந்திரர் அவர் தலைமையின்கீழ் ஒன்று திரண்டிருந்ததால் கர்நாடக ஹொய்சாளருடனும், தமிழ்நாட்டுப் பாண்டியரோடும் நட்புறவு வளர்த்து ஆபத்துக் காலத்தில் ஒத்துழைப்பு நல்க வேண்டினார். சேரனிடமிருந்து தமிழ்நாட்டுப் பகுதிகளைப் பாண்டியருக்கு மீட்டுத் தந்தார். இராமச்சந்திர தேவனின் மகனான சங்கரத் தேவாவுக்கும் தூது அனுப்பினார். திராவிட ஒற்றுமை இவ்வாறு தென்னகத்தில் உருவாகலாயிற்று.

பிரதாபருத்ரனின் ஏற்பாட்டில் தமிழகம் தற்காலிக அமைதி பெற்றது. தேவகிரி யாதவ மன்னன் இராமச்சந்திரதேவாவிற்குப் பிறகு அரசேற்ற அலாவுதினீன் மைத்துனரான சங்கரதேவா தமது தந்தையின் அடிமைத்தனத்தை வெறுத்து சுயமரியாதையோடு வாழத்துணிந்தார். டெல்லிக்குக் கப்பம் செலுத்துவதை உடனே நிறுத்தினார். வடக்கே மங்கோலியர் தம் மீது படையெடுத்து 3 - 4 மாதம் கோட்டையினுள் சிறைவைத்தாற் போல் முற்றுகையிட்டிருந்ததில் இருந்து தப்பியிருந்த அலாவுதீன் கில்ஜி தமது பேரரசின் அனைத்துப் படைகளையும் ஒன்று திரட்டி மாலிக்காபூர் தலைமையில் தெற்கே அனுப்பினார். விதிவசத்தால் போரில் சங்கரத்தேவா கைப்பற்றப்பட்டு ஹரிபால தேவா பொம்மை அரசனாக்கப்பட்டார். மாலிக்காபூரோ மதுரை உள்ளிட்ட பிற பகுதிகள் மீது பாயாமல் டெல்லி சென்று தான் அரசனாக வேண்டுமென்ற ஆசையால் அலாவுதீன் கில்ஜியைக் கொலை செய்துவிட்டான். பின்னர் பதவியேற்ற முபாரக்ஷாவின் கொடுங்கோலாட்சியில் குஸ்ரூ எனும் தளபதியால் தேவகிரியின் ஹரிபாலத் தேவன் தோலுரிக்கப்பட்டுக் கொல்லப்பட்டார். தேவகிரி டெல்லியின் நேரடி ஆதிக்கத்தில் வந்தது. எனினும் பிரதாபருத்ர தேவனின் ஏற்பாட்டாலும், தமிழகத்தில் பெய்த கனமழையாலும் பாண்டியரது தற்காலிக ஒற்றுமையாலும் குஸ்ரூவால் மதுரையைப் பிடிக்கமுடியவில்லை. குஸ்ரூ போன்ற ஈவிரக்கமில்லாதவனைத்

தமது தளபதியாகக் கொண்டிருந்த முபாரக்ஷாவின் முடிவும் வேதனையானதே. குஸ்ரூவால், முபாரக்ஷா கொடூரமாகக் கொல்லப்பட்டார். கி.பி.1316-ல் அலாவுதீன் கில்ஜியின் மரணத் திற்குப்பின் 4 ஆண்டுகளிலேயே கில்ஜிப்பேரரசு முடிவுற்றது.

கில்ஜி குலப் பெண்களையெல்லாம் பலாத்காரம் செய்த குஸ்ரூவின், போக்குப் பிடிக்காத பிற பிரபுக்கள் ஒன்றுசேர்ந்து கி.பி. 1320-ல் கியாசுதீன் துக்ளக்கை பதவியில் அமர்த்தினார்கள். கியாசுதீன் தமது மூத்தமகனான உலூக்கான் தலைமையில் பெரும் படையை தென்னகம் நோக்கி அனுப்பினார். இதையெதிர்பார்த்து எல்லாவித முன்னேற்பாடுகளுடனும் தயாராக இருந்த பிரதாபருத்ர தேவரும், தெலுங்கானா வீரர்களும் திருவிழா கொண்டாடுவது போல் டெல்லிப்படைகளை விரட்டியடித்தனர். அத்துடன் தோற்றோடியவர்களை துரத்திச்சென்று வெட்டிப் போட்டனர். இப்போரில் தெலுங்கானா வீரர்களுக்கு ஒரிசா மன்னன் இரண்டாம் பானுதேவன் பேருதவி செய்தார். இதைத் தமது ஆட்சிக்கே ஏற்பட்ட அவமானமாகக் கருதிய கியாசுதீன் துக்ளக் அடுத்த ஆண்டே மிகப்பெரும்படையை உலூக்கான் தலைமையில் மீண்டும் அனுப்பி வாராங்கல்லைத் தாக்கினார். டெல்லிப்படையை வென்ற பெருமிதத்தில் தற்காப்பு ஏற்பாடுகள் சரிவரச் செய்யாதது காரணமாய் பிரதாபருத்ரர் இம்முறை மிகவும் திணறினார். சமாதான உடன்படிக்கைக்கு ஒத்துவந்த அவருடன் எந்தவொரு உடன்படிக் கையும் மேற்கொள்ளாது கைதுசெய்து டெல்லியனுப்பி தெலுங் கானாவைச் சூறையாடினார் உலூக்கான். தெலுங்குச் சிற்றரசர் களின் ஒட்டுமொத்த ஆதரவு, தெலுங்கானா வீரர்களின் ஒப்பற்ற தியாகம் இவற்றையெல்லாம் தமது முன்னெச்சரிக்கையின்மையால் வீணாக்கியது கண்டு மனம் வருந்திய பிரதாபருத்ரன் வழியில் தற்கொலை செய்து கொண்டார்.

தமக்குக் கிடைத்த பெருஞ்செல்வத்துடன் தில்லித் திரும்பிய உலூக்கான் (கியாசுதீன் ஒருவிபத்தில் இறக்க (அ) கொலை செய்யப்பட) பேரரசனாக ''முகமது பின் துக்ளக்'' எனும் பெயரில் கி.பி. 1325-ல் பதவியேற்றான். கி.பி. 1326 - 27-ல் தேவகிரிக்குத் தமது தலைநகரை மாற்றினார் துக்ளக். ஆனால் தக்காணக் கிளர்ச்சிகள் பொதுமக்கள் எதிர்ப்பால் முற்றிலும் அடங்காததோடு, வங்காளம் மற்றும் சிந்து போன்ற தொலைதூரப்பகுதிகளில் புதிய கிளர்ச்சிகள் தோன்றவே, மீண்டும் டில்லிக்கே மாற்றினார். அத்துடனல்லாது எஞ்சியிருந்த பாண்டியர்களிடமிருந்து மதுரையைக் கைப்பற்ற தேவகிரியின்

ஆளுநராக நியமிக்கப்பட்ட [1]மஜீர் தலைமையில் ஒரு படைப் பிரிவும் அனுப்பப்பட்டது. இப்போருக்கு முன்னரேப் பாண்டியர் ஒற்றுமை குறைந்ததாலும், சேரன், ஒதுங்கிக் கொண்டதாலும் பராக்கிரம பாண்டியன் தோற்றுக் கைதாக மதுரை வீழ்ந்தது. எனினும் மதுரையையும், அதன் சுற்றுப் புறங்களையும் மட்டும் கைவிட்ட பாண்டிய அரச மரபினர் திருநெல்வேலி, தென்காசியில் தங்கித் தற்காப்பு நடவடிக்கைகள் மேற்கொண்டு மிச்சமிருந்த நாட்டை மதுரை சுல்தானியப் படைகளிடமிருந்து காத்துவரலாயினர். மதுரை, சுல்தானியப் பேரரசின் 23-வது மாகாணமாக ''மாபார்'' என்ற பெயரில் இணைக்கப்பட்டு அரசப்பிரதிநிதி மூலம் ஆட்சி செய்யப்பட்டது.

காம்பிலிப்போர் [கி.பி. 1327]

தற்சமயம் தென்னகத்தில் இந்துக்கள் தலைமையில் சேரர், கர்நாடக ஹொய்சாளர் தவிர பெரிய பேரரசு என்ற நிலையில் எதுவுமில்லா சூழ்நிலை உருவாக்கப்பட்டது. ஹொய்சாளரும் சுல்தானுக்கடங்கி திறை செலுத்தி வந்ததால் அங்கொன்றும் இங்கொன்றுமாக இருந்த சிறுசிறு குறுநில மன்னர்களும் சுல்தானை எதிர்க்க வலிமையற்று நின்றனர். ஆனால் தமது மனவலிமை மற்றும் தேசபக்தி காரணமாகக் காம்பிலி நாட்டு சிற்றரசனான காம்பிலித் தேவன் போர்முரசு கொட்டினார். புவியியல் ரீதியில் அழிந்துபோன தேவகிரி மற்றும் வாரங்கல் இரண்டிற்கும் கீழே கர்நாடகத்தின் துங்கபத்ரைக் கரையில் அமைந்திருந்த காம்பிலிநாடு மற்ற பேரரசுகளின் தோல்விகண்டும் அஞ்சாது எதிர்த்து நின்றது. அச்சமயம் தக்காணத்தில் சுல்தானின் ஆளுநராக நியமிக்கப்பட்டிருந்த பகாவுத்தீன் கிளர்ச்சியில் ஈடுபடலானார். இவர் மறைந்த கியாசுதீன் துக்ளக்கின் சகோதரி மகனாவார். முகமது பின் துக்ளக் இக்கிளர்ச்சியை முளையிலேயே கிள்ளி எறிய முற்பட்டுப் படையனுப்பினார். தோற்றோடிய பகாவுத்தீன் காம்பிலித் தேவனிடம் அடைக்கலம் புகுந்தார். தக்காணத்தில் பல்வேறு கொடுமைகளைப் பகாவுத்தீன் இழைத்திருந்தாலும், தம்மை நாடி வந்ததால் அடைக்கலம் கொடுத்த காம்பிலித் தேவர் டில்லிப் படையை வீராவேசத்தோடு எதிர்த்தார். ஓரிருமுறை வெற்றிகர மாகப் பகைவர்களைத் துரத்தியடித்தாலும் மூன்றாம் முறைத் தோல்வி யுற்றார். ஆனால் இறுதிக்கட்டப் போருக்குமுன் பகாவுத்தீனைத்

---

1. கொங்குநாடு - புலவர். குழந்தை (பக். 385).

தென் பகுதியிலாண்டு வந்த ஹொய்சாள மூன்றாம் பல்லாளனிடம் பத்திரமாக அனுப்பி வைத்துத் தமது உறவின் முறைப்பெண்களைத் தீக்குளிக்கச் செய்தார். கடுமையாக நடந்த இறுதிப் போரில் காம்பிலித் தேவன் உயிரிழக்க வெறியாட்டம் போட்ட சுல்தான் படைகள் ஏராளமானோரைக் கைது செய்து டில்லி கொண்டு சென்றனர். அவ்வாறு சென்றவர்களில் காம்பிலித் தேவனின் அதிகாரிகளும், போர்களில் முக்கியப் பங்காற்றியவர்களுமான ஹரிஹரரும் அவரது சகோதரர் புக்கரும் முக்கியமானவர்கள். மூன்றாம் வல்லாளன் தூது வந்த சுல்தானியப் படையிடம் பகாவுத்தீனைக் குடும்பத்துடன் ஒப்படைத்துத் தமது அரசை தற்காத்துக் கொண்டார். கைதான பகாவுத்தீன் உயிருடன் தோலுரித்துக் கொல்லப்பட்டு அவரது குடும்பத்தினருக்கே விருந்தாக்கப்பட்ட கொடுமை நிகழ்ந்தது.

22. தென்னகக் கூட்டிணைப்பு - திராவிட ஒற்றுமை

தேவகிரி, வாரங்கல், காம்பிலி வீழ்ச்சிக்குப் பிறகு விவரிக்க இயலாத கொடுமைகளைத் தக்காண பிராந்தியத்திலும் மற்றும் தமிழ், தெலுங்கு, கன்னட மொழி பேசும் நாடுகளிலும் சுல்தானியப் படையினர் செய்து வந்தனர். முன்னர் மாலிக்காபூரின் கொடுமையை எதிர்த்து எவ்வாறு தமிழ்நாடு ஒன்றிணைந்து வெற்றி பெற்றதோ, அதுபோல் தற்சமயம் ஆந்திர, கர்நாடக சிற்றரசர்கள் தமக்கிடையேயான மொழி, சாதி வேறுபாடுகள் களைந்து ஒன்று திரண்டனர். சோழரோடு மணஉறவு கொண்டிருந்த மரபின் வழிவந்தவரான அரவீடு மரபு சோமதேவன் எனும் சிற்றரசர், அருகாமையிலிருந்த கொண்டவீடு ரெட்டி சிற்றரசர்கள், கப்பையநாயக்கன் மற்றும் புரோலய நாயக்கன் துணைகொண்டு திடீர்த் தாக்குதல்களை நிகழ்த்தத் தொடங்கினார். நடுத்தர வயதைக் கடந்தவராயினும் வாலிபன் போல் படைத் தலைமையேற்று சுல்தானியப் படைகளை வழிமறித்துத் தாக்கிக் கொல்ல ஆரம்பித்தார். முதலில் டெல்லி படையினரிடையேயான தகவல் தொடர்பை துண்டித்த அவர் ஒவ்வொரு கோட்டையாக முற்றுகையிட்டுக்

கைப்பற்றத் துவங்கினார். பெரிய நிலப்பரப்பை ஆண்ட தேவகிரி, வாரங்கல் பேரரசுகள் மண்ணோடு கலந்த சூழலில், வெறும் குறுநிலத்தலைவனான சோமதேவனின் வீரமும், பிற மொழியினர், மாற்று இனத்தவர் (சாதியினர்) ஆகியோரை ஒருங்கிணைத்து, அந்நிய ஆதிக்கத்தை எதிர்த்து படை நடத்திய ஆற்றலும் அதுவரை இந்தியா கண்டிராத ஒன்று. தமது முயற்சியில் முட்கல், இராய்ச்சூர் கோட்டைகளைத் திரும்பக் கைப்பற்றிய அவர் முத்தாய்ப்பாக காம்பிலித்தேவன் ஆண்ட ஆனகுண்டிக் கோட்டையையும் மீட்டுத்தந்தார். இப்போரில் சுல்தானின் தளகர்த்தரான மஜுர் முறியடிக்கப்பட்டுக் கோட்டையிலிருந்த பைரவருக்குப் பலி கொடுக்கப்பட்டார்.

இவரது அரிய பெரு வெற்றிகள் ஆந்திர, கர்நாடக மக்களை வெகுவாகக் கவர்ந்ததோடு தென்னகத்தில் அந்நிய ஆதிக்கத்தை அகற்ற முடியும் என்ற நம்பிக்கையையும் பெற்றுத் தந்தது. இப்போராட்டக்காரர்கள் கொடுத்த விளக்கத்தின் காரணமாக எஞ்சியிருந்த பேரரசனான மூன்றாம் வல்லாளனும் டெல்லிக்குத் திறை செலுத்துவதை நிறுத்தித் தன்னாட்சி பெற்றார். டில்லி சுல்தான்களின் ஆட்சிக்கெதிராக தென்னக மக்கள் சாதி, மொழி வேறுபாடற்று ஒன்றிணைந்து பெற்றுவந்த வெற்றிகள், நாட்டின் பிற பாகங்களுக்கும் பரவினால் தமக்கு ஆபத்து என்று எண்ணி அஞ்சிய முகமதுபின் துக்ளக் தம்மிடம் கைதிகளாக இருந்த காம்பிலித்தேவனின் முக்கிய அதிகாரிகளான ஹரிஹரர், புக்கர் வசம் தாம் கைப்பற்றியிருந்த பகுதிகளின் ஆளுமையை ஒப்புவித்து தமது பிரதிநிதிகளாக அரசாள அனுப்பினார். துங்கபத்ரை நதிக் கரையை அடைந்த ஹரிஹரரும், புக்கரும் தாம் கைதான காலத்தி லிருந்த சூழ்நிலை மறைந்து, தேசிய எழுச்சி தோன்றியிருப் பதையும், தென்னக மக்களின் திடீர் ஒற்றுமையையும் கண்டு வியந்தனர். அச்சமயம் அவர்களுக்கு ஆசி வழங்கிய குருவித்யாரண்யர் சுல்தானின் பிரதிநிதியாக அல்லாது, குடி மக்களின் தலைவர்களாகப் பொறுப் பேற்க வேண்டிட அவர்களும் மனம் மாறினர். சுல்தானின் மேலாதிக் கத்தை உடனே உதறித்தள்ளி வித்யாரண்யரின் ஆசியோடு முன்னர் தாம் வாழ்ந்த ஆனகுண்டிக்குத் தெற்கே துங்கபத்ரை நதியின் தென்கரையில் வித்யாரண்யர் தவம் செய்த புண்ணிய பூமியில் கி.பி. 1336-ல் ''விஜயநகரம்'' எனும் பெயரில் பொதுமக்கள் பெற்ற வெற்றியைக் குறிக்கும் நகரமாக உருவாக்கினர்.

இந்நிலை கண்டு மனமகிழ்ந்த மூன்றாம் வல்லாளரும், இதரப் போராட்டக்காரர்களும் தமது ஆதரவையும், ஒத்துழைப்பையும் இப்புதிய அரசுக்கு நல்கினர். உருவாக்கப்பட்ட உடனேயே பிறமன்னர்கள் தாமாகவே முன் வந்து இதன் மேலாண்மையை ஏற்றதாலும், பொதுமக்கள் ஆதரவாலும் விஜயநகரம் பேரரசாக மாறியது. மேல் மற்றும் கீழ்திசைகளில் அரபிக்கடலும், வங்கக் கடலும் எல்லைகளாகத் திகழ, வடக்கே துங்கபத்ரை முதல் தெற்கே வல்லாளர் ஆட்சிப்பரப்புவரை பரந்து விரிந்து நின்றது. கி.பி. 1333-ல் டில்லியுடனான தொடர்புகளைத் துண்டித்துக் கொண்ட டில்லி சுல்தானின் மதுரைப் பிரதிநிதியான ஜலாலுதீன் அசன்ஷாத் தம்மை சுதந்திர அரசனாகப் பிரகடனப்படுத்தினார். அதுமுதல் அவன் வழிவந்தோர் மதுரை சுல்தானியர் என்றே அழைக்கப் பட்டனர். ஜலாலுதீன் அசன்ஷா காலந்தொட்டு தமிழர்களுக்கு மதுரை சுல்தானியர் பெருந்தொல்லை கொடுத்து வந்தனர். ஏராளமான கோயில்கள் இடிக்கப்பட்டு வழிபாடுகள் நின்றன. ஆனால் ஆறு ஆண்டுகளுக்குள்ளேயே கி.பி. 1340-ல் அலாவுதீன் உத்தௌசி என்பவன் இவனைக் கொன்று அரசு பொறுப்பேற்றான்.

வடக்கே விஜயநகர் டெல்லி படையெடுப்பைத் தடுக்கும் என்ற நம்பிக்கையில் மூன்றாம் வல்லாளன் மதுரையை மீட்க முயற்சிகள் மேற்கொள்ளலானார். திருவண்ணாமலையில் பாடி வீடமைத்துப் படைகள் திரட்டலானார். இதனை உணர்ந்த அலாவுதீன் உதௌசி திருவண்ணாமலை மீதே படையெடுத்தான். அவன் வெற்றிபெற இருக்கும் தருவாயில் போர்வீரனது அம்பால் காயம்பட்டு உயிர்விட மதுரைப்படை பயந்து தோற்றோடியது. அதைத் துரத்திக் கொண்டே வந்த மூன்றாம் வல்லாளர் மதுரைச் சுல்தானியரின் இரண்டாவது பெரிய நகரும் (தமது மூதாதையரால் கட்டப்பெற்ற வலுமிக்க கோட்டையைக் கொண்டதுமான) கண்ணனூர்க் கொப்பத்தை முற்றுகையிட்டார். வெற்றியடைய வேண்டிய நிலையில் மதுரை சுல்தானின் வீரர்கள் சரணடைய அவகாசம் கேட்க தனது முற்றுகையைத் தளர்த்தி சற்று ஓய்வெடுக்க ஆரம்பித்த 80 வயது கடந்த வல்லாளனது பாசறையின் மீது உதௌசியின் மருமகனான கியாசுதீன் தம்கானி திடீர்த்தாக்குதலை இரவில் மேற்கொண்டு கைதுசெய்து கொன்றான்.

மதுரைக் கோட்டையில் வல்லாளரது உடலைத் தொங்க விட்டான். இப்போரில் தமிழகத்தின் வடகிழக்குப் பகுதியை ஆண்டுவந்த சம்புவராயச் சிற்றரசன், வல்லாளனுக்கு உதவாது

ஒதுங்கி நின்றான். மூன்றாம் வல்லாளன் முடிவுக்குப் பின்னர் அவரது மகன் நான்காம் வல்லாளன் அரசாண்டாலும் தாக்குப் பிடிக்க முடியவில்லை. இறுதியில் ஹொய்சாளப் பேரரசு, வளர்ந்து வரும் விஜயநகரப் பேரரசோடு இணைந்தது. வல்லாளன் காலம் வரை அமைதியாக எந்தவிதப் பிரச்னைகளுமின்றி வாழ்ந்து வந்த கொங்குநாடு அதன் பின்னர் சிலகாலம் அரசியல் குழப்பங்களால் தடுமாறியது. மதுரை சுல்தானியனின் அட்டகாசமோ அதிகரித்தது.

பாமினி

முகமதுபின் துக்ளக் ஆட்சியின் கொடுங்கோன்மையை இந்துக்கள் மட்டுமல்லாது, அவர் கீழ்ப் பணிபுரிந்த முஸ்லீம் படைத்தலைவர்களும் ஆங்காங்கே எதிர்த்தனர். அவ்வாறு தக்காணத்தில் நிறுத்தப்பட்டிருந்த படைப்பிரிவினர் ஹஸன்கங்கு தலைமையில் கி.பி. 1347-ல் தேவகிரியில் (தௌலதாபாத்) புதிய அரசைப் பாமினி ராஜ்ஜியம் எனும் பெயரில் அமைத்தனர். வலுவிழந்து கிடந்த முகமது பின் துக்ளக்கால் தமது படையினர் மனமாற்றத்தை மாற்ற முடியாததோடு, தென்னிந்தியாவைக் கைப்பற்றுவதையும் மறக்க வேண்டியதாயிற்று.

முகமது பின் துக்ளக் (கி.பி. 1325 - 51) இராஜபுத்திரர்களின் மீது தொடுத்த போர் தோல்வியில் முடிவடைந்தது. சித்தூர் இராணா ஹமீரிடம் சிக்கிய துக்ளக் சமாதான உடன்படிக்கை மேற்கொண்டு ஏராளமான செல்வத்தையும் பல்வேறு பகுதிகளையும் விட்டுக் கொடுத்தார். இவர் சீனாவைப் பிடிக்க எடுத்த முயற்சிகள் தோற்றன. தக்காணமும் கையைவிட்டுப் போனது. சுல்தானியரின் செல்வம் வற்றிப்போய் வலிமையும் வெகுவாகக் குறைந்தது. கி.பி. 1398-ல் தைமூரின் டெல்லிப் படையெடுப்பும், கொள்ளையும் டெல்லியைச் சிற்றரசாக்கின. இவையனைத்தும் புதிதாகத் தோன்றிய விஜயநகர மற்றும் பாமினி அரசுகளின் வளர்ச்சிக்கு வித்திட்டன.

முதலாம் ஹரிஹரன் [1336 – 1357]

சங்கமரின் புதல்வர்களால் தோற்றுவிக்கப்பட்டதால் சங்கம வம்சம் என்றழைக்கப்பட்ட இவ்வம்சத்தின் முதல் மன்னராக ஹரிஹரரே விளங்கினார். விஜய நகரம் தோன்றி பதினோறாண்டுகள் (ஒரு தசாப்தம்) கழிந்து தோன்றிய ஹஸன் கங்கு எனும் அலாவுதீன்

பாமன்ஷாவின் தலைமையிலான பாமினி அரசு விஜய நகர் மீது போர் தொடுத்தது. பாமினி எதிர்ப்புகளைச் சமாளித்த வண்ணம் ஹரிஹரர் விஜயநகரைப் பேரரசாக்கி அரபிக்கடல் முதல் வங்காள விரிகுடா வரையுள்ள பகுதிகளைக் கைப்பற்றினார். இவ்வரசுக்கு வட எல்லையாகப் பாமினி அரசும், தென் எல்லையாக மூன்றாம் வல்லாளனின் ஹொய்சாள அரசும் விளங்கியது. ஆனால் கண்ணனூர்க் கொப்பப் (திருச்சியருகே) போர்க்களத்தில் மூன்றாம் வல்லாளன் கொல்லப்பட்டார். பின்னர் அவரது மகன் நான்காம்வல்லாளன் திருவண்ணாமலையைத் தலைநகராகக் கொண்டு சில ஆண்டுகள் ஆண்டாலும் **விஜய நகரப் படைகளால்** அவரது பகுதிகள் அனைத்தும் கைப்பற்றப்பட்டன. இதனால் முதலாம் ஹரிஹரர் காலத்திலேயே தமிழகத்தில் விஜய நகர ஆட்சி தோன்றியதெனலாம்.

முதலாம் புக்கர் [கி.பி. 1357 – 1377]

முதலாம் ஹரிஹரருக்குப்பின் அவரது தம்பியான முதலாம் புக்கர் ஆட்சிக்கு வந்தார். இவர் விஜய நகர ஆட்சிக்குட்பட்டிருந்த தமிழகப் பகுதிகளுக்கு தமது மகனான குமார கம்பணரை ஆளுநராக நியமித்தார். முதலாம் புக்கர் பாமினி அரசர்களுடன் சண்டையிட்டதில் சிறு தோல்வி ஏற்படினும் அவரது சாமர்த்தியத்தால் பேரரசுக்கு எவ்வித பாதிப்புமில்லை. இவ்வாறு வடபுலத் தாக்குதல்களை தந்தை தடுத்து நிறுத்த தனயனான குமார கம்பணனோ தென்னகத்தில் மதுரை சுல்தான்களின் கொடுங்கோலாட்சியை அகற்ற முயன்றார்.

காடையூர் மன்றாடியார்

*பூந்துறை நாட்டு காங்கேயன் எனும் வேளாளர் மதுரை சொக்கநாரையும், மீனாட்சியையும் தரிசித்து அங்கேயே தங்கினார். அவரது வம்சத்தினர் பிற்காலத்தில் வடதிசை வந்து காங்கேய நாட்டு நட்டூரில் தங்கி காடையூர் என பிரசித்தி பெற்ற வேளாண் குடும்பத்தில் பெண் எடுத்தனர். திருமணத்தின்போது பெண்ணுக்கு காடையூர் காணியாட்சி தர ஒத்துக்கொண்ட பெண்ணின் சகோதரர்கள் பின்னர் மறுத்துவிட்டனர். இதுகேள்விப்பட்ட மதுரைச் சுல்தானிய சர்தார் இவ்விஷயத்தில் தலையிட்டு காணியாட்சியைப் பெற்றுக் கொடுத்தார்.

* பாளையப்பட்டுக்களின் வம்சாவளி தொகுதி I (பக். 93).

குமாரகம்பணர்

[1]குமாரகம்பணரிடம் கோபணன் எனும் அமைச்சரும், சாளுவமங்கு எனும் படைத்தலைவரும் பணியாற்றி வந்தனர். ஒரு நாள் இவருக்கு கனவில் மீனாட்சியம்மன் தோன்றி தமது நகரை மீட்டு பொதுமக்களைக் காத்துத் திருக்கோயில்களை புனரமைக்கு மாறு உத்தரவிட்டு ஒரு வாளையும் பரிசாகத் தந்தார். அத்துடன் இவ்வாள் இந்திரனிடமிருந்து பாண்டியர் பெற்று நெடுங்காலம் போற்றி வந்த பரம்பரை வாள், நீர், மதுரையை வெல்வதற்கு இது உதவுமென்றும் கூறி மறைந்தார். இதை தமது மனைவியும் வடமொழி மற்றும் தெலுங்கில் நல்ல புலமை மிக்கவருமான கங்காதேவி மற்றும் ஆன்மீக நாட்டமிகு கோபண்ணாவிடமும் கூறுகையில், அவர்கள் உடனே மதுரையை மீட்டுவிட ஆலோசனை கூறினர். ஆனால் தளபதியும், கீழைச்சாளுக்கியப் பரம்பரையின் வழிவந்தவருமான சாளுவமங்கு தக்கபடை பலமில்லாது உடனே போர் நடத்தலாகாது எனக்கூறி முதலில் பெரும்படையைத் திரட்டிப் பின் மதுரைச் சுல்தானுக்கடங்கி நடந்துவந்த சம்புவராயரை வீழ்த்திப் பின் மதுரையைத் தாக்கலாம் என அறிவுறுத்தினார். இதனை ஏற்ற குமாரகம்பணன் பெரும்படை திரட்டி முதலில் படை வீட்டரசனான இராஜநாராயண சம்புவராயரை விரிஞ்சுபுரப் போரில் தோற்கடித்துப் பின் மதுரை நோக்கிப் பாய்ந்தார். முன்னர் மூன்றாம் வீரவல்லாளன் ஏமாந்ததுபோல நடைபெறாதிருக்க கோபண்ணா எனும் அமைச்சரும், சாளுவமங்கு எனும் தளபதியும் கவனத்துடன் படை நடவடிக்கைகளை மேற்கொண்டனர்.

1371-ல் நடைபெற்ற மதுரைப் போரில் பஹ்ருதீன் முபாரக் ஷாவின் தலையைத் தமது கனமான வாளினால் குமாரகம்பணர் வெட்டி சாய்க்க சுல்தானியரது ஆட்சி ஒழிந்தது. மதுரையைக் கைப்பற்றி கோயிலினுள் நுழைந்த குமாரகம்பணன் அங்கு கருவறையை மூடி செயற்கையாக பாண்டியர்கள் தாம் தப்பி யோடும் முன் அமைத்திருந்த கல் சுவரையும், கருவறையை மூடியிருந்த மணல் மேட்டையும் அகற்றினார். அங்கு வாடா மாலையுடன் சற்றும் கலையாத முழு அலங்காரத்தோடு காட்சியளித்த மீனாட்சி அன்னையின் திருஉருவத்தைக் கண்டு மெய்மறந்து நின்றார் என கங்காதேவி குறிப்பிடுகிறார். ஆட்சி நிர்வாகத்திலும் சிறந்து விளங்கிய கம்பணர் திருவரங்கம், மதுரைக் கோயில்களைத் தாமே

---

1. திருவரங்கன் உலா - ஸ்ரீ வேணு கோபாலன்.

முன்னின்று புனரமைத்து மீண்டும் வழிபாடுகள் நடைபெற வழிவகுத்தார். பின்னர் கொங்குநாடு உள்ளிட்ட தமிழகப் பகுதிகளனைத்திலும் இடிபட்டு நின்ற கோயில்களைப் புனரமைக்க குறுநில மன்னர்கள், உள்நாட்டுத் தலைவர்களுக்குப் பேராதரவு நல்கினார்.

இதனால் முகமதியர்களால் பாதிப்புக்கு உள்ளாகியிருந்த கோவை மாவட்டக் கூரையூர்க் கோயில்கள் மீண்டும் எழுப்பப்பட்டன. ஆனால் துரதிர்ஷ்டவசமாக கம்பணர் 1374-ல் இறந்து விட்டார். இது கழிந்து மூன்றாண்டுகளில் 1377-ல் முதலாம் புக்கரும் மறைந்துவிட குமாரகம்பணரின் தம்பியான இரண்டாம் ஹரிஹரர் பட்டமேறினார்.

இரண்டாம் ஹரிஹரர் (கி.பி. 1377 – 1404)

குமாரகம்பணருக்குப்பின் இரண்டாம் புக்கரும் படை யெடுத்து ஆங்காங்கு எஞ்சி நின்ற சுல்தானியர்களையும் அவர்தம் தலைவனான அலாவுதீன் சிக்கந்தர்ஷாவையும் கி.பி. 1378-ல் கொன்று முடிவு கட்டினார். இப்போர்களின் முடிவால் மதுரை மட்டுமின்றி கொங்குநாடு உள்ளிட்ட தமிழகத்தின் பிற பகுதிகளும் நிம்மதியாக சில ஆண்டுகள் அமைதியோடு விளங்கின. பாண்டியர் பரம்பரையிடமே மதுரை ஆட்சியை ஒப்படைத்தார். பின் இரண்டாம் ஹரிஹரர் கொண்டவீட்டு ரெட்டிகளின் மீது படையெடுத்து கர்நூல், நெல்லூர் பகுதிகளைக் கைப்பற்றினார். கோவாவைப் பாமினி அரசிடமிருந்து கைப்பற்றினார். கொல்லம் அரசனும் விஜய நகருக்கடங்கியே நடக்க, துங்கபத்ரைக்குக் கீழுள்ள தென்னிந்தியா முழுக்க விஜய நகரப் பேரரசின் மேலாண்மை நிலவியதெனலாம். இவரது இறுதிக் காலத்தில் பாமினிப் பேரரசன் பிரோஸ்ஷாவால் விஜயநகர குடிமக்கள் பலர் படுகொலை செய்யப்பட்டனர். இரண்டாம் ஹரிஹரருக்குப் பின் வாரிசுரி மைப்போர் நிகழ்ந்தது. இதில் இரண்டாம் ஹரிஹரரின் மூத்த மைந்தனான விருப்பாட்சனர் வெற்றி பெற்று பதவியேற்றாலும், இரண்டாவது மைந்தனான இரண்டாம் புக்கனால் விரட்டியடிக்கப் பட்டார். கி.பி. 1404-ம் ஆண்டில் பதவியேற்ற இரண்டாம் புக்கன் இரண்டாண்டுகளில் இறந்துவிட்டார்.

முதலாம் தேவராயன் (கி.பி. 1406 – 1422)

இரண்டாம் புக்கரின் மறைவிற்குப்பின் அவரது தம்பியும், இரண்டாம் ஹரிஹரரின் மூன்றாம் மகனுமான முதலாம்

தேவராயர் பதவிக்கு வந்தார். விதிவசத்தால் பீஜப்பூர் ஆளுகைக் குட்பட்ட முட்கல்லைச் சார்ந்த பொற்கொல்லர் ஒருவரின் மகள் மீது மையல் கொண்டு வலுவில் படைகளை அனுப்பி அப் பெண்ணைத் தூக்கி வந்தார். ஏற்கனவே சண்டையிடக் காரணம் தேடிய வண்ணமிருந்த பாமினி சுல்தான் பெரும்படையுடன் விஜய நகரை முற்றுகையிட்டான். முதலாம் தேவராயன் தோல்வியுற்று தமது மகளை சுல்தானுக்கு மணம் செய்வித்து பெரும்பொருள் கொடுத்து சமாதானம் தேடினார்.

வீரவிஜயராயன் (கி.பி. 1422 – 1426)

இவரது ஆட்சியிலும் பாமினி சுல்தான் அகமதுஷா பெரும் படையுடன் வந்து அழிவுச் செயல்களில் ஈடுபட்டார். வீரவிஜய ராயனும் தோற்றுப் பெரும்பொருள் கொடுத்தே சமாளிக்க வேண்டிய தாயிற்று. எனினும் உள்நாட்டில் பல்வேறு திருப்பணிகள் செய்தார்.

இரண்டாம் தேவராயன் (கி.பி. 1426 – 1446)

வீரவிஜயராயனின் மறைவிற்குப் பின் அவரது மகனான இரண்டாம் தேவராயன் பதவிக்கு வந்தார். நிர்வாக வசதிக்காக நாட்டைப் பல்வேறு மண்டலங்களாகப் பிரித்து தமது பிரதிநிதிகளை நியமித்தார். அவ்வகையில் கொங்குநாட்டுப் பகுதிகள் மற்றும் மைசூர் பகுதிகளுக்கு தமது பிரதிநிதியாக உம்மத்தூர் சிற்றரசனை

காடையூர் மன்றாடியார்

*விஜயநகரப் பேரரசன் இரண்டாம் தேவராயன் மரணமடைந்தவுடன் ஒரிசா மன்னன் கபிலேசுவர கஜபதி விஜயநகரைப் பிடிக்க முடியாததால் பேரரசின் பிற பகுதிகளைத் தாக்கிக் கைப்பற்றினார். பின் தமிழகத்தில் காஞ்சியையும், திருச்சியையும் கைப்பற்றிக் கொங்கு நாட்டில் கொள்ளை யடிக்க முயல்கையில் காங்கேயன் துரத்தியடித்து நாட்டைப் பாதுகாத்தார்.

காங்கேயம் மன்றாடியார்கள் தமது நாட்டை மட்டுமல்லாது பாண்டிய நாட்டையும் காப்பாற்றியதால் மனமகிழ்ந்த பாண்டிய மன்னர் கொங்கு நாட்டின் தலைநகர் எனப்பட்ட தாராபுரத்திற்கு தாமே நேரில் வந்து, காங்கேய மன்றாடியாரை தனக்கிணையாக அமர்த்திப் பாராட்டு விழா நடத்தி, மன்றாடியாரது காங்கேயநாடு தவிர மீதமுள்ள கொங்கு இருபத்திமூன்று நாடுகளின் வருமானத்தில் 10-ல் ஒரு பங்கையும் பெற்றுக் கொள்ளுமாறு பரிசில் தந்து சென்றார்.

* பாளையப் பட்டுக்களின் வம்சாவளி - தொகுதி I (பக். 95 - 96).

நியமித்தார். அது முதல் கொங்கு நாடு உம்மத்தூர் தலைவர்களின் நேரடி நிர்வாகத்தின் கீழ் வந்தது. முன்னர் சுல்தான்கள் படையெடுப்பில் அழிக்கப்பட்டிருந்த (தாராபுரத்தையடுத்த) கொளிஞ்சிவாடி சொக்கநாதர் கோயில், தரங்கைய மன்றாடியரால் இரண்டாம் தேவராயர் காலத்தில் செப்பனிடப்பட்டது.

குழப்பமிகு நாற்பதாண்டுகள் [கி.பி. 1446 –1485]

இரண்டாம் தேவராயன் *1446*-ல் இறந்தபிறகு மல்லிகார்சுனர், இரண்டாம் விருப்பாட்சர் ஆட்சி புரிந்தாலும் நாட்டில் குழப்பமே மிகுந்தது. உள்நாட்டுக்கலவரம் போதாதென்று பாமினி சுல்தான்களின் படையெடுப்பும், கலிங்க மன்னன் கஜபதி படையெடுப்பும் நாட்டை சீரழித்தன.

இந்நிலையில் திருப்பதியருகேயுள்ள சந்திரகிரி சிற்றரசரான சாளுவ நரசிம்மனது ஆற்றலே நாட்டைக் காப்பாற்றியது. தமிழகத்தின் காஞ்சி வரை முன்னேறி வந்த பாமினி சுல்தான் மூன்றாம் முகமதுவைத் தோற்கடித்துத் துரத்திய சாளுவரின் வலிமையைக் கண்டு விருப்பாட்சர் போற்றினார். இந்த சாளுவ நரசிம்மர் மதுரை சுல்தானியரை குமார கம்பணர் தோற்கடித்த பொழுது அப்படையின் தளபதியாக வெற்றி தேடித்தந்த சாளுவ மங்குவின் வழி வந்தவர்.

சாளுவ நரசிம்மன் [கி.பி. 1486 – 1491]

இரண்டாம் விருப்பாட்சருக்குப்பின் நாட்டில் குழப்பமேற்பட விரும்பாத சாளுவ நரசிம்மர் தாமே விஜய நகரப் பேரரசராகி ஐந்தாண்டுகள் நல்லாட்சி புரிந்ததோடு, பீஜப்பூர் சுல்தானைத் தோற்கடித்து ரெய்ச்சூர் தோவாபையும் மீட்டார்.

இம்மடி நரசிம்மன் [கி.பி. 1491 – 1505]

சாளுவ நரசிம்மனின் மறைவிற்குப்பின் அவரது மகன் திம்மனும், அவரைத் தொடர்ந்து இம்மடி நரசிம்மனும் அரசாண்டார்கள். இம்மடி நரசிம்மன் படுகொலை செய்யப்பட, தளபதியாகவிருந்த நரசநாயக்கர் ஆட்சியைப் பிடித்தார். நரச நாயக்கரும் வீரமிக்கவராதலால் ரெய்ச்சூரைக் கைப்பற்றிய பீஜப்பூர் சுல்தான் மீண்டும் தோற்கடிக்கப்பட்டார். ஆனால் போர் முடிவில் வஞ்சகத்தால் நரச நாயக்கர் கொல்லப்பட்டுவிட, ரெய்ச்சூர் பகுதி மீண்டும் பீஜப்பூர் வசம் வந்தது. நரச நாயக்கருக்குப் பின் அவரது மகனான வீரநரசிம்மன் *1505*-ல் ஆட்சிப் பொறுப்பேற்றார்.

வீர நரசிம்மன் (கி.பி. 1505 – 1509)

நரச நாயக்கருக்கும் அவரது இரண்டாம் மனைவியான நாகலாம்பாளுக்கும் பிறந்த மகனான கிருஷ்ணதேவராயரால் தமது ஆட்சிக்கு பங்கம் வரக்கூடாதென விரும்பிய வீரநரசிம்மன் அவரை சிறை வைத்தான். தமது தந்தையையொற்றி பீஜப்பூர் மன்னனைத் தோற்கடித்த வீர நரசிம்மன் கலகம் விளைவித்த உம்மத்தூர் மன்னன் மீதும் படையெடுத்தார். ஆனால் உம்மத்தூர் போர் எத்தரப்புக்கும் வெற்றியைத் தரவில்லை. வீர நரசிம்மன் தாமிறக்கும் தருவாயில் மனமாறி தமது தம்பியான கிருஷ்ணதேவராயரை அழைத்து வரச்செய்து விஜய நகரப் பேரரசராக முடிசூட்டினார்.

கிருஷ்ணதேவராயர் (கி.பி. 1509 – 1530)

தென்னிந்தியாவிற்கு கிருஷ்ணதேவராயர் ஆட்சி ஓர் பொற்காலமாக விளங்கியது. கிருஷ்ணதேவராயர் காலம் வரை பொதுவாக பெரும்பாலும் தற்காப்பு போரைத்தான் விஜயநகரப் பேரரசர்கள் கையாண்டு வந்தனர்.

கிருஷ்ணகிரிக் கோட்டை

அவர்களாக வலிய சென்று பாமினி பேரரசை கைக்கொள்ள எண்ணவில்லை. ஆனால் ராயர் தமது தந்தையான நரசநாயக்கன் காலத்தில் இழந்த ரெய்ச்சூரை மீட்க எண்ணினார். வருடம் ஒருமுறை திருவிழா கொண்டாடுவதுபோல் படையெடுத்து வந்த பீஜப்பூர் அதில்ஷாவை திவானியில் தோற்கடித்துக் கொன்றார். அத்துடன் நில்லாது ரெய்ச்சூர் தோவாப் (கிருஷ்ணா, துங்கபத்திரை நதிக்கிடைப்பட்ட வளம்மிக்க நிலப்பரப்பு) மற்றும் முட்கலைக் கைப்பற்றினார். மேலும் பீடார், குல்பர்க்காவையும் தாக்கி அழித்தார்.

(மைசூர்) உம்மத்தூரை ஆண்டு வந்த கங்கராஜன், பெனுகொண்டாவைக் கைப்பற்றி கலகம் விளைவித்தார். கிருஷ்ண தேவராயர் பெனுகொண்டாவை மீட்டதோடு உம்மத்தூரின் தலைநகரான காவிரிக் கரையிலிருந்த சிவசமுத்திரத்தை அழித்தார்.

பின் ஸ்ரீரங்கப்பட்டிணத்தை தமது முக்கிய நகராக அறிவித்து சாளுவகோவிந்தனை ஆளுநராக்கி பெங்களூரில் வாழ்ந்து வந்த புகழ்பெற்ற போர்வீரனான கெம்பேகவுடாவை ஆட்சியில் உதவிபுரிய பணித்தார். (இன்றைய பெங்களூரை நிர்மாணித்தவர் இந்த கெம்பேகவுடாதான். காளைமாட்டை நான்கு திசைகளிலும் அனுப்பி அது நின்ற இடங்களிலெல்லாம் கோபுரம் கட்டி அதுவரை பெங்களூரை திட்டமிட்டு உருவாக்கிய சிறந்த நிபுணர்).

கிருஷ்ண தேவராயர் ஸ்ரீரங்கப்பட்டிணத்து இளவரசி திருமலாதேவியை மணந்தார். இதன்பின் கலிங்க கஜபதியோடு போரிட்டு உதயகிரி மற்றும் கொண்டவீட்டைக் கைப்பற்றினார். அவனது மகளையும் மணந்து கொண்டார்.

இதற்கிடையில் ரெய்ச்சூரைப் பீஜப்பூர் இஸ்மாயில் அடில்ஷா கைப்பற்ற அவரைத் தோற்கடித்து மீண்டும் கி.பி. 1520-ல் பீஜப்பூரை முழுக்கக் கைப்பற்றினார். கிருஷ்ணதேவராயரின் பாதம்பணிந்து அடில்ஷா நாட்டை மீட்டுக் கொண்டார். கிருஷ்ணதேவராயன் பெயரில் அமைந்ததே கிருஷ்ணகிரிக் கோட்டையாகும்.

23. உம்மத்தூர் தலைவர்கள்

மைசூருக்குத் தெற்கே 40 கி.மீ. தொலைவிலுள்ள உம்மத்தூர் கங்கர்கள், ஹொய்சாளர்கள் வீழ்ச்சிக்குப் பிறகு விஜய நகரப் பேரரசர்கள் காலத்தில் தென் கன்னடம் மற்றும் தமிழகத்தின் கொங்குநாட்டுப் பகுதி களுக்கு (கி.பி. 1446 - முதல் 1517 வரை) கிட்டத்தட்ட எழுபதாண்டுகள் தலைநகராய் விளங்கிய சிறப்பு வாய்ந்த ஊர்.

நஞ்சராயன் (எ) வீரநஞ்சராய உடையார் (கி.பி. 1446 - 1500)

விஜய நகர இரண்டாம் தேவராயன் (கி.பி. 1426 - 1446) ஆண்டு வந்தபொழுது உம்மத்தூரின் குறுநில மன்னர்களாக விளங்கி வந்த உடையார்கள் வம்சத்திடம் தென் கன்னட மற்றும் கொங்குப் பகுதிகளுக்கு பேரரசின் பிரதிநிதியாக நிர்வகித்து வர அனுமதித்தார். ஆனால் இரண்டாம் தேவராயருக்குப்பின் வாரிசுரிமைப் போரில் விஜய நகரம் திணறிய போது உம்மத்தூர் தலைவர்கள் தன்னுரிமை பெற்று விளங்கினார்கள்.

நஞ்சராயன் செய்த நற்செயல்களில் முத்தாய்ப்பாக விளங்குவது பவானியாற்றின் குறுக்கே கொடிவேரியில் அணைகட்டி ஆயிரக் கணக்கான ஏக்கர் நிலம் பாசனவசதி பெற உதவினார். கோபி வட்டாரம் பச்சைப்பசேல்

என்று விளங்குவதற்கு உம்மத்தூர் தலைவனின் இவ்வரிய செயல் காரணமானது. அது மட்டுமின்றி சிமெண்ட் கண்டறியப்படாத காலத்தில் 500 ஆண்டுகளுக்கு முன்பு கட்டப்பட்ட அவ்வணை வெள்ளப்பெருக்காலோ, இயற்கை சீற்றங்களாலோ பாதிப் படையாது இன்றும் பயனளித்து வருவது நமது மூதாதையர் கட்டுமானத்தில் கடைப்பிடித்து வந்த உயர் தொழில் நுட்பத்தைப் பறை சாற்றி வருகின்றது.

உம்மத்தூர் உடையார் வம்சமும் விஜய நகரப் பேரரசைப் போல மொழி, இன வேறுபாடுகளற்று குடிமக்கள் நலன் காக்க பல்வேறு நற்பணிகளை கொங்கு நாட்டில் மேற்கொண்டனர். கோயில்கள் பலவற்றைப் புனரமைத்து நாட்டில் ஆன்மீகம் செழிக்கவும் உதவிபுரிந்து மக்களாதரவைப் பெற்றனர்.

நஞ்சராயன் கட்டிய கொடிவேரி அணையின் அழகிய தோற்றம்

இவ்வம்சத்தின் முதல் மன்னனாக நஞ்சராயன் விளங்கினார். திருப்பூருக்குக் கிழக்கே 6 மைல் தொலைவிலுள்ள பெரிய பாளையம் குரக்குத்தளிக் கோயிலுக்கு குளம் வெட்டுவித்தார். கொடுவாய் பெருமாள் கோயிலூர் கொழிஞ்சிவாடி சொக்கநாதர் கோயில் போல முஸ்லீம் படையெடுப்பில் அழிவுக்காளாகி யிருந்தது. நஞ்சராயன் அத்திருக்கோயிலைப் புனரமைத்தோடு முந்தைய மன்னர்களின் கல்வெட்டுகளையும் தேடிப் பதித்தார். அவினாசி, சேவூர், திருமுருகன் பூண்டி, காரத் தொழுவு, தாராபுரம், பழனி, தணாய்க்கன் கோட்டை எனப் பல்வேறு இடங்களில் இவர் செய்த சில திருப்பணிகள் குறித்த 13 கல்வெட்டுகள் கிடைத்துள்ளன.

வீரசிக்கராயன் [கி.பி. 1500 – 1512]

வீரநஞ்சராயனிற்குப் பிறகு அவரது மகனான வீரசிக்கராய உடையார் பதவிக்கு வந்தார். இவரும் தமது தந்தையையொற்றி தானதருமங்கள் பல செய்து புகழ் பெற்றார். அவினாசி மற்றும் குன்னத்தூர் ஆகிய இடங்களில் கிடைக்கப்பெற்ற கல்வெட்டுகள்

நஞ்சராயன் காலத்தில் புனரமைக்கப்பட்ட கொடுவாய் பெருமாள் கோவில்

இவரது காலத்தில் நடைபெற்ற திருப்பணிகளை விளக்குகின்றன.

வீரநஞ்சன்ன உடையார் [கி.பி. 1507 – 1517]

வீரசிக்கராயனுக்குப் பிறகு ஆட்சிக்கு வந்த வீரநஞ்சன்ன உடையார் காலத்தில் பல்லடம் வட்டம் பட்டணம் எனும் ஊரை புனரமைத்தார். காத்தங்காணி, நம்பியூர், பழனி ஆகிய ஊர்களில் திருப்பணிகள் புரிந்து நல்லாட்சி புரிந்தார். எனினும் திறை செலுத்த மறுத்ததால் விஜய நகரப் பேரரசரான வீர நரசிம்மருடன் பகை ஏற்பட்டது.

வீரநரசிம்மர் தமது இறுதிக் காலத்தில் உம்மத்தூர் மீது படையெடுத்தாலும் வெற்றிபெற முடியவில்லை. ஆனால் அவருக் கடுத்து பதவிக்கு வந்த தென்னகத்தின் புகழ் பெற்ற மாமன்னனாகிய கிருஷ்ணதேவராயனின் வீரத்தின் முன் கி.பி. 1517 -ல் உம்மத்தூர் அடிபணிந்தது.

இதன் பின்னர் ஸ்ரீரங்கப்பட்டிணம், மைசூர் ஆகிய நகர்களே அரசியல் முக்கியத்துவம் பெற்று வளரச் துவங்கின. குறுகிய காலமே அதாவது வெறும் 70 ஆண்டுகளே ஆண்டாலும் அணைகட்டி, கால்வாய்கள், குளங்கள் வெட்டி நீர்ப்பாசன வசதிகளைப் பெருக்கியதோடு, ஆன்மீகத் திருப்பணிகள் பல புரிந்து பட்டணம் போன்று பாழடைந்து கிடந்த ஊர்களை சீரமைத்த உம்மத்தூர் உடையார்கள் கொங்கு மண்டல வரலாற்றில் அழியாப்புகழ் பெற்றவர்களேயாவர்.

உம்மத்தூர் தலைவர்களின் வீழ்ச்சிக்குப் பிறகு மைசூர் உடையார் வம்சம் கர்நாடக அரசியலில் ஏற்றம் பெற்றதால் மைசூர் அசுர வளர்ச்சியடைந்து, உம்மத்தூர் சிற்றூராக மாறிவிட்டது.

மைசூர் உடையார்கள் காலத்திலும் பின்னர் ஹைதர் மற்றும் திப்பு காலத்திலும் மைசூரிலிருந்து தமிழகம் வரும் வழியில் இவ்வூரிலிருந்து 17 கி.மீ. தெற்கேயுள்ள சாம்ராஜ நகருக்கு மட்டுமே முக்கியத்துவம் கொடுக்கபட்டதால் உம்மத்தூரின் புகழ் முற்றிலும் மங்கிவிட்டது.

இன்றைக்கு ஒரு சிற்றூராக உம்மத்தூர் காட்சியளித்தாலும் அங்கு மகாவீரருக்கு எழுப்பப்பட்ட சமணக்கோவிலும், சாந்தி நாதர் ஆலயமும், கிராம தேவதையான ருக்கதீஸ்வரிக்கான ஆலயமும் இன்றும் அதன் பழம்பெருமையைப் பறைசாற்றி வருகின்றன.

24. மதுரை நாயக்கர்கள்

கிருஷ்ணதேவராயரின் இறுதிக் காலத்தில் கிட்டத்தட்ட கி.பி. 1525-ல் தமிழகத்தில் மீண்டும் கலகம் ஏற்பட்டது. சோழரும், பாண்டியரும் தமக்குள் அடித்துக்கொண்டனர். கால வெள்ளத்தை மீறி நிலைத்து நின்றிருந்த சோழ பரம்பரையின் இறுதி மன்னனான வீர சேகரசோழன் வலிமைபெற்று மதுரையைக் கைப்பற்றி சந்திர சேகரபாண்டிய மன்னனைத் துரத்தியடித்தார். தோற்றோடிய பாண்டியன் கிருஷ்ண தேவராயரிடம் முறையிட, ராயர் தமது முக்கியத் தளபதிகளில் ஒருவரான நாகம நாயக்கரை அனுப்பினார். தமது படையுடன் தமிழகம் வந்த நாகமர் சோழனைத் தோற் கடித்துப் பாண்டியநாட்டை கைப்பற்றி னாலும், அதைப் பாண்டியரிடம் ஒப்படைக் காது தாமே அரசாளலானார். இதுகண்டு வெகுண்ட கிருஷ்ணதேவராயரிடம், நாகமரின் புதல்வனும் மாவீரனும் கிருஷ்ணதேவ ராயருடன் பல போர்களில் பங்கேற்றிருந்த வனுமான விசுவநாத நாயக்கர் தான் படை கொண்டு செல்வதாக வாக்களித்தார். அதே போல் விசுவநாதர் மதுரை சென்று நாகமரைத் தோற்கடித்து கைதுசெய்து கிருஷ்ணதேவராயர் முன் நிறுத்தினார்.

மனமகிழ்ந்து போன கிருஷ்ணதேவராயர், விசுவநாதனையே மதுரை உள்ளிட்ட தமிழகப்

பகுதிகளின் ஆளுநராக நியமித்து சந்திரசேகரப் பாண்டியருக்குத் துணைபுரியுமாறு அனுப்பினார். அத்துடன் தமது ஆற்றல்மிகு தளபதிகளுள் ஒருவரும் காஞ்சிபுரத்தையடுத்த மெய்பேடைச் சார்ந்த தமிழருமான அரியநாயக முதலியாரையும் உடன் தளவாயாக (அமைச்சன் + தளபதி) அழைத்துச் செல்ல அனுமதித்தார்.

சந்திரசேகரப் பாண்டியர் இறந்தவுடன் விசுவநாதநாயக்கரையே இராயர் மதுரையை ஆளும்படிச் செய்தார். கிருஷ்ணதேவ ராயருக்குப்பின் அரசேற்ற அச்சுதராயர் தமது மனைவியின் தங்கை கணவரான செவப்ப நாயக்கருக்குத் தஞ்சையைப் பிரித்து கொடுத்தார். கொங்குநாடு முழுக்க விசுவநாதரிடமே விடப்பட்டது. [1]விசுவநாதர் மதுரை ஆட்சிப் பொறுப்பேற்றவுடன், தமது தளவாயும் உற்ற நண்பருமான அரியநாத முதலியார் உதவியுடன் நாட்டை 72 பாளையங்களாகப் பிரித்து அரசாளலானார். இவ்விருவரும் இணைந்து திருச்சியில் தெப்பக்குளம் வெட்டினர். தாயுமானவர் கோயிலுக்கும், ஸ்ரீரங்கத்துக்கும் ஏராளமான நன்கொடைகள் புரிந்தனர். மதுரை மீனாட்சியம்மன் கோயில் ஆயிரங்கால் மண்டபத்தை அரியநாதர் கட்டினார். நெல்லையப்பர் கோவிலுள்ளிட்ட தென்தமிழகக் கோயில்களுக்கும் இலட்சக்கணக்கான பொன் செலவு செய்து மேம்படுத்தினார். காடுகளை அழித்தும், கள்வர்களைத் தண்டித்தும் குடிமக்களை காப்பாற்றினார். கயத்தாற்றுப் பஞ்சபாண்டியர் போரில் தோற்க அப்பகுதியும் மதுரையோடு இணைக்கப்பட்டது. தென்காசியை ஆண்டுவந்த பாண்டியரோடு நட்புறவு பேணப்பட்டதால் அவர் சுயாட்சி செய்ய உதவினார். கம்பம் கடலூரைச் சோழவமிசாவழியினரிடமிருந்து திரும்பப் பெற்றார். இவ்வாறு ஒரு நிரந்தரத்தீர்வை ஏற்படுத்திய விசுவநாதர் 35 ஆண்டு காலம் ஆட்சி செய்து கி.பி. 1564-ல் அமரராக, அவரது மகன் கிருஷ்ணப்பநாயக்கர் அரசேறினார்.

தலைக்கோட்டைப் போர் (கி.பி. 1565)

இதற்குள் விஜயநகரில் அச்சுதராயர் இறந்து சதாசிவராயர் பேரரசரானார். கிருஷ்ணதேவராயரின் மருமகனான இராமராயர் மகா மண்டலேசுவராகப் பதவியேற்றிருந்தார். வலிமைமிக்கப் பெரும்படை மற்றும் தமது பிரித்தாளும் தந்திரத்தால் பாமினி அரசுகள் ஐந்தையும் நாசப்படுத்தினார் இராமராயர். வெகுண்டெழுந்த

---

1. மதுரை நாயக்கர் வரலாறு - அ.கி. பரந்தாமனார் (பக். 84).

ஐந்து சிற்றரசர்களும் ஒன்றுகூடி விஜயநகர் மீது படையெடுத்தனர். இராமராயரும் சற்றும் சளைக்காமல் மதுரை உள்ளிட்ட பேரரசின் அனைத்து பாகங்களிலிருந்தும் படைதிரட்டி பத்து இலட்சத்திற்கும் மேற்பட்ட துருப்புகளோடு காத்திருந்தார். ஒரு காலத்தில் பீஜப்பூர் அரசனும், கோல்கொண்டா அரசனும் இராமராயர் ஆதரவில்தான் பதவியைப் பிடிக்கமுடிந்தது. இராமராயரால் அகமதுநகர் சூறையாடப்பட்டிருந்தது. பீடார் சுல்தானோ நட்பு ஒப்பந்தம் கொண்டிருந்தான். ஆனால் இராமராயர் செய்த தவறுகளுள் மகத்தானதாகக் கருதப்படுவது தாம் வென்ற பகுதிகள் எதையும் விஜயநகரப் பேரரசோடு சேர்க்காது மன்னித்து மீண்டும் ஆளவிட்டது. தோற்றுச் சிதறிய சுல்தான்கள் பழிவாங்கத்தான் ஒன்றுகூடிப் படை எடுத்தனர். எனினும் விஜயநகரச் சேனையோடு ஒப்பிடுகையில் வெறும் ஐந்து இலட்சம் வீரர்களை மட்டுமே அவர்களால் சேர்க்கமுடிந்திருந்தது. அதுமட்டுமல்லாது போர் ஆரம்பித்த சிலமாதங்களில் இராமராயரின் தம்பியரான திருமலை மற்றும் வேங்கடாத்திரி தலைமையிலான படைப்பிரிவுகளிடம் பலமுறை சுல்தான்கள் தோற்றனர். இச்சமயம் அரியநாத முதலியாரோடு பல போர்க்களம் கண்டிருந்த இராமராயர் தமக்குப்பின் விஜயநகர மகாமண்டலேசுவரராக முதலியாரைத் தான் நியமிக்க வேண்டும் என மந்திராலோசனையில் கூறியிருந்தார். இராமராயர் சுல்தான்களைத் தோற்கடிக்க மறந்து, அவர்கள் கோரிய சமாதானத்திற்கு ஒப்பினார். இராமராயர் நினைத்திருந்தால் போரின் ஆரம்பத்திலேயே சுல்தான்களை முறியடித்திருக்கலாம். ஆசுவாசப்படுத்திக் கொள்ளக் கிடைத்த சந்தர்ப்பத்தை நன்கு பயன்படுத்திக் கொண்ட சுல்தான்கள் இராமராயரிடம் வேலை பார்த்த இருமுக்கிய முஸ்லீம் தளகர்த்தர்களைத் தமது வலையில் வீழ்த்தினர். பின்னர் இராமராயர் எதிர்பாராவண்ணம் கிருஷ்ணா நதியைக்கடந்து படைகொணர்ந்து தாக்குதல் நடத்தினர். பழங்காலம் தொட்டு இந்து அரசர்கள் செய்துவந்த தவறைத் தானும் விடாது கடைப்பிடித்த இராமராயர், பட்டத்து யானை மீதேறி போரின் முண்ணனியில் நின்றார். அரியநாதர் உள்ளிட்ட முக்கியத் தளபதிகள் ஆலோசனை கேட்டுக் குதிரை ஏறக்கூட மறுத்த இராமராயரை அவரது தள்ளாத எண்பதாம் வயதில் விதி விழ்த்தியது. ஒரு முக்கியத் தருணத்தில் பட்டத்துயானை பிளிறிச்செல்ல, பல்லக்கில் ஏறிய இராமராயர் பின் குதிரையேறித் தமது படைகளுடன் கலக்குமுன்னர் கோல்கொண்டா சுல்தானால் வளைக்கப்பட்டுக் கொல்லப்பட்டார். அத்துடன் இராமராயரின் கீழிருந்த இரு

தளகர்த்தர்கள் கட்சிமாறி சுல்தான்கள் பக்கம்சேர போரின் போக்கு திசை மாறியது. வெங்கடாத்திரி, திருமலை, அரியநாதர் போன்றோர் தலைமைவகித்த முனைகளெல்லாம் விஜயநகருக்கு வெற்றிதேடித்தந்து சுல்தான்களைத் துரத்தியடித்துக் கொண்டிருக் கையில் இராமராயரின் முடிவு விஜயநகரப் படையைக் குழப்பத்தில் ஆழ்த்தி தோல்வியில் தள்ளியது. ஒரு இலட்சம் வீரர்களோடு வெங்கடாத்திரி சுல்தான்களின் முன்னேற்றத்தைத் தடுத்து நிற்க, திருமலையும், அரியநாதரும் தலைநகர் காக்க விரைந்தனர். வெங்கடாத்திரி மற்றும் ஒரு இலட்சம் விஜயநகரத் துருப்புகள் வீரமரணமடைந்து எஞ்சியிருந்த படைகளையும், நாட்டையும் காப்பாற்றினர். அந்த இடைவெளியில் அரசுக்கருவூலம், முக்கிய அதிகாரிகள், மிச்சமிருந்த படைவீரருடன் திருமலை தலைநகரை விட்டுப் பெனுகொண்டா செல்ல முடிவு எடுத்தார். தலைநகரான விஜயநகரத்தைத் தன் வசமுள்ள மதுரைப்படை மற்றும் பேரரசின் மிச்சமிருந்த விசுவாசமிக்கப் போர்வீரர் கொண்டு அரியநாதர் காப்பாற்ற எண்ணினார். ஆனாலும் திருமலையின் ஒத்துழைப் பின்மையாலும், பெனுகொண்டாவை வலுப்படுத்தி பேரரசின் எஞ்சிய பாகங்களையேனும் காக்க வேண்டிய கட்டாயத்தால் போர்க்கருவிகளோ, பீரங்கிகளோ இல்லாத வெறும் சேனையையும் விசுவாசமிக்கப் பொதுமக்களையும் பலியிட விரும்பவில்லை. மேலும் போரில் தோற்று பலவீனப்பட்டு கிடந்த விஜயநகரப் பேரரசில் தம்மால் சச்சரவு ஏற்பட விரும்பாது தமது மனதைத் தேற்றி திருமலையின் உத்தரவை ஏற்றார். திருமலை எடுத்த முடிவு சரியெனக் காலம் நிரூபித்தது. தமது அண்ணார் இராமராயரின் விருப்பப்படி பேரரசின் முதன்மைத் தளபதி மற்றும் அமைச்சரான மகாமண்டலேசுவரர் பொறுப்பில் தமிழரான அரியநாதரைச் சகல அதிகாரங்களுடன் அமர்த்தினார். பெனுகொண்டாவைத் தமது கருவூலச் செல்வத்தோடு அடைந்திருந்த திருமலையின் செல்வம் கொண்டு அரியநாதர் உடனே கோட்டையை பலப்படுத்தி பலமாத முற்றுகையை சமாளிக்கும் வண்ணம் உணவுப் பொருட்களை சேமித்தார். இதற்கிடையே விஜயநகரில் சுல்தான்கள் 6 மாதம் தங்கிக் கோட்டைக் கொத்தளங்கள், கடைவீதிகள், மாடமாளிகை களைத் தகர்த்தும், தீவைத்தும் நாசப்படுத்தினர். கையில் சிக்கியவரையெல்லாம் கண்டம் துண்டமாக வெட்டினர். இன்று காணும் இடிபாடுகள், தாக்குதலுக்குள்ளாகி சிலைகளற்று நிற்கும் கோயில்கள் எல்லாம் அதன் விளைவே. ஆனால் சோழ - சாளுக்கிய காலத்துக் (விஜயநகரத்தார் குல தெய்வ) கோயிலான ஹம்பாதேவி

- விருப்பாட்சர் கோயிலை மட்டும் ஒன்றும் செய்யமுடியவில்லை. அதை அழிக்கப் புறப்பட்ட சுல்தானின் தளபதி பயந்து திரும்பினார். அந்நகரின் பெருமையை நிலைநாட்ட இன்றும் எஞ்சியிருப்பது அத்திருக்கோவில் மட்டும்தான். மகாமண்டலேசுவரர் பொறுப் பேற்றவுடன் அரியநாதர் உடனடியாக துவண்டுபோயிருந்த வீரர்களை உற்சாகப்படுத்தி, பீரங்கி போன்ற தளவாடங்களைத் தருவித்து பெனுகொண்டாக் கோட்டையில் பொருத்தினார். மதுரை, தஞ்சை, மைசூர் (ஸ்ரீரங்கப்பட்டினம்) உள்ளிட்ட நாயக்கர்களிடமிருந்து உதவிபெற்றுப் பெரும்போருக்குத் தயாரானார். இவர்களது புது வலிமையைக் கண்ட சுல்தானியர் போர் தொடுக்காது பின்வாங்கினர். அவர்களது ஒற்றுமையும் குலைந்தது. பின்னர் பீஜப்பூர் மற்றும் கோல்கொண்டா சுல்தான்கள் படையெடுத்த போதும் பெனுகொண்டாவோ எதிர்த்தாக்குதலைச் சமாளித்துப் பலமுறை துரத்தியடித்தது. இவ்வாறாக பேரரசின் பெரும்பாகம் காப்பாற்றப்பட்டது. ஓராண்டு இடைவெளியில் மீண்டும் விஜயநகரை புனரமைக்க திருமலையும், அரியநாதரும் அங்கு சென்று முயன்றார்கள். ஆனால் மக்கள் மீண்டும் குடிவரவிரும் பாததால் கைவிட நேர்ந்தது. இவ்வாறு பேரரசு நிலைப்பட்டதால் அரியநாதர் மதுரை திரும்பினார்.

கிருஷ்ணப்ப நாயக்கர் (கி.பி. 1564 – 1572)

இவர் ஆட்சியேற்ற ஓராண்டில்தான் தலைக்கோட்டைப்போர் நடந்தது. கிளர்ச்சியிலீடுபட்ட பரமக்குடி தும்பிச்சிநாயக்கனைக் கொன்று தமது மேலாண்மையை நிறுவினார். அவனுக்கு உதவி மதுரையில் கலகம் விளைவிக்க நினைத்த இலங்கையரசன் மீது படையெடுத்து அவன் ஆதரவுப்படைகளையும், துணைக்கு வந்த போர்த்துக்கீசியப் படையையும் தோற்கடித்து திறைபெற்றார். கண்டியில் நாயக்க அரசு ஏற்படுத்தப்பட்டு, கிருஷ்ணப்பரின் மைத்துனரான கோபால் நாயக்கர் மதுரை அரசப்பிரதிநிதியாக நியமிக்கப்பட்டார். இதனால் ஆங்கிலேயர் கி.பி. *1815 - 16* ல் கடைசி மன்னனான விக்கிரமராஜசிங்கனைத் தோற்கடிக்கும் வரை தமிழராட்சி இலங்கையில் நீடித்தது. தமது வாழ்நாள் முழுக்க தளவாய் அரியநாதர் ஆலோசனைப்படி இதர செஞ்சி, தஞ்சை நாயக்கர்களோடும் மைசூர் அரசனோடும் நட்பு பூண்டுப் பெனுகொண்டா பேரரரசனுக்கு நன்றி மறவாது, திறைசெலுத்தி பேரரசன் தென்னகத்தை அமைதியாகக் காக்க உதவினார். கொங்குநாடும் அமைதியாக நாயக்கராட்சியில் வளர ஆரம்பித்தது.

திருநெல்வேலியை அடுத்த கிருஷ்ணாபுரம் எனும் நகரைத் தோற்றுவித்துத் திருவேங்கடன் கோயிலமைத்தார். மீனாட்சியம்மன் கோவில் வடக்குக் கோபுரம், வெள்ளியம்பலம் இவரால் கட்டப் பட்டது. இவரது காலத்தில் கி.பி. 1569-ல் அறுபத்திமூவர் மண்டபத்தை அரியநாதர் கட்டினார்.

வீரப்ப நாயக்கன் (கி.பி. 1572 – 1595)

கிருஷ்ணப்பநாயக்கருக்குப் பின் அவரது மகன் வீரப்ப நாயக்கர் அரசேற்றார். மீனாட்சியம்மன் கோயிலிலும், சிதம்பரத்திலும் திருப்பணிகள் செய்தார். மானாமாமதுரை மாவலிவானாதிராயன் கலவரத்தை அடக்கினார். தென்காசிப் பாண்டியரோடு நட்பு பூண்டார். விஜயநகரப் பேரரசன் திருமலைக்குப்பின் பதவியேற்ற ஸ்ரீரங்கனோடும் (1572 - 85) அவர்பின் வந்த இரண்டாம் வேங்க கடரிடமும் (கி.பி. 1586 - 1614) நன்றியுடையவராய்க் கப்பம் செலுத்தி அமைதியை நிலைநாட்டினார். சமயப்பொறைமிக்க இம்மன்னர் தமது காலத்தில் சிறிஸ்துவசமயம் பரப்ப வந்த ஏசு

சங்கராண்டாம்பாளையம் வேணாடுடையார்

கொங்குச் சோழர்களாலும், பாண்டியர்களாலும் பெரிதும் போற்றப் பட்ட வம்சம் சங்கராண்டம் வேணாடுடையாரது.

சேரர்கள், சோழர்கள், பாண்டியர்கள் ஆகிய மூவேந்தர்களால் போற்றப் பட்ட வேணாடுடையார் வமிசத்தவர்களை விசுவநாத நாயக்கரும், அவரது பெயரனும் ஈரோடருகே வீரப்பன் சத்திரம் கட்டியவருமான வீரப்ப நாயக்கரும் கொங்கு நாட்டுப் பட்டக்காரராக ஏற்று நட்புடன் மதிப்பளித்து வந்தனர். மதுரை நாயக்க வம்சத்தைத் தோற்றுவித்த விசுவநாத நாயக்கரின் பெயரனான வீரப்ப நாயக்கர் (கி.பி. 1572 - 1575) ஆட்சிக்கு வருவதற்கு சற்று முன்தான் கி.பி.1565-ல் தலைக்கோட்டைப் போர் மூண்டது. விஜயநகரப் பேரரசும், அதைச் சார்ந்து நின்ற மதுரை நாயக்கர் போன்ற சிற்றரசர்களும் தளர்ந்திருந்தனர். மானாமதுரையை ஆண்டு வந்த மாவலிவாணாதிராயர் எனும் மரபினரும், பல்வேறு பழங்குடியினரும் நாயக்கராட்சியை எதிர்த்துக் கிளர்ச்சி செய்தனர். கள்வர் பயம் பெருகியது. வேணாடுடையார் மதுரைப் பேரரசுக்குப் பக்கபலமாய் இருந்து கள்வரை யொடுக்கி, கிளர்ச்சிகளை முறியடித்து வெற்றி பல தேடித்தந்தார்.

மதுரை நாயக்கர்களுக்கு இன்னல் ஏற்பட்டபோதெல்லாம் மதுரைப் பேரரசுக்கு உறுதுணையாக வேணாடுடையார்கள் இருந்து வந்தார்கள்.

கழகத்தின் போர்த்துக்கீசியப் பெர்னாண்டஸீப் பாதிரியாருக்கு உதவிகள் செய்ததால் கி.பி. 1592-ல் மதுரையில் மதுராமிஷன் (Madura mission) உருவாக்கப்பட்டது.

வீரகிருஷ்ணப்ப நாயக்கர் (கி.பி. 1595 – 1601)

வயது முதிர்ந்தாலும் அரியநாதரைத் தளவாய் பதவியிலிருந்து விலக ஒத்துக்கொள்ளாது, அவரது அறிவுரைகள் பெற்று நல்லாட்சி நடத்தினார் வீரகிருஷ்ணப்ப நாயக்கர். இவரது ஆட்சியில் பெரிதாகக் கலகமோ, போரோ ஏற்படவில்லை. ஆயினும் தளவாய்த் தாத்தா எனப்போற்றப்பட்ட அரியநாதர் கி.பி. 1600-ல் மறையவே வேதனையுற்ற இவரும் 1601-ல் இறந்துவிட்டார்.

முத்து கிருஷ்ணப்ப நாயக்கர் (கி.பி. 1601 – 1609)

ஒரு சிறு குழப்பத்திற்குப்பின்னர் அரசேறிய முத்துக் கிருஷ்ணப்பர் ஒரு சிறந்த நிர்வாகி. இராமேஸ்வரம் பகுதியில் நடைபெற்ற தொடர் கொலை, கொள்ளைகளில் இருந்து பொதுமக்களைக் காக்கவும், பரதவரை மதம் மாற்றிக் கொடுமைகள் இழைத்துவந்த போர்த்துக்கீசியரைச் சமாளிக்கவும், போகலூர் தலைவனான சடைக்கத்தேவனை, சேதுபதி இராமேஸ்வரக் காவலன் எனும் பட்டமும் கொடுத்து தம் கீழ் (இராமர் கட்டிய சேது அணைபாலத்தின் அதிபதி எனும் பொருள்படும்படி) சிற்றரசராக ஆளப்பணித்தார். இதன்மூலம் கொலை, கொள்ளை பயமின்றி யாத்ரிகர்கள் (பயணியர்) சென்றுவர முடிந்ததோடு, தமிழுக்கும், தமிழகத்துக்கும் பெரும் தொண்டாற்றும் ஓர் அரச வம்சமும் உருவாயிற்று. விஜயநகரப் பேரரசுக்கு உண்மையானவராய் முத்துக்கிருஷ்ணப்பர் தவறாது திறை செலுத்தி வந்தார்.

இவர் காலத்தில்தான் இராபர்ட்டி நொபிலி இத்தாலியிலிருந்து வந்து மதுரையில் ரோமாபுரிப் பிராமணன் என்ற பெயரில் கிறிஸ்துவமதத் தொண்டாற்றி சேந்தமங்கலம் இராமச்சந்திர நாயக்கரை மதம் மாற்றினார்.

முதலாம் முத்துவீரப்ப நாயக்கர் (கி.பி. 1609 – 1623)

முத்துக் கிருஷ்ணப்ப நாயக்கருக்குப் பின் ஆட்சிக்கு வந்த அவரது மூத்த மகனான முத்துவீரப்ப நாயக்கர் விஜயநகரப் பேரரசர் இரண்டாம் வெங்கடரோடு ஒத்துழைக்க மறுத்தார்.

தலைக்கோட்டைப் போரில் தாழ்வுற்ற விஜயநகரின் நிலையை மீட்டவர் பேரரசர் இரண்டாம் வெங்கடரே (கி.பி. *1586 - 1614*). இவரது காலத்தில் படையெடுத்து வந்த பீஜப்பூர், கோல் கொண்டா சுல்தான்கள் முற்றிலும் தோற்கடிக்கப்பட்டு துரத்தப் பட்டனர். அதுமட்டுமல்லாது கோல்கொண்டா சுல்தான் வசமிருந்த பலபகுதிகளையும் மீட்டார். கோல்கொண்டா சுல்தான் குலிகுதூப் ஷாவைத் தோற்கடித்து அதன் படைத்தளபதியான ரஸ்தம் கானையும் அவனுடன் வந்த இலட்சக்கணக்கான வீரர்களையும் பெண்ணாற்றங்கரைப் போரில் கொன்று குவித்தார். தலைக் கோட்டைப் போரில் துவண்டு வீழ்ந்து, தலைநகரான விஜய நகரத்தையும் இழந்து குறுகி நின்ற பேரரசுக்கு இப்போரின் மூலம் புதுப்பொலிவு கூடியது. அத்துடன் கோல்கொண்டா சுல்தானும் தனது வலிமையிழந்து அடங்கிப்போனதோடு, கிருஷ்ணா நதிவரை விஜயநகரப் பேரரசின் எல்லையாக ஏற்று ஒப்பந்தம் போட்டு அமைதியை வேண்டினார். இவ்வாறு புகழுச்சிக்கு மீண்டும் சென்ற விஜயநகரப் பேரரசு, இரண்டாம் வெங்கடருக்குப் பின் உள்நாட்டுப் பதவிச் சண்டையால் நிலைகுலைந்தது. இரண்டாம் வேங்கடருக்குப் பின் பட்டமேறிய இரண்டாம் ஸ்ரீரங்கர் வேலூர் நாயக்கனான ஜக்கராயனால் கொல்லப்பட்டார். ஜக்கராயன், இரண்டாம் வேங்கடரின் தாயாதி ஒருவனைப் பேரரசனாக்கித் தான் அதிகாரத்தைக் கைக்கொள்ள விரும்பினார். இதுவரை தமது மூதாதையர் காட்டிவந்த நன்றி விசுவாசத்தை மறந்த முத்துவீரப்ப நாயக்கரும் ஜக்கராயனுக்கு ஆதரவு நல்கினார். ஆனால் எச்சமநாயக்கர் எனும் விசுவாசமிக்க படைத்தளபதி, தஞ்சை நாயக்கர் உதவியால் ஜக்கராயனைத் தொப்பூர் போரில் கொன்று நாட்டைக் காப்பாற்றினார். இதன் காரணமாய் மூன்றாம் ஸ்ரீரங்கர் பின்னர் பேரரசராக முடிந்தது.

மதுரை நாயக்கரான முத்துவீரப்பர் தமது முயற்சியில் தோற்றாலும் கி.பி. *1616*-ல் தலைநகரைத் திருச்சிக்கு மாற்றித் தஞ்சையோடு மோத முற்பட்டார். விஜயநகரப் பேரரசுக்குத் திறை செலுத்துவதை நிறுத்தினார். மைசூரை ஆண்டு வந்த மன்னர்கள் நாயக்கர்களல்லாது உடையராயினும், பேரரசுக்கு விசுவாச மிக்கவர்களாயிருந்தனர்.

மதுரையின் நாயக்கர் திசைமாறுவது பொறுக்காது தஞ்சை மன்னனுக்கு ஆதரவாய்க் கொங்குநாடு கடந்து மைசூர் இராச உடையார் படையெடுத்து வந்தார். ஆனால் கன்னிவாடிப் பாளையக்காரரும், விருப்பாட்சிப் பாளையக்காரரும் இதைத்

தடுத்து நிறுத்தி காப்பாற்றினார்கள். மைசூரார் தமது முதல் முயற்சியில் தோற்றுப் பின் வாங்கினார்கள். மக்கட்பேறில்லாது உயிரிழந்த முத்து வீரப்பருக்குப்பின் அவரது தம்பி திருமலை நாயக்கர் பதவியேற்றார்.

திருமலை நாயக்கர் [கி.பி. 1623 – 1659]

திருமலை ஆட்சிப் பொறுப்பேற்ற சில ஆண்டுகளில் அவரது கனவில் மதுரை மீனாட்சியம்மனும், சொக்கநாதரும் வந்ததால், தலைநகரைத் திரும்பவும் திருச்சியிலிருந்து மதுரைக்கு கி.பி. 1634-ல் மாற்றியமைத்தார். விஜயநகரப் பேரரசின்பால் பேரன்பு கொண்டிருந்த அரியநாதமுதலியார் மரபிடமிருந்து இராமப்பய்யர் வசம் தளவாய்ப் பதவி சென்றது. முத்துவீரப்பரைப் பின்பற்றித் திருமலைநாயக்கரும் விஜயநகரப் பேரரசரை எதிர்த்துத் திறை செலுத்த மறுத்தார்.

அச்சுதராயர் காலம் முதல் மதுரைக்குக் கப்பம் கட்டிவந்த திருவாங்கூர் (வேணாட்டு) மன்னர், இப்பொழுது இதைப் பொருட்டாகக் கொண்டு திறை செலுத்த மறுத்தார். ஏற்கனவே மதுரை மீதும், அதற்குட்பட்ட கொங்குநாட்டின் மீதும் ஒரு கண் வைத்திருந்த மைசூர் சாமராஜ உடையார் மதுரை மீது போர் தொடுத்தார். திண்டுக்கல் பாளையக்காரர் ரங்கண்ண நாயக்கன் மற்றும் இராமப்பய்யன் தலைமையில் புறப்பட்ட மதுரைப்படை மைசூர்ப்படையினை துரத்திச் சென்று மைசூரை முற்றுகை யிட்டுப் பகை தீர்த்தது.

திருமலை நாயக்கர்

வேணாட்டின் மீது படையெடுத்த மதுரையினரை பெருவீரனான இரவிக் குட்டிப்பிள்ளை தலைமையிலான வேணாட்டுப் படை கடுமையாக எதிர்த்தது. எனினும் இரவிப்பிள்ளை மரணமடைய மதுரையினர் வெற்றிபெற்றனர். இராமநாதபுரச் சேதுபதி மன்னர்களது உட்பூசலில் தலையிட்டுத் தளவாய் சேதுபதியைத் தோற்கடித்துச் சிறை செய்து, பின்னர் மன்னித்து ஆட்சிப் பொறுப் பேற்க அனுமதித்தார். கி.பி. 1645-ல் தளவாய்ச் சேதுபதியின் மறைவிற்குப் பின்னர் இராமநாத புரத்தை மூன்றாகப் பிரித்து மறவர் தலைவர் களுக்குள் பங்கிட்டுக் கொடுத்தார். திறைப்பணம்

கொடுக்காவிடினும் விஜயநகரப் பேரரசுக்குத் தமது மரியாதையை செலுத்தி வந்தார் திருமலை. இந்நிலையில் இரண்டாம் வேங்கட ருக்குப்பின் அரசேற்ற மூன்றாம் வேங்கடர் காலத்தில் கி.பி. 1638-ல் பீஜப்பூர் சுல்தான் பெங்களூர் வருமுன்னே திருமலை மன்னன், விஜயநகரப் பேரரசுக்கு நேசக்கரம் நீட்டித் தமது படை பலம் மூலம் பீஜப்பூரானைத் தோற்கடித்தார். பின்னர் வேலூர்க் கோட்டையை கி.பி. 1641-ல் பீஜப்பூர் தளபதி இரணத்துல்லாகான் முற்றுகையிட்ட போதும் படையனுப்பி உதவினார். மூன்றாம் வேங்கடர் காலத்தில் அவரது தம்பி மகனான மூன்றாம் ஸ்ரீரங்கர், பீஜப்பூர், கோல்கொண்டா அரசுகளோடு தொடர்புகொண்டு பேரரசைப் பலவீனப்படுத்தினார். ஆயினும் மூன்றாம் வேங்கடர் மறைவிற்குப் பின் தானே பேரரசனானதும் அந்நிலையை மாற்றிக்கொண்டு ஒழுங்காக அரசு செலுத்த எண்ணினார். அதை ஏற்க மறுத்த திருமலை மீது மூன்றாம் ஸ்ரீரங்கன் படையெடுத்தார். இதைத் தடுக்க எண்ணிய திருமலையோ இம்முறை கோல்கொண்டா சுல்தானைப் பேரரசின் மீது படையெடுக்க வேண்டினார். மதுரைப் படையெடுப்பைக் கைவிடவேண்டி வந்த மூன்றாம் ஸ்ரீரங்கன் தமது அப்போதைய தலைநகரான வேலூரைக் காக்க சென்று, கோல்கொண்டாப் படையினரைத் துரத்தியடித்து வெற்றி பெற்றான். எனினும் இதைப் பெருத்த அவமானமாகக் கருதிய கோல்கொண்டா சுல்தான் தனது படை அனைத்தையும் வேலூருக்கு அனுப்ப மூன்றாம் ஸ்ரீரங்கன் தலைநகர் விட்டு வெளியேறித் தஞ்சையில் அடைக்கலம் புகுந்தார். கோல்கொண்டா சுல்தானோ வேலூரை வென்றுப் பிறகு செஞ்சியை முற்றுகையிட்டார். இம்முறை திருமலை பீஜப்பூர் உதவிகொண்டு செஞ்சியைக் காப்பாற்றப் படையனுப்பினார். ஆனால் காக்கவந்த பீஜப்பூர் படையோ தாமே செஞ்சியைக் கைப்பற்றி விட, மதுரைப் படையினர் தோல்வியுற்றுத் திரும்பினர். பீஜப்பூர் சுல்தான் மதுரையையும், தஞ்சையையும் மிரட்டிக் கப்பம் வசூலித்துச் சென்றான். பீஜப்பூர் படையினர் விலகியவுடன் இக்கேரி நாயக்கன், மைசூர் அரசர் கண்டீருவநரசராஜா, சந்திரகிரி சிற்றரசர் உதவியால் மூன்றாம் ஸ்ரீரங்கர் இழந்த ஆட்சியை மீட்க முயன்றார். ஆனால் பீஜப்பூர் சுல்தான் மூலம் அதை திருமலை மீண்டும் ஒருமுறை முறியடித்தார். விஜயநகரப் பேரரசு மீண்டும் நிறுவ உறுதி பூண்டிருந்த கண்டீருவநரசராஜா இதுகண்டு வெகுண்டு மதுரையைத் தாக்கலானார்.

மைசூர்ப் படைகள் தமது வழியில் முதலில் தென்பட்ட தணாய்க்கன் கோட்டை, சத்தியமங்கலத்தைக் கைப்பற்றிக் கொங்கு நாட்டை தம்வசப்படுத்திப் பிறகு மதுரை மீது பாய்ந்தன. ஆத்திரத்தில் கையில் சிக்கிய நாயக்க வீரர்களின் மூக்கை அறுத்து வெறியாட்டம் போட்ட வண்ணம் மதுரையை நெருங்கின.

திருமலை தமது இறுதிக் கட்டத்தில் மதுரைக்கேற்பட்ட அபயத்திலிருந்து மீளத் தமக்குத் திறை செலுத்தி அரசாண்டு வந்த இராமநாதபுரம் இரகுநாத சேதுபதியை அழைத்து போரிடுமாறு வேண்டினார். மதுரைப் படையோடு சேதுபதியின் மறவர் சேனையும் கலந்து போரிட மைசூர்படையினர் இறுதியில் தோற்றுப் பின்வாங்கினர். இத்தாக்குதலையும், மூக்கறுப்பையும் பெருத்த அவமானமாகக் கருதிய திருமலை தமது தம்பி குமாரமுத்து நாயக்கர், தாரமங்கல கெட்டியரசர் மற்றும் ரங்கண்ண நாயக்கர் தலைமையில் அனுப்பிய படை கொங்குநாட்டை மீட்டு மைசூர்வரை சென்று பலரது மூக்கையும் அறுத்து பழிவாங்கி வெற்றிகரமாகத் திரும்பியது. மதுரைக் கோயிலின் ஒட்டுமொத்த நிர்வாகம் செய்யும் உரிமையும் அபிடேக பண்டாரம் எனும் தமிழ் மரபினரிடம் இருந்து வந்தது. அதைச் சிறிது நிலம் கொடுத்துத் திருமலை பெற்றார். இதேபோல் தளவாயாகயிருந்த இராமப்பய்யர் ஆலோசனையால் பழனியில் முருகன் சிலை நிறுவிய போகன் சித்தரின் வழி வந்தோரையும், பண்டாரங்களையும் கருவறையி லிருந்து வெளியேற்றினார். ஆனால் இவ்விரு நிகழ்ச்சிகள் தவிரப் பெரும்பாலான கோயில்களுக்கு ஏராளமான நன்கொடைகள் கொடுத்துள்ளார். திருச்சியில் அரியநாதர் வெட்டிய தெப்பக்குளம் போல் மதுரையில் வண்டியூர் அருகே மாரியம்மன் கோயிலை யொட்டி குளம் வெட்டிச் சிறப்பித்தார். அப்பொழுது கிடைத்த பெரிய முக்குறுணிப் பிள்ளையார் சிலையை மீனாட்சியம்மன் கோயிலில் பிரதிஷ்டை செய்தார். இத்துடன் கலைநுணுக்கம் மிக்க திருமலைநாயக்கர் மஹாலை பிரமாண்டமான முறையில் கட்டினார். நிலப்போரில் பெரும் வெற்றிவீரராக விளங்கினாலும், கடற்கரைப் பகுதிகளில் போர்த்துக்கீசியர் மற்றும் டச்சுக்காரர் களால் ஏற்பட்ட தொல்லையை தவிர்க்க முடியவில்லை. சேந்தமங்கலம் இராமச்சந்திர நாயக்கரிடம் அடைக்கலம் புகுந்திருந்த இராபர்ட்-டி-நொபிலி மீண்டும் மதுரையில் கிறிஸ்துவத் தொண்டாற்ற அனுமதியளித்தார். தூத்துக்குடியில், இராமேஸ்வரத்தில் பரதவர்களில், விரும்பியவர்களை மதம் மாற்றம் செய்யவும் அனுமதி கொடுத்தார்.

பழையகோட்டைப் பட்டக்காரர்

திருமலை நாயக்கர் காலத்தில் கொங்கு நாட்டில் கடும்பஞ்சம் நிலவியபோது குடிகளைத் துன்புறுத்தி திறைப்பணம் வசூலித்துத் தர மறுத்த பழையகோட்டை பட்டக்காரர் சம்பந்தச் சர்க்கரை தலைமையிலான கொங்கு பாளையக்காரர்களைத் தளவாய் இராமப்பய்யன் கைது செய்து சங்ககிரிச் சிறையிலடைத்தார். சிறையிலடைபட்ட சம்பந்த சர்க்கரையைச் சந்தித்துப் புலவரொருவர் பாடல்பாடி தமக்கு உதவிட வேண்டினார். குடிகளின் நலன்காக்க சிறைபுகுந்திருந்த சர்க்கரை மன்றாடியாரோ, தமது இக்கட்டான நிலையிலும் புலவரைக் கைவிட விரும்பாதவராய் மனைவியிடம் அனுப்பினார். தமது கணவனின் வழிநின்று பஞ்சகாலத்தில் தமது அணிகலன்களையும், செல்வமனைத்தையும் இழந்திருந்தாலும் அவ்வம்மையோ தம்மிடம் மிஞ்சியிருந்த தாலியைக் கொடுத்தனுப்பினார். புலவரோ இதுகண்டு வருந்தி, இராமப்பய்யனிடமே சென்று நீதி கேட்டார். உத்தம காமிண்டரது வம்சப் பெருமையை உணர்ந்த அய்யர் மனமிரங்கி சம்பந்த சர்க்கரையையும், இதரப் பாளையக்காரரையும் உடனடியாக விடுவித்தார்.

இரண்டாம் முத்துவீரப்ப நாயக்கர் (கி.பி. 1659)

திருமலை மன்னரின் மறைவுக்குப் பின்னர் அவரது மகன் இரண்டாம் முத்துவீரப்பர் அரசேற்றார். இவரது காலத்தில் மீண்டும் பீஜப்பூர் படையெடுப்பு நிகழ்ந்தது. திருச்சியை தளவாய் லிங்கண்ண நாயக்கர் தலைமையில் இவர் பலப்படுத்தி எதிர்த்ததால் பீஜப்பூரால் ஒன்றும் செய்ய இயலாது போய் கிடைத்த சொற்ப திறைப் பணத்தோடு திரும்பினர். ஆனால் தஞ்சை விஜயராகவ நாயக்கரோடு பகைமை ஏற்பட்டது. பதவியேற்றவுடனேயே இரண்டாம் முத்து வீரப்பர் இறந்து விட்டதால் அவரது மகன் சொக்கநாதர் அரசேற்றார்.

சொக்கநாத நாயக்கன் (கி.பி. 1659 – 1682)

இவரது ஆட்சிக் காலத்தின் ஆரம்பகட்டம் கடினமாக இருந்தது. தளவாயாகயிருந்த லிங்கமநாயக்கரும் ராயசமும், பிரதானியும் ஒன்று சேர்ந்து சதிசெய்தார்கள். பழைய இராஜவிசுவாச ஊழியர்களின் துணைகொண்டு சொக்கநாதர், ராயசத்தைக் கொன்று பிரதானியைக் குருடாக்க, லிங்கம நாயக்கன் பீஜப்பூர் படைத் தலைவன் சாகோஜி மற்றும் தஞ்சை விஜயராகவ நாயக்கனின் படை உதவியோடு திருச்சியைத் தாக்கினார். ஆனால் சொக்கநாதனே போரிற்குத் தலைமை தாங்கியதால் வெற்றிகண்ட மதுரைப் படையினர்

தஞ்சைவரை சென்று விஜயராகவனை பணிய வைத்தனர். திருமலை சேதுபதி இராமநாதபுரத்திலிருந்து உதவியனுப்பாததால் அங்கும் சென்று போரிட்டார். இந்த நிலையைப் பயன்படுத்திய மைசூர்ப் படையினர் கி.பி. 1667-ல் ஈரோடு, தாராபுரம் உள்ளிட்ட கொங்கு நாட்டைக் கைப்பற்றித் தமதாக்கினர். தஞ்சை நாயக்கரோடுள்ள பகைமைதான் இவ்வளவு இன்னல்களுக்கும் காரணமெனக் கருதிப் பெண் எடுத்து மண உறவு மூலம் சரிசெய்ய சொக்கநாதர் விரும்பினார். ஆனால் விஜயநகரப் பேரரசன் அச்சுதனின் தங்கை கணவர் சிவப்பநாயக்கனின் வழிவந்த விஜயராகவர், விஜயநகரில் ஆரம்பத்தில் அரசப்பிரதிநிதியாக மட்டுமே பதவி வகித்த விசுவநாத நாயக்கனின் வழிவந்த சொக்கநாதருக்குப் பெண்தருவதை இழிவெனக் கூறி மறுத்துவிட்டார்.

கி.பி. 1673-ல் தஞ்சை மீது தளவாய் வேங்கட கிருஷ்ணப்ப நாயக்கர், சின்னத்தம்பி முதலியார் தலைமையில் சென்ற படையிடம் தோற்ற விஜயராகவன் தன் குலப் பெண்களை வெடிவைத்துக் கொன்று தானும் போரில் இறந்தான்.கி.பி.1674-ல் தமது ஒன்று விட்ட தம்பியான அழகிரியை (இளமையில் நடைபெற்ற வாரிசுப் போரில் சொக்கநாதரின் உயிரைக் காப்பாற்றியவர் அழகிரியின் தாயாரான அவரது சிற்றன்னையே. அந்த நன்றிக்கே அழகிரிக்குத் தஞ்சை ஆளுமையைப் பரிசாகக் கொடுத்தார்). தஞ்சை அரியணையில் அமர்த்தி அழகு பார்த்தார். ஆனால் அழகிரி சொக்கநாதருக்கு நன்றி மறந்தவராய் விளங்க, அதை அவனது இராயசமாக விளங்கிய வெங்கண்ணா உபயோகித்துப் பீஜப்பூர் மன்னனைப் படையெடுக்க வைத்தார். மராட்டிய வீரசிவாஜியின் பங்காளியான ஏகோஜி தஞ்சையைக் கைப்பற்றி விஜயராகவநாயக்கனின் பேரனான செங்கமலதாஸைப் பதவியிலமர்த்தி பின் தானே அரசாளலானான். ஏகோஜி சிறந்த நிர்வாகத்திறன் பெற்றிருந்ததாலும், விஜயராகவ நாயக்கனின் அரண்மனைச் செல்வம் கிடைத்ததாலும் அறப்பணிகள் பல செய்ததோடு பாசனவசதிகள் பெருக்கி மக்களிடம் நன் மதிப்பைப் பெற்றுக் கொண்டான்.

ஒப்பற்ற போர்வீரரும், மிகச்சிறந்த தேசியவாதியுமான சொக்கநாதர் கி.பி. 1670-ல் விஜயநகரப் பேரரசை மீண்டும் ஸ்தாபிக்க முனைந்தார். தஞ்சை அரசனின் உதவியையும் பெற்று மைசூர் மீது படையெடுக்கையில் தேவராஜ உடையாரிடம் ஈரோட்டுப் போரில் தோற்றார். விஜயநகர பேரரசன் மூன்றாம் ரங்கனை ஒரு காலத்தில் திருமலை எதிர்க்க, கண்டீரவநரசராஜ

உடையார் ஆதரித்தார். பேரன் காலத்தில் சொக்கநாதர் விஜயநகர பேரரசனை ஆதரிக்க, மைசூர் தேவராஜ உடையார் எதிர்த்தார். ஆனால் மூன்றாம் ரங்கனின் விதி அவரை ஆதரித்தவர்கள் எவரையுமே வெல்லவிடாது. மாற்றுத் தரப்பிடம் தோற்றுப் போகவே செய்தது.

சொக்கநாதர் முன்பு தமக்கெதிராகக் கிளர்ச்சியில் ஈடுபட்டிருந்த லிங்கமநாயக்கனின் மகளான மங்கம்மாளை, அவரது அருங் குணங்களை உணர்ந்து மணந்தார்.

சிக்கதேவராயன் (1672 - 1704) காலத்தில் சத்தியமங்கலம் மைசூர் அரசோடு இணைக்கப்பட்டுக் கொங்குநாடு முழுக்கக் கவரப்பட்டது. சொக்கநாதரால் ஒன்றும் செய்யமுடியவில்லை.

கி.பி. 1678 - 80 வரை தமது தம்பியுடனான அரசுரிமைச் சண்டையிலும், குதிரைப்படைத் தலைவனான ருஸ்தம்கானிடமும் வெகுவாகச் சிரமப்பட்ட சொக்கநாதரை கன்னிவாடிப் பாளையக் காரரும் இராமநாதபுர சேதுபதியும் காப்பாற்றினர்.

> *காங்கேயம் பல்லவராயர்கள்*
>
> திருமலை நாயக்கரின் பேரனான சொக்கநாத நாயக்கர் திருச்சியிலிருந்து ஆண்டு வருகையில் கொங்கு இருபத்திநான்கு (பெருநாடு) நாடுகளையும், ஆறுநாடுகளுக்கு ஒரு கட்டமனை என்று பிரித்து ஈரோடு பெருநாட்டிற்கு அமராவதி பல்லவராயரை அதிபதியாக்கினார். இவ்வமிச சிதம்பர பல்லவராயர் பெனு கொண்டாவிற்குச் சென்று விஜயநகரப் பேரரசரைச் சந்தித்து தமது ஆட்சி உரிமையை நிலைநாட்டி பல்லக்கு, சாமரம் போன்ற விருதுகளைப் பெற்று வந்தார்.

வீரசிவாஜியின் படையெடுப்பு [கி.பி. 1676 – 1677]

இந்துசமயத்தைக் காக்கவும், அதன் எதிரிகளான முகலாயரிடமிருந்து இந்தியாவை விடுவிக்கவும் முயன்று, வெற்றிமேல் வெற்றி பெற்று வந்த வீரசிவாஜி, ஆந்திரா முழுக்க மற்றும் வேலூர்க் கோட்டை, செஞ்சிக்கோட்டை பகுதிகளும் சுல்தான்கள் வசமிருந்ததைக் கண்டு வருந்தி அவற்றை மீட்கவும் தமது பங்காளியான ஏகோஜியின் சொத்துக்களில் தமக்குரிய பங்கைப் பெறவும் கி.பி. 1677-ல் படையெடுத்தார். இதை ஓர் படையெடுப்பு என்று கருதுவதைவிட ஆன்மீக சுற்றுப்பயணமாகவே கருதினார். ஸ்ரீசைலம் மல்லிகார்ச்சுனர், திருப்பதி, காளத்திநாதர், சென்னை காளிகாம்பாள் எனப் பல்வேறு

கோயில்களுக்கு சென்று தரிசனம் செய்து தானங்கள் செய்துபின் வேலூரையும், செஞ்சியையும் மீட்டார். சிவாஜியிடம் சொக்க நாதரும், தஞ்சை மன்னனும் உடன்பாடு கொண்டு மரியாதை செலுத்தினர்.

ரெங்க கிருஷ்ண முத்துவீரப்ப நாயக்கன் (எ) இரண்டாம் முத்துவீரப்பர் (கி.பி. 1682 – 1689)

சொக்கநாதருக்கும் இராணி மங்கம்மாளுக்கும் மகனாகப் பிறந்த இரண்டாம் முத்து வீரப்ப நாயக்கரும் சிறந்த வீரரே. மதுரையை முற்றுகையிட்டிருந்த மைசூர் வீரர்களைத் துரத்தினார். சொக்கநாதர் இழந்த பகுதிகளை மீட்கத் தொடங்கினார். இவ்விஷயத்தில் இவருக்குத் தென்காசிப் பாண்டிய இளவரசியான முத்தம்மாளைத் தமது தாயை மீறி மணந்திருந்ததால் பாண்டியரி டமிருந்து கிடைத்த பலமும் உதவியது.

ஔரங்கசீப்பை எதிர்த்தல்

[1]இவரது ஆட்சியில் ஔரங்கசீப் தமது ஒரு செருப்பை அனுப்பி சிற்றரசர்களெல்லாம் அதை வரவேற்றுத் தத்தம் அரியணையிலமர்த்தித் திறை செலுத்த ஆணையிட்டான். இந்தியா முழுக்க அனைவரும் ஏற்று மரியாதை செலுத்தியபின் மதுரை வந்தக் காலணியைக் கண்டு வெகுண்டெழுந்தார் முத்துவீரப்பன். அக்காலணியைப் பிடுங்கி தமது காலில் போட்டுக்கொண்டு மற்றொரு காலணி எங்கே எனக்கேட்டு, அதைக்கொண்டு வந்தவர்கள் சிலரை வெட்டிப் போட்டார். எஞ்சிய சிலர் ஓடோடி ஔரங்கசீப்பிடம் சென்று தகவல் தெரிவித்தனர்.

எனினும் முத்துவீரப்பன் தளரவில்லை. ஆனால் ஆட்சிப் பொறுப்பேற்ற கி.பி. 1700-ல் நான்காண்டுகளில் அம்மை நோயால் இவர் உயிரிழக்கக் கருவுற்றிருந்த மதுரையரசி முத்தம்மாள் உடனே உடன்கட்டை ஏற அனுமதி கிட்டாததால் ஆண்மகவு (விஜயரங்க சொக்கநாதர்) பிறந்தவுடன் பன்னீரருந்தித் தற்கொலை செய்து கணவரை அடைந்தார்.

இராணிமங்கம்மாள் (கி.பி. 1689 – 1706)

தமது மகனுக்குப் பிறகு பெயரன் சார்பாக இராணி மங்கம்மாள் அரசாண்டார். பொதுமக்களுக்கு ஏராளமான

---

1. தமிழகவரலாறு மக்களும் பண்பாடும் Dr.கே.கே. பிள்ளை (பக். 413 - 414).

சலுகைகளை வழங்கி நிறைய வளர்ச்சிப்பணிகள், கணக்கிலடங்கா தானதர்மங்கள் செய்து மக்கள் நினைவில் என்றும் நீங்காதவராய்க் காணப்பட்டார். இவரது காலத்தில்தான் வீரசிவாஜியின் மரணத் திற்குப்பின் தென்திசை நோக்கி ஔரங்கசீப் படையெடுத்து வந்தான்.

மைசூர் சிக்கதேவராயனும் தஞ்சை மராட்டியரும் ஔரங்க சீப்புக்கு திறை செலுத்தித் தம்மைக் காத்துக் கொண்டதுபோல் மங்கம்மாளும் திறைபணிந்து தமது குடிகளைக் காப்பாற்றினார். தஞ்சையின் மீது நரசப்பையா தலைமையில் படையனுப்பி வென்று சமாதான ஒப்பந்தம் ஏற்படுத்தினார். மைசூர்ப்படையின் திருச்சி முற்றுகையை முறியடித்தார். திருவாங்கூர் இரவிவர்மனைத் தண்டித்தார். கிறித்துவப் பாதிரிகளை ஆதரித்தார். முஸ்லீம் தர்காக் களுக்கு நன்கொடை அளித்தார். ஏராளமான சத்திரங்களையும் கட்டிவைத்தார். இவரது காலத்தில் மைசூர் சிக்கதேவராயன் காவிரியின் குறுக்கே அணை கட்ட முயல, மங்கம்மாள் படை திரட்டிச் சென்று உடைக்கத் திட்டமிட்டார். எனினும் அதற்குள் காவிரியில் ஏற்பட்ட பெருவெள்ளத்தில் அணை அடித்துச் செல்லப் பட்டுவிட்டது. ஆனால் தமது இறுதிக் காலத்தில் பேரனான விஜயரங்க சொக்கநாதருக்கு ஆட்சியுரிமை தருவதை தள்ளிப்போட்டு வந்தார். வெகுண்ட பேரனோ பாட்டியைக் கைதியாக்கி, உணவு கொடுக்காது சாகவிட்டார்.

விஜயரங்க சொக்கநாதர் [கி.பி. 1706 – 1732]

தான் அரசுக் கட்டிலேறிய விதம் தவறானதாயினும் மிக்க நேர்மையோடு, இறைபக்தி மிக்கவராக விளங்கிய விஜயரங்க சொக்கநாதர் தொடர்ந்து ஸ்தலயாத்திரைகள் மேற்கொண்டு கோயில்களுக்கும், மடங்களுக்கும் பொன், பொருள், பூமி தானம் ஏராளமாகச் செய்து அமைதியாகக் கழித்தார். அரசுப் பொறுப்பை தளவாய்களிடம் ஒப்படைத்தார். ஆனால் அவர்கள் அரசுப் பணத்தைக் கொள்ளையடித்து, மக்களைத் துன்புறுத்தி வந்தனர். மகப்பேறில் லாததால் விஜயரங்கருக்குப்பிறகு அவரது மனைவியான இராணி மீனாட்சி அரசேற்றார்.

இராணி மீனாட்சி [கி.பி. 1732 – 1736]

இராணிமங்கம்மாள் போன்ற திறமையற்ற மீனாட்சி, தாயாதிக் குடும்ப பங்காருத்திருமலையின் மகன் விஜயகுமாரனை சுவீகாரம் எடுத்து 5 ஆண்டுகள் அரசாண்டார். தளவாய்

வேங்கடாச்சாரியோடு இணைந்த பங்காரு திருமலையோ தானே பதவியேற்க விரும்பி மீனாட்சியோடு கலகம் புரிந்தார். இந் நிலையில் மீனாட்சியோ நாடுகாக்கும் வலுவற்றவராய்ச் சந்தா சாகிப்பின் வஞ்சக வலையில் வீழ்ந்து திருச்சிக் கோட்டையை இழந்தார். அத்துடன் உயிர்வாழ விரும்பாது நஞ்சருந்தி கி.பி. 1736-ல் இறந்ததால் நாயக்கராட்சி முடிவடைந்தது.

நாயக்கர் கால ஆட்சிமுறை

மதுரைச் சுல்தானிய ஆட்சிக் கொடுமைகளால் துவண்டு கிடந்த தமிழகத்தில் அரியநாதர் தமது அரிய நிர்வாகத் திறனால் மீண்டும் ஒரு பொற்காலத்தைத் தோற்றுவித்தார். மதுரை ஆட்சிக்குட் பட்ட தமிழகப் பகுதிகளை 72 பாளையங்களாகப் பிரித்து ஒவ்வொன்றையும் ஒரு பாளையக்காரர் பொறுப்பில் விட்டார். அந்தந்த வட்டாரங்களில் செல்வாக்குமிக்கவர்கள், போர்த்திறம் மிக்கவர்களே பாளையக்காரர்களாக நியமிக்கப்பட்டனர். கிராம நிர்வாகத்தைப் பேணிக்காக்க மணியகாரர் மற்றும் கணக்குப் பிள்ளை பதவிகள் உருவாக்கப்பட்டன. மதுரை நாயக்கராட்சியில் கொங்குநாட்டில் சேலம், ஆயக்குடி, பழனி, விருப்பாச்சி, தளி, ஊத்துக்குழி, இடையகோட்டை, இரட்டையம்பாடி, புரவிபாளையம், இராமப்பட்டினம், மைவாடி, நெகமம், நாமக்கல், மண்ணிமை உள்ளிட்ட பாளையங்களிருந்தன. சேந்த மங்கலமும், தாரமங்கலமும் வலிமைமிக்க சிற்றரசுகளாக விளங்கின.

[2]விளைச்சலில் செலவு போகப் பாதி தானியம் வரியாக வசூலிக்கப்பட்டது. பாளையக்காரர்கள் தாம் வசூலித்த வரியில் மூன்றில் ஒருபங்கை மதுரை நாயக்க அரசருக்கு அனுப்பினர். ஒருபங்கைத் தமது படை மற்றும் நிர்வாகச் செலவுகளுக்காகவும், பாளையத்தில் பாசனவசதி, உள்கட்டமைப்பைப் பராமரிக்கவும் செலவழித்தனர். மீதி ஒரு பங்கைத்தமது தனிப்பட்ட செலவு களுக்குப் பயன்படுத்தினர். நிலவரி போக சுங்கவரி, முத்துச் சலாபவரி, பாசிவரி, பிடாரிவரி, பொன்வரி, உலைவரி, நெசவு வரி, நூல்வரி, சங்கு வரி எனப் பல்வேறு வரிகளும் விதிக்கப் பட்டிருந்தன.

பாளையக்காரர்கள் மட்டுமின்றி மதுரை நாயக்கர்களும் வாய்க்கால் வெட்ட, குளம் ஏற்படுத்த, கிணறு தோண்ட, சத்திரம் கட்ட, கோயில்களில் மண்டபங்கள் மற்றும் கோபுரங்கள் கட்ட

---

2. கொங்குநாட்டு வரலாறு கோவைகிழார் (பக். 309).

எனப் பல்வேறு அறப்பணிகளிலும் ஆர்வம் செலுத்தினர். பஞ்ச காலங்களில் மக்கள்மீது பரிவு காட்டினர். வணிகர்கள், நெசவாளர் களுக்கும் ஆதரவு கிட்டியது. மிக முக்கியமாக நாடெங்கும் சச்சரவுகள் குறைந்து அமைதியே நிலவியது.

நாயக்கர்கள் தமிழிலக்கியத்திற்கும் பேராதரவு நல்கினர். குமரகுருபரரால் மீனாட்சியம்மன் பிள்ளைத்தமிழ் இயற்றப் பட்டது. தாடிக்கொம்பு சிற்பங்களும், பேரூர் கனகசபையும் நாயக்கர்கள் காலக் கொடையேயாகும். மங்கம்மாள் நாடெங்கும் சத்திரங்கள் கட்டி வழிப்போக்கர்கள் மற்றும் வணிகர்களுக்கு பேராதரவு நல்கினார். மதுரையிலிருந்து தமிழகத்தின் பல நகரங்களுக்குச் சாலைவசதிகள் ஏற்படுத்தப்பட்டது. தர்காக்ககளும், தேவாலயங்களும் எவ்வித வேறுபாடுமின்றி ஆதரிக்கப்பட்டன. மதப்பிரச்சாரத்திற்கு வந்த ஐரோப்பியப் பாதிரிகளையும் வெறுக்காது நன்கொடைகள் வழங்கி அனுமதி தந்தனர். மதுரையி லிருந்த நடுவண் அரசு வலிமை மிக்கதாய் விளங்கியதால் பேரரசின் எல்லைக்கு வெளியே நிகழ்ந்த போர்களினால் உள்நாட்டு அமைதி பாதிக்கப்படவில்லை. கி.பி. 1530 முதல் 1623 அதாவது திருமலை நாயக்கர் அரசாளும் வரைக் கிட்டத்தட்ட ஒரு நூற்றாண்டு காலம் கொங்குநாடும் எந்தவிதப் போரோ, படையெடுப்போ, குழப்ப மோயின்றி அமைதியாக முன்னேறியது. இவ்வாறாக பாண்டியரது வீழ்ச்சிக்குப்பிறகு மதுரைச் சுல்தானியர்களால் துன்பங்களுக்கு ஆளாக்கப்பட்டிருந்த தமிழகம் அமைதியான சூழலில் மீண்டும் வளர்ச்சிப் பாதையில் பயணித்தது.

25. தாரமங்கலத்துக் கெட்டியரசர்

தாரமங்கலத்தைத் தலைநகராகக் கொண்டு அரசாண்டு வந்த கட்டியரசர்கள் (எ) கெட்டியரசர்கள் சங்ககாலம் முதல் புகழ் பெற்று விளங்கியவர்கள். சேர, சோழ, பாண்டிய ரோடு மணவுறவு பூண்டிருந்த வேளிர் மரபினர். தமிழக ஒற்றுமையை அவர்களது கொடியில் காணலாம். மூவேந்தர்களது சின்னங்களான வில், புலி, கயலுடன், வாடாமாலையும், வண்ணத் தடுக்கும் சேர்ந்த சின்னமே கெட்டி யரசருடையது.

சேரன் செங்குட்டுவனை எதிர்த்துக் கெட்டியரசர் பொருதிய செய்தியைச் சிலப்பதி காரம் பின்வருமாறு விவரிக்கிறது.

"கொங்கணர் கலிங்கர் கொடுங்கரு நாடர்
பங்களர் கங்கர் பல்வேற் கட்டியர்
வடவாரியரொடு வண்டமிழ் மயக்கத்து"

(வஞ்சிக்காண்டம் 25 : 157)

சோழர்கள், மைசூர்ப் பகுதியிலமைந்த புன்னாட்டின் மீது படையெடுத்து அதனரசன் பழையனைத் தோற்கடிக்க கட்டியரசர்கள் உதவினார்கள்.

சோழ மன்னன் தித்தன்வெளியனது ஆட்சிக்காலத்தில், கட்டி யரசன் உறையூர் மீது போர்தொடுத்தான். ஆனால் கோட்டை யினுள் தித்தன் வெளியனது பிறந்தநாளிற்காக திணைப்பாட்டுடன் கூடிய கொண்டாட்டங்களின் ஒலியைக் கேட்டு போர் செய்யாது திரும்பினார்.

இச்செய்தியை அகநானூற்றுப் பாடல் விவரிப்பதாவது:

“வளமிகு முன்பில் பாணனொடு மலிதார்த்
தித்தன் வெளியன் உறந்தை நாளவைப்
பாடின் தெண்கிணைப் பாடுகேட்டு அஞ்சிப்
போராடு தானைக் கட்டி
பொரா அது ஓடிய ஆர்ப்பு”

(அகநானூறு 226)

காலவெள்ளத்தில் தமிழகத்தின் அனைத்துச் சிற்றரசர்களும், வேளிர்குளத் தலைவர்களும், சேர, சோழ, பாண்டியரும் பல்லவரும் மறைந்த பின்னரும் நீடித்து நின்று மைசூர்ப் படையெடுப்பு களிலிருந்து தமிழகத்தைக் காத்த பெருமை கெட்டி மரபினருக்கு மட்டுமே உரியது.

[1]பிற்காலச் சோழர்களில் சுந்தரசோழரின் படைத்தளபதிகளுள் முதன்மைத் தளபதியெனும் பொருள்படும் படியாக முதலி பட்டம் சூட்டப்பெற்ற சிறிய வேளார்முதலியும், அவரது மகனான கட்டி ஒற்றியூரானும் இக்கெட்டி மரபினரே.

சடையவர்ம சுந்தரபாண்டியன் காலத்திலும், ஹொய்சாள வீர ராமனாதன் காலத்திலும் கெட்டியரசர் பல்வேறு கோயில் களுக்கும் செய்த அறப்பணிகள் குறித்து ஏராளமான கல்வெட்டுச் சான்றுகள் கிடைத்துள்ளன.

விசுவநாதர் காலத்திலும் அதன்பின் வந்த நாயக்கர்கள் காலத்திலும் கொங்குநாட்டின் பெரும்பாகம் இவ்வரசர்கள் வசமேயிருந்தது. விசுவநாதர் இவர்களாண்டு வந்த பெரும் நிலப்பரப்பை

ஆத்தூர் கோட்டையின் ஒரு பகுதி

1. கெட்டிமுதலி அரசர்கள் - தமிழ்நாடன் (பக். 87).

இவர்கள் வசமே விட்டதோடு முதன்மையும் கொடுத்தார். தமது உறவினரை சேந்தமங்கலம் பகுதிக்கு மட்டும் நாயக்கராக நியமித்தார். காங்கேயம், தாராபுரம், பொள்ளாச்சி பகுதிகள் கொங்கு வேளிர் தலைவர்களிடமே தொடர்ந்தன.

வடக்கே மைசூர் ராஜ்யத்தை வடவெல்லையாகவும், தெற்கே தாராபுரம் மற்றும் சேந்தமங்கலம் பகுதிகளை தென்னெல்லையாகவும், கிழக்கே ஆத்தூரை (தலைவாசல்) கீழ் எல்லையாகவும் மேற்கே கஜல்கட்டி கணவாய் முதல் சத்தியமங்கலக் காடுகள் வரையிலும் எல்லையாகக் கொண்டு கெட்டியரசர் அரசாண்டனர்.

இவர்களது தலைநகராகச் சேலம் மாவட்ட அமரகுந்தியும் முக்கிய நகராகத் தாரமங்கலமும் சிறப்புற்று விளங்கின. இவ் வமிசத்தின் புகழ்பெற்ற அரசனான கொமார கெட்டிமுதலியார் பெயரிலமைந்ததே இன்றைய கொமாரபாளையம்.

தமது மக்களின் பாதுகாப்பிற்காகவும், மைசூர்ப் படை யெடுப்பிலிருந்து தமிழகத்தைக் காக்கவும் அந்தியூர், அமரகுந்தி, தாரமங்கலம், ஓமலூர், காவிரிபுரம், குளத்தூர், பவானி, கொமார பாளையம், சாம்பள்ளி, மேச்சேரி, பெரும்பாலை, ஆத்தூர், தலைவாசல், பேளூர் ஆகியவற்றில் கோட்டைகள் கட்டினர்.

தாரமங்கலம் கைலாசநாதர் கோயில் மற்றும் அதன் சுரங்க அறைகள், ஓமலூர் விஜயராகவப் பெருமாள் கோயில், திருச் செங்கோடு மகா மண்டபம், பவானி சங்கமேஸ்வரர் கோயில் மண்டபம் மற்றும் அதன் கற்சிற்ப விட்டங்கள் போன்றவை என்றென்றும் இக்கெட்டி மன்னர்களது அறச்செயலை பறைசாற்றும். இவை தவிர நாமக்கல் நரசிம்மப் பெருமாள்கோயில், அந்தியூர் குருநாதசாமி கோயில் ஆகிய வற்றுக்கும் ஏராளமான தானங்கள் செய்தனர். கெட்டி சமுத்திர ஏரி வெட்டப்பட்டு நீர்ப்பாசன வசதிகளைப் பேணினர்.

கெட்டி முதலியார் வம்சத்தினர்
(பவானி திருக்கோயில்)

கெட்டி முதலியார் வம்சத்தினர் [பவானி திருக்கோயில்]

[2]மதுரை திருமலை நாயக்கர் அவரது சமகாலத்தவரான வணங்காமுடி கெட்டி முதலியாரைச் சோதிக்கவிரும்பித் தமது தளவாய் இராமப்பய்யனை அனுப்பினார். இராமப்பய்யன் தோற்று அவமான முற்றுத் திரும்பினார். மற்றொரு தளபதியான நரசப்பரும், கெட்டி யிடம் மோத முடியாதென்று ரைத்தார். இதைக்கண்டு வருந்தாத திருமலையோ மதுரைக்கு வந்து சந்திக்குமாறு கெட்டிக்கு அழைப்பு விடுத்தார். திருமலையைக் காண யானை மீதமர்ந்து சென்றார் வணங்காமுடி கெட்டி. அப்பொழுது சிறிய வாயிலின் வழிச் செல்ல நேரிடுகையில் தலைகுனியாது மல்லாக்கப்படுத்தவாறே கோட்டையினுள் நுழைந்தார். வியந்து போன திருமலை நட்புப்பாராட்டினார். திருமலைநாயக்கர் கேரள அரசர், சடைக்கச் சேதுபதியோடு நிகழ்த்திய போர்களில் கெட்டியரசர் பங்கேற்று ஆதரித்தனர்.

விஜயநகரப் பேரரசருக்கெதிராய்ச் சுல்தான்களை ஆதரித்த திருமலையை தண்டிக்க விரும்பிய மைசூர்ப்படைகளுக்கு பலத்த எதிர்ப்பாக விளங்கியது கெட்டிமுதலியாரே.

மைசூர் அரசர்களுள் புகழ்பெற்றவரும், பீஜப்பூர் அரசனைத் தனித்தே தோற்கடித்த பெருமைக்குரியவருமான கண்டீரவநரச உடையார் கி.பி. 1641-ல் தமது படைபலமனைத்தையும் சேர்த்துத் தணாய்க்கன் கோட்டையைத் தாக்கிக் கைப்பற்றினார். கெட்டியரசர் இதை எதிர் பார்க்காததாலும், இராமப்பையர் தலைமையிலான மதுரைப் படையின் உதவி உடனே கிட்டாததாலும் போராடித் தோற்றுப் பின் வாங்கினார். விழிப்படைந்த திருமலை மன்னர் இராமப்பையன், ரங்கண்ண நாயக்கர் மற்றும் கெட்டியரசர் தலைமையில் ஒரு பெரும்படையனுப்பி மைசூரைத் தாக்கி தமது நிலையைக் காத்தார். தோல்வியைக் கண்டு துவளாத கண்டீரவன், திருமலை மன்னரின் இறுதிக்காலத்தில் கி.பி. 1653-ல் தருமபுரி

2. கெட்டிமுதலி அரசர்கள் - தமிழ்நாடன் (பக். 95).

பகுதிகளைப் பிடித்தார். பின்னர் கெட்டிக்கெதிராய்ப் படைகளை யனுப்பி வலுவிழக்கச் செய்து தொடர்ந்து கி.பி. 1667-ல் சேலம், ஈரோடு மற்றும் பவானிப் பகுதிகளைக் கைப்பற்றினார்.

திருமலைக்குப்பின் மதுரையை ஆண்ட சொக்கநாத நாயக்கர் விஜயநகரப் பேரரசன் மூன்றாம் ஸ்ரீரங்கனுக்கு ஆதரவாய் மைசூரை யெதிர்த்து படை திரட்டினார். அதில் கெட்டி முதலியாரும் பங்கேற்க கி.பி. 1670-ல் ஈரோட்டில் போர் நிகழ்ந்தது. ஆனால் துரதிர்ஷ்ட வசமாய் மதுரைப்படைகள் தோற்கக் கெட்டியரசர் தமது மேலாண்மை யையும், பெரும் பரப்பையும் இழந்தார். இருப்பினும் கெட்டி வமிசத்தவர் கி.பி. 1799 வரை சிறப்புடனிருந்துள்ளனர். ஆங்கிலேயக் கம்பெனியாருக்குப் பவானியருகே சந்தையமைக்க நன்கொடை வழங்கியவர் கெட்டிமுதலியார் வழித்தோன்றலான நல்லுடையப்ப கெட்டி. இந்நிகழ்ச்சிக்குப் பிறகு கெட்டி முதலியார்கள் குறித்த தகவல்கள் கிடைக்கவில்லை.

26. மைசூர் உடையார்கள்

ஹொய்சாளர்களின் வீழ்ச்சிக்குப் பின் கர்நாடகாவில் மைசூர்ப்பகுதி சிற்றரசுகளாகச் சிதைந்தது. மைசூர்ச் சிற்றரசனான சாம ராஜனின் மறைவிற்குப்பின் அவரது இராணி மற்றும் இளவரசி தேவஜம்மணி பெருந்தொல்லை களுக்கு ஆளாயினர். பக்கத்துநாடான கருக ஹள்ளியின் தலைவனான மாரநாயகன் இவ் விளவரசியை மணந்து மைசூரைக் கைக் கொள்ளத் துணிந்தான். இளவரசியும், இராணியும் தப்பிச் சென்று தொட்டகெரே (கன்னடத்தில் தொட்ட எனில் ''பெரிய''. கெரே என்றால் ''ஏரி'') அருகேயுள்ள கோடிபைரவசாமி கோயிலில் தஞ்சம்புகுந்தனர்.

துவாரகையைச் சார்ந்த விஜயன், கிருஷ்ணன் எனும் யதுகுல இளைஞர்கள் இருவர் (இவ் விளைஞர்களை கன்னடநாட்டைச் சார்ந்த வர்கள் என்று கூறுவோருமுண்டு. கர்நாடகா விலும் துவார சமுத்திரம் எனும் ஊர் உள்ளது). அச்சமயம் தென்னகத்தில் ஆன்மீக பாத யாத்திரை மேற்கொண்டு மைசூரருகேயுள்ள மேலகோட்டை கோயிலுக்கு வந்தனர். இராணியின் அவல நிலை கண்டு வேதனை யுற்ற இவ்விருவரும் ஜங்கம உடையார் எனும் பெரியவர் துணை கொண்டு படைதிரட்டி மாரநாயகனையும் அவனது கூட்டத்தாரையும் கொன்று குவித்தனர். மகிழ்ச்சியடைந்த

இராணியோ அவ்விளைஞர்களில் மூத்தவனான விஜயனுக்கு இளவரசியை மணம் செய்வித்து நாட்டையும் ஒப்படைத்தார். பொது மக்களின் பேராதரவைப் பெற்றிருந்த விஜயன் தமது குலப் பெயரால் ''யதுராயன்'' எனும் பட்டப்பெயர் கொண்டு உடையார் வமிசத்தை கி.பி. 1399-ல் மைசூரில் துவக்கினார்.

மைசூர் வளர ஆரம்பித்தாலும் விஜயநகரப் பேரரசிற்கு அடங்கிய சிற்றரசாகவே விளங்கிவந்தது. அது மட்டுமின்றி அதனருகே உம்மத்தூரை ஆண்டுவந்த அரசர்கள் மிகுந்த வலிமை படைத்தவ ராயும், விஜயநகரோடு நெருங்கிய உறவும் கொண்டிருந்ததால் உடையார்கள் வளர்ச்சி ஆரம்பத்தில் மந்தமாகவேயிருந்தது.

இரண்டாம் சாம்ராஜ உடையார் (கி.பி. 1478 - 1513) காலத்தில் விஜயநகருக்கும் உம்மத்தூருக்குமிடையே மோதல் துவங்கியது. கிருஷ்ணதேவராயர் உம்மத்தூர் தலைவனான கங்கராஜனை தாம் பதவியேற்ற (கி.பி. 1509) ஓரிரு ஆண்டுகளிலேயே (கி.பி. 1511 - 1512) அடக்கிவிட்டதால் மைசூர் வளர்ச்சிக்கிருந்த பெரும் தடைய கன்றது. இரண்டாம் சாமராஜ உடையாருக்குப்பின் பெட்டாட உடையார் கி.பி. 1513 முதல் 1553 வரை அரசாண்டார். இவருக்குப் பின் வந்த இரண்டாம் திம்மராஜாவின் காலத்திலிருந்துதான் (கி.பி. 1553 - 1572) மைசூர் அரசு புகழ்பெறத் துவங்கியது. இவரது காலத்தில் கி.பி. 1565-ல் தலைக்கோட்டைப்போர் நிகழ்ந்து விஜயநகரப்பேரரசு வீழ்ந்தது. எனினும் விஜயநகர அரியணை யேறிய திருமலைராயருக்கும், மகாமண்டலேசுவரராக விளங்கிய தமிழர் அரியநாத முதலியாருக்கும் ஆதரவு தெரிவித்துப் பெனு கொண்டாவில் விஜயநகரப் பேரரசு மீண்டும் வலுப்பெற இவர் உதவினார்.

பேரரசன் திருமலைராயன் தமதாட்சிக்குட்பட்ட பகுதிகளை மூன்று மண்டலங்களாகப் பிரித்தார். மூத்தமகன் ஸ்ரீரங்கனுக்கு பெனுகொண்டாவைத் தலைமையிடமாகக் கொண்டு ஆந்திரப் பகுதிகளையும், இரண்டாவது மகன் இராமனுக்கு ஸ்ரீரங்கப் பட்டிணத்தைத் தலைமையிடமாகக் கொண்டு மைசூர் கன்னடப் பகுதிகளையும், மூன்றாமவன் வேங்கடபதிக்கு சந்திரகிரியைத் தலைமையிடமாகக் கொண்டு தமிழக பகுதிகளையும் கொடுத்து ஆளுநர்களாயிருந்து ஆண்டு வரும்படி செய்தார். இரண்டாம் திம்மராஜாவிற்குப் பிறகு நான்காம் சாம்ராஜ உடையார் கி.பி. 1572-ல் பட்டமேற்று நான்காண்டுகளே அரசாண்டார். இதைத் தொடர்ந்து ஆட்சிக்கு வந்த பெட்டாட மூன்றாம் சாம்ராஜ

உடையார் (கி.பி. 1576 - 1578) வெறும் இரண்டாண்டுகளே ஆட்சி செய்ய முடிந்தது. இதே சமயம் விஜயநகரப் பேரரசன் திருமலை ராயனும் ஆட்சியை தமது மூத்தமகன் ஸ்ரீரங்கனிடம் கி.பி. 1572-ல் ஒப்படைத்தார்.

முதலாம் இராஜ உடையார் [கி.பி. 1578 – 1617]

இவரது ஆட்சிக்காலத்தில் விஜயநகரப் பேரரசன் முதலாம் ஸ்ரீரங்கன் (கி.பி. 1572 - 1585) மறைந்துவிட, அவரது தம்பியான வேங்கடன் எனும் வேங்கடபதி (கி.பி. 1586 - 1614) ஆட்சிக்கு வந்தார். இதே சமயம் ஸ்ரீரங்கப்பட்டிணத்து ஆளுநராயிருந்த இராமன் மறைந்ததால் அவரது மகனான திருமலையிடம் மைசூர் - கர்நாடக ஆளுநர் பொறுப்பு விடப்பட்டது. இச்சமயம் மதுரையில் ஆண்டு வந்த முதலாம் முத்துவீரப்ப நாயக்கர் (கி.பி. 1609 - 1623) விஜய நகரப் பேரரசுக்குத் திறைசெலுத்த மறுத்தார். உடனே பேரரசன் இரண்டாம் வேங்கடன் மைசூர் ஆளுநரான திருமலையை மதுரை மீது படையெடுத்துத் திறைவாங்கி வருமாறு கட்டளையிட்டார். இது முதலே மைசூர் - மதுரை மோதல் துவங்கியது. முத்து வீரப்பனிடம் திறை வசூலித்த திருமலையோ அதைப் பேரரசனுக்குத் தராமல் தானே வைத்துக்கொண்டார். தமது அண்ணன் மகனானாலும் துரோகத்தைப் பொறுக்காது இரண்டாம் வேங்கடன் வெகுண்டார். இதற்கிடையே இராஜ உடையாருக்கும், திருமலைக்கும் இடையே மைசூரருகே கேசரே என்னுமிடத்தில் போர் நடைபெற்றது. இதில் இராஜ உடையார் வென்றதால் கி.பி. 1612-ல் மைசூர் தனியரசானது. இந்நிலையில் நோய்வாய்ப்பட்டு ஓய்வெடுக்கத் தலைக்காடு சென்ற திருமலை இறந்தார். இராஜ உடையார் திருமலையின் ஸ்ரீரங்கப் பட்டிணத்தைக் கைப்பற்றி தனது தலைநகராக்கிக் கொண்டார். வேறுவழியின்றி இதனை விஜயநகரப் பேரரசனான இரண்டாம் வேங்கடனும் ஏற்றுக்கொண்டார்.

முதலாம் சாமராச உடையார் [கி.பி. 1617 – 1637]

முதலாம் இராஜ உடையாருக்குப் பிறகு அவரது பெயரனான முதலாம் சாம்ராஜ உடையார் ஆட்சிக்கு வந்தார். ஹரிசூரநந்தி ராஜா எனும் தளபதியின் கீழ் பெரும்படை திரட்டி மதுரைமீது போர் தொடுத்தார். பல்வேறு கோட்டைகளைக் கொங்குநாட்டில் பிடித்துத் திண்டுக்கல்லை அடைந்த அப்படையை இராமப் பய்யனும், திண்டுக்கல் பாளையக்காரரான ரங்கண்ண நாயக்கரும் தோற்கடித்து மைசூர்வரை துரத்திச் சென்று அடிபணிய

வைத்ததால் முதலாம் சாம்ராஜ உடையார் தளர்ந்தார். எனினும் மைசூர் சுற்றுவட்டார குறுநில மன்னர்களைக் குறிப்பாக கிருஷ்ண கிரியருகே குந்தணியை தலைநகராகக் கொண்ட ஜெகதேவ ராயனைத் தோற்கடித்து தமது பரப்பை விரிவுபடுத்தினர்.

இரண்டாம் ராஜ உடையார் [கி.பி. 1637 – 38]

முதலாம் சாம்ராஜ உடையாருக்குப்பின் ஆட்சிப் பொறுப் பேற்ற இரண்டாம் ராஜ உடையார் ஒருவருடத்திற்குள் மரணமடைந்தார்.

கண்டீரவ நரசராஜ உடையார் [கி.பி. 1638 – 1659]

இவரே மைசூரரசருள் போர்த்திறன் மிக்கவரும், திறமை வாய்ந்தவருமாவார். இவரது காலத்தில் பீஜப்பூர் மன்னன், இக்கேரி மற்றும் மைசூர்மீது படையெடுத்துப் பல பகுதிகளைக் கைப்பற்றினான். கண்டீரவர் பீஜப்பூர் படைகளைத் தோற்கடித்து விரட்டியடித்தார். கி.பி. 1641-ல் ஒருபுறம் பவானிசாகரருகேயிருந்த தணாய்க்கன் கோட்டை மற்றும் சத்தியையும், மறுபுறம் ஹோசூரையும் பிடித்தார். இவ்விருவழிகளின் மூலம் கொங்கு நாட்டின் பெரும்பாகத்தை ஆண்டுவந்த கெட்டி முதலியார் மீது படையெடுத்து பல்வேறு பகுதிகளைக் கைப்பற்றினார். கி.பி. 1652-க்குள் பெண்ணாகரம், தருமபுரி மற்றும் தேன்கனிக் கோட்டையும் மைசூர் வசம் வந்தது. விஜயநகரப் பேரரசுக் கெதிராய்ப் பீஜப்பூர் மற்றும் கோல்கொண்டா சுல்தான்களைத் திருமலை நாயக்கர் ஆதரித்தார். அந்நாளில் விஜயநகரப் பேரரசின் தலைநகராய் விளங்கிய வேலூரை மீட்க இக்கேரி சிவப்ப நாயக்கர், கண்டீரவநரசராஜ உடையார், தஞ்சை விஜயராகவ நாயக்கன் ஆகியோர் பேரரசர் மூன்றாம் ஸ்ரீரங்கனுக்கு ஆதரவு அளித்தனர். இருப்பினும் வேலூரை மீட்க முடியாது போயிற்று. மூன்றாம் ஸ்ரீரங்கன் தமது பரப்பனைத்தையும் இழந்து மைசூர் சென்று கண்டீரவ நரசராஜரிடம் அடைக்கலம் புகுந்தார். இவரை வரவேற்று ஆதரித்த கண்டீரவன் மதுரை மீது கி.பி. 1656-ல் போர்தொடுத்து முற்றுகை யிட்டார். வழியில் கொங்குநாட்டிலும், மதுரை சுற்றுப்புறங்களிலும் கையில் அகப்பட்டோரின் மூக்கையெல்லாம் அறுத்தெறிந்து மைசூர்ப் படையினர் அட்டகாசம் செய்தனர். இராமநாதபுரம் இரகுநாத சேதுபதி தமது படையுடன் வந்து மதுரையைக் காத்ததால் மைசூரார் பின்வாங்கினர். கோபமடைந்த திருமலை நாயக்கர், தமது தம்பி குமாரமுத்துவின் தலைமையில் பெரும்படை திரட்டி நஞ்சன்கூடு வரை மைசூராரைத் துரத்திச் சென்று மூக்கறுக்கச் செய்தார்.

தொட்டதேவராஜ உடையார் [கி.பி. 1659 – 1673]

காலம் மாறிய நிலையில் மூன்றாம் ஸ்ரீரங்கனுக்காக மதுரையில் புதிதாகப் பட்டமேற்ற சொக்கநாதர் (கி.பி. 1659 - 1682) முயற்சிகள் எடுக்க மைசூரில் பதவியேற்றிருந்த தொட்ட தேவராஜரோ எரித்தார். தேசிய எண்ணமிக்க இக்கேரி சிவப்ப நாயக்கர் மட்டும் தமது நிலையை மாற்றாமல் மீண்டும் ஸ்ரீரங்கரை ஆதரித்தார். கெட்டியரசர், தஞ்சை ஏகோஜி மற்றும் இதர பாளையக் காரர்கள் துணைகொண்டு ஈரோட்டில் கி.பி. 1670-ல் சொக்கநாதர் மைசூர்ப் படைகளை சந்தித்தார். எனினும் தொட்டதேவராஜனின் மகனான சிக்கதேவராயனின் தலைமையிலான மைசூர்ப் படையினர் வெற்றி பெற்று கொங்குநாடு முழுக்கத் தம் வசப்படுத்தினர்.

சிக்கதேவராயன் [கி.பி. 1672 – 1704]

ஔரங்கசீப் மற்றும் அவனது தளகர்த்தர்களோடு மோதலைத் தவிர்த்துத் திறை செலுத்தித் தமது நாட்டைக் காத்தார். இவர் கருவூலம் நிரம்பி வழிந்ததால் பெரும் பொருள் கொடுத்து மராட்டி யரிடமிருந்து (தஞ்சை மன்னரிடமிருந்து) பெங்களூரைப் பெற்றார். கி.பி. 1675-ல் இக்கேரி நாயக்கர் மீண்டும் ஒருமுறை விஜயநகரப் பேரரசன் ஸ்ரீரங்கனுக்காக மைசூர் மீது படையெடுத்தார். இம் முறையும் ஸ்ரீரங்கன் பக்கம் தோல்வியே ஏற்பட்டது. மைசூர் இக் கேரியை விடப் பலம் பெற்றது. எனினும் சிக்கதேவராயருக்குப் பின் பதவியேற்ற மன்னர்கள் திறமையற்றவராதலால் ஆட்சியதி காரம் தளபதி, அமைச்சர் பதவிகள் வகித்து வந்த சுயநலமிக்க சர்வாதிகாரிகளிடம் சிக்கி, நாட்டு நிர்வாகம் சீர்குலைந்தது. கொங்குநாடு பெரும் அவதிக்குள்ளாயிற்று. இவரது ஆட்சியின்போது தான் ஔரங்கசீப் கி.பி. 1687-ல் பீஜப்பூரையும் கி.பி. 1688-ல் கோல் கொண்டாவையும் கைப்பற்றி தக்காண சுல்தான்களின் ஆட்சிக்கு முற்றுப்புள்ளி வைத்தார்.

இரண்டாம் நரசராஜ உடையார்
[கி.பி. 1704 – 1714 வரை]

சிக்க தேவராஜனுக்கும் அவரது முதல் மனைவியும் பட்டத் தரசியுமான தேவஜம்மணிக்கும் பிறந்த இரண்டாம் நரசராஜ உடையார் 1704-ல் அரியணை ஏறினார். வாய்பேசமுடியாத இவர் கோபாலபட்டர் எனும் சமயப் பெரியோர் அருளால் சிலகாலம் மட்டும் அதுவும் குறிப்பாகத் தமது போனஜென்மக் கதையைப்

பேசியதாகக் கூறப்படுகிறது. கன்னடம், தமிழ், சமஸ்கிருதம், தெலுங்கு எனப் பல்வேறு மொழிகளில் நிபுணராக விளங்கினார். இவராதரவால் உருவான யக்ஷகானம் எனும் இலக்கிய படைப்புகள் கன்னட இயல், இசை, நாடக வளர்ச்சிக்குதவின. வாய்பேச முடியாத இவரைச் சிலர் மூக்கரசு என்றழைத்தனர்.

தொட்டகிருஷ்ணன் (எனும்) கிருஷ்ணராஜ் உடையார் - I (கி.பி. 1714 - 1731)

இரண்டாம் நரசராஜ உடையாருக்குப்பின் அவரது மகனான தொட்டகிருஷ்ணன் கி.பி. 1714-ல் ஆட்சிக்கு வந்தார். இவர் முந்தைய மைசூர் மன்னர்களைப் போல் மாபெரும் வீரரோ, ராஜ தந்திரியோயல்ல. இச்சமயம் மைசூரோடு தொடர்ந்து போரிட்டு வந்த மதுரை நாயக்கர் மரபும் வீழ்ச்சி நடைபோட, புதிய எதிரி களாக ஹைதராபாத் நிஜாமும், ஆர்க்காடு நவாபும், மராத்தியரும் தோன்றினர். ஆர்க்காடு நவாபான சதக்கத்துல்லாகானும், சிராவின் நவாபான ஆமின் கானும் படையெடுத்து வந்து மிரட்ட, கோடி ரூபாய் கொடுத்து சரிசெய்தார். இவரது பலவீனத்தைக் கண்டு மராட்டியர் படையெடுத்து வர கருவூலத்தைத் துடைத்துத் தந்தார். நாட்டின் பொருளாதாரம் வலுக்குன்றிப் பிரச்சனைகள் தோன்றலாயின. மகாராஜாவின் மதிப்பு கீழிறங்கத் துவங்கியது. இவரது இறுதிக் காலத்தில் அதிகாரம் தளவாயான தேவராஜனுக்கும், பிரதானியான நஞ்சராஜனுக்கும் சென்றது. பெரும் வீரர்களாகவும், சாமர்த்திய சாலிகளாகவும் திகழ்ந்த இவ்விருவருக்கும் தீய குணங்களே மிகுந்து அதிகாரவெறி தலைக்கேறியது. தொட்டகிருஷ்ணராஜன் கி.பி. 1732-ல் ஒருவாறு இறக்க, இவ்விருவரின் அதிகாரம் வானள வானதாக மாறியது.

காலியான கஜானாவை நிரப்ப கொங்கு நாட்டில் வரிக் கொடுமை அதிகமாகியது. அருகாமையிலிருந்த மகதி நாட்டின் மீது படையெடுத்து சாவனதுர்கத்தை இவ்விரு சகோதரர்களும் கொள்ளையடித்துத் திரும்பினர்.

நான்காம் சாமராஜ உடையார் (கி.பி. 1732 - 1734)

இரு சகோதரர்களுமிணைந்து சாமராஜ் (நான்காம் சாமராஜ் உடையார்) என்பவரை அரசராக்கினர். ஆனால் அவரோ இவ் விருவரது கைப்பாவையாக விரும்பாது தனித்துச் செயல்பட்டுத்

தமது பதவியின் சுயகௌரவத்தைக் காக்க நினைக்கையில் இவர்களால்பதவியிறக்கம் செய்யப்பட்டு கி.பி.1734-ல் சிறையிலடைத்து விட்டு சின்னகிருஷ்ணராஜன் எனும் பாலகனைப் பிடித்து அரசனாக்கினர்.

சின்னகிருஷ்ணராஜா (கி.பி. 1734 – 1765)

ஆட்சிக் கட்டிலேறுகையில் மிகச் சிறுவனாகயிருந்த இவருக்கு வளர்ந்த பிறகும் நாட்டியம், பாட்டு என இசைகளில் கவனம் சென்ற அளவுப் போரிலோ, ஆட்சி நிர்வாகத்திலோ லயிக்கவில்லை. ஆட்சியதிகாரமுழுக்க தேவராஜ், நஞ்சராஜ் சகோதரர்களிடமே நிலைத்தது. இந்நிலையைப் பயன்படுத்திக் கொள்ள விரும்பி ஆர்க்காடு நவாப் தோஸ்த் அலிகான் மைசூரை முற்றுகையிட்டார். அதர்மக்காரரானாலும் நல்ல போர்த்திறமை மிக்கவனான தேவராஜ் அவரைத் தோற்கடித்து வெற்றிவாகை சூடினார். தாராபுரம் பாளையக்காரர்கள் திறை செலுத்த மறுத்ததால் நஞ்சராஜ் படையெடுத்துச் சென்று வசூலிக்கலானார். ஹைதராபாத் நிஜாமான நிஜாம் உல் முல்கின் மகனான நாஸர்ஜங் பெரும்படை கொண்டுவரத் தமது படைகள் நஞ்சராஜ் தலைமையில் கொங்குநாட்டிலிருந்ததால், தேவராஜ் வேறு வழியின்றிப் பெரும்பொருள் கொடுத்து மைசூரைக் காப்பாற்றினார். உடனடியாகத் திரும்பிவந்த நஞ்சராஜ் பொம்மையரசனுக்குத் தமது மகளை மணம் செய்வித்து மருமகனாக்கி, மருமகன் சார்பாக மேலும் பல நாடுகளைப் பிடிக்கத் திட்டமிட்டார். தேவனஹள்ளி மீது படையெடுத்து முற்றுகையிட்டார். இப்போரில் ஹைதர் எனும் குதிரைப் படைவீரனும் அவனது அண்ணனான ஷாபாஸீம் நன்கு போரிட்டு, நஞ்சராஜின் உயிரையும் ஒருமுறை காப்பாற்ற மனமகிழந்தார் நஞ்சராஜ். அத்துடன் 200 காலாட் படையினர், 50 குதிரைப் படையினர் கொண்ட ஒரு சிறு அணிக்கு தலைவராகவும் ஹைதரை நியமித்தார். மைசூர் ஆட்சியில் கொங்குநாடு ஒரு காலனியாகவே கருதப்பட்டது. வரிக்கொடுமையதிகமிருந்த போதிலும், கொங்குநாட்டின் அமைதி பேணப்பட்டது. ஆனால் தமிழகத்தின் பிறபாகங்களும் முக்கியப் பட்டணங்களான திருச்சி, மதுரை, சென்னை, ஆற்க்காடு, பாண்டிச்சேரி ஆகியன அல்லோலகளப்பட்டன. ஊர் இரண்டுபட்டால் கூத்தாடிக்குக் கொண்டாட்டம் என்பார்கள். இங்கு நாடே எங்கு காணினும் இரண்டாகவோ முடிந்தால் அதற்கு மேலும் பிளவுபட்டுப் பல்வேறு சுயநல வெறிபிடித்த கூட்டத்தினரிடையே சிக்கியிருந்தது. சுதேசி மன்னர்களின் உட்பூசலும் கொலை,

கொள்ளையும் போதாதெனக் கூத்தாடி பதவிக்குச் சண்டை போட்டனர் ஆங்கிலேயரும், பிரெஞ்சுக்காரரும். இந்திய மன்னர்களோ தம்மிடமிருந்த கருத்துவேறுபாடுகளைக் களைய மறந்து, சகோதரர்களையழிக்க இவ்விரு வெளிநாட்டவரின் கையையும், காலையும் பிடித்துக் கெஞ்ச ஆரம்பித்தனர். ஆர்க்காடு நவாபான தோஸ்த் அலியின் மருமகனும், (மதுரையின் கடைசி அரசி மீனாட்சியை நயவஞ்சகமாக ஏமாற்றி) திருச்சியைப் பிடித்தவருமான சந்தாசாகிப் பேராசையால் அருகாமையிலிருந்த தஞ்சையையும் கொள்ளையடிக்க ஆரம்பித்தார்.

மீனாட்சியின் முடிவு கண்டு சற்றும் உதவாதிருந்த தஞ்சை மன்னன், தமது நாடு கொள்ளையிடப்பட்டதும் பதறினான். தமது தாயாதிகளான வீரசிவாஜியின் பேரன் சாகு மகராஜாவிற்கு கருணை மனு போட்டுக் காப்பாற்றக் கோரினார். சதாராவிலிருந்த சாகுத் தமது உறவினர்களைக் கைவிட விரும்பாதவராயும், தமிழகத்தை ஆற்காடு நவாபின் ஆதிக்கத்திலிருந்து விடுவிக்க விரும்பிய வருமாக, ரகுஜிபோன்ஸ்லே, பத்தேசிங் தலைமையில் 70,000 பேரடங்கிய பெரும் படையையனுப்பி வைத்தார். மைசூரிடமும், தஞ்சையிடமும் அதைவிட்டால் சிறுசிறு பாளையக்காரர்களிடமும் மட்டுமே மோதி அனுபவப்பட்டிருந்த ஆற்காடு நவாப் முதல் முறையாக கடல்போன்ற மராத்திய சேனையோடு மோதினார். சித்தூர்க்கருகே தாமல் செருவுக் கணவாயில் நடைபெற்ற போரில் தோஸ்த் அலி கொல்லப்பட்டு ஆற்காடுப் படைகள் சின்னாபின்ன மாக்கப்பட்டன. கி.பி. 1740-ல் திருச்சிக்கோட்டையை முற்றுகை யிட்ட மராத்தியப் படைகளிடம் தாக்குப்பிடிக்க முடியாமல் அதுவரை வெற்றியைத் தவிர வேறெதையும் கண்டிராத சந்தாசாகிப் சரணடைந்தார். ஆனால் அதற்கு முன் தாம் மதுரை மற்றும் தஞ்சையின் சுற்றுப்புறங்களில் கொள்ளையடித்துச் சேர்த்து வைத்திருந்த கோடிக்கணக்கான பொன்னையும், தமது மனைவியையும் பிரெஞ்சுக்காரர் வசமிருந்த பாண்டிச்சேரிக்கு அனுப்பிவிட்டார். வெறும் ஆளாகச் சரணடைந்த சாந்தாசகிப்பைக் கண்டு நொந்து போன மராட்டியப் படைத்தலைவர்கள் பொருள் கிடைக்கும் வரை அவரைக் கைதியாக வைத்திருக்க விரும்பி கி.பி. 1741-ல் திருச்சியிலிருந்து 670 மைல் தொலைவிலுள்ள சதாராவிற்கு அனுப்பி வைத்தனர். இதன்மூலம் சற்று நிம்மதியடைந்தவர்கள் தஞ்சை மன்னனும், இதர பாளையக்காரரும் ஆவர். மராத்தியருக்கு ஒரு கோடி கொடுத்து ஆர்க்காடு நவாபாக மாறினார் கொல்லப்பட்ட தோஸ்த்அலியின் மகனான சப்தர்அலி. பதவியேற்ற ஓராண்டிலேயே

சப்தர்அலி அவரது உறவினனான முர்தஸாஅலியால் கொலை செய்யப்பட்டார். ஆற்காட்டில் நடைபெற்ற குடுமிப்பிடி சண்டையில் தலையிட்டுச் சமரசம் செய்வதற்குப் பதிலாகப் பெரும்படை கொண்டுவந்து கைப்பற்றிய ஹைதிராபாத் நிஜாம் தமது ஆளான அன்வருத்தீனை நவாபாக்கினார். இந்தக் கலவர நேரத்தில் தமக்குள் ஏற்பட்ட அதிகாரச் சண்டையால் ஆங்கிலேயரின் சென்னையைக் கைப்பற்றினார் - பிரெஞ்சுக் கவர்னரான டூப்ளே. ஆங்கிலேயருக்கு உதவச் சென்ற அன்வருத்தீனின் சேனையைத் துவம்சம் செய்த டூப்ளே, சந்தா சாகிபுக்கு சகல உதவிகளும் செய்யலானார். தமது ஏழாண்டுகால சிறைவாசம் தாங்கமுடியாத சந்தாசாகிப் தமது செல்வம் மற்றும் பிரெஞ்சுக்காரர் உதவி கொண்டு சாகுமன்னரிடம் அவர் கேட்ட தொகையைக் கொடுத்துத் தஞ்சையைத் தாக்குவ தில்லை என உறுதியையும் கூறித் திருச்சி வந்து கோட்டையைக் கைக்கொண்டு, பின் அன்வருத்தீனை எதிர்த்துத் தாமே நவாபாக விரும்பினார். இந்நிலையில் தமிழகத்தைக் கைப்பற்ற எண்ணிய நிஜாம் உல்முக் எனும் ஹைதராபாத் நிஜாம் மரணமடைய நேர்ந்தது. நாசர்ஜங், முசபர்ஜங்கிடையே ஹைதராபாத்தில் பதவிச் சண்டை ஆரம்பமாயிற்று. அரசியல் குட்டையைக் குழப்புவதில் வல்லவரான டூப்ளே, முசபர்ஜங்கை ஆதரித்து ஹைதராபாத்தைப் பெற்றுத் தந்தார்.

அத்துடன் நில்லாது அன்வருத்தீன் மீது சந்தாசாகிபு, முசபர்ஜங் உதவி கொண்டு போரிட்டு கி.பி. 1749-ல் ஆம்பூர் போரில் அன்வருத்தீனைக் கொன்றார். அன்வருத்தீனின் மகனான முகமதலி திருச்சி கோட்டையினுள் ஓடி ஒளிந்தார். சந்தாசாகிப் திருச்சியைப் பிடித்து ஆற்காட்டையும் கைப்பற்றி த் தமது மகன் இராஜா முகமதுவை அனுப்பினார். ஆனால் இந்தியாவில் வெள்ளையராதிக்கத்தை நிறுவிய முக்கியப் போரான கி.பி. 1751 ஆற்காட்டுப் போரில் இராஜா முகமது தோற்றோடினார். ஆயிரத்திற்கும் குறைவான கம்பெனி வீரர்களைக் கொண்டு [1]மருதநாயகம் துணையுடன் ஆற்காட்டுச் சேனையைத் தோற்கடித்து இராபர்ட்கிளைவ் ஆங்கிலேயர் ஆதிக்கத்திற்கு அடிக்கல் நாட்டினார். அத்துடன் நில்லாது சந்தாசாகிபிருந்த திருச்சிக்கோட்டையையும், பிரெஞ்சுப்படையினர் லா தலைமையில் தங்கியிருந்த ஸ்ரீரங்கம் கோவிலையும் தாக்கலானார்.

அதுவரை இராபர்ட் கிளைவ் எழுத்தராகத்தானிருந்தார். ஆற்காட்டைப் போலத் திருச்சியை எளிதில் வெல்லமுடியாது

1. தேசவிடுதலையும் தியாகச்சுடர்களும் - த. ஸ்டாலின் குணசேகரன் (பக். 31).

என்று எண்ணிய கிளைவ் தமக்கு உதவிட மைசூர்ப்படைகள் முன்வந்தால் வெற்றிபெற்ற பின் திருச்சியை அவர்களிடமே ஒப்படைப்பதாக முகமதலி மூலம் ஆசை காட்டினார். குத்தியரசன் முராரிராவ் எனும் மராட்டியத் தலைவரையும் உதவிக்கழைத்தார். ஹைதரலி உள்ளிட்ட நஞ்சராஜ் தலைமையிலான மைசூர்ப்படை, மருதநாயகம், இராபர்ட் கிளைவ் தலைமையேற்றிருந்த ஆங்கிலேயப் படை, முராரிராவின் வலிமைமிக்க குதிரைப்படை, மானோஜி தலைமையிலான தஞ்சைப் படை முன் சண்டையிட்டுக் களைத்து லாவும், சந்தாசாகிபும் கி.பி. 1752-ல் சரணடைந்தனர். கிளைவ் லாவை மன்னித்து விட்டுவிட, தஞ்சைப்படையினரிடம் சிக்கிய சந்தாசாகிபுவை [2]முன்னர் அவர் இராணி மீனாட்சியை ஏமாற்றிய அதே திருச்சி தளவாய் மண்டபத்தில் வைத்துப் படுகொலை செய்தார் மானோஜி.

இத்துடன் இந்தியாவில் பிரெஞ்சுக்காரர் ஆதிக்கம் அடியோடு தொலைந்து போயிற்று. ஆங்கிலேயர் வெற்றிப்படிகளில் ஏற ஆரம்பித்தனர். ஆனால் தலைவலி ஏற்பட்டதோ இடையில் மூக்கைநுழைத்த மைசூர்ப்படைக்கே. போர் முடிந்ததும் முகமதலி கையைவிரிக்க, ஆங்கிலேயர் பதில் பேசாமல் செல்ல, ஏராளமான வீரர்களையிழந்ததோடு, பொருளாதாரரீதியாக நிறையச் செலவும் ஏற்பட்டிருந்தது மைசூருக்கு. ஏற்கனவே சண்டையிட வந்த பிற மன்னர்களுக்கு அள்ளிக்கொடுத்துக் குலைந்து போயிருந்த மைசூர் பொருளாதாரம் தள்ளாட ஆரம்பித்தது. நஞ்சராஜ் நாடு திரும்புமுன் சலாபத் ஜங்கும், பிரெஞ்சுத் தளபதி புஸ்ஸியும் படையெடுத்து வந்து தளவாய் தேவராஜை (மைசூரை) நெருக்கினர். ஏற்கனவே பணப்பற்றாக் குறையால் நொந்துபோயிருந்த தேவராஜ் அரண் மனையிலிருந்த மிச்ச மீதிப் பொருட்கள், கோயில் சொத்துக்கள் எனக் கண்ணில் அகப்பட்டதையெல்லாம் பறித்துக் கொடுத்து, மீதியைப் பிறகு தருவதாகக் கூறித் தப்பினார். திருச்சி முற்றுகையை முடித்தபின்னர்ச் சிறிது வீரர்களோடு திண்டுக்கல் கோட்டையை பௌஜ்தாரராயிருந்து கவனிக்கும் அதிகாரத்தை ஹைதருக்குக் கொடுத்து வந்தார் நஞ்சராஜ். சிறந்த மதியூகியான ஹைதர், பிரெஞ்சு வீரர் உதவிகொண்டு தமது படையைப் பெருக்கி, சுற்றுப்புறப் பாளையக்காரர்களை அச்சுறுத்திப் பெரும் பொருள் சேர்த்தார்.

2. YUSUR KHAN - S.C. Hill P.no.12.

கி.பி. 1756-ல் மைசூர் மகாராஜா தனது அதிகாரங்களை நிலைநிறுத்த ஆரம்பிக்கையில் தேவராஜ் எதிர்த்தார். தேவராஜுக்கும் நஞ்சராஜுக்கும் கருத்து வேறுபாடுகள் தோன்ற, வெறுத்துப் போன தேவராஜ் பதவிவிலகி சத்தியமங்கலம் வந்து கோவை சுற்றுப்புறங்களில் மட்டும் ஆதிக்கம் கொண்டவராய் தங்கி ஓய்வுற லானார். இந்நிலையில் மராத்தியர் மீண்டும் பாலாஜிராவ் தலைமையில் படையெடுத்து வந்து 32 இலட்சம் பணம் கேட்டு மிரட்ட, நஞ்சராஜோ அவ்வளவு பணம் இல்லாததால், நிலங்களைக் கொடுக்க சம்மதித்துப் பின் ஹைதரது ஆலோசனை கேட்டு நிலங்களையும் தராது ஏமாற்றினார்.

தேவராஜ் தமது நம்பிக்கைக்குரியவரும் இராஜபுத்ர இனத்தைச் சார்ந்த மாவீரனும் ஹைதரின் பரமவைரியுமான ஹரிசிங் மூலம் காய் நகர்த்தினார். ஹரிசிங்கின் வலிமைகண்டுத் திகைப்புற்ற ஹைதர் மலபாரிலிருந்து கோவையையடுத்த அவினாசியில் தண்டு இறங்கியிருந்தவரின் மீது இரவில் திடீர்த்தாக்குதல் நடத்தி படு கொலை செய்து தனக்குப் போட்டி எதுவுமில்லை என்ற சூழலை உருவாக்கினார். சுயநலமிக்க நஞ்சராஜோ இச்செயலைக் கண்டிக்காது மேலும் ஆதரிக்கும் வண்ணம் கோவையின் திறைப்பணம் (மூன்று இலட்சம் ரூபாய்) வசூலிக்கும் உரிமையையும் ஹைதருக்குத் தந்துவிட்டார். ஹைதர் கி.பி. 1757-ல் பாலக்காட்டு ராஜன் கோழிக்கோடு சாமூதிரி சண்டையில் தலையிட்டு முதலில் பாலக் காட்டை அடிபணியச்செய்து பின் அவ்வரசன் துணையால் சாமூதிரி யையும் திறை செலுத்த வைத்தார்.

கி.பி. 1759-ல் மராத்திய சேனை கோபால்ராவ் பட்வர்தன் தலைமையில் பெங்களூரைப்பிடித்து சென்னபட்டணத்தையும் தாக்கியது. அதிர்ந்துபோன நஞ்சராஜ் ஹைதரை யழைத்துப் போர்த் தலைமை ஏற்கச் செய்தார். இதுபோன்றதொரு வாய்ப்புக்காகவே காலம் முழுக்கக் காத்திருந்த ஹைதர் தனது முழுத் திறனையும் வெளிப்படுத்தினார்.

ஹைதரலி

இறுதியில் 32 இலட்சம் பணத்திற்கு ஒப்புக் கொண்டு அதில் பாதியை மட்டும் செலுத்திப் பணிந்து மைசூரைக் காப்பாற்றினார். என்ன தான் மைசூரும் சரி அதன் காலனிகளாகக் கருதப் பட்ட கொங்குநாடும், மலபாரும் அள்ளித் திறையைக் கொட்டினாலும் தொடர்ந்து

ஏற்பட்ட போர்கள், இழப்பீடு பணம் கஜானாவைக் காலி செய்தது. படைவீரர்களுக்குச் சம்பளம் தரக்கூட முடியாத சூழ்நிலையில், அவர்கள் கிளர்ச்சியிலிறங்கி, நஞ்சராஜையும், மகாராஜாவையும் நெருக்க, ஹைதருக்கு அழைப்பு பிறந்தது. மதியூகியான ஹைதர் தமது திண்டுக்கல் பௌஜ்தார் பதவிமூலம் சேர்த்து வைத்திருந்த கொங்குப்பணத்தின் மூலம் நிலைமையைத் தற்காலிகமாக சமாளித்தார். ஆனால் அதற்கு விலையாக நஞ்சஜராஜிற்குக் கட்டாய ஓய்வு கொடுத்து, அதிகாரம் முழுக்கத் தமக்கு மாற்றித் தரும்படி வேண்டிக்கொண்டார். என்ன சொன்னாலும் கேட்கத் தயாராகயிருந்த மகாராஜா ஒத்துக்கொள்ள, தென்னகத்தின் வலிமை மிக்க அரசுகளுள் ஒன்றான மைசூரின் அதிகாரம் முழுக்க ஹைதருக்கே வந்து சேர்ந்தது. தமது நெருங்கிய ஆலோசகனும் நண்பனும், எல்லாவிதப் போர்களில் உடன்பங்கெடுத்தவனுமான கந்தேராவை பிரதானியாகக் கொண்டு நிதிநிலைமையைச் சீர்திருத்தினார்.

மிகப்பெரிய மைசூர்ப்படையை வைத்துக்கொண்டு தற்காப்பில் ஈடுபட்டு ஆற்றலை இழப்பதற்குப் பதில் வலியச்சென்று தாக்குதலே பலன்தரும் என எண்ணினார். மைசூரைத் திருச்சிப்போரில் ஏமாற்றி கடனாளியாக்கியிருந்த ஆங்கிலேயர் மேல் மிகக் கடுப்போடு இருந்த ஹைதர். அவர்தம் எதிரிகளான பிரெஞ்சுக்காரர் மற்றும் முகமதலியோடு கைகோர்த்தார்.

இந்நிலையில் மராத்தியர்கள் விசாஜி பண்டிட் தலைமையில் படையெடுத்து வந்து ஸ்ரீரங்கப்பட்டிணத்தில் கட்சிமாறிய கண்டே ராவின் துணையோடு ஹைதரைச் சூழ்ந்து கொண்டார்கள். நஞ்சராஜ் ஹைதருக்கு மீண்டும் உதவிட தப்பித்துப் பெங்களூர் ஓடிய ஹைதர், விசாஜிக்கு 3 இலட்சம் கொடுத்துத் தனது பகுதிகளைத் திரும்பப்பெற்றார். மராத்தியர் கைவிட்ட கண்டேராவை வஞ்சக மாகப் பிடித்துக் கூண்டில் அடைத்துக் கொன்றார். கண்டேராவின் உறவினன் வசம் விடப்பட்டிருந்த கோவை, சேலம் போன்ற கொங்குநாட்டின் அனைத்துக் கோட்டைகளையும் திரும்பப் பெற்றுக் கண்டேராவுடன் கலகத்தில் ஈடுபட்டிருந்த பாளையக் காரர்களைத் தண்டித்தார்.

ஹைதரின் பேரெழுச்சியை விரும்பாத குத்தியின் முராரிராவ் சமயத்தையடிப்படையாகக் கொண்டு மைசூரருகேயிருந்த பாளையக் காரர்களை ஹைதருக்கு எதிராகத் தூண்டிவிட ஹைதரோ சிக்பல்லப்பூர் பாளையக்காரரைத் தோற்கடித்துக் குடும்பத்தோடு கோவை சிறையிலிட்டதோடு, முராரிராவின் பெனுகொண்டா,

குத்தியைக் கைப்பற்றிக் கொண்டார். அத்துடன் நில்லாது விஜய நகரக் காலந்தொட்டுக் கர்நாடகாவில் மைசூருக்கு இணையானதாகப் பெருமை பெற்றிருந்த செல்வ வளமிக்க இக்கேரி நாயக்கர்களின் பேடனூரின் உள்விவகாரங்களில் தலையிட்டு அதன் இளவரசன் உதவியால் கைப்பற்றினார். அதன் அரசி வீரதீரத்துடன் எதிர்த் தாலும் காட்டிக்கொடுத்த இளவரசன் தரப்பால், ஒவ்வொரு கோட்டைகளாக இழந்து இறுதியில் தமது குடும்பத்தோடு மதகிரிக் கோட்டையில் சிறையிலடைக்கப்பட்டாள். இதையெல்லாம் கண்டு பொறுக்காத பேஷ்வா மாதவராவ் ஒரு பெரும்படை திரட்டி வந்து ஹைதரைத் தோற்கடித்து விரட்டிட, பேடனூர்க் காடுகளில் ஒளிந்து உடன்படிக்கை நாடினார்.

மராட்டியர் ஹைதரை முற்றிலும் முறியடிக்க விரும்பி வெற்றி மேல் வெற்றி பெற்றனர். முராரிராவின் இராஜ்யங்களையும், சாவனுரையும் திருப்பிக் கொடுத்து 35 இலட்சம் வெள்ளியையும் கொடுத்து சமாளித்தார் ஹைதர்.

நானாபட்நவீஸ் எனும் மராட்டிய அமைச்சரே இந்த உடன் படிக்கைக்கு உதவினார். அக்காலத்தில் ஆங்கிலேயர் சுதேச மன்னர் களுக்கு எமனாக மாறுவர் என்பதை நன்கு உணர்ந்திருந்தவர் நானா பட்நவீஸ். ஹைதரை சமய நோக்கோடு பார்க்காது, ஆங்கிலேயரின் பரமவைரியாகக் கருதிய அவரால் ஹைதரின் வீழ்ச்சி தடைப் பட்டது. ஆங்கிலேயரின் வளர்ச்சியோ முடங்கலாயிற்று. கோழிக் கோட்டில் கப்பம்கட்டி வந்த சாமூதிரி திறைசெலுத்த மறுத்துக் கலகம் செய்யப் பெரும்படையுடன் சென்று நாயர்களின் மிகக் கடுமையான எதிர்த்தாக்குதலையும் சமாளித்து கையில் அகப்பட்டோரை

சிவ – பார்வதி உருவமுடன் இந்து – முஸ்லீம் ஒற்றுமையை வலியுறுத்தும் ஹைதரின் நாணயம்

எல்லாம் சொல்லொணாத் துயருக்குள்ளாக்கிட, சாமூதிரியோ அரண்மனைக்கு தீவைத்து இறந்துவிட்டார். இது முதல் மலபார் மைசூர்க்கு ஒரு தீராத்தலைவலியாக மாறிவிட்டது. மைசூருக்குக் கிடைத்த வருமானத்தைவிட அங்கு ஆற்றலிழப்பு அதிகமாயிருந்தது.

கி.பி. 1766-ல் பெயரளவில் இருந்து வந்த மைசூர் மகாராஜா சிக்ககிருஷ்ணராஜன் மறைந்து நஞ்சிராஜன் எனும் சிறுவன் ஆட்சிக்கு வந்தான். ஆனால் வீரத்துடன் ஹைதரையெதிர்க்க, அவரோ மன்னனைச் சிறைப்படுத்தி அரண்மனைச் சொத்துக்களைக் கைப்பற்றி தம்மை நவாப் என அறிவித்தார்.

27. மைசூர்ப் போர்கள்

முதல் மைசூர்ப் போர் (கி.பி. 1767 – 1769)

கி.பி. 1767-ல் ஹைதராபாத் நிஜாமின் இருதலைப் போக்கையறியாத ஹைதர், ஆங்கிலேயர் மீது தாக்குதல் துவங்கினார். சோழ மண்டலத்தைக் கொள்ளையிட்டு ஆங்கிலேயருக்கு உணவுப்பொருள் பற்றாக்குறை ஏற்படுத்தித் தமிழகத்தின் வடமாவட்டங்களைப் போர்க்களமாக்கினார். நிஜாமோ, கட்சிமாறி ஆங்கிலேயருக்குத் துணைபுரிந்தார்.

குத்தி முராரிராவின் துணை கிடைத்ததும் புதுப்பலம்பெற்ற ஆங்கிலேயர் கர்னல் வுட் தலைமையில் ஹோசூர், கிருஷ்ணகிரியில் தமது தாக்குதலை வலுப்படுத்தினர். அதே சமயத்தில் கொங்குநாட்டில் கி.பி. 1768 ஜூனில் தர்மபுரி, சேலம், ஆத்தூர், சேந்தமங்கலம், நாமக்கல், கரூர், திண்டுக்கல், ஈரோடு மற்றும் கோவைக் கோட்டைகள் ஆங்கிலேயர் வசம் சென்றன. ஆனால் டிசம்பருக்குள் அனைத்தையும் மீட்ட ஹைதர் தமது மைத்துனரான சையது சாகிபு பொறுப்பில் திண்டுக்கல் கோட்டையை ஒப்படைத்தார். சென்னையை மார்ச் 1769-ல் முற்றுகையிட்டு ஆங்கிலேயரை அடிபணியச் செய்த முதல் சுதேசி மன்னன் எனும்

பெருமையையும் ஹைதர் பெற்றார். தாம் பதவியேற்கையில் காலியாகக்கிடந்த கஜானாவில் மூன்று கோடிக்கு பணத்தையும், கிட்டத்தட்ட 90,000 வீரர்களையும் திரட்டிவைத்திருந்தார் ஹைதர்.

இரண்டாம் மைசூர்ப் போர்: (கி.பி. 1780 – 1784)

பெயர்தான் மைசூர்ப் போர், ஆனால் பாதிச்சண்டை தமிழகத்தில் நடைபெற்று, நாசப்படுத்தியது. கி.பி. 1764 பாக்சர் போரில் ஆங்கிலேயே வெற்றிக்கு உறுதுணையாகவிருந்த சர். தாமஸ்மன்றோ ஹைதரிடம் 1780-ல் தோற்றார். திப்புவிடம் கர்னல் பெய்லி தோற்று சிறை புகுந்தார். ஆற்காடும் கைப்பீற்றப்பட்டது. ஆனால் ஆங்கிலேயக் கம்பெனியின் தலைமை தளபதி சர். அயர்கூட் படைத் தலைமையேற்றதும் நிலைமை மாறியது. கி.பி. 1781-ல் பறங்கிப் பேட்டை சண்டையில் ஹைதர் தோற்கடிக்கப் பட்டார். எனினும் அடுத்து நடைபெற்ற கடலூர் சண்டையில் ஹைதர் வென்றார்.

இவ்வாறாக இரு தரப்புக்கும் மாறிமாறி வெற்றி தோல்வி வர, கி.பி. 1782-ல் இராஜபிளவை நோய் கண்டு ஹைதர் இறந்தார். ஆரம்ப முதல் ஹைதருக்கு எல்லாவகையிலும் தூண்டுதலாக விளங்கிய திவான் பூர்ணையர், கோழிக்கோட்டுப் போரிலிருந்து திப்பு வரும்வரை இவ்விஷயம் வெளியே தெரியாவண்ணம் காப் பாற்றினார். கி.பி. 1784-ல் கோவையை மீண்டும் ஆங்கிலேயர் பிடித்தனர். கொங்குநாடு இரு படைகளுக்கிடையேயும் சிக்கிச் சீரழியலாயிற்று. வரிக்கொடுமை அதிகரிக்கலாயிற்று. கையில் சிக்கிய கிராமங்களும், வயல்களும் ஆங்காங்கே கொள்ளையடிக் கப்பட்டன. மலபார், குடகு, மங்களூர் என திப்புவின் படையினருக்குக் கடும் எதிர்ப்பு கிளம்பவே திப்பு சமாதானம் மேற்கொண்டார். இதன்படி இருவரும் சண்டைக்கு முந்தைய நிலையை அடைந்தனர். குடகு, மங்களூர், மலபாரில் மதரீதியிலான கொடுமைகளை மீர்காசிம் புரியத் தொடங்கினான்.

மூன்றாம் மைசூர் போர் (கி.பி. 1785 – 1792)

திப்புசுல்தான், ஹைதராபாத் நிஜாமோடு சம்பந்தியாகிப் பின் அந்த உறவின் மூலம் ஆங்கிலேயரைத் துரத்திவிடத் திட்ட மிட்டார். ஆனால் தஞ்சையை ஆண்ட விஜயராகவநாயக்கன், மதுரை சொக்கநாத நாயக்கருக்கு பெண் கொடுக்க மறுத்து ஒற்றுமையை உதறியதுபோல ஹைதராபாத் நிஜாமும் தாம்

முகலாய வம்சாவழியினன் எனவும் திப்புவை சாதாரண குதிரைப் படை வீரனின் வம்சம் எனவும் எள்ளி நகையாடி அவமதித்து விட்டார். ஆனால் இவ்வுறவு மலர்ந்திருந்தால் ஆங்கிலேயர் காணாமல் போயிருப்பர். மனம் தளராத திப்பு, கண்ணனூர்ப் பீவியின் மகளைத் தமது மகனுக்கு மணம் செய்து வைத்தார். ஹைதராபாத் நிஜாமோ ஹைதர் காலந்தொட்டு ஓரளவு சமாதானமாயிருந்த மராத்தியரைத் தூண்டிவிட்டு பெரும் படையோடு திப்புவின் மீது பாய்ந்தார். தோற்று நொந்துபோன திப்பு சுதேச மன்னர்களோடு பகைமையை விரும்பாது 45 லட்ச ரூபாயையும் நாலு மாவட்டங்களையும் விட்டுக் கொடுத்தார். ஆனால் வடக்கே இழந்த பகுதிகளுக்குப் பதிலாக தென்மேற்கே கேரளத்தின் (கொடுங்களூர்) கொச்சி வரை பல பகுதிகளை பிடித்துக் கொண்டு திருவாங்கூரை மிரட்டலானார். மைசூர் படையின் அடாவடி செயல்களைக் கண்டு திகைத்து குருவாயூரப்பன் சிலையை நம்பூதிரிகள் பயந்து மறைத்து வைக்க திப்பு தானே உத்தரவாதம் கொடுத்து திரும்பவும் வைக்கும்படி செய்தார். மைசூர் திரும்பும்முன் கொங்கு நாடு முழுக்க பயணித்த திப்பு, கோவை பேரூர் கோவிலில் பட்டீஸ்வரனை திருவாதிரை நாளில் தொட்டுப் பார்த்து பட்டீஸ்வரரின் பெருமையை உணர்ந்தவராக ஏராளமான தானங்கள் செய்துள்ளார்.

ஆனால் வெள்ளையர் தமது நெருங்கிய நண்பரான திருவாங்கூர் மன்னன் தாக்கப்பட்டதை விரும்பாது, ஜூலையில் கி.பி. 1790 கரூர் மற்றும் கோவையையும், ஆகஸ்டில் திண்டுக்கல், ஈரோடு உள்ளிட்ட கொங்குநாட்டின் பிற பகுதிகளையும் பிடித்தனர். இதனிடையே அமெரிக்க சுதந்திரப் போரில் வாஷிங்டனிடம் பெரும் தோல்வியுற்று மனம் நொந்தவராய் இந்தியாவிற்கு மாறுதலாகி கவர்னர் ஜெனரலாக வந்து சேர்ந்த காரன்வாலிஸ் பிரபு தானே படைத் தலைமையேற்று திப்புவை நாலாபுறமும் வளைக்கலானார். ஹைதராபாத் நிஜாமையும், மராத்தியரையும் துணைக்கு சேர்த்து முற்றுகையிட்டார். முற்றிலும் மைசூரை கைப்பற்றிவிடும் சூழ்நிலை ஏற்பட்டது. கோட்டையை பகைவர்கள் சூழ்ந்த நிலையில் திப்புவால் எதுவும் செய்ய முடியவில்லை. எனினும் மராத்தியப் படைகளது வற்புறுத்தல் காரணமாக காரன்வாலிஸ், கி.பி. 1792 மார்ச் 17-ல் திப்புவோடு சமாதான உடன்படிக்கை மேற்கொண்டார். துங்கபத்திரைக்கு வடபுறம் முழுக்க மராத்தியர் பெற்றுக்கொள்ள நிஜாம் கடப்பையோடு திருப்தியுற, ஆங்கிலேயர் குடகு, மலபார், கொங்கு நாட்டை தமது ஆளுகையில் கொண்டு வந்தனர்.

அத்தோடு திப்புவின் மொத்த செல்வத்தைவிட இருமடங்காக மூன்று கோடி கேட்டனர். பாதிப்பணம் மட்டுமே கொடுக்க முடிந்த திப்புவை அவமானப்படுத்த எண்ணிய காரன்வாலிஸ் அவரது இரு மகன்களை பிணையாக்கி கூட்டிச்சென்றார். அத்துடன் கொங்கு நாட்டில் ஆங்கிலேயர் ஆட்சி நிறுவி கோட்டைகளைப் பலப்படுத்தி திப்புவின் தாக்குதலில் இருந்து காப்பாற்றினார்.

நான்காவது மைசூர்ப்போர் (கி.பி. 1799)

மூன்றாவது மைசூர்ப்போரை பெருத்த அவமானமாக கருதிய திப்புசுல்தான், வெள்ளையரை விரட்ட அகில உலகளவில் ஆதரவைத் திரட்டலானார். ஆப்கன் மன்னர், பாரசீக ஜாமன்ஷா, துருக்கி மன்னர், பிரான்ஸ் தேச நெப்போலியனிடமும் ஆதரவு கோரினார். முதலில் எகிப்தைக் கைப்பற்றி அதைத் தளமாகக் கொண்டு இந்தியாவை வெல்ல நெப்போலியன் நினைத்தார். எகிப்தை முழுக்கக் கைப்பற்றி வெற்றி மிதப்பில் இருக்கையில், ஆங்கிலேய கடற்படைத் தலைவன் நெல்சன், பிரான்ஸ் கடற்படையை சூறையாடி தீக்கிரையாக்க, கடற்பலம் குன்றிய நெப்போலியன் கி.பி. 1799-ல் எகிப்தை விட்டே ஓட வேண்டி வந்தது. சோழர்களின் காலத்திற்குப் பிறகு ஏறத்தாழ இந்தியாவே மறந்து போயிருந்த சூழலில் அரபிக் கொள்ளையரையும் வெள்ளை யரையும் எதிர்க்க மராத்திய கடற்படை வீரசிவாஜியால் உருவாக்கப் பட்டது. அதன் பிரசித்தி பெற்ற தலைவனும் கடற்போரில் வல்ல வருமான கனோஜி ஆங்க்ரேவால் ஆங்கிலேயக் கப்பல்கள் பல மூழ்கடிக்கப்பட்டன. ஆங்க்ரே உயிருடனிருந்தவரை அவரிட்டதே அரபிக்கடலில் சட்டமாக இருந்தது. காலம்காலமாக மைசூர் மன்னர்கள் மறந்துபோயிருந்த கடற்படையை மராத்தியர் உருவாக்கியது போல் தாமும் உருவாக்க திப்பு முனைந்தார். வாட்டர்லூ போரில் நெப்போலியனை வென்றடக்கிய வெல்லெஸ்லி, அடுத்து இந்தியா வந்து நெப்போலியனது நண்பரான திப்புவின் மீதும் பாய்ந்தார்.

திப்புவின் ஓலைகள் பலவும் வெள்ளையரிடம் சிக்கின. மைசூரின் பரப்பைக் குறைத்தால் புலி பதுங்கிவிடும் என்று எண்ணி ஏமாந்திருந்த வெள்ளையர் விழித்துக் கொண்டனர். புலியை ஒழித்துக்கட்ட முடிவு செய்தனர். மராத்தியர், ஹைதராபாத் நிஜாம், குடகு மன்னன் ஆகியோரிடம் உதவி கோரினர். இந்து கலாச்சாரத்தைக் காக்க வாளெடுத்ததாகக் கருதப்பட்ட மராட்டியர், ஆங்கிலேயரின் எண்ணம் புரிந்தோராய், இஸ்லாமியராயினும் திப்புவை எதிர்க்க

மறுத்து நடுநிலை வகித்தனர். ஆனால் ஹைதராபாத் நிஜாமோ தனது சுயநலம் காரணமாய் திப்புவை ஒழிக்க இதைவிட்டால் வேறு சந்தர்ப்பம் கிடையாது என எண்ணினார். ஹைதர் காலந் தொட்டு (அடக்கு முறைக்காளாகி) வலிய அடக்கப்பட்டு வந்த குடகு ராஜ்ஜியமோ, சுதந்திரம் பெறத் துடித்தது. மைசூர் அரியணையில் உடையார் வம்ச வாரிசை அமர்த்தி இந்து அரசு நிறுவ நினைத்த இராணி லெட்சுமிக்கு, தணாய்க்கன் கோட்டை (பவானிசாகர்) பாலராஜாவோ வெளிப்படையாகவே உதவிட முன்வந்தார். கவர்னர் ஜெனரல் வெல்லெஸ்லி தாமே நேரடியாக போர் நடவடிக்கைகளைப் பார்வையிட்டார். சேலம் கலெக்டர் ரீடு ஆங்கிலேயப் படைகளுக்குத் தேவையான அனைத்து உதவி களையும் செய்ததோடு, யுத்தத்திற்குத் தேவையான தளவாடங்கள் தங்கு தடையின்றி கிடைக்க வழி வகை செய்தார். கோவைக் கோட்டையைப் பிடித்த கர்னல் புல்லர்ட்டன் தணாய்க்கன் கோட்டை பாலராஜா மூலம் மைசூர் உடையார் வம்ச இராணி லெட்சுமியுடன் தொடர்பு கொண்டார். குடகின் மன்னனான வீரராஜ உடையாரின் படைகள், ஹைதராபாத் நிஜாமின் படைகள் மற்றும் இந்தியா முழுக்கவிருந்து வரவழைக்கப்பட்டிருந்த வெள்ளையர் படைகள் ஒன்று சேர்ந்து ஸ்ரீரங்கப்பட்டிணத்தை முற்றுகையிட்டன. வீரராஜ உடையாரும், மான்ட்ரீசரும், ஸ்டூவர்டும் வடக்கிலிருந்து ஸ்ரீரங்கப்பட்டணத்தை தாக்கத் துவங்கினர். இம்முயற்சியை திப்பு ஆரம்பத்தில் தடுத்து நிறுத்தினாலும் மைசூர் படைக்கு பலத்த சேதம் ஏற்பட்டதால் உடனே பின்வாங்கினார். இதற்கிடையே ஹாரிஸ் பெங்களூரைக் கைப்பற்றி, ஸ்ரீரங்கப்பட்டணம் நோக்கி விரைந்தார்.

திப்பு ஸ்ரீரங்கப்பட்டணத்தீவைச் சுற்றி காவிரியில் முதலை களை வளர்த்தார். வெள்ளையர் வரும் வழிகளை நாசப்படுத்தி, ஆங்காங்கே வழிமறித்து தாக்க சேனைகளை நிறுத்தினார். செஞ்சிலே அல்லது செசிலி என்னும் பகுதியில் துரோகிகள் உதவியால் ஆழம் குறைந்த இடம் அறிந்து ஜெனரல் ஹாரிஸ் காவிரியைக் கடந்து வந்துவிட்டார்.

எதற்கும் அஞ்சாத ஹைதரின் வாரிசு முதல் முறையாக தமது தளகர்த்தர்களின் துரோகத்தை எண்ணி கலங்கி நின்றது. "Tipu now realised the sun was setting on Mysore" - cbe gazettier.

சிருங்கேரி மடப்புரோகிதர்கள் திப்புவிற்காக பல்வேறு யாகங்கள் செய்தனர். அனைத்து இந்துக் கோவில்களிலும், மசூதிகளிலும் சிறப்புப் பிரார்த்தனை நடைபெற்றது.

ஹைதர் காலத்திலிருந்து 90,000-க்கு மேற்பட்ட வீரர்களில் ஏற்கனவே நடைபெற்ற மூன்று மைசூர் போர்களில் இறந்தது, ஓடிப்போனது போக வெறும் 30,000 பேர்தான் திப்புவிடம் இருந்தனர். இருப்பினும் உலக வரலாற்றில் முதன் முறையாக [1]ராக்கெட் குண்டுகள் செய்து வைத்திருந்த திப்பு எதிர்த்து தாக்கி வெற்றி பெற முயற்சித்தார்.

ஹைதர் காலந்தொட்டு மைசூரில் உயர் பதவி வகித்த தமது தளகர்த்தகர்களை நம்பியதைவிட வேறு எவரையும் நம்பாத திப்புவிற்கு சோதனை ஆரம்பமாயிற்று. ஜனாம்ரா என்னும் தனிப் படை பிரிவு கொண்டு சுல்தானிடம் சிறப்பதிகாரங்களைப் பெற்று கையில் சிக்கிய இந்துக்களை எல்லாம் பல வகையிலும் துன்புறுத்தி வந்தவனும், திப்புவின் பெயரைக் கெடுக்க ஆங்கிலேயக் கைதிகளை கொன்றவனுமான மீர்காசிம், மற்றொரு முக்கிய தளபதி கமருதீன் ஆகிய இருவரும் ஒன்று சேர்ந்து திப்புவைக் காட்டிக் கொடுத்தனர். கோட்டைச்சுவரின் பலவீனங்களைத் தெரிவித்ததோடு, உச்சக் கட்டப்போரின்போது வீரர்கள் பலரை சம்பளம் வாங்க அனுப்பினர். (உணவருந்தும் போது) கோட்டையினுள் ஆங்கிலேயர் புகுந்தது அறிந்து, தாமே வாளெடுத்து களம் புகுந்த திப்பு, அரண்மனை திரும்பாவண்ணம் நீர்வாயிலையும் மீர்காசிமின் கையாட்கள் மூடினர். சரணடையச் சொன்ன உதவியாளர்கள் முன் மறுத்து மரணத்தை விரும்பி ஏற்ற திப்புசுல்தான் மாவீரனாக போர்க்களத்திலேயே மாண்டார். மற்றொரு முனையில் தம்மால் இயன்ற அளவு வெள்ளைப்படையை தேக்கி நிறுத்திய தீரன் சின்னமலை, எல்லாம் முடிந்தது என்று எண்ணி எஞ்சியிருந்த தமது கொங்குப் படையை ஒழுங்குபடுத்தி கொங்கு நாடு திரும்பி வந்தார். ஆங்கில ஆதிக்கத்தில் பூர்ணய்யா உதவியுடன் மைசூரில் உடையார் வமிசம் நிறுவப் பட்டு புதிய அரண்மனை கட்டப்பெற்றது. கோவை ஆங்கிலேயர் வசம் வந்தது.

திப்புவின் வீழ்ச்சிக்குப் பிறகு புலி ஓய்ந்தது, வழி பிறந்தது என்று எண்ணிய ஆங்கிலேயருக்கு மூன்று சிங்கங்கள் கர்ஜனை எழுப்பின. அவற்றில் இரண்டு கொங்குநாட்டில் என்பதுவும், ஆங்கிலேயர் திப்புவிடம் பட்டபாட்டைவிட பன்மடங்கு அவற்றை அடக்க சிரமப்பட்டனர் என்பதுவுமே வரலாறு.

1. மாவீரன் திப்பு சுல்தான் - ஜி. ஆளவந்தார் (பக். 170).
மேற்கோள்:- அக்னிச் சிறகுகள் Dr. அப்துல்கலாம்

ஆங்கிலேயருக்கு வழங்கப்பட்ட மெடல்கள்

திப்புவின் உடலை ஆங்கிலேயர் கண்டறிதல்

திப்புவால் போற்றி ஆதரிக்கப்பட்ட சிருங்கேரி சாரதா கோவில்

ஹைதர், திப்பு காலத்தில் கொங்கில் நடைபெற்ற முக்கிய சம்பவங்கள்

ஹைதர் காலத்தில் மதச்சார்பின்மை பேணப்பட்டது. பெண்களிடம் தவறு செய்த தமது முஸ்லீம் படைவீரர்களை கோவையில் பொது மக்கள் முன்னிலையில் ஹைதர் தண்டித்த நிகழ்ச்சி நடந்துள்ளது. கோவை கோட்டை வலுப்படுத்தப்பட்டு அதில் பாதாள சிறை அமைக்கப்பட்டது. ஹைதர் தம்மை எதிர்த்த மைசூர் - கன்னட பாளையக்காரர்களை கோவை பாதாள

சிறையிலடைத்தார். இச்சிறையிலிருந்த சிக்கபல்லபூர் பாளையக்காரரை குறுகிய வாசல் வழியே ஹைதர் அமர்ந்திருந்த அறைக்கு கொண்டு சென்றபோது நுழைய மறுத்து தமது காலை மட்டும் அவர் நீட்ட, கால்கள் வெட்டப்பட்டன.

திப்புவின் காலத்தில் குதிரை லாயம் கோவை நகருக்கு வெளியேயிருந்தது. (இன்றைய மாவட்ட ஆட்சியர் அலுவலகம்) மைசூர் ஆட்சிக்குட்பட்டிருந்த பாலக்காடு மற்றும் கேரளப்பகுதிகளை இணைக்கும் முக்கிய நகராகக் கோவை விளங்கியது. திப்பு காலத்தில் அவர்களது இன்னொரு பிரதிநிதி ''நவாபு'' பட்டம் தாங்கி வட வள்ளியின் மேற்கே அரசாண்டபோது உருவாக்கிய ஊர் இன்று நவாவூராக திகழ்கிறது. அவரது ஆட்சியின் இறுதியில் மலபார் பகுதி மலையாள முஸ்லீம் வீரர்கள் பாதுகாவலுக்கு கோவையில் அமர்த்தப்பட்டனர். இருந்தாலும் போரின் முடிவில் கோட்டை தகர்க்கப்பட்டு மண்மேடானது. அன்று முதல் அப்பகுதி கோட்டை மேடு என வழங்கப்படுகிறது.

திப்புவின் ஆட்சியின்போது ஊத்துக்குளியருகே உள்ள வடுகபாளையத்தில் தர்கா, ஈரோடு பெரிய அக்ரஹார தர்கா, துடுப்பதி இப்ராஹிம் தர்காவிற்கும் மற்றும் தாளவாடி மசூதி, கீரனூர் மசூதிக்கும் நன்கொடை கொடுத்தார். சேலத்தில் திருமணி முத்தாற்றின் தென் கரையில் ஜும்மா மசூதி கட்டப்பட்டது.

மசூதிக்கு மட்டுமின்றி மேல்கோட்டை கோவில், தர்மபுரி மல்லிகார்ஜுனர் கோவில், சத்தியமங்கலம் வேணுகோபாலசாமி கோவில் உள்ளிட்ட பல்வேறு இந்துக் கோவில்களுக்கும் அறப் பணிகள் பல செய்யப்பட்டன.

காங்கேயம் பல்லவராயர்கள்

இவ்வம்ச சிதம்பரப் பல்லவராயருக்கு ஹைதர் அலி காங்கேயம், கண்ணபுரம், வெள்ளக்கோவில், பாப்பாணி கிராமங்களில் பாதியைப் பிரித்துக் கொடுத்துப் பாராட்டினார். திப்புவின் காலத்தில் வரிக்கொடுமை மிகுந்ததால் சிதம்பரப் பல்லவராயரால் திறைப் பணம் செலுத்த முடியவில்லை.

மைசூர்ப்படையினர் அவரையும் அவரது மைந்தன் அமராவதிப் பல்லவராயரையும் சங்ககிரியில் கைது செய்து வைத்தனர். சிறிது காலத்தில் இவர்களை ஸ்ரீரங்கப்பட்டினத்திற்கு வரவழைத்த திப்பு, விசாரித்து விடுதலை செய்த சமயத்தில் சிதம்பரப் பல்லவராயர் தெய்வகதி அடைந்துவிட்டார்.

பழையகோட்டைப் பட்டக்காரர்

சொட்டையெனும் இருபுறமும் கூரான புதியவகை ஆயுதம் தரித்த படையை பழைய கோட்டை பராமரித்து வந்தது. இப் படையுதவியால் கொங்கு நாட்டை மட்டுமின்றி ஒட்டு மொத்தத் தமிழகத்தையே பல்வேறு படையெடுப்புகளிலிருந்தும் காப்பாற்றினார்கள்.

மைசூர் சர்வாதிகாரியாக விளங்கிய ஹைதர் அலி தமது மகனான திப்புசுல்தானை ஆட்சியதிகாரங்களில் பயிற்சி பெற பழைய கோட்டைக்கே அனுப்பியுள்ளார். திப்பு சுல்தான் தேர்ந்த நிர்வாகியாவதற்கும், வெள்ளையரின் சிம்ம சொப்பனமாவதற்கும் இங்கு பெற்ற பயிற்சிகளும் ஒரு காரணமாகும். திப்புவின் [2]பஞ்ச கல்யாணி குதிரை பழைய கோட்டையின் நினைவுப் பரிசாகும்.

திப்புவின் நண்பராயும், அவரது மறைவிற்குப் பின்னால் வெள்ளையரை எதிர்த்துப் படைநடத்தி, வெற்றிபல கண்ட தீரன் சின்னமலை, பழையகோட்டை இளவலான இரத்தின சர்க்கரையின் இரண்டாவது மகனாவார். பழையகோட்டையில் இருந்தபொழுது சைவ உணவையே திப்பு விரும்பி உட்கொண்டு வந்தார் என்பது குறிப்பிடத்தக்கது.

காடையூர் மன்றாடியார்

மைசூர் வரிக்கொடுமையின் காரணமாய் சங்ககிரியில் வைக்கப்பட்ட இம்முடி அமராவதி காங்கய பல்லவராயர் இயற்கையெய்தியதால் இம்முடி குமாரகாங்கய மன்றாடியார் பட்டம் தரித்து, ஆங்கிலேயர் ஆட்சியிலும் தொடர்ந்து ஆண்டு வந்தார்.

தணாய்க்கன் கோட்டை

ஹொய்சாள இறுதி மன்னரான மூன்றாம் வீரவல்லாளனது காலத்தில் இக்கோட்டையும், நீலகிரி மாவட்டமும் சுபேதாரான சிங்கய்ய தணாய்க்கன் வசம் விடப்பட்டது. அன்றுமுதல் நீலகிரி சாதாரணன் கோட்டையெனவும் வழங்கப்பட்டது. இங்கு வீர மாதவதண்ட நாயக்கன் கட்டிய மாதவபெருமாள் கோவிலிருந்தது. இதன் அதிமுக்கியத்துவத்தை உணர்ந்த ஹைதர் அலியும், திப்பு சுல்தானும் இதை வலுப்படுத்தினர்.

---

2. விடுதலைப்புலி திப்பு சுல்தான் தா. ஜீவானந்தம் (பக். 22).

1768-ல் கர்னல் பெட் திருச்சியிலிருந்து முன்னேறி தாராபுரம், கோவை, தணாய்க்கன் கோட்டையைக் கைப்பற்றினார். ஹைதர் மீண்டும் பிடித்தார். இக்கோட்டைக்கும் தவளகிரி மலைக்கு மிடையே திப்புவிற்கும், கர்னல் ப்ளாயிடுக்கும் இடையே கடும் சண்டை நிகழ்ந்தது.

ஆரம்பத்தில் திப்புவின் நண்பராக விளங்கியவர் இக் கோட்டையின் பரம்பரைத் தலைவனான பாலராஜா. ஆயினும் மைசூர் இராணி அம்மையாரது வேண்டுகோளை ஏற்று மனம் மாறி, மைசூர் அரியணையில் உடையாரின் இந்து சிறுவனை அமர்த்த ஆங்கிலேயருக்கு உதவினார் பாலராஜா.

திப்புவின் வீழ்ச்சியை, இக்கோட்டை வழியாக ஆங்கி லேயருக்குக் கிடைத்த உதவிகளும், பாலராஜாவின் படையும் துரிதப்படுத்தின. இக்கோட்டையும், கோயில்களும், அரண் மனையும் பவானிசாகர் அணையில் கி.பி. 1955-ல் மூழ்கிவிட்டன.

28. ஆங்கிலேய – மைசூர்ப் போர்களினால் பாதிப்புக்குள்ளான பாளையங்கள்

அஞ்செட்டி துர்கம்

மூன்றாம் மைசூர்ப் போரின்போது 3038 அடி உயரத்திலமைந்த அஞ்செட்டி துர்கம் கோட்டையையும் அருகாமையிலுள்ள நீலகிரி, ரத்னகிரியையும் ஏழாவது மெட்ராஸ் படைப் பிரிவின் துணையுடன் மேஜர் கௌடி பிடித்தார். மீண்டும் திப்பு கைக்கு சென்ற இக்கோட்டையை 6-வது ரெஜிமெண்டின் மேஜர் ஜான் கூப்பேஜ் கைப்பற்றி ஆங்கிலக்கொடி நட்டார்.

அங்குசகிரி

3038 அடி உயரத்திலுள்ள அங்குச கிரியில் குந்தணி அரசன் அங்குசராயலு கோட்டை கட்டும் பணியைத் துவக்கினாலும், அருகிலுள்ள மாஸ்தி பாளையக்காரர் சொக்க கவுடனிடம் அனைத்தையும் இழந்தார். அங்குசகிரியைப் பிடித்த சொக்க கவுடனோ, தமது மாஸ்தியை மராத்திய தளபதி வெங் கோசியிடம் இழந்தார். இறுதியில் ஹைதரலி 1766-67-ல் 4 மாத முற்றுகையின் முடிவில் பிடித்தார். சித்தூரருகே மராத்தியர் துணைகேட்டு

ஓடிய பாளையக்காரருக்கு, மராத்திய பேஷ்வா உதவியால் பாளையம் மீண்டும் கிடைத்தது. மைசூர்போரில் ஹைதர் மற்றும் திப்புவை எதிர்த்து ஆங்கிலேயத் தளபதி கர்னல்ஸ்மித்தை அங்குசகிரி ஆதரித்ததால் திப்புவினால் பிடிக்கப்பட்டு 1799-ல் லார்டு ஹாரிஸ் மீட்கும் வரை மைசூர் வசமிருந்தது.

பாகலூர்

ஹோசூர் - மாலூர் சாலையில் ஏழரை மைல் தூரத்தில் பெண்ணாற்றங்கரையில் உள்ளது பாகலூர். இதன் தெலுங்கு பாளையக்காரர் சிறந்த வைணவராகத் திகழ்ந்தார். தஞ்சை நாயக்கர் மற்றும் விஜயநகர உறவினரான இரண்டாம் எர்ரி எர்ரப்பாவால் இக்கோட்டை கட்டப்பட்டது. வடக்கிருந்து வரும் படையெடுப்பு களைச் சமாளிக்க உருவான இக்கோட்டை 1760-ல் ஹைதர் வசமானது.

1767-லும் 1772லும் ஹைதர் மராத்தியருக்கு திறைப்பணம் செலுத்த முடியாதுபோகையில், கோலார் மாவட்டத்தையும் இப்பகுதிகளையும் அடகு வைத்தார். பாகலூர்ப்பாளையக்காரரும் காரன்வாலிஸ் மற்றும் கர்னல் ஸ்மித்துக்கு ஆதரவு தந்து ஹைதரின் பகையைத் தேடினார். திப்புவால் கைப்பற்றப்பட்ட இப்பாளையம், நான்காம் மைசூர்ப்போரில் ஆங்கிலேயருக்கு உதவியதால் மீண்டும் சுதந்திரம் பெற்றது. இலங்கை கண்டி மன்னனிடம் அடைக்கலம் புகுந்திருந்த இளவரசன் முத்து வீரப்பன் திரும்பி வந்து பாளையக்காரரானார்.

பேரிகை

சூளகிரியிலிருந்து 10 மைல் வடமேற்கேயும், பாகலூரி லிருந்து 7 மைல் கிழக்கேயும் உள்ளது பேரிகை. இதனையாண்ட மூன்றாம் கரியப்ப கவுடர் (1705 - 1750) 200 குதிரைப் படையினர், 8000 காலாட் படையினருடன் வலிமை பெற்று விளங்கியதால். மைசூர் சர்வாதிகாரி நஞ்சராஜனின் தளபதி வீரண்ணா இப் பாளையத்தைக் கைப்பற்ற முனைகையில் தோற்றோட நேரிட்டது. இதன் சொக்க கவுடர் ஸ்மித்துடன் இணைந்து கிருஷ்ணகிரி, ரத்னகிரி மற்றும் தேன்கனிக்கோட்டையைப் பரிசாகப் பெற்றாலும் ஹைதர் - ஆங்கிலேயரிடையே 1772-ல் ஏற்பட்ட உடன்படிக்கையால் எல்லாம் பறிபோனது. 1799-ல் ஹாரிஸுடன் இணைந்து திப்புவை எதிர்த்ததால் இப்பாளையம் ஆங்கிலேயரால் மீட்டுத் தரப்பட்டது.

கேளமங்களம்

பட்டாளம்மன் கோவில் அமைந்துள்ள இவ்வூரின் கோட்டையில் ஹைதரையும் சுற்றத்தாரையும் 1760-ல் கந்தேராவின் தாக்குதல் களிலிருந்து மக்தூம் அலி காப்பாற்றினார்.

மத்த கொண்டபள்ளி

ராபர்ட்-டி-நொபிலி தங்கிப் பணியாற்றிய இவ்வூரில் பழமையான தேவாலயம் உள்ளது. சர்தாமஸ் மன்றோ காலத்தில் அவரது உதவியாளரான நஞ்சப்பா எனும் பிராமணருக்கு இவ்வூரின் ஜாகீர் விடப்பட்டது.

பஞ்சப்பள்ளி

மேலகிரி அடிவாரத்தில் சனத்குமாரநதி தீரத்தில் உள்ள இவ்வூரில் மேஜர் ஜான் கேம்ப்ஸால் 10 ஆண்டுகள் தங்கியுள்ளார். இவ்வூரருகே கிருஷ்ண தேவராயர் காலத்தில் வெட்டப்பட்ட ''கிருஷ்ண தேவராய சமுத்திரம்'' எனும் பெரிய ஏரி உள்ளது.

ரத்னகிரி

விஷ்ணு கோவிலும், ஜெகதேவராயன் காலக் கோட்டையு மிருந்த ரத்னகிரியில் 1652-ல் கண்டீரவ நரசராஜ உடையார் காலத்தில் மைசூர் மேலாதிக்கம் ஏற்பட்டது. ஹைதர், திப்பு காலத்தில் ஆங்கிலேயரை ஆதரித்து மைசூர்ப்பகையைத் தேடி பாளையத்தை யிழந்தார் இதன் தலைவன். இதை நான்காம் மைசூர்ப்போரில் கேப்டன் அயர்னடன் கைப்பற்றினார்.

சூலகிரி

இதனருகே திரிசூல வடிவில் மூன்று மலைமுகடுகள் உள்ளதால் இப்பெயர் பெற்றது. இதன் தலைவனான கொம்ரே சொக்க கவுடர், தாரமங்கலம் கெட்டி முதலியாரின் வடபுறத் தாக்குதல்களை முறியடித்து இதைக் காப்பாற்றினார். ஆங்கிலேய மைசூர்ப் போர்களில் இதன் ராம சொக்க கவுடர் நடுநிலைமை வகித்தார். இங்கு நிலை கொண்டுதான் கர்னல் ரீடைத் திப்புவால் எதிர்க்க முடிந்தது. எனினும் போர் முடிவில் ஆங்கிலேயரே வென்றனர்.

பெரும்பாலை

கொங்குநாட்டின் வடவெல்லையென்று கருதப்பட்ட பெரும்பாலை, கெட்டிமுதலியார் காலத்தில் கோட்டையும், அரசியல் முக்கியத்துவம் பெற்று விளங்கிய அரணாகும்.

பெண்ணாகரம்

கண்டீரவ நரச உடையார், பீஜப்பூர் அதில்ஷாவிடமிருந்து 1652-ல் மீட்டார். 1791-ல் திப்புவின் தளபதி பக்கீர்சாயபு பாதுகாத்து வந்தாலும், ஆங்கிலேய தளபதி மாக்ஸ்வெல் கைப்பற்றினார். 1749 வரை ஆங்கிலேயப் படைப் பிரிவு இங்கிருந்தது.

தொப்பூர்

1698-99-ல் மைசூர் மன்னர்களின் உதவியால் ராமேஸ்வரம் சென்று வரும் யாத்திரிகர்களின் வசதிக்காகத் தொப்ப முதலியார் ஒரு சத்திரம் கட்டினார்.

29. சிவகங்கைச் சீமை

ஆற்காடு நவாபு மற்றும் வெள்ளையர்களுக்கெதிராய்ப் போர்க்கொடி தூக்கினார் சிவகங்கை மன்னரான முத்துவடுகநாதர். ஆங்கிலேயர் முற்றுகையை வெற்றிகரமாகச் சமாளித்து காளையார் கோவிலுக்கு இறைவனை வழிபடச் சென்ற மன்னரை கி.பி. 1772 ஜூன் 25ல் மறைந்திருந்து கொன்று, நயவஞ்சகமாகச் சிவகங்கையையும் பிடித்தனர். இராமநாதபுரம் மன்னர் செல்லமுத்து சேதுபதிக்கும், முத்தாத்தாள் நாச்சிக்கும் மகளாகப் பிறந்து சிவகங்கை மன்னரின் மனைவியான வேலுநாச்சியார் உடன் கட்டையேற முயற்சித்தார். அமைச்சர் தாண்டவராயப்பிள்ளை, மருதுசகோதரர்கள் தடுத்தனர். வேலுநாச்சியாரை மீண்டும் அரியணையிலேற்றுவதாகச் சூளுரைத்த தாண்டவராயப் பிள்ளை, மைசூரையாண்டு வந்த ஹைதருக்கு கடிதம் அனுப்பி உதவி கேட்டார். ஹைதருக்கிருந்த பிரச்சனைகளில் சிவகங்கையைக் கவனிக்க முடியவில்லை. பொறுத்துப்பார்த்த வேலுநாச்சியாரோ ஆண்வேடமிட்டு மருதிருவர் துணை கொண்டு இளவரசன் திப்புசுல்தானை நேரில் சென்று பேட்டி கண்டார். இவரது வீரத்தைக் கண்டு வியந்த திப்பு, தமது திண்டுக்கல் கோட்டையில் சகல வசதிகளையும் செய்து கொடுத்துப் படை திரட்டவும், பயிற்சி

அளிக்கவும் உதவினார். அத்துடன் வேலுநாச்சியார் வழிபட அவரது குலதேவதையான ராஜராஜேஸ்வரி அம்மனுக்கு ஓர் ஆலயமும் கோட்டையினுள் எழுப்பினார்.

வெள்ளையரது கொடுமை தாங்காது கொந்தளித்த மக்கள் ஆதரவோடும், திப்புவின் பீரங்கிப்படை துணையோடும் மருதிருவர் தலைமையில் வேலுநாச்சியார் 1780 நவம்பரில் கர்னல் மார்டின் மற்றும் நவாபின் படையைத் தோற்கடித்துக் கோட்டையைக் கைப்பற்றினார். ஆரம்பத்தில் வேலுநாச்சியாரும், அவரைத் தொடர்ந்து மருது சகோதரர்களும் சிவகங்கையை ஆண்டு ஆங்கிலேய எதிர்ப்பை வளர்த்து வந்தனர்.

மருதுசகோதரர் சிவகங்கையை கைப்பற்றிய நேரத்தில் பாஞ்சாலங்குறிச்சியில் வீரபாண்டிய கட்டபொம்மன் திறை செலுத்த மறுத்து மற்றோர் அதிர்ச்சியை ஏற்படுத்தினார்.

1799 மார்ச் முதல் மே வரை நடைபெற்ற நான்காம் மைசூர்ப்போரில் திப்பு வீழ்ந்த பிறகு செப்டம்பர் 5, 1799ல்[1] பானர்மேன் தலைமையில் பாஞ்சாலங்குறிச்சி முற்றுகையிடப்பட்டது. ஆறாவது நாள் ஏராளமான உயிர்ச்சேதத்திற்குப் பிறகு கோட்டை வீழ்ந்தது. வாயில் தாண்டி உள்ளே நுழைந்த காலின்ஸை வெள்ளையத் தேவன் குத்திக் கொன்றதால், கோட்டையினுள் நுழைய ஆங்கிலேயர் அஞ்சினர். இதைப் பயன்படுத்தி அனைவரும் தப்பினர். ஆயிரம் வெள்ளிக்காசுக்கு ஆசைப்பட்ட மாமனால் காட்டிக் கொடுக்கப்பட்டு மரணம் தழுவினார் வெள்ளையத்தேவன். நாகலாபுரம் சௌந்திரபாண்டியனோடு சிக்கிய தானாபதி பிள்ளையை தூக்கி லிட்டு, தலையைக் கொய்து பாஞ்சாலங்கோட்டை முகப்பில் வைத்தனர். புதுக்கோட்டை தொண்டைமான் உதவியால் பிடிபட்ட கட்டபொம்மனை போலி விசாரணையின் பேரில் அக்டோபர் 16, 1799ல் கயத்தாற்றில் தூக்கிலிட்டனர். கட்டபொம்மனின் வீரவசனங் களும், தியாகமும் தமிழகமெங்கும் வீரவுணர்ச்சியைத் தூண்டின.

---

1. தமிழக வரலாறும் பண்பாடும் - வே.தி. செல்வம் (பக். 425).

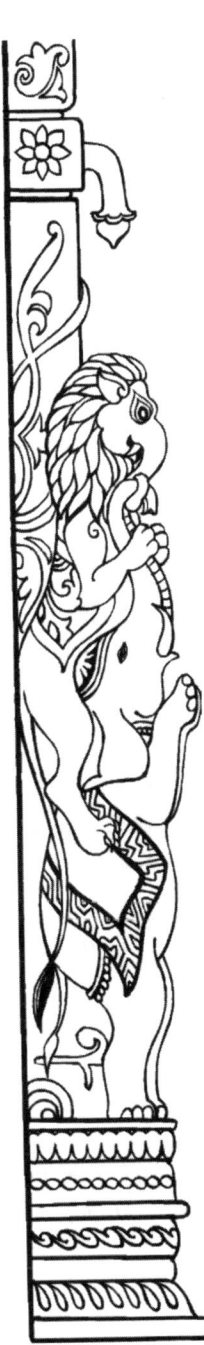

30. விருப்பாட்சி கோபால் நாயக்கர்

மூன்றாம் மைசூர்ப் போரில் திப்பு தோல்வியுற்று மார்ச் 17, 1792ல் ஸ்ரீரங்கப் பட்டிண உடன்படிக்கையில் கையெழுத்திட்டார். இதன்படி திண்டுக்கல், சேலம், பாரமஹால், மலபார் ஆகிய பகுதிகள் ஆங்கிலேயர் வசம் விடப்பட்டன.

திண்டுக்கல்லும், விருப்பாட்சியும் ஆங்கிலேயர் வசம் வந்ததால் மிகுந்த நெருக்கு தலுக்குள்ளானாலும், விருப்பாட்சி கோபால் நாயக்கரோ தொடர்ந்து திப்புவையே ஆதரித்தார்.

மருதநாயகத்தையெதிர்த்துப் போர் புரிந் திருந்த மணப்பாறை இலட்சுமி நாயக்கர், தெல்லிக்கோட்டை யாதுல் நாயக்கர், மருது சகோதரர், தீரன் சின்னமலை, கோவை ஹாஜிகான், சேலம் கான்-இ-ஜஹானி, கேரள வர்மா என அனைவரும் எழுபது வயது கடந்தும் போராடும் விருப்பாட்சியாரை மிகவும் மதித்தனர். தென்னகக் கூட்டிணைப்பென வரலாற்றா சிரியர்கள் புகழும் ஓர் அமைப்பு உருவாகியது. ஆங்கிலேயரது ஆட்சிக்குட்பட்ட பகுதி களானாலும், கொங்குநாட்டில் வரிவசூல் செய்யமுடியாது போனது. ஆங்கிலேயப்

பாசறைகள் தாக்கியழிக்கப்பட்டு வந்தன. விருப்பாட்சியார் கட்டபொம்மனது வீரகம்பளத்தார் உதவியுடன் பாளையங் கோட்டை சிறையிலிருந்து ஊமைத்துரையை விடுவித்து பாஞ் சாலங்குறிச்சிக் கோட்டையை மீண்டும் எழுப்பிடச் செய்தார். திருச்சி சிறையிலிருந்த இராமநாதபுரம் சேதுபதியை மீட்கவும் திட்டம் தீட்டப்பட்டது. ஆனால் இது நிறைவேறவில்லை. பாஞ்சைக் கோட்டையும் கர்னல் அக்கினியூவால் *1801* மே-ல் வீழ்த்தப் பட்டதால் ஊமைத்துரை தப்பி மருதுசகோதரர்களிடம் சேர்ந்தார்.

நான்காம் மைசூர்ப் போரில் திப்பு கொல்லப்பட்ட பிறகு தோற்றோடியிருந்த திப்புவின் படைவீரர்களை கர்நாடகாவில் ஒன்றுதிரட்டிய தூண்டாஜிவா எனும் தளபதி அதிரடித் தாக்குதல் நடத்தி மைசூருக்கு வடக்கேயிருக்கும் ஷிமோகா, பெத்தனூர் போன்ற பகுதிகளை ஹைதிராபாத் நிஜாமிடமிருந்து மீட்டு ரெய்ச்சூர் வரை முன்னேறினார்.

[1]*1799* இறுதியில் பெருந்துறையில் சின்னாகவுண்டர் புரட்சி யாளர்கள் சந்திப்புக்கேற்பாடு செய்தார். அதில் கலந்துகொண்ட ஹோசூர் ஃபத்தே முகமது, முகமது ஹசம், பரமத்தி அப்பாச்சிக் கவுண்டர், வெங்கட்ரமணய்யா ஆகியோர் விவாதித்துத் தூண்டாஜி வாவைச் சந்திக்கக் குழுவாகச் சென்றனர். பின்னர் *1800* ஏப்ரலில் விருப்பாட்சியில் தலைவர்களின் பிரதிநிதிகள் ஒன்றுகூடி ஆலோசித்து மொகர தினமான ஜுன் *3, 1800*ல் கோவையைக் கைப்பற்றி ஆங்கிலேயர்களுக்கு அதிர்ச்சியளிக்க விரும்பினர். தூண்டாஜிவா தமது குதிரைப்படையை அனுப்பியுதவுவதாக உறுதியளித்தார்.

கி.பி. *1800*களில் பவானியும், தாராபுரமும் வட மற்றும் தென் கொங்கின் தலைநகர்களாக விளங்கின. இருப்பினும் அமைவிடம் ரீதியாக கேரளாவையும், தமிழகத்தையும், மைசூரையும் இணைக்கும் முக்கிய ஊராக விளங்கிவந்ததால் கோவை கோட்டைக்கு மெகாலிஸ்டர் தலைமையில் பலத்த பாதுகாப்பு போடப்பட்டிருந்தது.

[2]பரமத்தி அப்பாச்சிக் கவுண்டர், சாமையா மற்றும் முகமது ஹசம் தலைமையில் கோவை கோட்டையின்மீது தாக்குதல் நடை பெற்றது. தாராபுரத்தைக் கைப்பற்ற ஹோசூரின் ஃபத்தே முஹமதுவும், அரவக்குறிச்சியின் கௌரக் கவுண்டரும் படை நடத்தினர். ருணதுல்லாகான் தலைமையில் காங்கேயமும் தாக்கப்பட்டது.

---

1. விடுதலைப்போரில் விருப்பாச்சி கோபால் நாயக்கர் (பக். 25)
2. விடுதலைப்போரில் வீரமிகு முஸ்லீம்கள் - செ. திவான் (பக். 148, 154).

புரட்சியாளர்களுக்கு கான்-இ-ஜஹான், தீரன் சின்னமலை மற்றும் கோபால் நாயக்கர் மட்டுமே உதவினர். தூண்டாஜிவாவின் குதிரைப் படை மைசூரைக் கடந்து கோவை வரமுடியாது போனதாலும் ஆங்கில இராணுவம் புரட்சிபற்றித் தகவல் கிடைத்து முன்னேற் பாடுகளுடனிருந்ததாலும் புரட்சி தோல்வியுற்றது. புரட்சி யாளர்களின் முக்கியத் தலைவரான முகமதுஹசம் ஆங்கிலேயரின் தேடுதல் வேட்டையில் சேலம் கலெக்டர் மெக்லாய்டிடம் சிக்கி சித்திரவதைக்குள்ளானாலும், யாரையும் காட்டிக் கொடுக்காது உயிர்த்தியாகம் செய்தார். கோவையில் 6 பேரும், தாராபுரத்தில் 8 பேரும், சத்தியில் 7 பேரும், பிற இடங்களில் 21 பேருமாக மொத்தம் 42 புரட்சியாளர்கள் தூக்கிலிடப்பட்டனர். அதில் அப்பாச்சிக் கவுண்டர் முக்கியமானவர். 1800 செப்டம்பரில் கர்நாடக மாநிலம் கோனகல்லில் ஆங்கிலேயருடனான மோதலில் தூண்டாஜிவாவும் கொல்லப்பட்டார்.

தப்பியோடியவர்களை மீண்டும் ஒருங்கிணைத்த விருப்பாட்சி கோபால் நாயக்கரும், ஹாஜிகானும் ஆனைமலைக் காடுகளில் மறைந்திருந்து ஆங்கிலேயர் மீது தாக்குதலைத் தொடர்ந்தனர். இறுதியில் பரமத்தி அப்பாவு, ஹாஷிகான், ஃபத்தேமுகமது, ஷேக் முகமது உள்ளிட்ட ஒட்டுமொத்தக் குழுவும் கைது செய்யப்பட்டு சென்னைகவர்னர் எட்வர்டு கிளைவ் உத்தரவால் தூக்கிலிடப்பட்டனர்.

தஞ்சை ஞானமுத்துவால் புரட்சி சீர்காழி, அரியலூர் பகுதிகளுக்குப் பரவிற்று. மருதுசகோதரர்களின் ஸ்ரீரங்கம் [3]அறிக்கை 16-06-1801ல் வெளியிடப்பட்டு அந்நியரை வெளியேற்ற அறைகூவல் விடப்பட்டதால் அக்டோபர் 1801ல் காளையார் கோவில் தாக்கப் பட்டது. மருதிருவர் சிங்கம்புணரி காடுகளில் ஒளிந்தனர். ஊமைத் துரை தப்பி விருப்பாட்சி வந்தார். கோபால் நாயக்கர் தமது அனைத்து சக்தியையும் ஒன்றுதிரட்டி ஊமைத்துரையுதவியால் விருப்பாட்சியிலிருந்தும் திண்டுக்கல்லிலிருந்தும் ஆங்கிலேயரை விரட்டியடித்தார். மதுரைக் கலெக்டர் ஹார்டிஸ் மயிரிழையில் உயிர் தப்பி ஓடினான்.

கோபால் நாயக்கர் - சின்னமலை - மருதுசகோதரர் - ஊமைத்துரை வெற்றி பெற்றுவிட்டால் பாதித் தமிழகம் தம்மை விட்டுப் போய்விடுமென அஞ்சிய ஆங்கிலேயர் குறுக்கு வழிகளைக்

3. தமிழக வரலாறும் பண்பாடும் வே.தி. செல்லம் (பக். 442).

கடைபிடிக்கலாயினர். காளையார் கோவில் கோபுரத்தைத் தகர்ப்போம் என மிரட்டி மருதிருவரைப் பிடித்து அக்டோபர் 24ல் திருப்பத்தூரில் தூக்கிலிட்டனர்.

பின் பணவெறி மிக்க துரோகிகள் துணைகொண்டு நயவஞ்சகமாகக் கோபால் நாயக்கரையும் பிடித்து ஆங்கிலேய மேலாதிக்கமேற்குமாறு வலியுறுத்தினர். ஏற்க மறுத்த எழுபது வயதான நாயக்கரை 1801-ல் நவம்பர் 5ல் விருப்பாட்சியில்[4] தூக்கிலிட்டனர். நவம்பர் 16ல் ஊமைத்துரையும் பாஞ்சாலங் குறிச்சியில் தூக்கிலிடப்பட எஞ்சியிருந்தது தீரன் சின்னமலை மட்டுமே.

4. விடுதலைப்போரில் விருப்பாச்சி கோபால் நாயக்கர் (பக். 71).

31. தீரன் சின்னமலை

கொங்குப் புகழ்மிக்க பழைய கோட்டை வம்சத்தின் கிளையில் தோன்றிய தீர்த்தகிரி வீரதீர சாகசங்களில் கைதேர்ந்தவர். சோழர் காலத்திலிருந்த விளைச்சலில் 1/6 பங்கு எனும் நிலவரி, பின்னர் மைசூராட்சியில் படிப்படியாக அதிகரித்து 3/4 பாகம் வரை உச்சமடைந்தது. ஒவ்வொரு குடியானவனும் இதைத் தாங்காது வேதனையுற, மக்களோடு மக்களாய் வாழ்ந்த கொங்குப் பாளையக் காரர்கள் திறையை வசூலிக்காதது மட்டுமின்றி மைசூர்த்தண்டனையைத் தாமேற்று அவுதி யுற்றாலும் தாயுள்ளத்தோடு தமது குடிகளை அவலத்துக்குள்ளாக்க விரும்பவில்லை. இவ்வாறு கொங்குநாடு முழுக்க ஆரம்பத்தில் மைசூர் தளவாய்களுக்கும் பின்னர் ஹைதர், திப்புவுக்கும் காலனிபோல் ஆகிச் சுரண்டப் பட்டு வந்தது கண்டு கொந்தளித்த தீரன் சின்ன மலையும், அவரது சகோதரர்களும் ஒருநாள், மைசூரார் வசூலித்துக் கொண்டு சென்ற வரிப்பணத்தைக் கைப்பற்றினர். அத்துடன் யாராவது தமது பெயர் கேட்டால் சிவன் மலைக்கும், சென்னிமலைக்கும் இடையில் சின்னமலை கைப்பற்றிவிட்டதாகச் சொல் எனக் கூறியனுப்பினார். அது முதல் தீர்த்தகிரி

தீரன் சின்னமலையானார். திப்புசுல்தான் தம்முடைய ராஜ்ய பரிபாலனத்திற்காகவும், போர்ச் செலவுக்காகவும் நிறைய வரி வசூலித்தாலும் வெள்ளையரை எதிர்ப்பதிலோ, வீரர்களை ஆதரிப் பதிலோ சளைத்தவரல்ல.

சின்னமலையோடு நட்புகொண்டு கொங்குநாட்டுப் படைத்துணையுடன் ஆங்கிலேயரை எதிர்க்க விரும்பிய திப்பு, அந்தியூர்க் கச்சேரி திவான் சாயபுவிடம் சின்னமலை சந்திப்பிற் கேற்பாடு செய்யச் சொன்னார். திவான் சாயபு தனது சிராஸ்தார் அமீர் மூலம் சின்னமலையை வரவேற்று மைசூர் அனுப்பினார். மைசூரில் சின்னமலைக்கும் அவரது ஆயிரம் பேர்கொண்ட கொங்குச் சேனைக்கும் பிரெஞ்சுத் தளகர்த்தர் மூலம் முறையான ஆயுதப்பயிற்சியும், நவீன யுத்த தளவாடங்களும் கிடைத்தது.

கி.பி. 1799ல் நடைபெற்ற நான்காம் மைசூர்ப் போரில் திப்புவின் தளகர்த்தர்களே அவரைக் காட்டிக் கொடுத்த நிலையில் ஸ்ரீரங்கப்பட்டின நுழைவில், கிழக்கே மழவள்ளிக் கோட்டையில் தீரன் சின்னமலை தலைமையிலான கொங்குப்படை நட்புக் காகவும், தாய்நாட்டின் விடுதலைக்காகவும் உயிரைக் கொடுத்துப் போராடியது. போரில் திப்பு உயிரிழக்கக் கொங்குப்படையின் முக்கியத் தளபதியான வேலப்பன் கைதியாக்கப்பட, சின்னமலை எஞ்சியிருந்த வீரர்களைத் திரட்டிக்கொண்டு கொங்குநாடு திரும்பி, விருப்பாச்சி கோபால் நாயக்கர், கோவை ஹாஜிகானை நெருங்கிய தொடர்பு கொண்டார்.

கி.பி. 1800 ஜூனில் கோவை தாக்குதல் முறியடிக்கப் பட்டாலும் சின்னமலை கொங்குநாட்டின் இதர பாளையப் பட்டுக்களின் தலைவர்களை வரவழைத்துப் பேசி ஆங்கிலேயருக் கெதிராக மாற்றினார். ஓடா நிலையில் ஓர் மண்கோட்டை அமைத்துப் போர்முரசு கொட்டினார். நான்காம் மைசூர்ப் போர் முடிவில் கைதி யாக்கப்பட்ட வேலப்பன் எனும் கொங்குத்தளபதியை அவரது போர்த்திறமை கண்டுவியந்த ஆங்கிலேயர்கள் தமது ராணுவத்தில் சேர்த்து சுபேதார் அந்தஸ்து தந்திருந்தனர். வேலப்பனோ தமது அந்தரங்க ஆட்களின் மூலம்

அரச்சலூர் அம்மன் ஆலயம்

தீரன் சின்னமலை நினைவகம் (ஓடாநிலை)

சின்னமலைக்கு ஆங்கிலேயப் படை நடவடிக்கைகளை விவரித்து வந்தார். சின்னமலை சிறிய பீரங்கிகள் சேகரித்துச் சண்டையிடத் தயாரானார். கி.பி. 1801ல் கர்னல் மாக்ஸ் வெல்லின் தலைமையில் வந்த படையை சின்னமலை தலைமை யிலான படைத் தோற்கடித்து சிதறடித்தது. அடுத்த ஆண்டே மீண்டும் மாக்ஸ்வெல் பெரும் படையெடுத்து வந்து கொங்குத் தளபதி கறுப்பசேர்வையை முறியடித்து முன்னேறினாலும் சின்னமலை படையினரின் தடிப்போர் கண்டு திகைத்து நின்றான். போரின் உச்சத்தில் தீரன் சின்னமலை எதிரிப்படையின்மீது பாய்ந்து தாக்கி மாக்ஸ் வெல்லின் தலையை வெட்ட, வெள்ளையர் படை தோற்று திரும்பி ஈரோடு ஓடியது. வெறுத்துப்போன வெள்ளையர் மீண்டுவர இரண்டு ஆண்டுகள் இடைவெளி ஏற்பட்டது. கி.பி.1804ல் ஆங்கிலேயர் கர்னல் ஹாரிஸ் தலைமையில் படையெடுத்து வந்து அரச்சலூர் கோவிலில் அம்மனை வாளால் வெட்டி அட்டகாசம் புரிய, இதைப் பொறுக்காத தீரன் சின்னமலை தாமே நேரில் சென்று ஹாரிஸைத் தாக்கினார். இம்முறையும் வெள்ளையர் தோற்றோடினர். இவ்வாறு தொடர்ந்து மூன்று போர்களில் வெள்ளையரைத் தோற்கடித்து விரட்டி யடித்தது தீரன் சின்னமலையைத் தவிர இந்தியாவில் வேறெந்த சுதேசி மன்னரும் அடையமுடியாத பெருமை.

திப்புவிடமிருந்து கொங்குநாட்டை வெள்ளையர் பெற்றிருந் தாலும் கிட்டத்தட்ட 5 ஆண்டுகள் வரிவசூலிக்க முடியவில்லை. கள்ளிக்கோட்டையிலிருந்து சென்னைக்குக் கோவை வழி செல்ல முடியவில்லை. தீரன் சின்னமலை தலைமையில் கொங்குநாடு வெள்ளையருக்குப் பெரிய தடைக்கல்லாக விளங்கியது. எனவே தீரன் சின்னமலைக்கெதிராய் பெரிய பீரங்கிகளைக் கள்ளிக் கோட்டையிலிருந்து வரவழைத்து ஓடாநிலைக் கோட்டையைத் தகர்த்தனர். தப்பிச்சென்று தேசப்பற்று மிக்க விருப்பாட்சி பரம் பரையினர் உதவியோடு கருமலைக்காட்டில் தங்கிய சின்ன மலையை அவரது சமையலாள் மூலம் பிடித்த வெள்ளையர் தமது பிரதிநிதியாகத் திறைசெலுத்திக் கொங்குநாட்டை ஆண்டுவரக்

கூறினர். கொங்குச்சீமையில் வரிப்பணம் வசூலித்த காரணத்திற்காகத் திப்புவையே எதிர்த்த சின்னமலை, பெரிய தம்பி மற்றும் தமது தளபதி கறுப்பச்சேர்வையோடு ஆங்கிலேயருக்கு அடிபணிய மறுத்து கி.பி.1805ல் சங்ககிரிக்கோட்டையில் தூக்குமேடையேறி அழியாப் புகழ்பெற்றார்.

32. கிழக்கிந்தியக் கம்பெனியின் ஆட்சிக்காலம்
(கி.பி. 1792 முதல் 1857 வரை)

கி.பி. 1792 மார்ச் 17ல் ஸ்ரீரங்கப்பட்டிணம் உடன்படிக்கை கையெழுத்தானதிலிருந்து 18 நாட்களுக்குள் கவர்னர் ஜெனரல் காரன் வாலிஸ் பிரபு சேலம் மாவட்ட நிர்வாகத்தை செம்மைப்படுத்தி, திறமை மிகுந்த அதிகாரிகளை நியமித்தார். ஆரம்பத்தில் பாரமகால் மற்றும் சேலம் மாவட்டமென அழைக்கப்பட்ட இம்மாவட்டத்திற்கு ஆட்சியர் மற்றும் கண்காணிப்பாளராக கர்னல் ரீடை நியமித்துத் திருப்பத்தூரை தலைமையிடமாக்கினார். ரீடால் சேலம் மாவட்டத்தில் 36 தாலூக்காக்கள் உருவாக்கப்பட்டன. கர்னல் ரீடு தனக்குதவியாக கேப்டன்களாகிய மன்றோ, கிரஹாம் மற்றும் மக்ளாய்டை உதவியாளர்களாக உதவி கலெக்டர்களாக நியமித்தார். சேலத்தைத் தலைமையிடமாகக் கொண்ட தெற்கு மாவட்டம் மக்ளாய்டிடமும், தருமபுரியைத் தலைமையிடமாகக் கொண்ட மத்திய மாவட்டம் தாமஸ் மன்றோவிடமும், கிருஷ்ணகிரியைத் தலைமையிடமாகக் கொண்ட வடமாவட்டம் கிரஹாம் வசமும் விடப்பட்டன.

ஆங்கிலேயர் ஆட்சியில் ஒருங்கிணைந்த சேலம் மாவட்டம்

தெற்கு மாவட்ட தாலூக்காக்கள் (சேலம் தலைமையிடம்):

1. சேலம்
2. சென்னகிரி
3. பேலூர்
4. சேந்தமங்கலம்
5. ராசிபுரம்
6. ஆனந்தகிரி
7. விராகனூர்
8. காட்டுப்புத்தூர்
9. நாமக்கல்
10. பரமத்தி

மத்திய மாவட்ட தாலூக்காக்கள் (தர்மபுரி தலைமையிடம்):

1. சங்ககிரி
2. திருச்செங்கோடு
3. இடப்பாடி
4. மல்ல சமுத்திரம்
5. நங்கவள்ளி
6. ஓமலூர்
7. தென்கரை கோட்டை
8. ஹரூர்
9. தர்மபுரி
10. பெண்ணாகரம்
11. அதியமான் கோட்டை
12. மொரப்பூர்

வடக்கு மாவட்ட தாலூக்காக்கள் [கிருஷ்ணகிரி தலைமையிடம்]:

1. கிருஷ்ணகிரி
2. ஜெகதேவி
3. மஹாராஜா கடை
4. வாணியம்பாடி
5. பரந்தபள்ளி
6. கலாவி
7. மாத்தூர்
8. சிங்காரப்பேட்டை
9. ராயக்கோட்டை
10. வீரபத்ரதுர்க்கம்
11. காவேரிப்பட்டினம்
12. ஜவ்வாதி
13. கண்குந்தி
14. திருப்பத்தூர்

1796-97ல் ரீடு மாவட்ட நிர்வாகத்தை சீரமைத்து 36 தாலூக்காக்களை 25 ஆக மாற்றினார்.

ஸ்வர்ணாதயம் வரி:

ஆங்கிலேயராட்சியின் ஆரம்பத்தில் கம்மாளர், பொற்கொல்லர், செருப்புத் தைப்பவர், துணி வெளுப்பவர், சவரத் தொழிலாளி என ஒருவர் விடாது தலைவரி கட்டினர். மேய்ச்சல் வரியும், வனவருவாயும், இண்டிகோ (சாய) வருமானமும் கருவூலத்தை நிரப்பின.

உள்நாட்டு கலால் வரி மூலம் சேலத்தில் 1794ல் வசூலான வரிப்பணம்:

தெற்கு மாவட்டம்	=	10096 - 08 - 04பகோடாக்கள்
மைய மாவட்டம்	=	4176 - 34 - 54 பகோடாக்கள்
வடக்கு மாவட்டம்	=	5170 - 03 - 11 பகோடாக்கள்
மொத்தம்	=	19443 - 09 - 69பகோடாக்கள்

1824-ல் கிருஷ்ணகிரியில் ஆங்கிலேயர் தமது நாணயச் சாலையை நிறுவினர். இங்கு தங்கம், வெள்ளி மற்றும் செப்புக்காசுகள் அச்சிடப்பட்டன.

கலாவி, மாத்தூர், சிங்காரபேட்டை, ராயகோட்டை, காவேரிப் பட்டினம், அதியமான் கோட்டை, ஜவ்வாதி, மல்ல சமுத்திரம், ஹரூர், மொரப்பூர் ஆகிய தாலூக்காக்கள் நீக்கப்பட்டு குன்னத்தூர், கம்பய்ய நல்லூர் மற்றும் மல்லப்பாடி தாலூக்காக்கள் உதயமாகின.

*1799*ல் நான்காவது மைசூர்ப்போரின் முடிவில் திப்பு இறந்ததால், மைசூரார் வசம் எஞ்சியிருந்த கோவையுள்ளிட்ட பிற பகுதிகளும் கிழக்கிந்தியக் கம்பெனி வசம் வந்தது.

இதன் மூலம் கி.பி. *1799*ல் தென்னிந்தியாவில் ஹைதராபாத் (நிஜாம்), புதுக்கோட்டை (தொண்டைமான்), மைசூர் (உடையார்), திருவாங்கூர் சமஸ்தானங்கள் தவிர மீதி பகுதிகளனைத்தும் கிழக்கிந்திய கம்பெனியின் நிர்வாகத்தின் கீழ்வந்தன.

விஜயநகரப் பேரரசின் வீழ்ச்சிக்குப்பின் இவ்வளவு பெரிய பரப்பை வேறெந்த ஆட்சியாளரும் கொண்டதில்லை. வணிகம்

பண்டைக்கால அளவைகள்:

1 கோல்	=	24 அடி
1 குழி	=	576 சதுர அடி
100 குழி	=	1 காணி (1.32 ஏக்கரா)
1 சேய்	=	120 குழி (1.59 ஏக்கரா)
240 குழி	=	1 மா (3.17 ஏக்கரா)
1 நாழிகை	=	24 நிமிடங்கள்
3 ¾ நாழிகை	=	1 முகூர்த்தம்
2 முகூர்த்தம்	=	1 ஜாமம்
8 ஜாமம்	=	1 நாள் (24 மணி நேரம்) (அல்லது) 60 நாழிகை
8 அங்குலம்	=	1 ஜான்
12 அங்குலம்	=	1 அடி
18 அங்குலம்	=	1 முழம்
2 முழம்	=	1 கெஜம்
2 கெஜம்	=	1 மார்
16 மார்கள்	=	1 கயிறு (Rope) (அல்லது) 32 கெஜம்
4 குண்டுமணி	=	1 பணம்
9 பணம்	=	1 பகோடா (அல்லது) வராகநிதி
30 ½ பணம்	=	1 தோலா (அல்லது) ரூபாய்

புரிய வந்த கம்பெனியார் இதன் மூலம் ஆட்சியாளராயினர். மூன்றுபுறமும் கடல் சூழப்பட்ட இப்பெரும் நிலப்பரப்பிற்குச் சென்னையைத் தலைநகராகக் கொண்டு சென்னை மாகாணம் எனப் பெயரிட்டனர்.

நிர்வாக வசதிக்காகச் சென்னை மாகாணத்தை 25 மாவட்டங் களாகப் பிரித்தனர். ஒவ்வொரு மாவட்டத்தையும் பல்வேறு தாலூக் காக்களாகவும், தாலூக்காக்களைப் பல்வேறு ஃபிர்காக்களாகவும் பிரித்தனர். மாவட்டங்கள் தோறும் கலெக்டர்களும் தாசில்தார் மற்றும் தலைமைக் காவலர்களும் நியமிக்கப்பட்டனர். இவர்களின் கீழ் 60 முதல் 80 பேரடங்கிய காவலர்களும், உள்ளூர் எழுத்தர் களும் நியமிக்கப்பட்டனர். கிராம மணியகாரர்களுக்குச் சிறுசிறு வழக்குகளில் நீதி வழங்கும் உரிமை வழங்கப்பட்டது. கிராமங்களின் கணக்குகளைக் கணக்குப்பிள்ளை வகுப்பினர் வழக்கம்போல் தொடர்ந்து பராமரித்து வந்தனர். கிராமங்களில் அவர்களால் குற்றங்கள் பெருமளவு தடுக்கப்பட்டு சட்டம் ஒழுங்கு நிலைநாட்டப்பட்டது. அனைவருக்கும் மேலானவராய் மாவட்ட ஆட்சியர் விளங்கினார். அவரே மாவட்ட நீதிபதியாகவும் திகழ்ந்தார். மாவட்டங்கள் தோறும் நீதிமன்றங்கள் உருவாகின. ஆரம்பகால மாவட்ட ஆட்சியர்களது அரும்பெரும் முயற்சியில் சாலை வசதிகள் ஏற்படுத்தப்பட்டன.

பாரமகால் மற்றும் சேலம் மாவட்டத்தின் தலைநகராக 1799 முதல் 1801 வரை சேலம் விளங்கியது. நீலகிரி, கோவை, ஈரோடு, கரூர் மாவட்டப் பகுதிகள் நிர்வாக வசதிக்காக நொய்யலாற்றை எல்லையாகக் கொண்டு இருபிரிவுகளாகப் பிரிக்கப்பட்டன. புனிதத்தலமான பவானியும், கங்கர் காலந்தொட்டுத் தலைநகராய் விளங்கிய தாராபுரமும் புதிய பிரிவுகளின் தலைநகர்களாக்கப் பட்டன. காப்டன் மாக்ளியாட்டும், ஹீர்டிஸூம் முதல் கலெக்டர் களாகப் பதவியேற்றனர்.

வடகொங்கின் 2வது கலெக்டராகப் பவானியில் பதவி யேற்ற காரோ (கி.பி. 1802 - 1815) ஒரு சிறந்த நிர்வாகியாகவும் இறைபக்தி மிக்கவராகவும் விளங்கினார். கொங்கு மக்களை நேசித்த இவர் பவானி சங்கமேஸ்வரருக்குத் தந்தப்பல்லக்கு நன் கொடை தந்துள்ளார். இவரது காலத்தில்தான் நிலஅளவையிலும் வரிவிகிதத்திலும் கோவை மாவட்டத்தில் சீர்திருத்தங்கள் மேற் கொள்ளப்பட்டன. இவர் பதவிக்கு வந்த இரண்டு ஆண்டுகளில் கொங்குநாட்டின் மாவட்டங்களின் எல்லை மறுசீரமைப்பு நடைபெற்று காவிரி எல்லையாக மாறியது. அதற்கு மேற்கேயிருந்த

*தமிழகத்தில் உருவாகிய ரயத்வாரி முறை

நாயக்கர்கள் மற்றும் மைசூர் ஆட்சியில் புகுத்தப்பட்ட ஜாகீர் முறைகள் விவசாயிகளுக்குப் பலனளிக்கவில்லை. எனவே கர்னல் ரீடு நிலங்களை யளந்து நேரடி வரிவிதிப்பு முறையைக் கொணர முயன்றார். உடனடியாக அளவீடு முடியாதென்பதை உணர்ந்திருந்த ரீடு முதலில் கிராமப்புற ரெக்கார்டுகளை ஆராய்ந்து அதன் மூலம் வருவாயைக் கணக்கிட்டார்.

வடக்கு மற்றும் மத்திய சேலம் மாவட்டத்தை நஞ்சை மற்றும் புஞ்சையாகப் பிரித்ததோடு, தெற்கு சேலத்தில் இவ்விரண்டு வகையோடு, புதியதாகத் தோட்டம் என்ற வகையை உருவாக்கினார். 1796ல் சேலம் முழுக்க விவசாயிகளுக்கே நிலம் சொந்தமென ரீடால் அறிவிக்கப்பட்டது. விவசாயிகளில் ஒருவர் 3 அல்லது 5 ஆண்டுகளுக்கு வருவாய் அதிகாரியாக தேர்வு செய்யப்பட்டார். வருவாய் அதிகாரி, கிராமகர்ணம் மூலம் செலுத்தப் பட்ட நிலவருவாய் தாசில்தார் மேற்பார்வையில் அரசுக்குச் சென்றது.

திப்புவின் காலத்தில் 1778ம் ஆண்டே அதிக விளைச்சல் கொண்ட ஆண்டாக விளங்கியது. ரீடு வருவாயை மதிப்பிட்ட கீழ்க்கண்ட நான்கு காரணிகளைக் கொண்டும், தமது உதவியாளர்களின் நேரடி ஆய்வு மூலமும் முடிவெடுத்தார்.

1. 1788ம் ஆண்டு வருவாய்
2. கடந்த வருட வருவாய்
3. விவசாயிகள் தரும் விளைச்சல் மதிப்பீடு
4. நிலச்சுவான்தார்கள் தரும் விளைச்சல் மதிப்பீடு

**1797ல் சேலம் கலெக்டர் தாமஸ் மன்றோ, கர்னல் ரீடுக் கெழுதிய கடிதம் இப்பிரதேசத்தின் பரிதாபகரமான நிலையைத் தெளிவாக விளக்குகின்றது. மைசூராட்சியில் தொடர்ந்து சுரண்டலுக்காளாகி வந்த விவசாயிகளில், சொற்ப அளவிலானவரே வேளாண்மை செய்ய முடிந்தது. பெரும்பாலான விவசாயிகளிடம் ஒற்றை மாடுகூட இல்லாததால் தங்களது விவசாயப் பணிகளுக்குப் பிறரிடம் கடன் வாங்கி உழவேண்டிய இழிநிலையி லிருந்தனர். இதனால் அவர்களுள் பெரும்பாலோர் விவசாயக் கூலித் தொழிலாளர்களாகக் காலப்போக்கில் மாறினர். அவர்களது அன்றாட வயிற்றுப் பிழைப்புக்கே வழியில்லாத சூழலில் கம்பெனிக்கு வரி செலுத்துவது நினைத்துப் பார்க்க முடியவில்லை.

* Gazetter of salem P.No. 79.

** Gazetter of salem P.No. 77.

இறுதியில் தாமஸ் மன்றோவும், கர்னல் ரீடும் இணைந்து உருவாக்கியதே ரயத்வாரி முறையாகும். மன்றோவின் சிந்தனைகள் பெரும்பாலும் தத்துவ அடிப்படையிலல்லாது, (பிராக்டிகலாக) செயல்முறை பிரச்சனைகள் உணர்ந்து உள்ளூர் மனப்போக்கிற்கேற்ற வகையில் அமைந்தன. கோலே திட்டம் வெளியிடப்பட்டது. இதன்படி மூன்றாண்டுகள் தொடர்ந்து விவசாயம் செய்யப்படாத நிலங்களைப் பெறும் விவசாயிகள் முதல் ஒன்றே முக்கால் வருடம் பாதிவரி கொடுத்தால் போதுமென்றார். இதே போல் பத்தாண்டுகள் மற்றும் இருபதாண்டுகள் கழித்து விவசாய உபயோகத்திற்குக் கொண்டுவரப்பட்ட நிலங்களுக்கு ஏராளமான சலுகைகளை அறிவித்து அதிகப் பரப்பில் விவசாயம் நடைபெற வழி செய்தார்.

1793ல் துவங்கிய நில அளவீட்டை 1797ல் ரீடு முடித்தார்.

திப்புசுல்தான் காலத்தில் 5,15,221 பகோடாக்கள் வசூலாகியிருந்தது. ரீடின் புதிய முயற்சியால் விவசாயிகளுக்கு சற்று பலனிருந்தது. கம்பெனிக்கு 4,71,466 பகோடாக்கள் தாம் கிடைத்தது. 6.5 சதவீதம் வருவாய் குறைவாகவே வசூலானது கண்டு கம்பெனி விளக்கம் கேட்டு நோட்டீஸ் அனுப்பியது.

இதற்கிடையே திப்புவுடனான நான்காம் மைசூர்ப்போர் துவங்கியதால் ரீடு இராணுவ சேவையிலமர்ந்து பின் இங்கிலாந்து சென்றார். தாய்நாடு திரும்புமுன்பு திட்டத்தையும், வருவாய் அறிக்கையையும் தாக்கல் செய்தார்.

ரீடுடன் இணைந்து செயல்பட்டிருந்த தாமஸ் மன்றோ பின்னர் கி.பி. 1820ல் சென்னை கவர்னரானதால் ரயத்வாரி முறை நன்கு செயல்படத் துவங்கியது.

பகுதிகள் கோவை மாவட்டமென வழங்கப்பட்டன. பவானி, தாராபுரத்திற்குப் பதிலாக கோவை மாவட்டத் தலைநகராக்கப் பட்டது. சேலம் மாவட்டத்தின் மூன்று பிரிவுகள் மறைந்து இரண்டானது. ஆணையர் மற்றும் மாவட்ட கலெக்டர் பதவி விலக்கப்பட்டு இரு புதிய மாவட்ட கலெக்டர்கள் பதவியிலமர்த்தப் பட்டனர். கேப்டன் மெக்ளாய்ட் சேலம் மாவட்ட கலெக்டராக நியமிக்கப்பட்டார்.

வடக்குப் பகுதிகளான பாரமகால் மற்றும் கிருஷ்ணகிரிக்கு கிருஷ்ணகிரி தலைநகரானது. கேப்டன் கிரஹாம் முதல் கலெக்டராக நியமிக்கப்பட்டார். பாகலூர், சூளகிரி மற்றும் அங்குசகிரி பாளையங்களும் இவரின் நிர்வாகத்தின் கீழ்வந்தன.

1808ல் சேலம் கலெக்டராக நியமிக்கப்பட்ட ஹார்கிரேவ் மாவட்டத் தலைநகரை தருமபுரிக்கு மாற்றி மாவட்ட கருவூலத்தையும் அங்கு ஏற்படுத்தினார். எனினும் சேலத்திலிருந்த கருவூலத்தை மூடாது சார்புக் கருவூலமாக செயல்பட வைத்தார்.

1820ல் காக்பெர்ன் கலெக்டரானவுடன் 12 ஆண்டுகளாக தருமபுரியில் இயங்கிவந்த ஆட்சியர் அலுவலகத்தை சேலத்திற்கு மாற்றினார்.

ஹோசூர் பகுதி கேப்டன் காஸ்பியின் வசம் விடப்பட்டது. காஸ்பிக்குப் பிறகு பதவிக்கு வந்தவர் பிரெட். இலண்டனில் உள்ள கெனில்வொர்த் கோட்டையைக் கண்டு மயங்கிய பிரெட்டின் மனைவி அதுபோன்ற ஒரு மாளிகையைக் கட்டித் தந்தால் மட்டுமே இந்தியா வரமுடியுமென நிபந்தனை விதித்தார். மனைவியை வரவழைக்க ஹோசூரில் (மாரியம்மன் கோயிலருகே) பிரெட் கட்டிய காதல் மாளிகை குறித்து ஏராளமான புகார்கள் சென்றன. கம்பெனிப் பணத்தை செலவிட்டதாகக் குற்றம் சாட்டி இவரை பதவியி லிருந்து காரன்வாலிஸ் நீக்கினார்.

நீலகிரியைக் கண்டறிந்த சலிவன்:

1788 ஜூன் 15ல இலண்டனில் பிறந்து வளர்ந்த சலிவன் தமது இளவயதிலேயே கிழக்கிந்தியக் கம்பெனியில் சேர்ந்து சென்னை வந்து எழுத்தராகப் பணியாற்றினார். தமது நிர்வாகத் திறமையின் காரணமாய் விரைவில் பணி உயர்வு பெற்று தமது 26 வயதில் கி.பி. 1814ல் கோவை மாவட்ட கலெக்டரானார். ஏற்கனவே 1812ம் வருடத்திலேயே தணாய்க்கன் கோட்டையிலிருந்து கல்லட்டி வரை நிலஅளவைத் துறையைச் சேர்ந்த கீஸ் மற்றும் மக்மோகனால் வழி கண்டறியப்பட்டிருந்தது. இதைப் பற்றிக் கேள்விப்பட்டு உதவி ஆட்சியர்களான விஷ் மற்றும் லிண்டர்ஸ்லேவை நேரில் பார்த்து வர அனுப்பினார். அவ்விருவரும் நீலகிரி மாவட்ட படுகர் உதவியோடு கி.பி. 1818ல் மலைப்பாதை மூலம் கோத்தகிரி அருகே ரங்கசாமி மலை உச்சியை அடைந்தனர். இதையடுத்து பிரான்சு நாட்டு இயற்கை ஆர்வலர் ஜான்லூயிஸுடன் 1819ல் வருகை

சலிவன்

புகையிலை வர்த்தகம்:

திப்பு மறைந்து எட்டாண்டுகள் வரை வணிகர்கள், விவசாயிகளுக்கு ஆங்கிலேயரால் பெரிய இடைஞ்சல்கள் இல்லாத சூழ்நிலையே நீடித்தது. ஆனால் 1807ல் மலபாரில் புகையிலையை தனியார் விற்க தடைவிதிக்கப் பட்டு, அரசின் ஏகபோக வாணிபமானது. 1811ல் கோவை மாவட்டத்தில் புகையிலை விவசாயிகள் அனைவரும் தமது விளைச்சலை அரசு நிர்ணயித்த விலைக்கே விற்க வேண்டுமென கட்டுப்படுத்தப்பட்டனர். இக்கட்டுப்பாடு 1816ல் தளர்த்தப்பட்டு 1826 வரை தங்குதடையின்றி புகையிலை வணிகம் நடைபெற்றது. ஆனால் 1827ல் மலபார் பகுதி ஏற்றுமதிக்குகந்த புகையிலைகளை அரசு உத்தரவின்றி விற்க கோவை மாவட்டத்தில் மீண்டும் தடை விதிக்கப்பட்டது.

உயர்ரக பருத்தி அறிமுகம்:

1804ல் டாக்டர். வைட் என்பவர் அமெரிக்க உயர்ரக பருத்திச் செடிகளை கொங்கு மண்டலத்தில் வளர்க்க உதவினார். பருத்தி விளைச்சலுக்குப் பெயர் பெற்ற கோவை, சேலம் மாவட்ட பருத்தி விவசாயிகளில் பெரும்பாலோர் கடனில் தத்தளித்தனர். கருங்கண்ணி, உக்கன் ஆகிய பழைய ரகங்களில் விளைச்சல் குறைவாகவும், வருமானம் பற்றாக்குறையாகவுமே இருந்தது. விவசாயிகளிடம் நேசம் காட்டிய மற்றொரு ஆங்கிலேயே அதிகாரியான ராபர்ட் ஹீத் உயர்ரக, போர் போன் பருத்திச் செடியை முதலில் சேலம் மாவட்டத்திலும், பின்னர் கோவை மாவட்டத்திலும் அறிமுகப்படுத்தினார். கோவையில் பருத்தியைப் பாதுகாக்க கிடங்கு ஒன்றும் (இன்றைய பொதுப் பணித்துறை கட்டிடம் எனக் கருதப்படுகின்ற PWD) ஏற்படுத்தப்பட்டது.

கர்னல் மெக்கன்சி (கி.பி. 1754 – 1821):

வரலாறு ஆராய்ச்சியில் மிகுந்த ஆர்வம் காட்டியவர் கர்னல் மெக்கன்சி. தமது வாழ்நாளில் கிட்டத்தட்ட நாற்பதாண்டுகள் கிழக்கிந்தியக் கம்பெனியின் ஆட்சிக்குட்பட்ட இந்தியா, இலங்கை மற்றும் ஜாவா போன்ற தென்கிழக்கிந்திய நாடுகளின் வரலாற்றுக் குறிப்புகளைச் சேகரிக்க செலவிட்டார். தமது உதவியாளர்கள் கொண்டு பெரும் பொருட்செலவில் சேகரித்த தகவல் களை, ஏட்டுச்சுவடிகளை, செப்புப்பட்டயங்களை, கல்வெட்டுக் குறிப்புகளை தொகுப்பாக வெளியிட்டார். அவற்றில் தமிழக வரலாற்றைத் தெளிவாகக் காண்பிக்கும் "கொங்கு தேச ராஜாக்கள்", "மதுரைத்தல வரலாறு", "தஞ்சாவூரு ஆந்தரராஜுலு சரித்திரமு", "கர்நாடக தேச ராஜாக்கள்", "சவிஸ்தார சரித்திரம்" ஆகியன முக்கியமானவை.

கள்ளுக்கடை வருமானம்:

கி.பி. 1801ல் கள்ளு மற்றும் சாராயக்கடைகளின் மூலம் அரசுக்கு 40000 ரூபாய் வரை வருமானம் கிடைத்தது. வறுமை, வேலையிழப்பு, பஞ்சம் போன்றவற்றால் அடுத்த வருடம் 26445 ஆக வருமானம் குறைந்தது.

1820 வரை இதே நிலை நீடித்துப் பின்னர் உயரத்துவங்கி 1832ல் 68790 ஆகிப் படிப்படியாக உயர்ந்து 1854ல் இலட்சத்தைக் கடந்தது.

1910-11ல் 1801லிருந்ததை விட 38 மடங்கு உயர்ந்து ரூ.15,35,629 வருமானமாக அரசு பெற்றது. இது மட்டுமல்லாது கஞ்சா மூலம் ரூ.14,880ம், ஓபியம் மூலம் ரூ.6386ம் வெள்ளையர் அரசு வருவாயாகப் பெற்றது.

புரிந்து ஐரோப்பாவைப் போன்ற தட்பவெப்ப நிலையறிந்து மகிழ்ந்தார். தொடர்ந்து பல்வேறு மலைப்பாதைகள் கண்டறியப் பட்டன. சலிவன் சென்னை மாகாண கவர்னரிடம் ரூ.1100/- சிறப்பு நிதி[1] ஒதுக்கீடு பெற்று சிறுமுகை முதல் கோத்தகிரியருகே உள்ள திம்மட்டி வரை பொறியாளர் மெக்பர்சனைக் கொண்டு சாலையமைத்தார்.

உதகை செல்லும் மலைப்பாதை [துவக்ககாலம்]

1821 பிப்ரவரி 22ல் சலிவன் இன்றைய உதகமண்டலத்தை அடைந்து ஸ்டோன்ஹவுஸ் எனும் உதகையின் முதல் கட்டிடத்தைக் கட்டி பயணிகள் தங்க வழிவகுத்தார். ஸ்டோன்ஹவுஸில் இன்று அரசுக் கலைக் கல்லூரி செயல்பட்டு வருகிறது. உதகையை அடைய புதிய வழிகளைக் கண்டறிந்து சாலைகள் உருவாக்கினார். ஊட்டி ஏரியையும், பந்தயச் சாலையையும் உருவாக்கி இந்தியா வாழ் ஐரோப்பியரது கவனத்தை ஈர்த்து வளர்ச்சியைத் தூண்டிய சலிவனது இறுதி வாழ்க்கை மிகவும் சோகமயமானது. அவரது மனைவி ஹென்ரீத்தாவும், மகள்

1. MADRAS DISTRICT GAZETTEERS - THENILGIRIS (P.No.109).

ஹேரியத்தும் *1838*ல் அடுத்தடுத்து நோய்வாய்ப்பட்டு இறந்தனர். இவர்களது உடல்கள் ஊட்டியின் ஆரம்பகால சர்ச்சான செயிண்ட். ஸ்டீபன்ஸ் கல்லறைத் தோட்டத்திலேயே அடக்கம் செய்யப்பட்டன.

மலைவாழ் மக்களுக்காக சலிவன் தருவித்த பார்லி வகையிலிருந்து செய்யப்படும் கஞ்சியை இன்றுவரை சலிவன் கஞ்சியென்றே அழைக்கின்றனர். சென்னை மாகாண வருவாய்க் குழுவின் உறுப்பினராகப் பதவியுயர்வு பெற்று சென்னை சென்று *1841* வரை பணியாற்றி ஓய்வு பெற்றார். சலிவன் இறந்தாலும், ஐரோப்பிய நாடுகளிலிருந்து அவர் கொணர்ந்து வளர்த்த பிளம்ஸ், ஆப்பிள், தேயிலை, முட்டைகோஸ், கேரட், பீட்ரூட், டர்னிப், காளிபிளவர் போன்றவை இன்றும் நீலகிரி மாவட்ட மக்களின் வாழ்வாதாரமாக விளங்கி வருகின்றன.

33. முதல் இந்திய சுதந்திரப் போராட்டம் [கி.பி. 1857]

அந்நியப் படையெடுப்புக்கெதிராய் தரெய்ன், கானுவா, பானிபட் போன்ற போர்க் களங்களில் இலட்சக்கணக்கான வடஇந்திய வீரர்களும், முக்கியத் தலைவர்களும் பலியாகி யிருந்தனர். ராணி பத்மினி, ராணா ஹமீர், ராணா பிரதாப் சிம்மன் போன்றவர்களைத் தோற்றுவித்த சித்தூர் இராஜபுத்திர இனம்கூட அமரசிம்மன் காலத்தில் பிற இனத்தவர் எவரும் உதவாததால் மொகலாய மேலாண் மையை ஏற்க நேரிட்டது.

இவ்வாறாக வடஇந்திய மன்னர்கள் கி.பி. 1192 முதல் 600 ஆண்டுகள் தமக்குள் எவ்வித ஒற்றுமையுமின்றி ஆப்கானியர், துருக்கியர், மொகலாயருக்கு எனத் தொடர்ந்து அடிமை களாக இருந்து ஏராளமான துன்பங்களை அனுபவித்து வந்திருந்தாலும் தென்னகத்திலும், மேற்குக் கரை பம்பாயிலும் புதிதாக வலுப் பெற்று வந்த ஆங்கிலேயர் ஆதிக்கத்தை அறவே உணர மறுத்துத் தூங்கி வழிகையில் தென்னகமோ பலமுறை பொங்கியெழுந்து அழகுமுத்துக் கோனார் துவங்கி, புலித்தேவர், வீரபாண்டிய கட்டபொம்மன், மருது சகோதரர்கள், மருத நாயகம், வேலுத்தம்பி தளவாய், கிட்டூர்ராணி

சென்னம்மா, விருப்பாச்சி கோபால்நாயக்கர், தீரன்சின்னமலை, தூண்டாஜிவா, ஹைதர், திப்பு உள்ளிட்ட பல்லாயிரக்கணக்கான வீரத் திலகங்களை பலிகொடுத்துப் பரிதவித்து நின்றது. கி.பி. 1806ல் தென்னக வீரர்கள் நிகழ்த்திய வேலூர்ப் புரட்சியும் தோல்வியில் முடிந்தது.

தென்னகத்தின் இத்தகைய ஒட்டுமொத்த வீழ்ச்சிக்குப் பிறகும் 50 ஆண்டுகள் ஆங்கிலேய ஆபத்தை உணர மறுத்த வடஇந்தியர் கி.பி. 1857ல் முதல் இந்திய சுதந்திரப் போரை நடத்துகையில் தலைவர்களையும், அரசுகளையும், வளமையையும் இழந்து நின்ற தென்இந்தியாவால் பெரிய அளவில் பங்களிக்க முடியாது போனது. எனினும் 1857 முதல் இந்திய சுதந்திரப் போரில் மெட்ராஸ் ஆர்மியில் மட்டும் 1044 சிப்பாய்கள் கலவரத்திலீடு பட்டுத் தண்டிக்கப்பட்டுள்ளனர். பெரிய அளவில் கல்வியறிவு பரவிடாத கி.பி.1857ம் ஆண்டிலேயே கொங்கு மண்டலத்தில் கோவையும், சேலமும் புரட்சியாளர்களுக்கும், சுதந்திரக் கருத்து களுக்கும் தமது ஆதரவினை நல்கின. 1857 ஜூலையில் சேலத்தில் சுதந்திரக்கனலைப் பரப்பவந்த 10வது ரெஜிமெண்டின் குண்டூர் ரங்கையா கைது செய்யப்பட்டார்.[1] 1857 ஆகஸ்டு 1ல் சேலத்தில் பட்டுநூல் தெருவில் அய்யம்பெருமாள் சாரி வீட்டில் கூட்டம் நடத்தப்பட்டது. அதைத் தொடர்ந்து ஊர்வலம் செல்ல முயன்ற வர்கள் கைது செய்யப்பட்டனர். விரைவில் சென்னையில் ஆங்கிலக்கொடி இறக்கப்பட்டு இந்தியக்கொடி ஏற்றப்படும் என்று கூறிய ஹைதர் எனும் முஸ்லீமைக் கைது செய்து இராஜதுரோக வழக்கு தொடர்ந்தார்கள். தேசப்பற்றுமிக்க சேலம் மக்களுள் ஒருவர்கூட ஹைதருக்கெதிராய் சாட்சி சொல்ல முன்வராததால் இவ்வழக்கு தள்ளுபடியானது. இது ஓயுமுன் செப்டம்பரில் கந்தசாமி முதலியார் என்பவரை ஆங்கிலேயரான இரயில்வே ஊழியர்கள் மூவர் படுகொலை செய்தனர். ஆனால் அம்மூவரையும் ஆங்கிலேய நீதிபதி டைக் விடுதலை செய்ததால் சேலம் மக்கள் ஆவேசப்பட்டனர். அக்டோபரில் பலதேவராவ் எனும் குஜராத்தைச் சார்ந்த நபர் சுதந்திரப் போராட்டம் குறித்த கருத்துகளைப் பரப்பிக் கைதானதால் சேலத்தில் காவல்துறைக் கெடுபிடி அதிகமாகியது.

[2]கி.பி.1857 ஜூலையில் ஷேக் அப்துல்லா என்பவர் டெல்லியி லிருந்து வந்து கோவையில் கைதானார். கோவில் நகரமான பவானி

1. 1857 - சக்தி பதிப்பகம் (பக். 92).
2. 1857 - சக்தி பதிப்பகம் (பக். 96).

அந்நாளில் கோவை மாவட்டத்திலிருந்தது. அந்நகரில் பவானிச் சாமியார் எனப் புகழ்பெற்றிருந்த முல்பகல்லு சாமியார் தினமும் தமது பூஜை முடிவில் பக்தர்கள் மற்றும் பொதுமக்கள் இடையே வெள்ளையரை விரட்டுவதன் அவசியம் பற்றி பிரசங்கம் செய்து வந்தார். கிழக்கிந்தியக் கம்பெனி குமாஸ்தாவான வியாசராவ் இது பற்றிய தகவல்களைத் தனது மேலதிகாரியான பொறியாளர் ரீடு மூலம் மாவட்ட கலெக்டர் தாமஸீக்குத் தகவல் தந்தான். உடனே செயலிலிறங்கிய தாமஸ் சாமியைக் கைது செய்து சிறைவைக்க, ஆயிரக்கணக்கில் பொதுமக்கள் ஒன்றுதிரண்டு கலெக்டர் அலுவலகத்தை முற்றுகையிட்டனர். பயந்துபோன கலெக்டர், சாமியை சொந்த ஜாமீனில் வெளியே விட்டார். இதன் பின்னர் பல ஆண்டுகள் ரீடும், வியாசராவும் உயிருக்கஞ்சியே நடமாட முடிந்தது. இதுபோன்று பல்வேறு நிகழ்வுகளால் விவரமறிந்த மெட்ராஸ் ஆர்மியின் இந்தியச் சுபேதார்கள், வீரர்கள் பலர் பெங்கால் சென்று சகோதரர்களை எதிர்க்க மறுத்தனர். முன்னணியில் நின்று போராட்டத்தைத் தூண்டிய சுபேதார்கள் கைது செய்யப்பட்டு பல்வேறு சித்தரவதைகளுக்குப் பின்னர் வேலை நீக்கமும் செய்யப்பட்டனர். இதன்பின்னரே மிரட்டலாலும், தகவல் தொடர்புகள் எதுவுமில்லாத சூழலாலும்தான் சென்னை ஆர்மியின் துருப்புக்கள் கொஞ்சம் கொஞ்சமாக செல்லத் துவங்கின.

முதல் இந்திய சுதந்திரப் போராட்டம் வெற்றி பெற்றாலும் தலைவர்களிடையே ஒருங்கிணைப்பு இல்லாததும், புரட்சியாளர் களிடையே சரியான தகவல் தொடர்பின்மையும் ஆங்கிலேயருக்கு சாதகமாயிற்று.

இந்திய வீரர்கள் தந்திக்கம்பங்கள், இரயில் பாதைகள், பாலங்களைத் தகர்க்க மறந்ததால் ஆங்கிலேயரால் எளிதில் படைகளை அனுப்ப முடிந்தது.

ஆப்கானியர் மற்றும் சீக்கியர் படையுதவி ஆங்கிலேயருக்குக் கிடைத்ததால் சுதந்திரப் போராட்டம் வலுவிழந்தது.

மேலும் சூழ்ச்சி, துரோகம் எனும் ஐந்தாம்படை கொண்டும் ஆங்கிலேயர் புரட்சியை நசுக்கினர். ஜான்சி இராணி இலட்சுமி பாய் போர்க்களத்திலேயே வீரமரணமடைந்தார். தளபதியான தாந்தியாதோபே காட்டிக் கொடுக்கப்பட்டு தூக்கிலிடப்பட்டார். நானாசாஹிப் பேஷ்வா நேபாளத்திற்கு ஓடி தப்பிச் சென்றதாலும் போராட்டம் தோல்வியடைந்தது.

முதல் இந்திய சுதந்திரப் போருக்குப்பின் இந்தியாவின் நிர்வாகத்தைப் பிரிட்டிஷ் அரசே நேரடியாக ஏற்றது. விக்டோரியாப் பேரரசியார் அறிக்கை வெளியிட்டு சில சலுகைகளை அறிவித்தார். அதுவரை கைப்பற்றியிருந்த நாடுகள் தவிர பிற சமஸ்தானங்களை இணைப்பதில்லையென்றறிவித்தார்.

கொலைக் குற்றவாளிகள் தவிர அனைவருக்கும் பொது மன்னிப்பு வழங்கியதோடு சமய விவகாரங்களில் இனிமேல் தலையிடமாட்டோமென்றார். அரசுப்பணிகளில் இன, சாதி, மத பாகுபாடுகள் இருக்காதென்றார். போருக்குப்பின் கம்பெனியாரின் அடக்குமுறையால் சின்னாபின்னப்பட்டிருந்த தேசம் சற்று ஆறுதலடைந்தது. கல்கத்தாவிலிருந்த கவர்னர் ஜெனரலே ஒட்டு மொத்த இந்தியாவின் நிர்வாகத்திற்கும் பொறுப்பாளரானார். புதுக் கோட்டை, மைசூர் போன்ற நூற்றுக்கணக்கான சமஸ்தானங்கள் நடைமுறையில் சுதந்திரமாக இயங்கினாலும் கவர்னர் ஜெனரலின் மேற்பார்வையிலும் இங்கிலாந்து பாராளுமன்றத்தின் கீழும் வந்தன. சமஸ்தானங்களை நிர்வகிக்கும் பதவியை வைசிராய் என்றனர். கவர்னர் ஜெனரலே வைசிராயாகவும் விளங்கினார்.

இந்தியா:

முதல் இந்திய சுதந்திரப் போரில் நம்மவர் வெற்றி பெறாவிடினும் துண்டுகளாகச் சிதறிக்கிடந்த சுதேச அரசுகள் ஒரு

பிஷர் குடும்பம்:

இங்கிலாந்தில் 1805 ஜூன் 15ல் பிறந்த ஜார்ஜ் பிரடெரிக் பிஷர் என்பவர் சேலத்தின் செல்வந்தராக விளங்கிய ஐரோப்பியர் ஜேஎம் ஹீத்திடம் 1822ல் அவரது சொத்துக்களை பராமரிக்கும் வேலைக்கு அமர்ந்தார். 1825ல் ஹீத் இங்கிலாந்து செல்லும் முன்பு பிஷரை தமது சொத்துக்களின் அறங்காவலராக விட்டுச் சென்றார். பிஷர் தமது தொழில் திறமையால் அரசிடமிருந்து ஒப்பந்தங்கள் பெற்று, பெரும் பொருள் சேர்த்து இறுதியில் 1833 வாக்கில் ஹீத் குடும்ப சொத்துக்களனைத்தையும் தாமே விலைக்கு வாங்கினார். ஈரோடு மற்றும் கோவையிலிருந்த பஞ்சு குடோன்களும் சேலம் மற்றும் ஆத்தூரிலிருந்த இண்டிகோ சாயப்பட்டறைகளும் பிஷருக்குச் சொந்தமானது. தொடர்ந்து பிஷர், நைனம்மாள் எனும் திருமதி. கந்தப்ப செட்டியாரிடமிருந்து சேலம் ஜமீனையும் விலைக்கு வாங்கினார். சேலம் ஒரு பெருநகரமாக உருவெடுக்க பிஷர் குடும்பத்தவரது முன் முயற்சிகளும் ஒரு காரணமாகும். 1867ல் பிஷர் மகளான ஜெசி போல்க்ஸ் குடும்பத் தொழில்களின் பொறுப்பேற்றார்.

சேலம் மாவட்ட சாலைகள்:

மைசூரையும், தமிழகத்தையும் கிழக்குத் தொடர்ச்சிமலை வழியாக இணைக்கும் வனப்பாதைகளில் முக்கியமானதான ராயக்கோட்டை, பாலக்கோடு மற்றும் தொப்பூர் வழி சென்ற பாதையை ஹைதரும், திப்புவும் பெரிதும் உபயோகித்தனர். சூலகிரி வழி, தேன்கனிக்கோட்டை மற்றும் பெண்ணாகரம் வழிச் செல்லும் அஞ்செட்டிக்கணவாய் வழி, கோலாரை இணைக்கும் புத்திகோட்டா வழி போன்றவை முக்கிய நெடுஞ்சாலைகளாகத் திகழ்ந்தன.

1802ல் கர்னல் ரீடு முயற்சியால் 156 மைல் நீள முக்கியச் சாலைகள் உருவாக்கப்பட்டு, சேலம் மாவட்டத்தை சென்னை மாகாணத்தின் இதர பகுதிகளோடும், மைசூரோடும் இணைத்தன.

1829ல் Mr.ஓர் மாவட்ட சாலைகளின் பொறுப்பேற்று பல்வேறு திட்டங்களை செயல்படுத்தி சேலம் மாவட்டத்தை சாலை வசதிகளைப் பொறுத்தவரை முன்னோடி மாவட்டமாக மாற்றினார். 1836க்குள் புதிய சாலைகள் பல ஏற்படுத்தி மொத்த சாலைகளின் நீளத்தை 156 மைலிலிருந்து 316 மைலாக்கினார்.

ஒரு மைலுக்கு ரூ.134 செலவிட்டு புதிய நெடுஞ்சாலைகளை ஏற்படுத்தினார். சேலம் மாவட்டம் முழுக்க 375 மைல் நீளத்திற்கு இணைப்பு சாலைகளையும், 20 பாலங்களையும், 196 சிறிய அணைகளையும் ரூ.14026 மதிப்பீட்டில் ஏற்படுத்தியதோடு சாலைகளின் இருமருங்கிலும் கிட்டத்தட்ட 129414 மரங்கள் நடப்படுவதற்கு காரணமாக விளங்கினார். 1829 - 1838-க் கிடையிலான ஒன்பதாண்டுகள் சேலத்தின் சாதனை ஆண்டுகளாகும்.

1859 முதல் சாலைப் பராமரிப்பிற்காக நிலவருவாய் மீது 2% கூடுதல் வரி விதிக்கப்பட்டது. 1853 - 54ல் பவானி - குமாரபாளையமிடையே காவிரி மீது பாலம் கட்டப்பட்டது. 1871 - 72 வரை 1189 மைல் நீள சாலைகளும், 1912 - 13 வரை 1828 மைல் நீள சாலைகளும் உருவாகி யிருந்தன. 1872ல் சேர்வராயன் மலைப்பாதைப் பணிகள் துவங்கின. 1903ல் சேலம் - ஏற்காடு சாலை அமைக்கப்பட்டது.

குடையின் கீழ் ''இந்தியா'' எனும் பெயரில் நிர்வாகரீதியாக ஒன்று சேர வழிவகுத்தது. இதன் பின்னரே தம்மை மைசூரார் எனவும், புதுக்கோட்டையினர் எனவும், ஹைதராபாத்காரர் எனவும் நினைத்துவந்த பொதுமக்கள் முதன்முறையாக ''இந்தியர்'' என்று உணர ஆரம்பித்தனர். கம்பெனிக்கெதிராய் போரிட்டு இலட்சக் கணக்கில் மாண்டு போயிருந்த வடஇந்திய மாவீரர்களின் தியாகம் போர் முடிவில் ஒன்றுபட்ட இந்தியாவை உருவாக்கிக் கொடுத்தது.

34. ஆங்கிலேயர் கால சீர்திருத்தங்கள்

இந்திய ரயில்வே:

இங்கிலாந்தின் நேரடி ஆட்சியில் பரந்து கிடந்த இந்தியாவை நன்கு நிர்வகிக்க தகவல் தொடர்பிற்கு முதலில் முக்கியத்துவம் தரப் பட்டது. இணைப்பிற்காகவும், போக்குவரத்திற் காகவும், சரக்குகளை எளிதில் கொண்டு செல்வதற்காகவும், இருப்புப்பாதைகள் போடப்பட்டன. ஆங்கிலேயரால் சென்னை இரயில்வே கம்பெனி உருவாக்கப்பட்டது.

கி.பி. 1856ல் கிழக்குக் கடற்கரையி லிருந்து (சென்னை) மேலைக் கடற்கரைக்கு (கள்ளிக்கோட்டை மற்றும் மங்களூர்) இருப்புப் பாதை பணி துவங்கப்பட்டு 1862லிருந்து இரயில்கள் விடப்பட்டன.

இதன்மூலம் கீழ்திசை வங்கக் கடற் கரைக்கும் மேற்கிலிருந்த அரபிக்கரைக்கும் நேரடித் தொடர்பு ஏற்பட்டது. இடைப்பட்ட வழியில் அரக்கோணம், காட்பாடி, ஜோலார் பேட்டை, சேலம், ஈரோடு, திருப்பூர், போத்தனூர் (கோவை), பாலக்காடு, ஷொரனூரில் இரயில் நிலையங்கள் உருவாகின.

பின்னர் ஈரோட்டிலிருந்து கொடுமுடி வழியே திருச்சிக்கு அகல ரயில்பாதை அமைக்கப்பட்டு 1868லிருந்து செயல்படத் துவங்கிற்று. இப்பாதையை 1879ல் மெட்ராஸ் ரயில்வே கம்பெனி யிடமிருந்து சதர்ன் இந்தியன் ரயில்வே கம்பெனி வாங்கியதுடன் தமது பிற மீட்டர்கேஜ் பாதைகளுடன் ஒருமித்து விளங்க ஈரோடு - திருச்சி அகல ரயில்பாதையை மீட்டர்கேஜாக மாற்றிவிட்டது. இந்நிலையே 1929 வரை நீடித்துப் பின்னரே மீண்டும் அகல ரயில்பாதை போடப்பட்டது.

உதகையை இணைக்க முதற்கட்டமாக 1873ல் போத்தனூரி லிருந்து கோவை வழியே மேட்டுப்பாளையத்திற்கு இருப்புப் பாதை அமைக்கப்பட்டு இரயில் போக்குவரத்து நீலகிரி அடிவாரம் வரை நீடிக்கப்பட்டது.

1885ல் ரூபாய் 25 இலட்சம் முதலீட்டில் நீலகிரி இரயில்வே கம்பெனி தோன்றியது. 1891ல் ரயில் திட்டம் சென்னை மாகாண கவர்னர் லார்டு வென்லாக்கால் துவக்கப்பட்டு 1899 ஜூனில் குன்னூர் வரை இரயில் பாதை முடிவடைந்தது. மலை ரயில் தனது பயணத்தைத் துவங்கியது. இது 1908ல் உதகை வரை நீட்டிக்கப்பட்டது.

¹1915ல் கோவை மாவட்டக்கழகத்தால் கோவையிலிருந்து பொள்ளாச்சி வரை மீட்டர்கேஜ் பாதை அமைக்கப்பட்டு சதர்ன் இந்தியன் ரயில்வே கம்பெனி வசம் பொறுப்பு ஒப்படைக்கப் பட்டது. இந்நிறுவனம் 1926ல் பொள்ளாச்சியிலிருந்து உடுமலை - பழனி வழியே திண்டுக்கல்லை இணைத்தது. பின்னர் 1932ல் பொள்ளாச்சியிலிருந்து பாலக்காடு வரை புதிதாக இருப்புப்பாதை போடப்பட்டது. இதன் மூலம் மதுரை உள்ளிட்ட தென் மாவட்டங்களுக்கு கேரளாவுடன் தொடர்பு ஏற்படுத்தப்பட்டது.

கோவை மில்களின் தேவைக்காக 1939ல் சிங்காநல்லூர் வரை இணைப்புப்பாதை போடப்பட்டது. பின்னர் 1953ல் இப்பாதை அகற்றப்பட்டு இருகூரிலிருந்து வடகோவை வரை புதிய பாதை போடப்பட்டு கோவை இரயில்நிலையம் இணைக்கப்பட்டது. அதுமுதல் கோவைக்கான நேரடி இரயில்களும், கோவை வழிச் செல்லும் ரயில்களும் இப்பாதையையும், கேரளாவிற்கான ரயில்கள் அனைத்தும் போத்தனூர் பாதையையும் பயன்படுத்தலாயின.

---

1. MADRAS DISTRICT GAZETTEERS - COIMBATORE (P.No.405).

*1917*ல் செவ்வாய்ப்பேட்டை - சேலம் டவுனிடையே இருப்புப்பாதை போடப்பட்டது. *1929*ல் மேட்டூர் அணைத்திட்டம் நிறைவேறிய சமயத்தில் சூரமங்கலத்திலிருந்து மேட்டூர் வரை புதிய இரயில் பாதை போடப்பட்டது. *1931*ல் சேலத்திலிருந்து விருத்தாசலம் வரை இரயில் பாதை போடப்பட்டது. இதன் மூலம் பாண்டிச்சேரி, விழுப்புரம் பகுதிகள் மற்றும் தென்மாவட்டங் களுடன் தொடர்பு ஏற்பட்டது.

போக்குவரத்து வசதிகள் பெருகியதால் மக்கள் தத்தமது சொந்த ஊர்களைவிட்டு வெளியூர்களுக்கு வேலை வாய்ப்புகளை நாடிச் செல்லலாயினர். கலாச்சாரரீதியாக மாறுதல்கள் தோன்றத் துவங்கின.

மராமத்து இலாகா [அ] பொதுப்பணித்துறை:

ஏரி, குளம், குட்டைகள், ஆறுகளைப் பேணிப் பாதுகாக்கவும் சாலைகளை ஏற்படுத்தவும், அரசுக்கட்டிடங்கள், விடுதிகளைக் கட்டவும் மராமத்து இலாகா (பொதுப்பணித்துறை) ஏற்படுத்தப்பட்டது.

மன்னர்கால மானிய ஊரான முடவாண்டி சத்தியமங்கல வருவாயிலிருந்து கி.பி.*1850*ல் பிச்சைக்காரர்கள் மற்றும் உடல் ஊன முற்றோருக்காக ''இலங்கர்கானா'' கோவையில் ஏற்படுத்தப்பட்டது.

காவல் துறை

*1859*ல் காவல்துறை ஏற்படுத்தப்பட்டு தாசில்தார்கள் வசமிருந்த பாதுகாவல் பொறுப்பும், காவல் நிர்வாகமும் காவல் துறையிடம் ஒப்படைக்கப்பட்டது. *1859*ல் இந்திய சிவில் சட்டமும், *1860*ல் இந்திய குற்றவியல் சட்டமும் இயற்றப்பட்டன.

*1860*களில் சேலம் மாவட்ட நிர்வாகத்திற்கு உதவிட ஒரு துணை கலெக்டரும், *6* துணை தாசில்தார்களும் நியமிக்கப்பட்டனர். துணை தாசில்தார்களுக்கு ரூ.*120* சம்பளம் அளிக்கப்பட்டது. மலைவாழ் பகுதிகளில் பணிபுரிவோருக்கு ரூ.*30* சிறப்புப் படியாகக் கொடுக்கப்பட்டது. *1862*ல் ஏற்காட்டிற்கு துணை தாசில்தாரும், *1865*ல் ஹரூருக்கு தாசில்தாரும் நியமிக்கப்பட்டனர்.

சேலம் மாவட்டத்தில் கிராமக்கருணீகர் *673*லிருந்து *864* ஆகவும், ஊர்த்தலைவர்கள் *1232*லிருந்து *2010* ஆகவும், தலையாரி *3045*லிருந்து *4618* ஆகவும் அதிகரிக்கப்பட்டனர்.

அவர்களின் சம்பள விவரம் பின்வருமாறு:

கர்ணம்	ரூ. 10-3
ஊர்த்தலைவர்	ரூ. 7-2
மணியகாரர்	ரூ. 5-3
தலையாரி	ரூ. 3-1

சில கிராமங்களில் ஊர்த்தலைவர்களுக்குப் பதில் மணியகாரர் நியமிக்கப்பட்டனர்.

நீதி நிர்வாகம்

ஆங்கிலேயராட்சியில் 1799 முதல் 1806 வரை ஆட்சி நிர்வாகமும், நீதி வழங்குதலும் மாவட்ட கலெக்டர் வசமே இருந்தன. இதனால் நிர்வாகம் சரிவர நடைபெறவில்லையென்று கருதிய [2]கவர்னர் ஜெனரல் காரன்வாலிஸ் பிரபு 1806ல் புதிய சட்டம் கொணர்ந்தார். இதன்படி மாவட்டம்தோறும் நீதிபதிகள் நியமிக்கப் பட்டு நீதித்துறை தனித்தியங்கத் துவங்கியது. மாவட்ட நீதிபதி எனும் ஜில்லா நீதிபதிக்குதவிட முப்தி (முஸ்லீம்), பண்டிட் (அந்தணர்) நியமிக்கப்பட்டனர். பதிவாளர் நீதிமன்றம், உள்ளூர் நீதிமன்றம் உருவானது. இவ்வுள்ளூர் நீதிமன்ற ஆணையராக (நீதிபதி) ஜமீன் தார்கள், முக்கிய வணிகர்கள், மதகுருக்களில் எவரேனும் ஒருவர் நியமிக்கப்பட்டார். ரூ.80 வரையிலான வழக்குகள் உள்ளூர் நீதி மன்றத்திலும், ரூ.200 வரையிலானவை பதிவாளர் நீதிமன்றத் திலும், ரூ.1000 வரையிலானவை மாவட்ட நீதிமன்றத்திலும் விசாரிக்கப்பட்டன.

ஒருங்கிணைந்த கோவை மாவட்ட நீதிநிர்வாகம்:

1806ல் ஒருங்கிணைந்த கோவை மாவட்டத்தின் மாவட்ட நீதிமன்றம் தாராபுரத்தில் செயல்படத் துவங்கியது. கோவை மாவட்டப் பகுதிகள் மட்டுமின்றி, திண்டுக்கல் பாளையங்களான ஆயக்கோட்டை, இடையக்கோட்டை, மாம்பாறை, பழனி, விருப் பாட்சி, ரெட்டியாம்பட்டி போன்றவையும் தாராபுர மாவட்ட நீதிமன்றத்தின் கீழ் வந்தன. மாவட்ட நீதிபதி திருச்சியிலிருந்த தென்மண்டல பி&சி அல்லது சர்க்யூட் கோர்ட்டின் நீதிபதிக்கு கட்டுப்பட்டவராவார்.

---

2. MADRAS DISTRICT GAZETTEERS - COIMBATORE (P.No.482).

கி.பி.1811ல் மாவட்ட நீதிமன்றம் தாராபுரத்திலிருந்து கோவைக்கு மாற்றப்பட்டது. கி.பி.1816ல் மாவட்ட முன்சீப் நீதிமன்றங்கள் சேயூர், கோவை, தளவாய்பட்டி, கரூர் மற்றும் உடுமலையில் ஏற்படுத்தப்பட்டன. கிராமக் கணக்குப் பிள்ளைகள் எனப்படும் கர்ணம் வகையினர் கிராம முன்சீபுகளுக்கு நீதி வழங்குதலிலும், நிலஅளவை மற்றும் வரிவிதிப்பிலும் உதவினர். கி.பி.1816ல் திண்டுக்கல் பாளையங்கள் மதுரை நீதிமன்றத்திற்கு மாற்றப்பட்டன. கி.பி. 1821ல் கோவையிலிருந்த மாவட்ட நீதி மன்றம் கலைக்கப்பட்டு சேலத்திலிருந்து செயல்பட்டுவந்த சேலம் மாவட்ட நீதிமன்றத்திற்கு கோவை மாவட்ட வழக்குகள் மாற்றப் பட்டன. 1827ல் மாவட்ட சார்பு நீதிமன்றம் உதவி நீதிபதி தலைமையில் கூடுதலான அதிகாரங்களுடன் கோவையில் துவங்கியது. இக்கோவை நீதிமன்றத்தின் கீழ் தளவாய்ப்பட்டி, கரூர் தவிர மீதி பகுதிகள் வந்தன. ஆயிரம் ரூபாய்க்குள்ளிட்ட வழக்கில் கோவை நீதிமன்றத் தீர்ப்புக்கு அப்பீல் மேல் முறையீடு கோருபவர்கள் சேலம் நீதி மன்றத்தை அணுக வேண்டியிருந்தது. வழக்கு ஆயிரம் ரூபாய்க் கதிகமாக இருந்தால் திருச்சி மாகாண சர்க்யூட் நீதிமன்றத்தை அணுக வேண்டும்.

1840 வரை உதகையில் இராணுவ நீதிமன்றம் நீதி வழங்கி வந்தது. முதன்முறையாக 1840ல் உதகை முன்சீப் நீதிமன்றம் உருவானது.

1843-ல் கோவையில் மீண்டும் மாவட்ட நீதிமன்றம் ஏற்படுத்தப்பட்டது. பவானியும், கரூர் பகுதியும் சேலம் மாவட்ட நீதிமன்றத்திலிருந்து கோவையுடன் இணைக்கப்பட்டன. 1855ல் கோவை, உடுமலை, சேயூர், பவானி, உதகை மற்றும் கரூரில் முன்சீப் கோர்ட்டுகள் இருந்தன.

[3]1863-ல் நீலகிரிப் பகுதிகள் உதகையில் துவங்கப்பட்ட மாவட்ட மற்றும் செஷன்ஸ் கோர்ட்டின் கீழ் வந்து பின்னர் 1881ல் மீண்டும் கோவையின் கீழ் வந்தன.

1910-ல் கரூர் பகுதி, திருச்சி மாவட்ட நீதிமன்றத்தோடு இணைக்கப்பட்டது. நீதிமன்ற விண்ணப்பங்கள் நான்கணா முதல் இரண்டு ரூபாய் வரையிலான முத்திரைத்தாள் கட்டணம் கொண்டிருந்தன.

---

3. MADRAS DISTRICT GAZETTEERS - COIMBATORE (P.No.497).

ஒருங்கிணைந்த சேலம் மாவட்ட நீதிநிர்வாகம்:

1875-ல் சேலம் மாவட்ட நீதிபதிக்குத் துணையாக 5 முன்சீப் நீதிமன்றங்கள் சேலம், நாமக்கல், திருப்பத்தூர், தர்மபுரி மற்றும் ஹோசூரில் ஏற்படுத்தப்பட்டன.

1910-11ல் மாவட்ட முன்சீப் நீதிமன்றம் கிருஷ்ணகிரியில் தோன்றியது. முதன்மை முன்சீப் நீதிபதி சேலத்தில் நியமிக்கப் பட்டு சேலம் - ஆத்தூர் வழக்குகளை விசாரித்தார். அவரே ஏற்காடுக்கும் இடையிடையே சென்று நீதி வழங்கி வந்தார். சேலம் கூடுதல் முன்சீப் நீதிபதி ஓமலூர் மற்றும் திருச்செங்கோடு தாலூக்காக்களை கவனித்தார்.

1910ன்போது சேலத்தின் நாமக்கல், கோவையின் கரூர் பகுதிகள் திருச்சிராப்பள்ளி மாவட்டத்துடன் இணைக்கப்பட்டன.

வனத்துறை (ஒருங்கிணைந்த சேலம் மற்றும் கோவை மாவட்டம்):

திப்புவின் காலத்தில் சந்தன மரங்கள் அரசாங்கத்தின் சொத்தாகக் கருதப்பட்டன. வரிகொடுக்கவியலாத விவசாயிகள், சிறு தவறுகளில் ஈடுபடுவோருக்கெல்லாம் கடும்தண்டனை தருவதை விடுத்து 50 அல்லது 100 மரக்கன்றுகள் நடும்படிச் செய்ய திப்பு உத்தரவிட்டார். இதன் மூலம் நாட்டில் வறட்சி தோன்றாது. வளமை பெருகும் என்று கருதினார். 1799ல் திப்பு இறந்தபிறகு இந்நிலை மாறியது.

பம்பாய் மற்றும் சென்னைத் துறைமுகத்திற்கும் புதிய கப்பல்கள் உருவாக்க, ஆங்கில அரசாங்கத்தின் புதிய கட்டிடங் களுக்கென்று அரியவகை மரங்கள் பல வெட்டி வீழ்த்தப்பட்டன. கொங்கு மண்டலக் காடுகள் மொட்டையடிக்கப்படுவது கிட்டத் தட்ட 50 ஆண்டுகள் அதாவது 1799 முதல் 1849 வரை தொடர்ந்தது. 1849ல் மேஜர் காட்டன் முதல் முறையாக வனப்பகுதிகளை ஆராய்ந்து வனங்களைப் பாதுகாக்க சிறப்பு அலுவலர் தலைமையில் தனித்துறை உருவாக்கப் பரிந்துரைத்தார். சென்னை மங்களூர் இரயில் பாதையின் ஸ்லீப்பர்களுக்காக சேலம் மாவட்ட வனவளம் சுரண்டப்பட்டது. 48 பெரிய மூங்கில்களுக்கு 12 அணாவும், சிறிய மூங்கில்களுக்கு 6 அணாவும் வசூலித்து மூங்கில் வெட்ட அரசு அனுமதி தந்தது. 1856ல் வனத்துறை உருவாகி டாக்டர். க்ளெக்ஹார்ன் என்பவர் தலைமை வனப்பாதுகாவலரானார்.

சத்தியமங்கலம், பர்கூர் மற்றும் தலைமலைக் காடுகளும் உதகையும் கேப்டன் மோர்கன் மேற்பார்வையில் விடப்பட்டன. உதகையில் தலைமை அலுவலகம் அமைத்து மோர்கன் வனவளத்தைப் பாதுகாத்தார்.

சந்தனமரம் வெட்டுதல் 1860ல் தலைமலையிலும், பர்கூரில் 1864லும், சத்தியில் 1865லும் துவங்கியது. எனினும் உள்ளூர் மேஸ்திரிகள் மேற்பார்வையில் எவ்வித வரையறையுமின்றி சந்தன மரங்கள் வெட்டப்படுவதால் வனப்பாதுகாப்பு கேள்விக்குரிய தானது. 1870ல் சேலம் கோட்ட வன அலுவலர் அரசிற்கெழுதிய கடிதத்தில் அப்பகுதியில் அசுரவேகத்தில் வனம் அழிந்து வருவதை மிகுந்த வருத்தத்துடன் வெளிப்படுத்தினார். 1879-80ல் வனக் கோட்டங்கள் வரையறுக்கப்பட்டன. 1883ல் கோவை வடக்கு, தெற்கு என இரு வனக்கோட்டங்கள் உருவாக்கப்பட்டன. 1909ல் கொள்ளேகால், கோவை மத்திய கோட்டங்கள் உருவாக்கப்பட்டன.

1895-96ல் லூஷிங்டன் திட்டப்படி தேர்ந்தெடுக்கப்பட்ட 27 சதுர மைல் வனப்பரப்பு 10 கூப்புகளாகப் பிரிக்கப்பட்டு ஒன்றன் பின் ஒன்றாக மரம் வெட்ட முடிவானது. 1917-18ல் ஹாட்சன் திட்டப்படி 3 வருடத்திற்கு, கீழே விழும் முறிந்த சந்தன மரங்கள் மட்டும் எடுக்க அனுமதிக்கப்பட்டது. பின்னர் இது 5 வருடங்களாக மாற்றப்பட்டது. 1923-24ல் சதாசிவ அய்யர் ஒரு திட்டத்தையும், 1933ல் ரங்கநாதனும், கிருஷ்ணசாமியும் வேறொரு திட்டத்தையும் பரிந்துரைத்தனர்.

1896-ல் கோவை வனக்கோட்ட அலுவலராகவிருந்த காஸ் பெயரில் ஒரு வனஅருங்காட்சியகம் கோவையில் ஆர்.எஸ்.புரம் அருகேயுள்ள (பாதுகாக்கப்பட்ட வனப்பகுதி) வனக்கல்லூரி வளாகத்தில் அமைக்கப்பட்டது. 1901 வரை ஒரே கோட்டமாக விளங்கிய சேலம் 1902ல் சேலம் வடக்கு, சேலம் தெற்கு என இரு கோட்டங்களாகப் பிரிக்கப்பட்டது.

1909களில் 100 கால்நடைகளை மேய்ப்பதற்கு ரூ.2 கட்டணமாக வன இலாகாவிற்கு கொடுக்க வேண்டியிருந்தது. பின்னர் 1921ல் காளைக்கு எட்டணாவாகவும், பசுமாட்டிற்கு நான்கணாவாகவும், ஆட்டிற்கு இரண்டணாவாகவும் நிர்ணயிக்கப்பட்டு அனுமதிக்கப்பட்டது.

பொது சுகாதாரம்

கோவை மாவட்ட பொது சுகாதார வளர்ச்சி:

ஆங்கிலேயராட்சியில் 1833, 1845, 1857, 1866, 1877-78, 1891-92, 1939 ஆகிய ஆண்டுகளில் கடும் பஞ்சம் ஏற்பட்டது. இவற்றில் 1877-78 ஈஸ்வர வருடப் பஞ்சத்தில் மட்டும் இலட்சத்திற்கதிக மானோர் பசிக்கொடுமையால் இறந்தனர். பஞ்சம் போதாதென்று தென்னகம் கண்டிராத புதிய நோய்களான காலரா, பிளேக் வேறு மக்களை பயமுறுத்தின, வெயிற்காலங்களில் சின்னம்மை பாதித்தது.

1853-54, 1856-58, 1860, 1870, 1875-77, 1883-85, 1889-92, 1921, 1926-27, 1930-32, 1936-37, 1944, 1950-51 ஆகிய வருடங்களில் காலரா தாக்கியது. 1853-54ல் 12383 பேரும், 1866ல் 7780 பேரும், 1898-ல் 8397 பேரும் மடிந்தனர். அரசு மேற்கொண்ட தடுப்பு முயற்சிகளாலும், பாதுகாக்கப்பட்ட குடிநீர் மூலமும் காலராவினால் ஏற்படும் மரணங்கள் பெருமளவு குறைந்தன. எனினும் முற்றிலும் மறையாது 1957ல் கூட 151 பேர் மடிந்தனர்.

எலி செத்து விழுந்து பரவும் பிளேக் நோய் முதன்முதலாக 1903ல்தான் கோவையைத் தாக்கியது. 3045 பேர் 1903ல் மடிய, 1909ல் 5582 பேர் மடிந்தனர். 1917, 1920, 1921, 1923, 1943, 1944, 1946, 1947, 1948, 1949 வரை பிளேக் தாக்குதலுக்கு மக்களாளானாலும் இறப்பு சதவீதம் கணிசமாகக் குறைந்தது. 1950ல் ஒருவர் உயிரிழந்தார். அதன் பிறகு பிளேக் நோய் முற்றிலும் ஒழிந்தது என்று கருதும் சூழல் ஏற்பட்டது.

வெப்பமான தட்பவெப்ப சூழல் கொண்ட தென்னிந்தியாவில் சின்னம்மை தாக்குதல் பரவலாகக் காணப்பட்டது. கோவையில் 1882-ல் 2075 பேர் சின்னம்மையால் மடிந்தனர். தொடர்ந்து 1892, 1922, 1926, 1956, 1957 வரை சின்னம்மை தாக்குதல்களால் உயிரிழப்பு இருந்தது. 1957ல் 309 பேர் இறந்தனரெனினும் அதன்பிறகு சின்னம்மை முற்றிலும் ஒழிக்கப்பட்டது.

எலும்புருக்கி நோயும் மக்களை பெருமளவில் பாதித்தது.[5] வைசிராய் லார்டு வெலிங்டன் பிரபு அறிக்கை விடுத்து இந் நோய்க்கு முன்னெச்சரிக்கையாக இருக்குமாறு மக்களை வேண்டினார். கோவை

---

5. MADRAS DISTRICT GAZETTEERS - COIMBATORE (P.No.418).

மாவட்ட கழக வெள்ளிவிழா நிதியில் மீதி வந்த 60000 ரூபாய் கொண்டு டி.ஏ. இராமலிங்கம் செட்டியார் முன் முயற்சியில் பெருந்துறையில் டி.பி. சானிடோரியம் அமைக்கப்பட்டது.

நோய்வாய்ப்பட்ட மக்களைப் பாதுகாக்க கி.பி.1850-ல் கோவையில் முதன்முதலாக மருத்துவமனை கோனியம்மன் கோவிலுக்கு எதிரே இராஜவீதி, பெரியகடை வீதிக்கிடைப்பட்ட பகுதியில் (இன்றைய மாவட்ட நூலகம், மாவட்டக் கல்வி அலுவலர் அலுவலகம்) உருவானது. பொள்ளாச்சியில் 1858ல் மருத்துவ சேவை துவங்கியது. இன்றைய கோவை பொது மருத்துவமனை (திருச்சி சாலை) 1909ல் சென்னை மாகாண கவர்னர் சர் ஆர்தர் லாலியால் துவக்கி வைக்கப்பட்டது. இது 1918 வரை கோவை நகராட்சியின் கீழிருந்து பின்னர் அரசாங்கத்தால் நடத்தப்பட்டு வருகிறது.

1857-ல் மருத்துவ போர்டுக்கு பதில் மருத்துவத்துறை உருவானது. 1880-ல் மருத்துவ சேவைகளின் இயக்குநர் நியமிக்கப்பட்டார். இரயில்வே மருத்துவமனை போத்தனூரிலும், மருத்துவ மையம் மேட்டுப்பாளையத்திலும் சேவை புரியலாயிற்று.

சேலம் மாவட்ட பொது சுகாதார வளர்ச்சி:

சேலம் மாவட்டத்தில் 1833, 1866, 1877-78, 1891-92ம் ஆண்டு களில் கடும் பஞ்சமும், 1845, 1857, 1901, 1905 மற்றும் 1911ல் தொற்று நோய்களும் மக்களைப் பெரிதும் வாட்டின. 1866ம் ஆண்டு பஞ்சத்தின் போது போதிய உணவின்றி 1½ இலட்சம் கால்நடைகளும், 1877ல் 136941 மக்களும் உயிரிழந்தனர்.

1901ல் 18000 பேரைக் காலரா தாக்க 11300 பேர் உயிரிழந்தனர். பல்வேறு முன்னெச்சரிக்கை நடவடிக்கைகளால் 1905 வாக்கில் காலரா பாதிப்பு குறைக்கப்பட்டாலும், 21 பேர் காலராவால் பாதிக்கப்பட்டு 10 பேர் இறந்தனர்.

பிளேக் நோய்த் தாக்குதலில் பெல்லாரி மாவட்டத்துக்கடுத்த படியாக சேலம் இரண்டாமிடம் வகித்தது. 1898 முதல் 1910 வரை ரூபாய் பதினைந்து இலட்சம் செலவழித்தும், 1911-ல் 16164 பேர் மரணமடைந்ததை மாவட்ட நிர்வாகத்தால் தடுக்க முடியவில்லை. மைசூர் மற்றும் கோலார் பகுதிகளிலிருந்து பிளேக் சேலம் மாவட்டத்தைத் திரும்பத் திரும்பத் தாக்கியது.

1824லேயே ஹோசூர், சேலம் போன்ற ஊர்களில் மருத்துவ மையங்கள் ஏற்படுத்தப்பட்டன. பொது சுகாதாரத்தைப் பேணவும், நோயாளிகளைக் காப்பாற்றவும் மாவட்ட கழகங்கள் மூலமாக உள்ளாட்சி நிதிகொண்டு ஏற்காட்டில் 1872லும், ஹோசூர், தருமபுரி, கிருஷ்ணகிரி மற்றும் ஆத்தூரில் 1874லும், ஹரூரில் 1876லும், திருச்செங்கோட்டில் 1886லும் மருத்துவமனைகள் தோன்றின. பெண்ணாகரம் மற்றும் தேன்கனிக்கோட்டையில் 1887லும், ராசிபுரம் மற்றும் ஊத்தங்கரையில் 1888லும், பாலக்கோடு மற்றும் தளியில் 1889லும், ராயக்கோட்டையில் 1890லும் சுகாதார மையங்கள் உருவாகின. சேலத்தின் மகளிர் மற்றும் சிறுவர் மருத்துவமனை பெரிதாக்கப்பட்டு 1910ல் அலெக்ஸாண்ட்ரா மகளிர் மருத்துவ மனையெனப் பெயர் மாற்றப்பட்டது.

கல்வி வளர்ச்சி

திப்பு மறைந்து கால்நூற்றாண்டான போதிலும், முஸ்லீம் களுக்கு அரபி பாடசாலையும், உயர்சாதி இந்துக்களுக்கு வேத பாடசாலையும் மட்டுமே இருந்தன. வசதி படைத்த இதர சாதியினரில் வெகு சிலர் மட்டும் தமிழ்ப் புலவர்களிடம் பழந்தமிழ் இலக்கியங் களைப் பயின்றனர். ஆங்கிலேயர் வருமுன்பு கல்வி என்பது பெரும்பாலும் சமயம் அல்லது இலக்கியம் சார்ந்தேயிருந்தது. அந்தணர்கள், வேதங்களையும், இதிகாசங்களையும் கற்கையில் தமிழ்ப்பண்டிதர்களும், புலவர்களும் தமிழ் இலக்கியங்களை மட்டுமே கற்றனர். நவீன அறிவியலோ, உலகியலோ ஐரோப்பிய ஆசிய வரலாறோ மட்டுமல்ல இந்திய வரலாறே சரிவரத் தெரியாத நிலையில் இருண்டிருந்தது.

கல்வியறிவு பெற்றோரின் சதவீதம் வெறும் 1.39% மட்டுமே. 1822ல் கல்விக் கணக்கெடுப்பின் மூலம் இந்நிலையறிந்த சர் தாமஸ் மன்றோ வருந்தினார். [6]1813ல் இங்கிலாந்து பாராளுமன்றம் இந்தியக் கல்வி வளர்ச்சிக்காக, இலட்ச ரூபாய் தந்திருந்தது. மன்றோவின் முயற்சியால் மாவட்டம்தோறும் கலெக்டர் பள்ளி, ஓரிரு தாசில்தார் பள்ளிகள் (முக்கிய தாலூக்காக்களில்) துவக்கப்பட்டன. சென்னையில் பயிற்சிபெற்ற கலெக்டர் பள்ளி ஆசியர்கள் ரூபாய் பதினைந்தும், (தாலூக்கா) தாசில்தார் பள்ளி ஆசிரியர்கள் ரூபாய் ஒன்பதும் மாத சம்பளமாகப் பெற்றனர்.

---

6. SALEM DISTRICT GAZETTEERS (P.No.545).

கோவை மாவட்ட கல்வி வளர்ச்சி:

கோவையில் ஒரு கலெக்டர் பள்ளியும், தாசில்தார் பள்ளியும் உருவானது. சத்தியில் தாசில்தார் பள்ளி தோன்றியது. ஆங்கிலக் கம்பெனிக்கு உதவிடத் தேவையான குமாஸ்தாக்களை (எழுத்தர்களை) உருவாக்க மெக்காலே புதிய கல்வித் திட்டத்தைக் கொணர்ந்தார். சதியை ஒழித்த வில்லியம் பெண்டிங் பிரபுவால் 1835ல் இத்திட்டம் அமலுக்கு வந்தது.

சென்னைப் பல்கலைக்கழகம் சார்பில் எல்பின்ஸ்டன் தலைமையில் கல்விக்குழு அமைக்கப்பட்டது. அதன் பரிந்துரையில் ஈபி போவல் மூலம் கோவையில் 1840களில் உயர்நிலைப்பள்ளி உருவாக்கப்பட்டது. கி.பி. 1852 ஆகஸ்டில் கோவை மாவட்ட ஆட்சியர் ஈ.பி. தாமஸ் ஐரோப்பிய மற்றும் உள்ளூர் பெரிய மனிதர்கள் துணையுடன் ஆங்கிலேய - வெர்னாகுலர் (வட்டாரமொழி) பள்ளியைத் துவக்கினார்.

1855ல் மாநிலப் பொதுக்கல்வி இயக்கம் உருவாகியது. இயக்குநரும், அவருக்குதவிட ஆய்வாளர்கள், உதவி ஆய்வாளர்கள் நியமிக்கப்பட்டனர். 1854ல் சர். சார்லஸ் வுட் தலைமையிலான குழுவின் பரிந்துரைப்படி பம்பாய், சென்னை மற்றும் கல்கத்தாவில் பல்கலைக்கழகங்கள் தோற்றுவிக்க முடிவானது. பொதுக்கல்வி இயக்குநர் (DPI) நியமிக்கப்பட்டார். 1857ல் சென்னைப் பல்கலைக் கழகம் உருவாக்கப்பட்டது.

ஆரம்பத்தில் தாலுக்கா தலைநகரங்களில் வைத்துத்தான் தாலூக்கா பள்ளிகள் ஏற்படுத்தப்பட்டன. முதன்முதலில் அன்றைக்கு தாலுகா தலைநகராயிருந்த சேவூரில் (சேயூர்) தாலூக்கா பள்ளி 1858ல் தோன்றியது. பொள்ளாச்சியில் பொதுமக்கள் 1050 நன்கொடை வசூலித்துத் தந்து 1859 ஏப்ரலில் தாலுகா பள்ளி உருவாகத் துணைபுரிந்தனர்.

1859ஆம் ஆண்டு ஆகஸ்டில் உடுமலையிலும், தாராபுரத்திலும் 1860ல் ஆனைமலை, ஈரோடு, சத்தியிலும் தாலுகா பள்ளிகள் தோன்றின. 1861ல் தாலுகா கச்சேரி இடமாற்றப்பட்டதால் சேயூரிலும், 1864ல் மாணவர் வருகையின்றி ஆனைமலையிலும் தாலுகா பள்ளிகள் மூடப்பட்டன.

1868ல் இலண்டன் மிஷன் சங்கத்தால் கோவையிலும், மேட்டுப்பாளையத்திலும் ஆங்கிலோ - வெர்னாகுலர் (வட்டாரமொழி) பள்ளிகள் துவக்கப்பட்டன.

கோவையில் ரோமன் கத்தோலிக்க சபையினரால் 1860ல் ஒரு ஆங்கிலோ - வெர்னாகுலர் பள்ளி துவங்கப்பட்டது. இதேமாதிரி பள்ளியொன்றை ஸ்டேன்ஸ் பிரபுவும் 1862ல் கோவையில் துவக்கினார். உள்ளாட்சி நகர் அபிவிருத்தி சட்டம் 1871ன்படி ஈரோடு போன்ற நகராட்சிகளில் பள்ளிகள் தோன்றலாயின.[7] ஈரோட்டு முக்கியப் பிரமுகர்களான தாசப்பையரும், அண்ணாசாமி அய்யங்காரும் இணைந்து ஈரோடு நகர உயர்நிலைப்பள்ளியைத் துவங்கினர்.

இப்பள்ளியை வெங்கட நாயக்கர் (பெரியார் ஈவெராவின் தந்தை) தலைமையிலான ஈரோடு மகாசன சபை 1899லிருந்து மகாசன உயர்நிலைப் பள்ளியாக எடுத்து நடத்தலாயிற்று. விக்டோரியா மகாராணியின் வைரவிழா கொண்டாட்டத்தின்போது கோபியில் வைரவிழா பள்ளி 1898ல் உருவாக்கப்பட்டது.

சேலம் மாவட்ட கல்வி வளர்ச்சி:

1835ல் செவ்வாய்ப்பேட்டையில் வால்டன் அம்மையாரால் பெண்களுக்கென்று ஒரு பள்ளி துவங்கப்பட்டது. 1840ல் ரெவ். லெச்லர் பாதிரியார் 6 மாணவர்களைக் கொண்டு சிறிய தொழிற் பயிற்சிப் பள்ளியைத் துவக்கினார்.[8] சென்னை மாகாணத்தின் முதல் பொதுக்கல்வி இயக்குநரான ஏ.ஜே. ஆர்பத்நாட்டால் 1856ல் சேலத்தில் ஆரம்பப்பள்ளி துவக்கப்பட்டது. இப்பள்ளி மாவட்டப் பள்ளியாக 1857 ஏப்ரலில் 195 மாணவர்களுடன் உயர்த்தப்பட்டது. 1858ல் ஹோசூர், தர்மபுரி, கிருஷ்ணகிரியில் தாலுகா பள்ளிகள் உருவாக்கப்பட்டன. அன்றைய சேலம் மாவட்டத்தின் நான்காவது தாலுகா பள்ளி 1863ல் நாமக்கலில் துவக்கப்பட்டது. 1863ல் ரெவ்.ஜி. மாப்ஸ் பாதிரியாரால் சேலம் இலண்டன் மிஸன் ஆரம்பப்பள்ளி உருவாகி 1877ல் உயர்நிலைப் பள்ளியானது. சேலம் மாவட்ட பள்ளியிலிருந்து 1865ல் மெட்ரிக் தேர்வெழுதிய 8 மாணவர்களுள் 6 மாணவர்கள் தேர்வாயினர். 1884ல் துவக்க மற்றும் நடுநிலைப் பள்ளிகளின் நிர்வாகம் சேலம் மாநகராட்சியால் ஏற்று நடத்தப்பட்டது. கான்பகதூர் முகமது ஆஜிஸ் உத்தீன் ஹுசைனால் 1895ல் முகமதியர் கல்வி சங்கம் உருவாக்கப்பட்டது. இந்நிறுவன தலைமை ஆசிரியராக சர். கேப்ரியல் ஸ்டோக்ஸ் கல்விப் பணியாற்றினார். 1868ல் ஹோசூரில் அரசு அலுவலர்களது

7. MADRAS DISTRICT GAZETTEERS - COIMBATORE DISTRICT (P.No.439).
8. SALEM DISTRICT GAZETTEERS (P.No.549).

குழந்தைகளுக்காக ஒரு பள்ளி துவக்கப்பட்டது. இதே வருடம் சேலம் நகரப்பள்ளி துவக்கப்பட்டது. இப்பள்ளியில் மாணவர் எண்ணிக்கை அதிகரித்ததால் கோட்டைக்கெதிர்ப்புறமுள்ள இரு பேட்டைப் பகுதிகளிலும் இப்பள்ளி இரு பிரிவுகளாக செயல்பட்டது.

கோவையில் காவல்துறை தோற்றம்:

[9]1860ல் கோவையில் காவல்துறை துவங்கப்பட்டது. நீலகிரி மாவட்டமும் கோவை காவல்துறை கண்காணிப்பாளரின் கீழ் வந்தது. 24 ஆய்வாளர்கள், 1074 காவலர்கள், 275 கிராமப்புற ஆய்வாளர்கள், 1947 கிராம தலையாரிகள் நியமிக்கப்பட்டனர். ஒவ்வொரு தாலுகாவிற்கும் ஒரு ஆய்வாளர் நியமிக்கப்பட்டார். 48 புறக்காவல் நிலையங்களும், 804 காவலர்களும் பாதுகாப்பிலீடுபட்டனர். 1910ல் நீலகிரி பகுதிகள் கோவையிலிருந்து பிரிக்கப்பட்டு உதகையில் காவல்துறை கண்காணிப்பாளர் பதவியேற்படுத்தப்பட்டு அவரின் கீழ் வந்தது.

தபால்துறை தோற்றம்:

தபால்துறை திப்பு காலத்திலேயே நல்ல முறையில் இயங்கி வந்தது. ஆங்கிலேயராட்சியில் மாவட்ட ஆட்சியரே நீதித் துறையையும், தபால்துறையையும் நிர்வகிக்க வேண்டியிருந்தது. 8000 சதுர மைல் பரப்பளவுள்ள சேலம் மாவட்டத்தின் தபால் சேவையை பராமரிப்பதிலுள்ள சிரமத்தை கலெக்டரான எஸ். டைக் கவர்னருக்கு ஒரு கடிதம் மூலம் எடுத்துரைத்தார். ஒவ்வொரு தபால்காரரும் 5 முதல் 7 மைல் வரை நடந்து சென்றே தபால்களை விநியோகிக்க வேண்டியிருந்தது. அனைவரது வேண்டுகோளும் ஒரு நீண்ட காலதாமதத்திற்கு பிறகே அதாவது 1875ல் தான் தபால்துறை பிரிக்கப்பட்டு, போஸ்ட் மாஸ்டர் ஜெனரல் - சென்னையின் கீழ் வந்தது.

பாரூர் திட்டம்:

1877ல் சேலம் மாவட்ட பஞ்ச நிவாரண பணிகளின் தொடர்ச்சியாக பாரூர் திட்டம் துவங்கப்பட்டு 1888ல் முடிவடைந்தது. பெண்ணையாற்றின் குறுக்கே நெடுங்காரில் கட்டப்பட்ட அணையிலிருந்து 7 மைல் நீள கால்வாய் மூலம் பாரூர் பெரிய குளம், ஏரிக்கு நீர் கொண்டு செல்லப்பட்டது. 17 மதகுகளுடன் கூடிய இத்திட்டம் 19ம் நூற்றாண்டின் முக்கிய நீர்ப்பாசன திட்டங்களுள் ஒன்றாகத் திகழ்ந்தது.

9. MADRAS DISTRICT GAZETTEERS - COIMBATORE DISTRICT (P.No.515).

கோவை மாவட்ட கழகம்:

[10]மாவட்டக்கல்வி வரிச்சட்டம் 1863லும், மாவட்ட சாலை வரிச்சட்டம் 1866-லும் இயற்றப்பட்டு கல்வி மற்றும் சாலை பராமரிப்பிற்கென்று நிதி ஆதாரம் தரத் துவங்கின. எனினும் 1871ம் ஆண்டு ஸ்தலஸ்தாபன சட்டப்படிதான் உள்ளாட்சியமைப்புகள் வலுப்பெற்றன. பாலங்கள், சாலை பராமரிப்பு, மருத்துவமனைகள் மற்றும் மருத்துவ மையங்கள் மூலம் பொது சுகாதாரம் காத்தல், கல்வி நிலையங்களில் நிர்வாகம், நிவாரணப்பணிகள், பொதுச் சொத்து பராமரிப்பு, குடிநீர் போன்ற அடிப்படை வசதிகள் உள்ளாட்சி நிர்வாகத்தின் கீழ் வந்தன. இச்சட்டப்படி மாகாணத்தை பல்வேறு மண்டலங்களாகப் பிரித்து ''உள்ளாட்சி நிதிக்கழகம்'' 1872ல் தோற்றுவிக்கப்பட்டது.

கோவை வடக்கு கோட்டத்தில் கோவை, பெருந்துறை, பவானி, சத்தி, கொள்ளேகாலும், தெற்கில் கரூர், பல்லடம், தாராபுரம், உடுமலை வட்டங்களும் வந்தன. 17 அரசு அலுவலர்களும், 17 அலுவலரல்லாத பெரியவர்களும் உறுப்பினர்களாகவும், மாவட்ட கலெக்டர் தலைவராகவும் இருந்தனர். 1872ல் ரூபாய் 2,50,000 வரவினமாகவும், ரூ.2,00,000 செலவினமாகவும் இருந்தது. ஆனால் அரசு அலுவலரல்லாத உறுப்பினர்கள் பெரிய அளவில் அக்கறை காட்டாததால் 1884ல் ஸ்தலஸ்தாபன சட்டமியற்றப்பட்டது.

1885-87-ல் கோவை மாவட்டக் கழகம் 56 உறுப்பினர்களுடன் உருவானது. இதில் 28 பேர் நியமனம் மூலமும், 28 பேர் தாலுகா கழகங்களிலிருந்து தேர்வு மூலமும் உறுப்பினர்களாயினர். கோவை மாவட்டக் கழகத்தில் 5 தாலுகா கழகங்கள் முறையே கோவை, ஈரோடு, பொள்ளாச்சி, சத்தி மற்றும் கொள்ளேகால் தாலுகாக்களில் ஏற்படுத்தப்பட்டன. கோவை மற்றும் கொள்ளேகால் தாலுகாக் களில் தலா 12 உறுப்பினர்களும், ஈரோடு தாலுகா கழகத்தில் 20 உறுப்பினரும், பொள்ளாச்சி தாலுகா கழகத்தில் 16 உறுப்பினர் களும் தேர்வாயினர். ஈரோடு தாலுகா கழகத்தின் கீழ் ஈரோடு, தாராபுரம், கரூர் மற்றும் பவானியும், பொள்ளாச்சி தாலுகாவில் பொள்ளாச்சி, பல்லடம், உடுமலையும் வந்தன. பதினாறு ஊராட்சி ஒன்றியங்களும் உருவாக்கப்பட்டன. மாவட்டக் கழகம் கலெக்ட ராலும், தாலுகா கழகம் வருவாய் கோட்ட அலுவலராலும், ஊராட்சி ஒன்றியங்கள் கிராம தலையாரி தலைமையாலும் நடத்தப்பட்டன.

10. MADRAS DISTRICT GAZETTEERS - COIMBATORE DISTRICT (P.No.453 - 454).

1885-86ல் கோவை மாவட்ட கழகத்தில் 1179 மைல் நீள சாலைகள் இருந்தன. அவற்றின் பராமரிப்பிற்காக ரூ.1,43,148 செல விடப்பட்டது. 1888-89ல் மாவட்ட கழகத்தின் வருமானம் 2,80,830 ஆகவும், செலவு 2,45,463 ஆகவும் இருந்தது. தாலுகா கழகங்களில் 2,60,666 வருமானமாகவும், செலவு 1,41,353 ஆகவும் இருந்தது. 1889ல் மாவட்ட கழக உறுப்பினர்கள் எண்ணிக்கை 56லிருந்து 32 ஆகக் குறைக்கப்பட்டது.

1895ல் சத்தியமங்கலம் தாலுகா கோவையுடன் இணைக்கப் பட்டது. 1910ல் கோவை தாலுகா பிரிக்கப்பட்டு கோபி புதிய தாலுக்காவானது.

1918ல் மாவட்ட கழக உறுப்பினர் எண்ணிக்கை 32லிருந்து 36 ஆகவும் தேர்ந்தெடுக்கப்படுவோரின் எண்ணிக்கை 16லிருந்து 24 ஆகவும் உயர்ந்தது. 1920ல் ஊராட்சி ஒன்றியங்கள் 16லிருந்து 28 ஆனது.

ஸ்தல கழகங்கள் சட்டம் 1920ன் படி மாவட்ட கழகங்களில் 24 முதல் 52 வரையிலும் தாலுகா கழகங்களில் 12 முதல் 30 வரையிலும் ஊராட்சி ஒன்றியங்களில் 7 முதல் 15 வரையிலும் உறுப்பினர்கள் இருக்க வலியுறுத்தியது. இதனால் 1921-22ல் கோவை மாவட்ட கழக உறுப்பினர்கள் 36லிருந்து 44 ஆயினர்.

1922ல் பொள்ளாச்சி தாலுகா கழகத்திலிருந்து தனியே பல்லடம் தாலுகா கழகம் உருவாக்கப்பட்டது. பொள்ளாச்சி ஊராட்சி ஒன்றியம் பொள்ளாச்சி நகராட்சியாக மாற்றப்பட்டதால் ஊராட்சி ஒன்றியங்களின் எண்ணிக்கை 28லிருந்து 27 ஆனது. 1923-24ல் கோவை மாவட்டக் கழகம் 7,68,930ம், 27 ஊராட்சி ஒன்றியங்கள் 11,49,079 ரூபாயும் வருவாயாகப் பெற்றன.

1923ல் 26 பஞ்சாயத்துக்கள் இருந்தன. அவை 1931ல் 123 ஆக உயர்ந்தன. இவற்றிற்கு 1930-31ல் வரி மற்றும் கட்டணங்கள் மூலம் 8114 ரூபாயும், இதர இனங்கள் மூலம் 7806ம், அரசு உதவியாக 12557 ரூபாயும் கிடைத்தது.

1950 கிராம ஊராட்சிகள் சட்டப்படி ஊராட்சிகள் அதிக அதிகாரம் பெற்றன. 500 மக்கள் கொண்ட கிராமங்கள் ஊராட்சியாக அறிவிக்கப்பட்டன. அவற்றிற்குக் குறைவாக மக்கள் இருப்பின் ஓரிரு அருகாமை கிராமங்கள் இணைந்து ஊராட்சியாயின. 5000 மக்களுக்கு மேலும், வருவாய் 10000க்கதிகமான ஊராட்சிகள் முதல் வகுப்பு ஊராட்சிகள் எனவும் வழங்கப்பட்டன.

1956-57ல் கோவை மாவட்ட கழக வருவாய் ரூ.87,52,156 ஆக உயர்ந்தது. 368 மைல் முக்கிய மாவட்ட சாலைகளும், 582 மைல் இதர மாவட்ட சாலைகளும் 1565 மைல் நீள கிராம சாலைகளும் பராமரிக்கப்பட்டன.

1514 துவக்கப்பள்ளிகளும், 39 உயர்நிலைப்பள்ளிகளும் இருந்தன. 39 உயர்நிலைப்பள்ளிகளில் படித்த 18158 மாணவருள் 15203 பேர் மாணவராகவும், 2955 பேர் மாணவியராகவும் இருந்தனர். பெண்கல்வி குறித்த விழிப்புணர்வு குறைந்திருந்ததும், தூரமாக உயர்நிலைப்பள்ளிகள் இருந்ததும், மாணவியர் எண்ணிக்கை குறைவாகக் காணப்பட்டதற்குக் காரணங்களாகும்.

சேலம் மாவட்ட கழகம்:

1859ல் சாலைவரி மூலம் உள்ளாட்சி நிதி உருவாகியது. சேலம் மாவட்டத்தை சேலம், ஹோசூர் என இரு வட்டங்களாகப் பிரித்தனர். சேலம் வட்ட நிர்வாகத்தை கவனிக்க 13 அலுவலர்களும், 14 அலுவலர் அல்லாதோரும், ஹோசூர் வட்டத்திற்கு 12 அலுவலரும், 14 அலுவலர் அல்லாதோரும் நியமிக்கப்பட்டனர்.

1884ல் இவ்விரு வட்டங்களும் ஒன்றிணைக்கப்பட்டு சேலம் மாவட்டக் கழகம் உருவாக்கப்பட்டது. ஹோசூர், திருப்பத்தூர், சேலம், நாமக்கல் என 4 தாலுகா கழகங்களும், கீழ்க்கண்ட 28 ஊராட்சி ஒன்றியங்களும் உருவாகின.

சேலம் தாலுகா:

சேலம், ராசிபுரம் (1886), ஆத்தூர் (1886), திடவூர் (1892), நங்கவள்ளி (1892), பெத்தநாயக்கன் பாளையம் (1892), எத்தாப்பூர் (1892), செந்தாரப்பட்டி - தம்மம்பட்டி (1893), வரகனூர் (1894), நாமகிரிபேட்டை (1898).

சங்ககிரி தாலுகா:

திருச்செங்கோடு (1886), இடப்பாடி (1892), ஓமலூர் (1892), தாரமங்கலம் (1892), கொமாரபாளையம் (1914), சங்ககிரி (1915).

தர்மபுரி தாலுகா:

தர்மபுரி (1886), பெண்ணாகரம் (1891), பாலக்கோடு மற்றும் பாப்பாரப்பட்டி (1894), ஹரூர் (1895), மாரண்டஹள்ளி மற்றும் ஊத்தங்கரை (1915).

ஹோசூர் தாலுகா:

ஹோசூர் *(1886)*, கிருஷ்ணகிரி *(1886)*, தேன்கனிக்கோட்டை *(1891)*, காவேரிப்பட்டினம் *(1891)*.

இந்த *28* ஊராட்சி ஒன்றியங்களில் *7* ஒன்றியங்கள் மட்டுமே *10000*க்கதிகமான மக்கள் தொகை கொண்டிருந்தன. *12* ஒன்றியங்களில் *5000*க்குக் குறைவாகவே மக்கள் வாழ்ந்தனரெனினும் நிர்வாக வசதிக்காக ஒன்றியமாகத் தேர்வு செய்யப்பட்டன.

ஏற்காடு ஊராட்சி ஒன்றியம் தாலுகா கழகங்களின் கீழ் வராது சேலம் மாவட்டக்கழகத்தின் நேரடி கண்காணிப்பில் இருந்தது.

*1878-79*ல் உள்ளாட்சி நிதி ரூ.*2.3* இலட்சம் வசூலானது.

*1880*ல் நுழைவு வரி (Toll gate Tax) ரூபாய் *24000* ஆக இருந்து பின்னர் *1896-97*ல் *47400* ரூபாயாகவும் பின்னர் *1909-10*ல் *74000* ரூபாயாகவும் உயர்ந்தது.

*1880*ல் *11* இடங்களில் இருந்த டோல்கேட்கள், *1909*ல் *30* இடங்களில் அமைக்கப்பட்டன.

*1903*ல் இரயில்வே வரி விதிக்கப்பட்டு வருமானம் பெருகியது எனினும் *1909-10*ல் கல்விச் சேவையைத் தொடர *30000* ரூபாயை மாகாண அரசிடம் உதவியாகப் பெறவேண்டிய நிலைக்கு மாவட்டக் கழகம் வந்தது.

எண்	வருவாயினங்கள்	1909–10	1911–12
1	நில வருவாய்	2,25,256	1,68,000
2	இரயில்வே வரி	56,289	42,000
3	சாலை வரி	74,055	64,000
4	வீட்டு வரி	54,795	43,940
5	பள்ளி கட்டணம்	23,140	14,650
6	சந்தை வருமானம்	18,427	12,480
7	மீன்பிடி வருமானம்	10,994	8,100
8	இதர வரியினங்கள்	73,180	40,700

எண்	செலவினங்கள்	1909-10	1911-12
1	பொதுப்பணி / மராமத்து	2,97,470	3,02,410
2	பொது சுகாதாரம்	1,18,037	1,04,630
3	கல்வி	85,023	66,320
4	நிர்வாகம்	24,536	22,180

சேலம் மாவட்ட கழக வருவாய் நிலவரம்:

1911-12ல் பொதுப்பணிக்கு ஒதுக்கப்பட்ட தொகையில் 1,80,000 சாலை பராமரிப்பிற்கும், 45,000 புதிய சாலைகள் உருவாக்கத்திற்கும், 57,000 (Tools & Equipment) கருவிகளுக்கும் செலவிடப்பட்டது. அதேபோல் பொது சுகாதாரத்தின் கீழ் 42,000 மருத்துவ மையங்கள் மற்றும் மனைகளுக்கும், 40,000 அடிப்படை சுகாதாரத்திற்கும் (Sanitation), பிளேக் தடுப்பு நடவடிக்கைகளில் 11,000-ம் செலவிடப்பட்டது. 1909-10ல் சேலம் மாவட்டக் கழகத்தில் 4,04,000 ரூபாயும், தாலுகா கழகங்களில் 2,76,000 ரூபாயும், ஊராட்சி ஒன்றியங்களில் 60,000 ரூபாயும் மொத்த வருவாயாகயிருந்தன.

35. சுதந்திரப் போராட்ட காலம்

காங்கிரஸ் பேரியக்கத் தோற்றத்தில் தமிழக பங்களிப்பு

ஆங்கிலேய மெக்காலே திட்டப்படி இந்தியர்களைக் கம்பெனியின் குமாஸ்தா (எழுத்தர்) வேலைக்குத் தயார்படுத்தவே சமச்சீர் கல்விமுறை அமலானாலும், அனைத்து வகுப்பினருக்கும் கிடைத்தது. இவ்வரிய வாய்ப்பை நன்கு பயன்படுத்திக் கொண்டு புதிய தலைமுறை இந்திய இளைஞர்கள் குமாஸ்தா பணிகளை நினைக்காது தேசத்தைப் பற்றியும், அடிமைவாழ்வின் அவலங்களையும் நினைத்துப் பார்த்தனர். அவர்களில் பலர் சட்டம் படித்து வழக்கறிஞர்களாகி நீதிமன்றங்களில் ஆங்கிலேய நீதிபதிகளைத் துளைத்தெடுத்தனர். உயர் குடும்பங்களில் பிறந்த இளைஞர்கள் இங்கிலாந்து சென்று தங்கிப் பாரிஸ்டர் பட்டம் பெற்று நாடு திரும்பினர்.

படித்த முதல் தலைமுறை இந்தியர்களால் கி.பி.1876ல் பம்பாயில் பம்பாய் மாகாண சங்கமும் கல்கத்தாவில் இந்தியன் அசோசியேஷனும் துவங்கப்பட்டது. இதைத் தொடர்ந்து சென்னையில் "மகாஜன சபை" துவங்கப்பட்டது.

நாட்டு நடப்புகளைப் பொதுமக்களுக்குத் தெரிவிக்கவும், ஆங்கிலேய அரசின் தவறான கொள்கைகளைக் கண்டிக்கவும் முக்கியமான ஊடகமாகப் பத்திரிக்கைத்துறை நேர்ந்தெடுக்கப்பட்டது.

மராத்திய மொழியில் பாலகங்காதரதிலகர் ''கேசரி'' எனும் பத்திரிக்கையையும், ஆங்கிலத்தில் ''மராட்டா''வையும் தொடங்கினார். அரவிந்தர் ''வந்தேமாதரம்'' இதழை கல்கத்தாவில் துவங்கினார்.

தமிழகத்தில் 1878ல் ''இந்து'' எனும் ஆங்கில பத்திரிக் கையையும், 1882ல் ''சுதேசமித்திரன்'' எனும் தமிழ் பத்திரிக்கை யையும் ஜி. சுப்ரமணிய அய்யர் துவங்கினார். தமிழில் முதல் நவீன நாவலான ''பிரதாபமுதலியார் சரித்திரம்'' 1878ல் மாயூரம் வேதநாயகம் பிள்ளையால் வெளியிடப்பட்டது. இவை மட்டுமின்றி வட்டார செய்திகளுக்காகவும், ஆன்மீக, இலக்கியங்களுக்காகவும் பல்வேறு பத்திரிகைகள் வெளிவந்தன. ஆங்கில ஆட்சி அவலங்களை வெளிக்கொணர சேலம் பகடால நரசிம்மலு நாயுடு ''சேலம் சுதேசாபி மானி''யை 1877-லிருந்தும், ''கோவை அபிமானி''யை 1879-லிருந்தும், ''கோயமுத்தூர் கலாநிதி''யை 1881-லிருந்தும் வெளியிட்டார். இவையெல்லாம் பொது மக்களிடையே குறிப்பாகப் படித்த இளைஞர்களிடையே விழிப்புணர்வையேற்படுத்தியது. அதுவும் 1883ல் இந்து சுப்பிரமணிய அய்யர் வெளியிட்ட ''சுய அரசாட்சி வினா விடை'' புத்தகம் மிகுந்த வரவேற்பைப் பெற்றது.

சேலம் மதக்கலவரம் (1882):

[1]திப்புவின் காலம் வரை கட்டிக்காக்கப்பட்டு வந்த இந்து - முஸ்லீம் ஒற்றுமை ஆங்கிலேயர் ஆட்சியில் சிதைவுற்றுக் கொங்கு நாட்டின் முதல் மதக்கலவரம் எனப்படும் ''சேலம் கலவரம்'' 1882ல் சேலம் அம்மாப்பேட்டையில் வெடித்தது. இதை வாய்ப்பாகக் கருதிய ஆங்கிலேய அரசு தேசபக்தரும், புகழ் பெற்ற வழக்கறிஞருமான சேலம் விஜயராகவாச்சாரியார் மீது பொய்வழக்குப் போட்டு 10 ஆண்டுகள் சிறைத்தண்டனை வழங்கி, அவர் வகித்து வந்த நகர்மன்ற உறுப்பினர் பதவியைப் பறித்தது. நார்ட்டன் துரையெனும் ஆங்கிலேய வழக்கறிஞர் கொண்டு மேல்முறையீட்டில் தம்மையும், தம்மைச் சார்ந்தோரையும் நிரபராதி என நிரூபித்து வெளியே வந்த ராகவாச் சாரியார், இந்தியர்களுக்கெனப் போராட ஓர் அமைப்பு தேவையென

1. Salem District Gazetteers (P.No. 86).

உணர்ந்தார். அத்துடனல்லாது நகர்மன்ற உறுப்பினர் பதவி பறிப்பை எதிர்த்து மானநஷ்ட வழக்கு தொடர்ந்து ரூ. 100/-யை நஷ்ட ஈடாகப் பெற்றார்.

பிரம்மஞான சபை:

நியூயார்க்கின் பிளாவட்ஸ்கியம்மையாரே பிரம்மஞான சபை தோன்ற மூலகாரணமானவர். இவர் ஆல்காட்டின் தலைமையில் 1875-ல் இச்சங்கத்தைத் தோற்றுவித்தார். ஒரு குறிப்பிட்ட சமய மென்றிராது அனைத்துச் சமயங்களின் நல்ல கருத்துக்களடங்கிய இதன் தலைமை நிலையம் சென்னை அடையாரில் 1883-ல் அயர்லாந்து அன்னிபெசண்ட் அம்மையாரால் ஏற்படுத்தப்பட்டது. (சென்னையில் பிரம்மஞான சபை தோன்றிய அதே 1883-ம் வருடத்தில்தான் இங்கிலாந்தில் கிளமெண்ட் அட்லி பிறந்தார்) அதுமுதல் வருட மொருமுறை தேசிய அளவில் மாநாடும் நடத்தப்பட்டு வந்தது. 1884-ம் வருட மாநாட்டில் இந்தியர்களுக்கென்று ஓர் தேசிய அமைப்பை அடுத்த மாநாட்டில் உருவாக்க எஸ். சுப்பிரமணிய அய்யர், பி. ரங்கைய நாயுடு, அனந்தாச்சார்லு சி. விசயரங்க முதலியார் மற்றும் சிவலிங்கம் போன்ற பிரதிநிதிகள் முடிவெடுத்தனர். இம்முதல் முயற்சியே காங்கிரசின் கருவாகக் கருதப்படுகிறது.[2]

இங்கிலாந்து எம்பியின் மகனாகப் பிறந்த ஏ.ஓ.ஹியூம் ஐசிஎஸ் அதிகாரியாகப் பணிபுரிய இந்தியா வந்தவர். 1857ம் ஆண்டு முதல் இந்திய சுதந்திரப் போரின்போது புரட்சியாளர்களிடையே சிக்கிய இவரை மனிதாபிமானம் கொண்டு பொதுமக்கள் காப்பாற்றினர். இந்நிகழ்ச்சியால் மனமகிழ்ந்த ஹியூம் இந்தியர் மீது மிகுந்த பாசம் கொண்டார். பின்னர் ஆங்கிலேய அரசின் அடக்குமுறைக் கொள்கை களோடு வேறுபட்டு பதவியிலிருந்து விலகி இந்தியர்களுக்கென ஓர் அமைப்பை உருவாக்க விரும்பினார். ரிப்பன் எங்கள் அப்பன் என்று புகழப்பட்ட ரிப்பன் பிரபு மற்றும் ஜான் பிரைட் போன்ற நல்ல உள்ளம் படைத்த ஆங்கிலேயர்களும், இங்கிலாந்து அரசப் பிரதிநிதியான டஃப்ரின் பிரபுவும் இம்முயற்சிகளுக்கு ஆதரவு நல்கி ஊக்கமளித்தனர். இந்தியா திரும்பிய ஏ.ஓ.ஹியூம் கல்கத்தாவின் W.C. பானர்ஜி, பம்பாயின் தாதாபாய் நௌரோஜி, சேலம் விஜயராக வாச்சாரியார் மற்றும் சென்னையைச் சார்ந்த, ஜி. சுப்ரமணிய அய்யர் ஆகியோருடன் ஏ.ஓ. ஹியூம் தொடர்பு கொண்டார். இவரது முன் முயற்சிகளைக் கேள்விப்பட்டவுடன் பிரம்மஞானசபை,

---

2. விடுதலைப் போரில் தமிழகம்- I ம.பொ.சி. (பக். 113 - 115).

கல்கத்தா ''இந்தியன் அசோசியேஷன்'', ''பம்பாய் மாகாணசங்கம்'', ''சென்னை மாகாண சபை'' போன்ற அமைப்புகள் மனமுவந்து வரவேற்று அதரவு தெரிவித்தன. அனைவரது ஆதரவையும் பெற்று ஏ.ஓ. ஹியூமும், இதர இந்தியத் தலைவர்களுமிணைந்து 1885ல் டிசம்பர் மாதம் 28ந் தேதி பம்பாய் கோகுல்தாஸ் தேஜ்பால் சமஸ்கிருதக் கல்லூரியில் இந்திய தேசியக் காங்கிரஸை தோற்று வித்தனர். தொடர்ந்து மூன்று நாட்கள் மாநாடு நடைபெற்றது. Á[Pzv ß W.C. பானர்ஜி தலைமை தாங்கினார். இந்தியா முழுவதிலுமிருந்து 72 பிரதிநிதிகள் கலந்து கொண்டனர். சேலம் மாவட்டத்திலிருந்து விஜயராகவாச்சாரியாரும், கோவை மாவட்டத்தி லிருந்து சே.ப. நரசிம்மலு நாயுடுவும், தமிழகத்தின் இதர மாவட்டங் களிலிருந்து 14 பேரும் கலந்து கொண்டனர்.

காங்கிரசின் சட்டவிதிகளை வடிவமைத்துக் கொடுப்பதில் விஜயராகவாச்சாரியார் முக்கியப் பங்காற்றினார்.

சேலம் பகடால நரசிம்மலு நாயுடு:

பம்பாயில் காங்கிரஸ் உருவானது ஆங்கிலேயரிடமிருந்து சலுகைகளை பெறுவதற்கு மட்டுமல்லாது. அகில இந்திய அளவில் தலைவர்கள் சந்தித்துக் கொள்ளவும். நாட்டில் நிலவும் பல்வேறு சூழ்நிலைகளை விவாதிக்கவும், கருத்துக்களை பரிமாறிக் கொள்ளவும் தான். இவ்வுயரிய குறிக்கோளை எந்த நகரம் பின்பற்றியதோ தெரிய வில்லை. முதலில் ஏற்றுக்கொண்டு பயனடைந்தது கோவைதான். நமது நாடு சுதந்திரம் பெற்றால் மட்டும் போதாது. அதைத் தக்க வைத்து உலகஅளவில் போட்டிபோட தொழில்துறை வளர்ச்சியும் இன்றியமையாததென உணர்ந்திருந்தார் சே.ப. நாயுடு. மாநாட்டில் பெரோஷ் ஷா மேத்தா போன்ற தலைவர்களிடம் விவாதிக்கையில் தேசியத்தோடு, தாம் சார்ந்த கொங்கு மண்டலத்தின் சிறப்பு களையும், பருத்தி விளைச்சலையும் எடுத்துரைத்தோடு, பம்பாயின் மில்களைப் பார்வையிடவும், முன்னணி மில் அதிபர்களிடம் ஆலோசனை பெறவும் உதவிடக் கோரினார். இவரது தீர்க்க தரிசனத்தைக் கண்டு மகிழ்ந்த மேத்தா, பம்பாயில் தமக்கிருந்த செல்வாக்கால் அனைத்து உதவிகளையும் செய்து தந்தார். சே.ப. நாயுடு தமது பத்திரிகைகள் மூலம் ஆங்கிலேயரது அடாவடிகளைக் கண்டித்து தீராத தலைவலியாக விளங்கினாலும், சிறந்த குணநலன் களால் கோவையைச் சேர்ந்த பல்வேறு ஐரோப்பியர்களாலும் பெரிதும் மதிக்கப்பட்டார். அவர்களுள் கோவை நகர்மன்றத்

தலைவராக விளங்கியவரும், முக்கிய தொழிலதிபருமான சர். ராபர்ட் ஸ்டேன்ஸ் மூலம் (1885 டிசம்பரில் பம்பாயில் காங்கிரஸ் துவக்கம் நடைபெற்றதென்றாலும் அதன் ஓராண்டு நிறைவு பெறு வதற்குள்) நாயுடுவால் கோவையின் முதல் நூற்பாலை ஏற்பட்டு, நாடே வியக்கும் வண்ணம் கோவையை அசுரவேகத்தில் வளர வைத்தது.

காங்கிரசின் இரண்டாவது மாநாடு இந்தியாவின் அன்றைய தலைநகரான கல்கத்தாவில் கி.பி. 1886ல் டிசம்பரில் நடைபெற்றது.

சுதந்திரம் நோக்கி காங்கிரஸை திசை திருப்பிய சென்னை மாநாடு

காங்கிரஸின் மூன்றாவது மாநாடு சென்னை மாகாண கவர்னர் கன்னிமாராவின் வாழ்த்துச் செய்தியுடன் 1887 டிசம்பரில் சென்னையில் நடைபெற்றது. (தமிழகத்தின் பழமை வாய்ந்த கலைப்பொருட்கள், அரிய நூல்கள் ஆகியவற்றைப் பாதுகாக்க பெரு முயற்சியெடுத்த கன்னிமாராவைக் கவுரவிக்கும் வகையில் சென்னை எழும்பூரில் உள்ள நூலகத்திற்கு அவரது பெயர் வைக்கப்பட்டுள்ளது.)

சேலம் ராமசாமி முதலியாரும் இம்மாநாட்டில் கலந்து கொண்டு சிறப்பித்தார். அதுவரை ஆங்கிலத்தில் மட்டுமே நடை பெற்று வந்த மாநாடுகளுக்குப் பதிலாக, முதன்முதலில் (சுதேசி மொழி) தமிழ் ஒலித்தது சென்னையில்தான்.

வீரராகவாச்சாரியின் ''இந்து நேசனும்'', ஜி. சுப்பிரமணிய அய்யரின் ''இந்து'' பத்திரிக்கையும் தேசிய உணர்ச்சியைப் பரப்புவதில் முன்னணி வகித்தன.

ஆங்கிலேயரிடம் சிறுசிறு சலுகைகளையும், மத்திய, மாகாண மன்றங்களிலே பிரதிநிதித்துவம் கோருவதற்காகவும் மட்டுமே தோன்றியதாகக் கருதப்பட்ட காங்கிரஸ், சென்னை மாகாணத்தின் தீவிரப் பற்றுடைய தலைவர்களால் முதன்முறையாக தமது கொள்கைகளை மாற்றிக்கொண்டு சுதந்திரத்தை நோக்கிப் பயணிக்கலாயிற்று.

வைசிராய் கவுன்சிலிலும், மாகாண கவர்னரின் கவுன்சிலிலும் பிரதிநிதித்துவம் வழங்கப்பட்ட காங்கிரஸ் தலைவர்கள் இவ் வாய்ப்பைப் பயன்படுத்தி மக்களுக்கு நன்மைகள் பல புரிந்தனர். சென்னை மாகாண கவர்னரின் கவுன்சிலில் விஜயராகவாச்சாரியார், சங்கரன்நாயர், பாஷ்யம் அய்யங்கார், ஸ்ரீனிவாச சாஸ்திரி,

ரங்கையா நாயுடு, ஜம்புலிங்க முதலியார் போன்றோர் இடம் பெற்றனர். குழந்தைத் திருமணத்தை எதிர்த்து பருவமடையுமுன் பெண்களைத் திருமணம் செய்விக்கக் கூடாதென விஜயராக வாச்சாரியார் உதவியுடன் ஒரு மசோதாவை ஸ்ரீனிவாச சாஸ்திரிகள் நிறைவேற்றினார்.

சென்னை மாகாண கவுன்சிலுக்கு 1895ல் தேர்வான விஜயராக வாச்சாரியார் அங்கு 1905 வரை திறம்படப் பணியாற்றினார். 1913ல் வைசிராயின் நிர்வாகத்திற்குதவிட ''இம்பீரியல் கவுன்சிலுக்கு'' விஜயராகவாச்சாரியார் தேர்வானார். அங்கு கோகலே, சுரேந்திர நாத் பானர்ஜி, மதன் மோகன் மாளவியா போன்ற தலைவர்களுடன் இணைந்து இந்தியர் நலனுக்கெதிரான பத்திரிக்கைச் சட்டம் போன்றவற்றை கடுமையாக எதிர்த்தார்.[3] பர்கென்ஹெட் பிரபு இந்தியருள் யாரேனும் ஒருவருக்காவது சட்டமியற்றும் ஞானம் உள்ளதா என எள்ளி நகையாடினார். இச்சவாலையேற்ற விஜயராக வாச்சாரியார் தாமே சுயமாக சுயராஜ்ய சட்டமியற்றி தக்க பதிலடி கொடுத்தார்.

இராமகிருஷ்ணரது உபதேசங்களும், விவேகானந்தரின் சிந்தனைகளும் ஆன்மீகத்தை மட்டும் பரப்பாது. பாரதத்தின் பழம் பெரும் கலாச்சார பெருமையையும் பரப்பியதால் ஆன்மீகம் கலந்த தேசிய உணர்ச்சி நாடெங்கும் பரவியது. 1901ல் தமிழக சுற்றுப் பயணம் மேற்கொண்ட சுவாமி விவேகானந்தரை தர்மபுரியருகே அன்னசாகரத்தை சார்ந்த டிஎன் தீர்த்தகிரி முதலியார் தர்மபுரிக்கு வரவழைத்தார்.

காங்கிரஸின் அசுர வளர்ச்சியையும், இந்து, முஸ்லீம் ஒற்றுமையையும் விரும்பாத கர்சன்பிரபு 1905 அக்டோபர் 16ல் வங்கத்தை மத அடிப்படையில் பிரித்தார். இதையெதிர்த்து தேசமெங்கும் காங்கிரசார் போராடினார். சென்னை மாகாணத்திற்கு விஜயராக வாச்சாரியார் பொறுப்பேற்று மாகாணமெங்கும் பிரச்சாரம் செய்து பொதுமக்களை ஒன்றுதிரட்டிப் போராடினார்.

கப்பலோட்டிய தமிழர்

வங்காளத்தில் ''பாரிசால்'' எனுமிடத்தில் வங்க ஒற்றமை மாநாடு நடந்ததை அடக்குமுறைகளைக் கையாண்டு காவல்துறை தடுத்து சுரேந்திரநாத் பானர்ஜி போன்ற தலைவர்களைக் கைது செய்து கொடுமை புரிந்தது.

3. SALEM DISTRICT GAZETTEERS (P.No.86).

இதைக் கேள்விப்பட்ட வ.உ.சிக்கு இந்தியாவில் வேறெந்த தலைவராலும் நினைத்துக்கூடப் பார்க்க முடியாத கப்பல் கம்பெனி ஆரம்பிக்கும் எண்ணம் உதித்தது. சோழர்கள் காலத்திற்குப் பிறகு கனோஜி ஆங்க்ரே தலைமையிலான மராத்தியக் கடற்படை தவிர கடல் வலிமை குறித்து எந்த ஒரு இந்திய மன்னனும் முகலாயர் உள்ளிட்டு எண்ணியதுகூட இல்லை. பின்னாளில் திப்பு முயன்றும் முடியாது போனது. இவையெல்லாம் நன்கு அறிந்தும் ஒரு தனிநபர் முயற்சியாகத் தமது பரம்பரையினர் பல தலைமுறைகளாகச் சேர்த்து வைத்திருந்த சொத்தனைத்தையும் கொட்டி சுதேசிக்கப்பல் கம்பெனியை 1906 அக்டோபர் 16ல் நிறுவி ஆட்சியாளர்களின் மிரட்டலுக்கஞ்சாது ஆங்கில ஆதிக்கத்தின் ஆணிவேரை அசைக்கலானார். தமிழ்நாட்டின் தவப்புதல்வனான மகாகவி பாரதியார் சுதேசிக் கப்பலைக் கண்டு மனமகிழ்ந்து வ.உ.சி.யை கப்பலோட்டிய தமிழரெனப் பாராட்டினார்.

ஆங்கிலேயர் நடத்திவந்த வங்கிகளுக்குப் போட்டியாக தமிழ் வணிகப் பெருமக்களால் ''இந்தியன் வங்கி'' உருவாக்கப்பட்டது.

வங்கப்பிரிவினைக் கொந்தளிப்பால் நாடே அமைதியிழந்து காணப்பட்ட சூழலில் 1906ம் ஆண்டு டிசம்பரில் கல்கத்தாவில் நடைபெற்ற 22வது காங்கிரஸ் மாநாட்டில் காங்கிரஸ் தலைவராக திலகரைத் தேர்ந்தெடுக்க தேசிய எண்ணம் கொண்டோர் விரும்பினர். ஒருவகை சமரச முயற்சியாக தாதாபாய் நௌரோஜி தேர்வானார். இம்மாநாட்டில் வங்கத்தைச் சார்ந்த விபின் சந்திரபாலர் அந்நியப் பொருட்களைப் புறக்கணிக்கத் தீர்மானம் நிறைவேற்றினார்.

சென்னை மாகாணத்திலிருந்து பாரதியார் தலைமையில் ஒரு குழுவும், வி. கிருஷ்ணசாமி ஐயர் தலைமையில் மற்றொரு குழுவும் சென்றிருந்தது. விபின்சந்திரபாலரது தீர்மானத்தைக் கடுமையாக எதிர்த்துப் பேசினார் கிருஷ்ணசாமி ஐயர். தூத்துக்குடியில் ஏற்கனவே உயிரைப் பணயம் வைத்து வ.உ.சி. சுதேசிக் கப்பல் விட்டு, அந்நியப் பொருட்கள் புறக்கணிப்பில் நாட்டிற்கே முன்னுதாரணமாக விளங்கி வந்தார். இச்சூழலில் சென்னை மாகாணம் சார்பில் கிருஷ்ணசாமி ஐயர் தீர்மானத்தை எதிர்த்ததைப் பெருத்த அவமானமாகக் கருதிய பாரதியார் குழுவினர் வெளிநடப்பு செய்தனர். 23வது காங்கிரஸ் மாநாட்டை நாகபுரியில் நடத்துவதென முடிவெடுத்து கல்கத்தா காங்கிரஸ் முடிவடைந்தது.

1907 டிசம்பரில் 23வது காங்கிரஸ் மாநாடு திலகரது மகாராஷ்டிரா மாநிலத்தைச் சார்ந்த நாகபுரியில் நடத்துவதற்குப் பதிலாக மிதவாதிகள் தூண்டுதலால் சூரத்திற்கு மாற்றப்பட்டது.

காங்கிரஸ் பேரியக்கத்தில் இந்தியா உடனே விடுதலை பெற வேண்டுமென தீவிரமாகப் போராடிய தலைவர்களான மராட்டிய திலகரும், வங்க அரவிந்தரும், தமிழக வ.உ.சி.யும் தீவிரவாதி களாக முத்திரை குத்தப்பட்டனர். சூரத் காங்கிரசிலும் திலகரை மட்டம் தட்டி வளரவிடாது தடுக்க சதித் திட்டம் தீட்டப்படுவ தறிந்த அரவிந்தரும், வ.உ.சி.யும் தத்தமது ஆதரவாளர்களைத் திரட்டினர். பாரதியார் மற்றும் ஸ்ரீனிவாசாச்சாரியார் துணையால் நூற்றுக்கணக்கில் ஆதரவாளர்களைத் திரட்டிப் பெரும் பொருட் செலவில் சூரத்திற்கு வ.உ.சி. அழைத்துச் சென்றார்.

எதிர்பார்த்தது போலவே தீவிரவாதிகளை அவமானப் படுத்தும் வண்ணமும், விடுதலைப் போராட்டத்தை மந்தப்படுத்தும் வண்ணமும் மிதவாதிகள் பேசி ஆத்திரமூட்டி கைகலப்பிலிறங்கினர். சொல்லிவைத்தாற்போல காவல்துறையினர் உள்ளே புகுந்து தடியடி நிகழ்த்தி மாநாட்டைக் கலைத்தனர். காங்கிரஸ் இரண்டாக உடைந்தது.

டிசம்பர் 29ல் தேசிய மாநாடு எனும் பெயரில் தீவிரவாதிகள் கூடி திலகர், அரவிந்தர் மற்றும் சிதம்பரனாரை செயலர்களாகத் தேர்ந்தெடுத்தனர். இதற்குப் போட்டியாக மிதவாதிகள் கூடினர். மிதவாதிகளை ஆதரித்துப் பட்டம், பதவிகளை வழங்கிய ஆங்கிலேய அரசு, தீவிரவாதிகளை நசுக்கியது. இதுகண்டு மனம் வருந்திய முதுபெரும் தலைவரான சேலம் விஜயராகவாச்சாரியாரும் தீவிர வாதிகளை ஆதரித்து காங்கிரசிலிருந்து 1916 வரை விலகியே இருந்தார்.

1907ல் அரவிந்தருக்கெதிராய்ப் பொய்வழக்குத் தொடர்ந்ததோடு அவருக்கெதிராய் சாட்சி சொல்ல மறுத்த விபின் சந்திரபாலரைக் கைது செய்து சிறையிலடைத்தது. பின்னர் விடுதலை பெற்ற சந்திர பாலரது விடுதலையைக் கொண்டாட 1908 மார்ச் 9ல் வ.உ.சி. முடிவெடுத்தார். ஆங்கிலேய கலெக்டர் விஞ்ச் தடையுத்தரவு பிறப்பித்தபோதிலும் அதை மீறி நெல்லை தாமிரபரணிக்கரையிலே ஆயிரக்கணக்கானோரைக் கூட்டி வ.உ.சி. பொதுக்கூட்டம் நிகழ்த்தினார். ஏற்கனவே தூத்துக்குடியில் கோரல் மில் தொழிலாளர்களுக்காக போராடி வெற்றி பெற்றிருந்ததோடு சுதேசிக்கப்பல் மூலம் ஆங்கிலேயர் வாணிபத்தையும் வீழ்த்தியிருந்த வ.உ.சி.யையும் இப்பொதுக் கூட்டத்தைக் காரணம் காட்டி சிறையில் தள்ளி வழக்குத் தொடர்ந்தனர்.

1908 மே-ல் அலிப்பூர் சதி வழக்கில் அரவிந்தர் சிறையில் அடைக்கப்பட்டார். 1908ல் ஜுனில் தமது மராத்தியப் பத்திரிக் கையான கேசரியில் தலையங்கம் எழுதியமைக்காகத் திலகருக்கு

பர்மா மாண்டலே சிறையில் ஆறாண்டுகள் சிறைத்தண்டனை விதிக்கப்பட்டது. வ.உ.சி.க்கு 1908 ஜுலையில் இரட்டை ஆயுள் தண்டனை விதிக்கப்பட்டது. இவ்வாறாக இந்தியாவில் மேற்கு (மஹாராஷ்டிரா - திலகர்), கிழக்கு (வங்காளம் - அரவிந்தர்), தெற்கு (தமிழகம் - வ.உ.சி.) திசைகளில் தீவிரமாக நடைபெற்று வந்த, சுதந்திரப் போராட்டம் ஒடுக்கப்பட்டது. இந்திய விடுதலைக் காகப் போராடிய ஒரே காரணத்திற்காக காங்கிரஸ்காரர்களில் எவரொருவரும் அதற்கு முன்பும் ஏன் பின்னரும்கூடப் பெறாத இரட்டை ஆயுள் தீவாந்திரத் தண்டனையை வ.உ.சி.க்கு விதித்து அந்தமானுக்கனுப்ப முடிவெடுத்தனர். ஆனால் அங்கு இட மில்லாததாலும், திருநெல்வேலிச் சிறையில் வைத்தால் அப்பகுதி மக்கள் முன்பு ஊமைத்துரையை மீட்டதுபோல் சிறையை உடைத்து மீட்டு விடுவார்களோ என்றஞ்சிய ஆங்கிலேயர் வ.உ.சி.யை கோவைச் சிறைக்கு மாற்றினார்.

கோவைச் சிறையில் செக்கிழுத்த செம்மல்

பிராந்திய. மத, இன, மொழி வேறுபாடுகள் மறந்து வெள்ளையரை விரட்ட பல்வேறு சுதந்திரப் போராட்ட வீரர்களுக்கும் ஊக்கமளித்திருந்த கொங்குநாடு, வ.ஊ.சி.யையும் கைவிடவில்லை. அவர் வந்து சேர்ந்த இரயில் நிலையங்களில் எல்லாம் கூட்டம் கூட்டமாக வந்து நின்று வாழ்த்துத் தெரிவித்தனர். கோவை இரயில் நிலையத்தில் கூட்டம் அதிகமிருந்ததால் பின்புறவாசல் வழியே கொண்டு சென்றனர். அந்நாள்வரை மாடுகளைபூட்டி செக்காட்டியதைப் பார்த்துவந்த கொங்கு மக்களின் முன் காலத்தின் கோரம். ஒரு ஒப்பற்ற தியாகி மாடுபோல் நுகத்தடியில் பூட்டப்பட்டு செக் காட்டலானார். வெளியிலிருந்த பொதுமக்களால் ஒன்றும் செய்ய முடியாவிட்டாலும் உள்ளிருந்த கைதிகள் வடுகுராமன் தலைமையில் கொதித்துப்போய் 1908 ஆகஸ்டு 23ல் கோவை சிறையில் ஜெயிலர் மிஞ்சேலை புடைத்து எடுத்து விட்டனர். போலீஸ் நடவடிக் கையில் 2 கைதிகள் சுடப்பட்டு 34 கைதிகள் மீது வழக்கு போடப் பட்டது. அக்கைதிகளுக்கு ஆதரவாக கோவை நகரசபை உறுப்பினரும்,

வ.உ.சி. இழுத்த செக்கை பார்வையிடும் ம.பொ.சி. மற்றும் முதல்வர் கலைஞர்

வக்கீலுமான சுப்ரமணிய முதலியார் மற்றும் சீனிவாச ஐயர் எனும் வக்கீலும் வாதிட்டுத் தண்டனையைக் குறைக்க வைத்தனர். வ.ஊ.சி.யும் சாட்சி சொல்லி ஜெயிலில் நடக்கும் அக்கிரமங்களை வெளிக்கொணர்ந்து தக்கபாடம் புகட்டினார். கோவையில் இத்தகைய துன்பமிக்க சூழலில் தமக்குதவிய சுப்ரமணிய முதலியார் மீதான பற்றுதலால் தமது மூன்றாம் மகனுக்கு அவரது பெயரையே சூட்டினார்.[4] **இராமையா கவுண்டர்** எனும் கைதி வ.உ.சி.க்கு கோவைச் சிறையில் கடிதங்களை மறைத்துக் கொடுத்து உதவியுள்ளார். இதை ஆங்கிலேயர் கண்டுபிடித்துத் தண்டித்தாலும் வ.உ.சி. இராமையா கவுண்டருக்கு வணிகம் புரிய உதவி செய்துள்ளார்.

வ.உ.சி. செக்கிழுத்த சமயத்தில் அவரது உற்ற நண்பரான சுப்ரமணிய சிவாவுக்கும், தர்மபுரி விடுதலைப் போராட்ட முன்னோடியான தியாகி டி.என். தீர்த்தகிரி முதலியாருக்கும் இதே வகை கொடூர தண்டனை வழங்கப்பட்டது.

திலகர், அரவிந்தர், வ.உ.சி. சிறையில் துன்புறுகையில் பாரதியார் ஆங்கிலேயரிடமிருந்து தப்பி புதுவையில் அடைக்கலம் புகுந்தார்.

1910 டிசம்பர் முதல் வாரத்தில் கோவைச் சிறையிலிருந்து வ.உ.சி.யை கண்ணனூர் சிறைக்கு மாற்றினர். அங்கு பயங்கரக் குற்றவாளியெனக் கருதப்பட்ட மாப்ளாக் கைதியுடன் சேர்த்து ஒரே செல்லில் அடைக்கப்பட்டார். அந்த மாப்ளாக் கைதியோ வ.உ.சி.யின் தியாகத்தையும், தன்னலமற்ற தேசபக்தியையும் வியந்து மதித்து நடக்கலானார். ஆங்கிலேயரது திட்டம் தவிடு பொடியாகியது.

திருச்சி சிறையில் இழைக்கப்பட்ட கொடுமைகளால் தொழுநோய் பீடிக்கப்பட்ட சுப்ரமணிய சிவத்தை, சேலத்தில் தொழுநோய் குற்றவாளிகளுடன் சேர்த்தடைத்து மேலும் கொடுமைப்படுத்தினர்.

*1911ல் ஐந்தாம் ஜார்ஜ் மன்னரின் முடிசூட்டுவிழா டெல்லியில் நடைபெற்றது. இந்தியாவின் தலைநகரமும் கல்கத்தாவிலிருந்து டெல்லிக்கு மாற்றப்பட்டது. வங்கப்பிரிவினை விலக்கப்பட்டு மீண்டும் ஒன்றுபட்ட வங்காளம் உருவாகியது. ஆங்காங்கு சிலர் விடுதலை செய்யப்பட்டனர். இவ்விழாவிற்கு சேலம் பா.வே. மாணிக்கவேல் நாயக்கரும், நாமக்கல் கவிஞர் ராமலிங்கம் பிள்ளையும் டெல்லி சென்று கலந்து கொண்டனர்.

4. இந்திய விடுதலைப்போரில் வ.உ.சி. என். திரவியம் (பக். 64).

* கொங்கு நாட்டுக் குலமணிகள் - புலவர் குழந்தை (பக். 63).

1908ல் வ.உ.சி. கைது செய்யப்பட்டபோது அதைக் கண்டித்து திருநெல்வேலி போர்க்கோலம் பூண்டது. காவலர்கள் தாக்கப்பட்டனர். அரசு அலுவலகங்கள் எரியூட்டப்பட்டன. அச்சமயம் உதவிக் கலெக்டராகயிருந்த ஆஷ் தனது கைத்துப்பாக்கியால் சுட்டு நால்வரைக் கொன்றார். கலெக்டர் விஞ்சையும், ஆஷையும் பழிவாங்க பாரதமாதா சங்கத்தை நீலகண்ட பிரம்மச்சாரி, ஒட்டப்பிடாரம் மாடசாமிபிள்ளை, வாஞ்சிநாதன் உள்ளிட்ட 12 பேர் துவங்கி நேரம் பார்த்து வந்தனர். விஞ்ச் வெளியிடம் சென்றுவிட்டார். ஆனால் ஆஷ் பதவியுயர்வு பெற்று திருநெல்வேலி கலெக்டராகிக் கொடுமை களைத் தொடர்ந்தார். கொடைக்கானலுக்குக் குடும்பத்தோடு இன்பச் சுற்றுலா சென்ற ஆஷை ஜூன் 17, 1911ல் மணியாச்சி சந்திப்பில் வைத்து வாஞ்சிநாதன் சுட்டுக்கொன்றார்.

வ.உ.சி. சிறைசென்ற சூழலில் இதர நிர்வாகிகளால் கப்பல் கம்பெனியைச் சரிவர நடத்த முடியவில்லை. அனைவரும் வேதனையுறும் வண்ணம் ஆங்கிலேயரிடமே விற்றுவிட்டதோடு, நஷ்டஈடு கேட்டு வ.உ.சி.க்கு வக்கீல் நோட்டீஸ் அனுப்பினர்.

[5]1912 டிசம்பர் 24ல் வ.உ.சி. கண்ணனூர்ச் சிறையிலிருந்து விடுவிக்கப்பட்டார். வ.உ.சி. போன்ற ஒப்பற்ற தியாகி தமது பரம்பரைச் செல்வமனைத்தையும் இழந்து, செக்கிழுத்து, உடல்தளர்ந்து விடுதலையாகி வெளி வருகையில் தமிழ்நாடு காங்கிரஸ் எந்தவித வரவேற்பிற்கும் ஏற்பாடு செய்ய வில்லை. 1300 மைல்களுக்கப்பால் விபின் சந்திரபாலர் விடுதலையாவதை இந்தியாவின் தென் கோடியிலுள்ள தூத்துக்குடியிலும் திருநெல்வேலியிலும் 1908ல் கொண்டாடியதால் சிறைசென்றவர் வ.உ.சி. ஆனால் அருகாமையில் உள்ள கண்ணனூரிலிருந்து (அன்றைய சென்னை மாகாணத்தின் ஒரு பகுதியாக விளங்கிய கண்ணனூர்) வ.உ.சி. வெளிவருகையில் தமிழகக் காங்கிரசை ஆட்டிப்படைத்து வந்த பதவிவெறி மிக்க சில சுய நலசக்திகள் அவரை வரவேற்க தாம் செல்லாதது மட்டுமல்ல, ஒரு சாதாரண

கப்பலோட்டிய தமிழர் – வ.உ.சி. சிலை [சேலம்]

5. கப்பலோட்டிய தமிழன் வ.உ.சி. - என்.வி. கலைமணி (பக். 76).

சுப்ரமணிய சிவா

தொண்டரைக்கூட அனுப்பாது பரிதவிக்க விட்டனர். சேலம் சிறையிலிருந்து தொழுநோய் கொடுமையால் முன்னரே வெளி வந்திருந்த சுப்ரமணிய சிவா மட்டுமே வரவேற்க சென்றார்.

விடுதலையான வ.உ.சி.க்கு சொந்த மாவட்டமான திருநெல்வேலி மாவட்டத்தில் தங்கிடவோ, வக்கீல் தொழிலைத் தொடரவோ ஆங்கிலேயர் தடைகள் ஏற்படுத்தினர். அவரும் அதைக் கண்டு கலங்காது பாண்டிச்சேரி சென்று பாரதியாரைச் சந்தித்து நாட்டு நடப்புகளை அலசினார். பாரதி யாருக்கு மட்டுமின்றி வெள்ளையர் தேடிவந்த ஏராளமான சுதந்திரப் போராட்ட வீரர்களுக்கும், பிரான்சு அதிகாரத்தின் கீழிருந்த பாண்டிச்சேரியில் புகலிடம் கிடைத்தது. அவர்களுள் தர்மபுரி டி.என். தீர்த்தகிரி முதலியார், ஒட்டப்பிடாரம் மாடசாமிபிள்ளை போன்றோர் மிக முக்கியமானவர்கள்.

காங்கிரஸின் அன்றைய மாநிலத் தலைமையோ வ.ஊ.சி. பாரதியார் போன்ற உண்மையான தியாகிகளின் வரவை விரும்பவில்லை. தமது வக்கீல் உரிமம் பறிக்கப்பட்ட சூழலில், காங்கிரஸ் இயக்கமும் கைவிட்ட நிலையில் தாம் சிறையிலிருந்தபோது பல வழிகளிலும் உதவிபுரிந்த கோவை சி.கே. சுப்ரமணிய முதலியாரைச் சந்தித்து நன்றி கூறினார். வ.உ.சி.யின் நிலையுணர்ந்த முதலியார் மிகவும் வற்புறுத்தி கோவையிலேயே தங்கவைத்து தனியார் வங்கியில் பணிபுரிய ஏற்பாடு செய்தார். தென்ஆப்பிரிக்கத் தமிழர்கள் காந்தியிடம் வ.ஊ.சி. நலநிதி திரட்டிக் கொடுத்தனர். அத்தொகையும் தேவைப்பட்ட நேரத்தில் வ.உ.சி.யை அடையவில்லை.

ஆயினும் மகாராஷ்டிராவின் திலகர் மட்டும் கைவிடாது மாதந்தோறும் ரூபாய் ஐம்பதை வ.உ.சி.க்கனுப்பி வைத்தார். வ.உ.சி. போன்ற சுதந்திரப் போராட்ட வீரர்களை கொடுமைப்படுத்திய ஆங்கிலேயரை அச்சுறுத்த 1914 செப்டம்பரில் செண்பகராமன் பிள்ளை எம்டனில் வந்து சென்னைமீது குண்டு போட்டார்.

கோவையிலிருந்து சென்னைக்குக் குடிபெயர்ந்திருந்த வ.ஊ.சி. தண்டபாணி பிள்ளையிடம் வேலை பார்த்தவாறே, திரு.வி.க. மற்றும் வி.வி. கிரியுடன் இணைந்து தொழிலாளர் நலன் காக்கும் இயக்கங்களையும், சுதந்திரப் போராட்டத்தையும் தொடர்ந்து நடத்தி வந்தார். 1917ல் சென்னை மாகாண சங்கத்தை நீதிக்கட்சிக்கு மாற்றாக டாக்டர். வரதராஜுலு நாயுடு மற்றும் திரு.வி.க.வுடன் இணைந்து வளர்த்தார்.

அன்னிபெசண்ட் அம்மையாரும் கொங்குநாடும்

ஹோம்ரூல் இயக்கத்தைத் துவக்கிய பெசண்ட் அம்மையாருக்கு எதிராய் ஆங்கிலேய அரசு வழக்குகள் தொடர்ந்தது. தொடர்ந்து இருமுறை ஜாமீன் கேட்டதால் நொந்துபோய் தமது ''நியூ இந்தியா'' பத்திரிக்கையை அம்மையார் நிறுத்திவிட்டார்.

1914ல் சென்னையில் 24வது காங்கிரஸ் மாநாடு கூடியது. நியூ இந்தியா எனும் பத்திரிக்கையை நடத்திவந்த பெசண்ட் அம்மையார் 1915 செப்டம்பரில் ஹோம்ரூல் இயக்கத்தை தோற்றுவித்தார். எனினும் 1915 டிசம்பரில் பம்பாயில் நடைபெற்ற காங்கிரஸ், பெசண்டின் ஹோம்ரூலை ஏற்க மறுத்தது.

ஆயினும் திலகர் மற்றும் கோகலே இடையே சமரசம் பேசி தீவிரவாதிகளையும், மிதவாதிகளையும் ஒருங்கிணைக்க பெசண்ட் எடுத்த முயற்சிகள் வெற்றி பெற்றன. 1916 லக்னோ காங்கிரசில் அனைவரும் இணைந்தனர். திலகர், காந்தி, சேலம் விஜயராக வாச்சாரியார், ராஷ்பிகாரிகோஸ், முஸ்லீம் லீகின் ஜின்னா, கலந்து கொண்டு சுயாட்சி தீர்மானம் (ஹோம்ரூல்) நிறைவேற்றினர். இதன் பின்னர் 1916 ஏப்ரலில் பூனாவில் திலகரும் ஹோம்ரூலைத் துவக்கினார்.

1917 ஏப்ரல் 17 முதல் மே 9 வரை மகாத்மா தமிழக சுற்றுப் பயணம் மேற்கொண்டார். அன்னிபெசண்ட் அம்மையார் தாமே நேரில் இரயில்நிலையம் சென்று வரவேற்றார். சர்.பிடி. தியாக ராயர் காஸ்மோபாலிடன் கிளப் சார்பில் வரவேற்பளித்தார். ஆயினும் காந்தியடிகளை வ.உ.சி. சுப்ரமணிய சிவம், பாரதியார் போன்றோரை சந்திக்கக் காங்கிரசார் விடவில்லை.

ஹோம்ரூல் இயக்கத்தைத் தோற்றுவித்து இந்தியச் சுதந்திர வேள்வியிலிறங்கிய அயர்லாந்து நாட்டவரான அன்னிபெசண்ட் அம்மையாருக்குத் தமிழகம் பெருத்த ஆதரவு நல்கியது.

1916ல் ஒரு வழக்கில் அன்னிபெசண்டிற்கு இராஜாஜி வாதிட்டு விடுதலை வாங்கித் தந்தார் என்றாலும் இதே வருடம் 1916ல் தருமபுரி டி.என். தீர்த்தகிரி முதலியார் போன்ற போராட்ட வீரர்கள் பலர் கைதாகினர். 1917ல் மீண்டும்[6] Defence of India Rulesன்படி பெசண்ட் மீண்டும் கைது செய்யப்பட்டு ஊட்டிக்கு ஜூன் 1, 1917ல் அனுப்பப்பட்டார்.

அன்னிபெசண்ட், அருண்டேல், வாடியா ஆகிய மூன்று முக்கியத் தலைவர்களும் கைதாகி இரயிலில் அனுப்பப்படுகையில் ஒவ்வொரு ரயில் நிலையத்திலும் மக்கள் பெருமளவு திரண்டு வந்து வாழ்த்துத் தெரிவித்தனர். இதைத் தவிர்க்க கலெக்டர்கள் தடியடி, துப்பாக்கிச் சூடுக்கு உத்தரவிட்டனர். ரயிலும் பல இடங்களில் நிறத்தப்படவில்லை.

[7]சேலம் மக்கள் தமது வீர உணர்ச்சியால் இரயில் நிலையத் தடுப்புகளைப் பிடுங்கியெறிந்து நிலையத்தினுள்ளே நுழைந்து இரயிலுக்காகக் காத்து நின்றனர். இராஜாஜி கலெக்டரோடு பேச்சு வார்த்தை நடத்தித் தடியடி, துப்பாக்கிச் சூடு தவிர்த்து அமைதியான முறையில் அத்தலைவர்களை தேசபக்தி மிக்க சேலம் மக்கள் தரிசிக்கவும், மாலை மரியாதை செலுத்தவும் அனுமதி பெற்றுத் தந்தார். முதலில் ஊட்டியிலும் பின்னர் அங்கிருந்து மாற்றப்பட்டு கோவையிலும் வீட்டுச் சிறையில் வைக்கப்பட்டார் அம்மையார்.

அன்னிபெசண்ட் அம்மையார்

ருக்மணி அருண்டேல் நினைவு தபால் தலை

அவரிருந்த நாட்களில் கோவை மற்றும் சுற்றுப்புறங்கள் ஹோம்ரூல் இயக்கத்தின் மையமாக மாறிற்று. கோவையிலிருந்துதான்

6. MADRAS DISTRICT GAZETTEERS - COIMBATORE (P.No.113).

7. நாட்டுக்கு உழைத்த நல்லவர் ராஜாஜி - தி.சு. கலியபெருமாள் (பக். 46).

ஒத்துழையாமை இயக்கத்தோடும், கிலாபத் இயக்கத்தோடும் இணைந்து ஹோம்ரூலை நடத்த முடிவெடுத்தார். N.S. இராமசாமி அய்யரும், பல பிரபல வக்கீல்களும் ஹோம்ரூலை ஆதரித்தனர். (கோவையில் உள்ள சாயிபாபா காலனியின் பிரதான சாலைக்கு இராமசாமி அய்யர் பெயர் வைக்கப்பட்டுள்ளது).

ஜின்னா, காந்தி மட்டுமன்றி உலகத்தலைவர்கள் பலர் எதிர்த்ததால் பெசண்ட் 18-09-1917ல் விடுதலை செய்யப்பட்டார்.

உள்ளாட்சித்துறையில் முத்திரை பதித்த கொங்குத் தலைவர்கள்

19ம் நூற்றாண்டின் இறுதியிலும், 20ம் நூற்றாண்டின் ஆரம்பத்திலும் விஜயராகவாச்சாரியார், சே.ப. நாயுடு போன்ற பல முக்கியப்பிரமுகர்கள் நாட்டின் பல்வேறு பாகங்களிலும் அரசுடன் இணைந்து பல்வேறு பொறுப்புகளை ஏற்று மக்கள் நலன் காத்து வந்தனர். அவர்களுள் கொங்குநாட்டில் மிக முக்கியமானவர்கள் பழைய கோட்டைப் பட்டக்காரர் நல்லதம்பி சர்க்கரை மன்றாடியாரும், ஈரோடு வேங்கட நாயக்கரும் ஆவர். பட்டக்காரர் 1906 முதல் கோவை ஜில்லா போர்டு (மாவட்ட கழகம்) உறுப்பினராகி மாவட்டம் முழுக்க ஏராளமான வளர்ச்சிப் பணிகளுக்கு வித்திடுகையில், கொடைவள்ளலும், சிறந்த ஆன்மீகவாதியுமான வேங்கடநாயக்கர் ஈரோடு நகர்மன்ற உறுப்பினராகவிருந்து பல நன்மைகள் புரியலானார். இவர்களைப் போன்றே ஆங்காங்கு கொங்குநாடு உள்ளிட்ட தமிழகம் முழுக்கப் பல முக்கியத் தலைவர்களும் பல்வேறு அமைப்புகளின் பொறுப்பேற்று நேர்மையான முறையில் திறம்பட மக்களுக்கு சேவை செய்யலாயினர். ஆரம்பத்தில் முதல் தலைமுறையில் இவர்களுள் பெரும்பாலோர் வெறும் அடிப்படைக் கல்வியறிவு மட்டுமே பெற்றிருப்பினும், நிர்வாகத்தில் மெத்தப்படித்த ஆங்கிலேயரை மிஞ்சி நின்றனர். பொதுமக்களும் தத்தமது அடிப்படைத் தேவைகளுக்கு இவர்களை எளிதில் அணுக முடிந்தது. இவர்களின் அடுத்த தலைமுறையோ மக்களுக்குச் சேவை செய்வதோடு திருப்தியடையாது. சுதந்திரம் அடைவதன் அவசியத்தை உணர்ந்து நேரிடையாகக் களத்திலிறங்கி மக்களைத் திரட்டிப் போராடத் துவங்கியது.

ஈரோடு கடைவீதியில் வேங்கடநாயக்கரும், அவரது புதல்வர் ஈ.வே.ராமசாமியும் சென்றால், அனைத்து வியாபாரிகளும்

எழுந்துநின்று வணக்கம் செலுத்துவர். பொதுமக்களும் கும்பிட்டு வழிவிட்டு நிற்பர். வேங்கடநாயக்கர் செலுத்தி வந்த வருமானவரி, சொத்துவரி கண்டு வெள்ளையரே மதித்து வந்தனர். ஈரோடு சுற்றுவட்டாரக் கோயில்கள் பலவற்றிற்கும் வேங்கடர் திருப்பணி செய்தவர். தம்மை நாடிவந்த எளியோர்க்கு இல்லை என்று சொல்லாத கொடைவள்ளல். ஈரோடு இரயில் நிலையமருகே சத்திரங்கள் கட்டிவைத்து கொங்கு நாட்டின் விருந்தோம்பல் பண்பை பிற பகுதி மக்களும் போற்றும்படி வெற்றிகரமாக நடத்தி வந்தார். திருவனந்தபுரம் மகாராஜா உள்ளிட்ட மகாராஜாக்கள், ஜமீன் தார்கள் மற்றும் தலைவர்கள் ஈரோடு கடந்து வெளிமாநிலம் செல்கையில் இவரது மாளிகையில் ஓய்வெடுக்குமளவு செல்வாக்கானவர். இவ்வளவு செல்வாக்கான வேங்கடரின் புதல்வர் ஈ.வே. ராமசாமி சுதந்திரப் போராட்டத்தை மிகவும் நேசித்ததால், 1904ல் விடுதலைப் போராட்டத்தை ஆதரித்து வந்த சுதேசமித்திரன் பத்திரிக்கையின் சி. சுப்ரமணிய அய்யர் ஈரோடு வருகை புரிந்தபோது அலங்கரித்த சாரட்டு வண்டியில் பொதுமக்களால் ஊர்வலமாக அழைத்து வரப்படுகையில், அவ்வண்டியின் குதிரைகளை அவிழ்த்துவிட்டு உணர்ச்சி[8] வேகத்தால் தாமே ஊர்வலமாக இழுத்து வந்தார்.

வசதிபடைத்த குடும்பங்களைச் சார்ந்த இளைஞர்கள் பலரும் தமது மேல்படிப்பிற்காகச் சென்னை மற்றும் இலண்டன் சென்று சட்டம், பொறியியல் போன்ற உயர்கல்வி கற்றுத் திரும்பினர். வேகமும், ஆழ்ந்த அறிவாற்றலும் இம்மண்ணிற்கேயுரித்தான நிர்வாகத்திறனும் ஒன்றிணைய இவர்களில் பலர் பிற்காலத்தில் தமிழகத்தின் தன்னிகரில்லா தலைவர்களாக உருவெடுத்ததுடன், இந்தியாவின் தலையெழுத்தையே பல சமயங்களில் மாற்றிக் காட்டினர். இராஜாஜி, டி.ஏ. இராமலிங்கம் செட்டியார், ஆர்.கே. சண்முகம் செட்டியார், Dr. சுப்பராயன், பா.வெ. மாணிக்க நாயக்கர், தி.சு. அவினாசிலிங்கம் செட்டியார் போன்றோர் முதலிலும், சி. சுப்ரமணியம், நா. மகாலிங்கம், கே.ஏ. நாச்சியப்ப கவுண்டர் போன்றோர் அடுத்தடுத்தும் உயர்கல்வி கற்றுத் திரும்பினர். இவர்களது பேச்சாற்றல் மக்களிடையே உத்வேகத்தைக் கிளப்பியது. சென்னையில் பட்டம் பயின்று வந்த இராஜாஜி தமது அறைக்கு வருகை புரிந்த சுவாமி விவேகானந்தரையே தமது ஆன்மீக அறிவால் திகைக்க வைத்தார்.

---

8. இவர் தாம் பெரியார் வரலாறு 1 தோற்றம் - மா. நன்னன் (பக். 126).

படித்த இளைஞர்கள் மக்களுக்குச் சேவை செய்யவும், ''கூட்டுறவே நாட்டுயர்வு'' என்பதை வலியுறுத்தவும், கூட்டுறவு இயக்கங்களை நாடெங்கிலும் ஏற்படுத்தினர். *1911*ல் ஈ.வே.ராவின் இல்லத்தில் வைத்து அவரது சீரிய முயற்சியால் ஈரோடு முதலாளி சாயபுவை முக்கிய நிர்வாகியாகக் கொண்டு ''ஈரோடு நகர கூட்டுறவு வங்கி'' ஏற்படுத்தப்பட்டது.

பிற்காலத்தில் கூட்டுறவு இயக்கங்களின் தந்தையெனப் புகழப்பட்ட டி.ஏ. இராமலிங்கம் செட்டியார் ஆரம்பத்தில் கோவை மற்றும் நீலகிரியில் கூட்டுறவு இயக்கங்களை வலுப்படுத்தி பின் தமிழகத்தின் பிறபாகங்களிலும் கூட்டுறவு மலரக் காரணமாக விளங்கினார். இவர் *1914* முதல் *20* வரை கோவை ஜில்லா போர்டு (மாவட்ட பஞ்சாயத்து) துணைத் தலைவராகத் தேர்வு செய்யப்பட்டு மாவட்டத்தின் அடிப்படை வளர்ச்சிகளில் அக்கறை செலுத்தினார்.

*1917*ல் கல்லூரி மாணவரான ஆர்.கே. சண்முகம் செட்டியார் தாம் படிக்கும் காலத்திலேயே கோவை நகர்மன்ற உறுப்பினரானார்.

இராஜாஜியும், ஈ.வே.ராவும் காங்கிரசை வளர்த்தல்

*1917-18*ல் இராஜாஜியும், ஈ.வே. ராமசாமியும் முறையே சேலம் மற்றும் ஈரோடு நகர்மன்றத் தலைவர்களாயினர்.

நகர்மன்றங்கள் மூலம் எவ்வாறெல்லாம் சமூக சீர்திருத் தங்கள் மேற்கொள்ளலாம் என்பதற்கு இராஜாஜியும், எந்த மாதிரியான நலப்பணிகள் மேற்கொள்ள வேண்டும் என்பதற்கு ஈ.வே. இராமசாமியும் இந்தியாவிற்கே எடுத்துக்காட்டாய் விளங்கினர்.

இராஜாஜி உயர்சாதியினர் எதிர்ப்பை மீறி தாழ்த்தப்பட்ட மக்களுக்கு சேலம் கல்லூரியிலும், கல்லூரி விடுதியிலும் அனுமதி யளித்தார். அக்ரஹாரக் குடிநீர்க் குழாய்களைத் திறந்து மூட அரிசன சகோதர ஊழியர் நியமிக்கப்பட்டது உள்ளிட்ட எந்த ஒரு பிரச்ச னையிலும் அந்தணர்களை எதிர்த்து செயல்பட்டதால் சாதி விலக்கம் செய்யப்பட்டார். அவரது தந்தையார் சக்ரவர்த்தி அய்யங்கார் இறந்தபோது உறவினர் உதவாததால் தாமும் தமது நண்பர்களும் மட்டும் நின்று இறுதிச்சடங்குகளை செய்தார். நகராட்சி எல்லைக்குள் இந்தியாவில் முதல் முறையாக மதுவிலக்கை அமல்படுத்தினார்.

ஈ.வே.ரா 1919ல் ஈரோடு குடிநீர்த் திட்டத்தை அறிமுகப் படுத்தி பாதுகாக்கப்பட்ட குடிநீரை மேல்நிலைத் தொட்டி கட்டி விநியோகித்துக் காலரா சாவுகளைப் பெருமளவு தடுத்தார். காலராவில் செத்தவர்களின் பிணங்களை தாமே எடுத்துச் சென்று அடக்கம் செய்தார். கடைவீதியை அகலப்படுத்தி பொதுமக்கள், வண்டிகள் தாராளமாகச் சென்றுவர ஏற்பாடு செய்தார். அதற்காக விதிமுறைகளை மீறிக் கட்டப்பட்டிருந்த இருபுறக் கடைகளின் ஆக்கிரமிப்பை அகற்றினார். அதில் தமது ஐந்தாறு கட்டிடங்களும் இடிபட்டது கண்டு வருந்தாது பலத்த எதிர்ப்பை மீறி செயல்படுத்திக் காட்டினார். மிகச்சிறந்த வடிகால் (சாக்கடை) வசதிகள் ஏற்படுத்தித் துப்புரவில் இந்தியாவிற்கு முன்னுதாரணமாய் ஈரோட்டை மாற்றி அமைத்தார். புகை பிடிக்கத் தடை செய்யப் பரிந்துரைத்தார். தமது காசிப்பயண அனுபவத்தாலும், கைவல்ய சாமியார், புலவர் மருதையா பிள்ளையாலும் நாத்திகக் கொள்கைகளை ஏற்றிருந்த ஈ.வே.ரா. கடவுள் நம்பிக்கையற்றவராக விளங்கினாலும் ஈரோடு, கோபி, திருப்பூர் தாலுகாவின் கோவில்களை நிர்வகிக்கும் தேவஸ்தானக் கமிட்டித் தலைவராக விளங்கி, ஏராளமான கோயில்களில் குடமுழுக்கு, பூசைகள் ஒழுங்காக நடைபெற ஆவண செய்தார். கோயில் வருமானம் ஒரு சிலரால் கொள்ளையடிக்கப்பட்டு வந்ததைத் தடுத்துத் தடுமாறிக் கொண்டிருந்த கோயில் நிர்வாகத்தைச் செம்மைப்படுத்தி ரூ.50000 வரை கையிருப்பு வருமாறு மாற்றினார். நகைகள், புராதன கலைப் பொருட்களை பாதுகாத்தார். தாசிகள் மற்றும் புரோகிதர்கள் கடுமையாக எதிர்த்தாலும் கோயில்களில் குற்றங்கள் நடைபெறாது உண்மையான ஆன்மீகம் மலரக் காரணமாய் விளங்கினார்.

காங்கிரஸ் மற்றும் காந்தியடிகள் மீதான பற்றுதலால் நீதிக்கட்சிக்கு மாற்றாக வ.உ.சி., Dr. வரதராஜுலு, திரு.வி.க. ஆதரவு பெற்று கேசவ பிள்ளையால் துவங்கப்பட்ட சென்னை மாகாண சங்க வளர்ச்சிக்கு ஈ.வே.ரா. ரூ.1000/- நன்கொடை கொடுத்தார். அதன் துணைத் தலைவராகயிருந்து 1919ல் அக்டோபர் 11, 12ல் இரண்டாம் மாநில மாநாட்டை ஈரோட்டில் வெற்றிகரமாக நடத்திக்காட்டினார். இம்மாநாட்டில்தான் பிராமணரல்லாதோருக்கு 50% இட ஒதுக்கீடு கேட்டு தீர்மானம் நிறைவேற்றப்பட்டது. அதுமுதல் மாநில அளவில் பிரபலமானார். Dr. வரதராஜுலு நாயுடு, வ.உ.சி., திரு.வி.க., ஈ.வே.ரா.

ஆகியோர் நாயுடு - பிள்ளை - முதலியார் - நாயக்கர் அணி என்று காங்கிரசாரால் நீதிக்கட்சிக்கு எதிராகப் பிரச்சாரம் செய்யப்பட்டது. இவ்வணியினரை எதிர்த்து நீதிக்கட்சி வளர முடியாமல் திகைத்தது. மக்கள் செல்வாக்கு மிக்க இத்தலைவர்களும் தேசிய சிந்தனையில் நீதிக்கட்சியைக் கண்டித்துக் காங்கிரசையே ஆதரித்து வந்தனர். ஆனால் மக்கள் செல்வாக்கு இல்லாவிடினும் காங்கிரசின் தலைமைப் பொறுப்பிலிருந்த சிலர் இவர்களுக் கெதிராய் செயல் பல புரிந்தனர். அதையும் மீறிக் கோவை மாவட்ட காங்கிரஸ் கமிட்டி செயலரானார் ஈ.வே.ரா.

இதே 1919ல் டி.ஏ. இராமலிங்கம் செட்டியார் கோவை நகர்மன்றத் தலைவராகத் தேர்ந்தெடுக்கப்பட்டார்.

[9]இந்திய விடுதலைப் போராட்டத்தைக் கடுமையாகக் கையாள விரும்பிய ஆங்கிலேய அரச நீதிபதி ரௌலட் தலைமையில் டிசம்பர் 17, 1918ல் புதிய சட்டமியற்றக் குழு ஒன்றை அமைத்தது. குமாரசாமி சாஸ்திரி எனும் தமிழரும் இதன் உறுப்பினராக இருந்தது மிகவும் வேதனைக்குரியது. ரௌலட் சட்டப்படி எவரையும் புரட்சியாளர் என்று வாரண்டின்றிக் கைது செய்யலாம். சோதனைகள் நடத்தலாம். சாட்சியின்றி தண்டனை வாங்கித் தரலாம். அது மட்டுமின்றி குற்றம் சாட்டப்பட்டோர் சார்பில் எவரும் வாதாட முடியாது. காங்கிரஸ் தலைவர்கள் இதை எதிர்த்தனர். காந்தி சத்யாகிரகத்தை பம்பாயில் துவக்கிவைத்து நாடெங்கும் சுற்றுப்பயணம் செய்து ஆதரவு திரட்டினார். மார்ச் 18, 1919 அன்று சென்னை வந்தார். சத்யாகிரகப் போராட்டத்தி லிறங்கி ஆங்கிலேயரது எதிர்ப்பை சந்திக்க விரும்பாத சுயநல சக்திகள் ஒதுங்கி நின்றதால் வ.உ.சி., திரு.வி.க., வரதராஜுலு நாயுடு, ராஜாஜி, எஸ். சத்யமூர்த்தி, எஸ். சுப்ரமணிய அய்யர் ஆகியோர் முக்கியத்துவம் பெற்றனர். மகாத்மாவுடன் இத்தலைவர் களனைவரும் இணைந்து சத்யாகிரகப் பிரச்சாரம் செய்தனர். மார்ச் 20ல் சேலம் விஜயராகவாச்சாரியார் தலைமையில் திருவல்லிக்கேணி கடற்கரைக் கூட்டத்தில் காந்தியுடன் சரோஜினி நாயுடுவும் பேசினார். பாரதியாரும் காந்தியை சந்தித்து வாழ்த்துத் தெரிவித்தார். உடனே ஏப்ரல் 6ம் தேதி இந்தியா முழுக்க "பந்த்" நடத்த வேண்டுகோள் விடுத்துச் சென்றார்.

---

9. விடுதலைப்போரில் தமிழகம் - ம.பொ.சி. (பக். 383).

இராஜாஜியும், அவரது தமிழ் ஆசானான வ.உ.சி.யும், திரு.வி.க.வும் சென்னை முழுக்கப் பிரசாரம் செய்து மக்களைத் திரட்டினர்.

இச்சமயம் உலகையுலுக்கிய ஜாலியன் வாலாபாக் படு கொலை நிகழ்ந்தது. பஞ்சாப் லெப் கவர்னர் மைக்கேல் ஓட்வியர் மற்றும் ஜெனரல் டயரின் கொடுமையில் 379 பேர் இறந்து 1337 பேர் காயமடைந்தனர். வேதனையுற்ற மகாத்மா சத்யாகிரகத்தை நிறுத்தினார். இருப்பினும் படுகொலைக்குக் கண்டனம் தெரிவிக்கும் வகையில் அரசின் அனைத்துத் தடைகளையும் மீறி 1919 டிசம்பரில் அமிர்தசரஸிலேயே காங்கிரஸ் மாநாடு நடந்தது.

இராஜாஜி முதல்முறையாக காங்கிரஸின் 1919 அமிர்தசரஸ் மாநாட்டில்தான் கலந்துகொண்டார். 1906ம் ஆண்டு சூரத் காங்கிரஸிற்கு நூற்றுக்கணக்கானோரைத் தமது சொந்த செலவில் கூட்டிச்சென்ற வ.உ.சி. இம்முறை தமக்குச் செலவு செய்ய இயலாதவண்ணம் சொத்தனைத்தையும் தேசத்திற்காக இழந்திருந்தார். தண்டபாணி பிள்ளை பெரியாருக்கு டிக்கெட் எடுத்த பணத்தில் மீதிவந்ததை (அவரது அனுமதியுடன்) கொண்டு ஒரு மூன்றாம் வகுப்பு டிக்கெட் எடுத்து வ.உ.சி.யை அனுப்பி வைத்தார். சி.ஆர். தாஸும், காங்கிரஸ் தலைவராகத் தேர்வாயிருந்த மோதிலால் நேருவும் தீவரமாகப் பேசினர். அதில் விஜயராகவாச்சாரியார் அடிப்படை உரிமைகள் குறித்துத் தீர்மானம் நிறைவேற்றி சுயராஜ்யக் கோரிக்கையை (இதனைப் பின்பற்றித்தான் பின்னர் நேருவால் சுயராஜ்யக் கோரிக்கை எழுப்பப் பட்டது) எழுப்பினார். இச்சமயம் அரசியல் கைதிகளுக்கு அரசு பொது மன்னிப்பு வழங்கியதால் சௌகத் அலி, முகமது அலி சகோதரர்கள் விடுதலை செய்யப்பட்டனர்.

காந்தியடிகளின் கொங்கு நாட்டு சுற்றுப்பயணமும், சூடு பிடித்த சுதந்திரப் போராட்டமும்

காந்தி ஒத்துழையாமையைத் துவங்கினார். ஆகஸ்டு 2, 1920ல் சென்னை வந்த காந்தியடிகள் அலி சகோதரர்களுடன் இணைந்து ஒத்துழையாமை இயக்கத்தையும், இந்து - முஸ்லீம் ஒற்றுமையையும் வலியுறுத்தி நாகை, கும்பகோணம், திருச்சி, சேலம், ஈரோடு, திருப்பூரில் கூட்டங்களை ஒருங்கே நடத்தினார்.

கோவையின் மிகப்பெரும் சுதந்திரப் போராட்ட வீரர்களான வி.சி. வெள்ளிங்கிரிக் கவுண்டர், சி.பி. சுப்பையா விருப்பத்தால் கோவையில் 1920ல் சுப்பராய ஆசாரி வீட்டில் வ.உ.சி. வாடகைக்கு தங்கி சுதந்திரப் போராட்டம் மற்றும் தொழிலாளர் இயக்கங்களை தீவிரப்படுத்தினார்.[10] தாம் தென்னாப்பிரிக்காவில் வாழ்ந்த காலத்திலேயே வ.உ.சி.யின் புகழையும், செல்வாக்கையும் அறிந்திருந்த மகாத்மா காந்தி, திலகரும் இதர தலைவர்களும் கொடுத்துவந்த முக்கியத்து வத்தை தாமும் மதித்தவராய் வ.உ.சி. இல்லம் சென்று மதிய உணவு அருந்தி அளவளாவினர். அன்று மாலை புளியந்தோப்பு மைதானத்தில் நடைபெற்ற மாபெரும் பொதுக்கூட்டத்தில் N.S. ராமசாமி அய்யங்கார் தலைமைவகிக்க, காந்தியின் பேச்சை வ.உ.சி. மொழி பெயர்த்தார்.

ஆகஸ்டு 18ல் காந்தியும், அலி சகோதரர்களும் ஈரோட்டுக்கு வருகைபுரிந்து பெரியார் முன்னிலையில் பொதுக்கூட்டங்களில் கலந்து கொண்டனர். ஜம்பை கூட்டத்தைக் கண்டு காந்தி மிகவும் மகிழ்ந்தார். தமது இயக்கம் வெற்றிபெற ஈ.வே.ராவின் தாயிடம் அலிசகோதரர் ஆசி வாங்கிச் சென்றது ஓர் முக்கியமான நிகழ்ச்சி. அச்சமயம் அலி சகோதரரும், காந்தியும் உரை நிகழ்த்திய மணிகூண்டு பகுதி ''அலிசவுக்'' என இன்றளவும் வழங்கப்படுகிறது.

ஒத்துழையாமை இயக்கத்தின் ஒரு பகுதியாய்த் தமது பதவி களை இராஜாஜியும், ஈ.வே.ரா.வும் துறந்தனர். அப்பொழுதுதான் ஸ்தலஸ்தாபனத்தில் (உள்ளாட்சித்துறை) முக்கியப் பொறுப்பு வகித்துவந்த C. ராஜகோபாலச்சாரியார் ராவ்பகதூர் பட்டத்திற்கு ஈ.வே.ராவைப் பரிந்துரைத்திருந்தார். அவரே நேரில் ஈரோடு வந்து பெரியாரைப் பார்த்து ''உனக்கு அரசியல் சூழ்ச்சிகள் புரியாது. எனவே பதவி விலகலை வாபஸ் வாங்கி நகர்மன்றத்தலைவர், வணிகர் என்ற அளவில் ராவ்பகதூர் பட்டத்தையும் பெற்று அரசியல் துறந்து உனது நலன் மட்டும் கருதி சிறப்புடன் வாழப்பார்!'' என அறிவுறுத்தினார். ஈ.வே.ராவோ கொள்கைப்பிடிப்பால் வாபஸ் வாங்க மறுத்துத் தனது தந்தையின் நண்பரும், தமது நலம் விரும்பியுமான சி. ராசகோபாலாச்சாரியாரைத் திருப்பி அனுப்பினார். அச்சமயம் நகர்மன்றத் தலைவர் மட்டுமின்றி தாம் வகித்துவந்த கோவை மாவட்ட தேவஸ்தானக் கமிட்டித் தலைவர், ஈரோடு நகரக் கூட்டுறவு வங்கித்தலைவர், தென்னிந்திய வர்த்தக சபையின் நிர்வாக உறுப்பினர், கௌரவ நீதிபதி, வரிவசூலிப்பு ஆணையர் உள்ளிட்ட

10. இந்திய விடுதலைப்போரில் வ.உ.சி. - என். திரவியம் (பக். 33).

20க்கும் மேற்பட்ட அனைத்துப் பதவிகளையும் உதறித் தள்ளினார். நீதிமன்றத்தைப் புறக்கணிக்க வேண்டியிருந்ததால் அதன்மூலம் வரவேண்டியிருந்த 50,000 ரூபாயை வேண்டாம் என ஒதுக்கித் தள்ளினார். சேலம் விஜயராகவாச்சாரியார் வழக்காடித் தர விரும்பியும் வேண்டா மென தடுத்து தியாகியாகத் திகழ்ந்த ஈ.வெ.ரா. வீட்டிலிருந்த தமது வயதான தாயார் உள்ளிட்ட அனைவரையும் கதர் உடுத்தவைத்தார். தாம் செல்லுமிடமெல்லாம் கைராட்டையை சுமந்து சென்றார்.

இதே வருடம் மாண்டேகு - செம்ஸ்போர்டு தூதுக்குழுவினர் நாடு முழுக்கச் சுற்றுப்பயணம் செய்து தலைவர்களின் கருத்துக் களை கேட்டறிந்தனர். அவ்வாறு அவர்கள் சந்தித்தோரில் சேலம் விஜயராகவாச்சாரியார் மிக முக்கியமானவர். விஜயராகவாச் சாரியாரை 1920 டிசம்பர் 26 நாகபுரிக் காங்கிரஸ் மாநாட்டின் தலை வராகக் காந்தியடிகள் வழிமொழிந்து ஏற்கச் செய்தார். ஒத்துழை யாமை இயக்கத்தால் ஒன்றும் வெள்ளையரை விரட்ட முடியாது என்று வ.உ.சி., விஜயராகவாச்சாரியார் போன்ற தீவிர எண்ணம் கொண்டோர் நினைத்தனர். எனினும் விஜயராகவாச்சாரி, காந்தியின் முடிவையேற்றுத் தமிழகத்தில் ஒத்துழையாமை இயக்கத்தைத் தலைமை தாங்கி நடத்தினார். ஒத்துழையாமை இயக்கத்தில் சர்தார் படேல், நேரு, ராஜாஜி போன்றோர் தமது வக்கீல் தொழிலைத் துறந்தனர். சட்டசபைத் தேர்தல் புறக்கணிப்பை ''ஹிந்து'' அரங்கசாமி அய்யங்கார், எஸ். சத்தியமூர்த்தி, எஸ். ஸ்ரீனிவாச அய்யங்கார் எதிர்த்தனர்.

ஈரோடு ராமசாமி நாயக்கர், பிரபஞ்சமித்திரன் ஆசிரியரான சேலம் வரதராஜுலு நாயுடு, ''நவசக்தி'' ஆசிரியரான திரு.வி.க. ஆகியோர் இராஜாஜியை ஆதரித்தனர். பெரியாரும், இராஜாஜியும் மாநிலம் முழுக்கச் சுற்றுப்பயணம் மேற்கொண்டு ஒத்துழையாமை இயக்கத்தையும், கள்ளுக்கடை மறியலையும் வலியுறுத்தினர். இவர்களது பேச்சால் மாணவர் உள்ளிட்ட பல இளைஞர்கள் காங்கிரஸ் கொள்கைகளைத் தீவிரமாகப் பின்பற்றத் துவங்கினர்.

இவர்களை மீறி நீதிக்கட்சியால் எதுவும் செய்ய முடிய வில்லை. ஒத்துழையாமையை எதிர்த்துப் பனகல் அரசர் பொள்ளாச்சியில் கூட்டிய மாநாட்டிற்குச் சிறிதளவே கூட்டம் வந்தது. கோய முத்தூரில் திரு.வி.சி. வெள்ளிங்கிரிக்கவுண்டர், இராமசாமிக் கவுண்டர் கள்ளுக்கடை மறியலை ஊக்குவித்தனர். இராமசாமிக் கவுண்டர் எல்லாவிதத் தடைகளையும் மீறி மறியலைத் தொடர்ந்து வந்ததால், பயந்துபோன அரசு கைதுசெய்து வழக்குத் தொடுத்தது. அரசையெதிர்த்து டி.ஏ. இராமலிங்க செட்டியார் வாதாடினார்.

நீதிக்கட்சியின் தோற்றமும், வளர்ச்சியும்

ஒருபுறம் காங்கிரஸ் தலைமையில் பிரிட்டிஷ் ஆதிக்கத்தை எதிர்த்துப் போராட்டம் வலுப்பெற்று வந்த நேரத்தில் பிராமணர்கள் ஆதிக்கத்தை எதிர்த்துப் பிற்படுத்தப்பட்ட சாதியினர் பல இயக்கங்களைத் துவங்கிப் போராடலாயினர். அவ்வியக்கங்களெல்லாம் பொதுவாகப் பிராமணரல்லாதோர் இயக்கம் என்ற பெயரிலேயே வழங்கப்பட்டு வந்தன. ''மெட்ராஸ்மெயில்'' பத்திரிக்கை மட்டும் இச்செய்திகளுக்கு முக்கியத்துவம் கொடுத்து பிரசுரித்து வந்தது.

அவ்வியக்கங்களுள், அந்நாளில் சென்னையில் புகழ்பெற்று விளங்கிய Dr. சி. நடேச முதலியார் என்பவரது தனிமுயற்சியால் துவங்கப்பட்ட சென்னை ஐக்கிய கழகம் (The Madras League) புகழடையத் துவங்கியது. அதன் ஓராண்டு நிறைவு விழாவில்* **''சென்னை திராவிட சங்கம்''** எனப் பெயரை மாற்றி ஆந்திர, கர்நாடக மக்களையும் அரவணைத்தார் நடேசனார். இவரே தமிழகத்தில் திராவிடப் பாரம்பரியத்தையும், அரசியலில் திராவிட எனும் சொல்லையும் முதலில் அறிமுகப்படுத்தி வைத்தவர். ஆரம்பத்தில் இதன் வளர்ச்சிக்குப் பெருமளவில் உறுதுணை புரிந்தவர்கள் சென்னை மற்றும் சுற்றுவட்டார மாவட்டங்களைச் சார்ந்த முதலியார் இனச் செல்வந்தர்கள். இதனாலும் மற்றும் நடேச முதலியார் நிறுவியதாலும் பாமரர்களால் ஆரம்பத்தில் முதலியார் கட்சியெனக் கூறப்பட்டு வந்தது ''சென்னை திராவிட சங்கம்''. ஆனால் சாதி வேறுபாடற்று அனைத்துப் பிற்பட்டோர் நலனையும் ஒருங்கே போற்றிய நடேசனார் சென்னைப் பல்கலைக்கழகத்தில் படிப்பை முடித்து பட்டதாரிகளான பிற்படுத்தப்பட்ட, தாழ்த்தப்பட்ட வகுப்பு மாணர்களைப் பாராட்ட விழா எடுக்கலானார். அதன் முதல் பாராட்டு விழாவில் திரு. கேசவபிள்ளையும், கோவையின் ஆர்.கே. சண்முகம் செட்டியாரும் கலந்துகொண்டு சிறப்பித்தனர். திரு. கேசவப் பிள்ளை பின்னாளில் சுதந்திரத்தின்மீது கொண்ட பற்றுதலால் காங்கிரசை விட்டு விலகாது, காங்கிரசினுள்ளேயே பிற்படுத்தப்பட்ட வகுப்பினருக்காக ''சென்னை மாகாண சங்கத்தை'' வ.ஊ.சி., டாக்டர். நாயுடு, திரு.வி.க. ஆதரவோடு தோற்றுவித்தார். டாக்டர். சி. நடேசனார் பெருஞ் செல்வந்தரல்லவெனினும் சளைக்காதவராய்த் திருவல்லிக்கேணியில் ''திராவிட இல்லம்'' எனும் உணவு, உறைவிட விடுதியை ஏற்படுத்தி சென்னை வரும் பிற்படுத்தப்பட்ட, தாழ்த்தப்பட்ட இளைஞர்களுக்குப் பேருதவி புரிந்தார். காங்கிரசிலிருந்த பிற்பட்ட தலைவர்களையும், இவ்வமைப்பில் சேரச்சொல்லி வலியுறுத்தி வந்தார். 1916ல் நடைபெற்ற சட்டமன்றத் தேர்தலில் சுயநலமிக்க சில தலைவர்களால் பிராமணரல்லாதவரான சர்.பி.டி. தியாகராயர், பனகல்

* திராவிட இயக்கவரலாறு - நாவலர் (பக். 192).

அரசர், டாக்டர். டி.எம். நாயர் போன்றோர் தோற்கடிக்கப்பட்டனர். மனம் நொந்துபோன இத்தலைவர்களெல்லாம் தமது சுயமரியாதையைக் காக்க விரும்பி டாக்டர். நடேசனாரை அணுகினர். பின் அனைவரும் ஒன்றுகூடி 1916 நவம்பர் 20ல் ''சென்னை திராவிட சங்கம்'' பெயரை ''தென்னிந்திய நலவுரிமைச் சங்கம்'' என மாற்றினர். அத்துடன் ஜஸ்டிஸ் எனும் ஆங்கிலப் பத்திரிக்கையையும் ஆரம்பித்தனர். அதுமுதல் இவ்வியக்கம் ஜஸ்டிஸ் பத்திரிக்கை பெயரால் ஆங்கிலத்தில் ஜஸ்டிஸ் பார்ட்டி எனவும், தமிழில் நீதிக்கட்சி எனவும் வழங்கப்பட்டது. தமிழில் ''திராவிடன்'' எனவும், தெலுங்கில் ''ஆந்திரப் பிரகாசிகா'' எனவும் பத்திரிக்கைகள் வெளிவரலாயிற்று. நீதியை நிலைநாட்டும் எண்ணத்தோடு சிவப்பு நிறக் கொடியில் வெள்ளை நிறத் தராசே கட்சிக் கொடியானது. ''இந்து'', ''சுதேசமித்திரன்'', ''நியூ இந்தியா'' போன்ற பத்திரிக்கைகளுக்கு போட்டியாக டாக்டர். டி.எம். நாயர், ராமன் பிள்ளை, பூர்ணலிங்கம்பிள்ளை ஆகியோரைக் கொண்டு ஜஸ்டிஸ் எனும் ஆங்கிலப் பத்திரிக்கையும், திரு. பக்தவத்சலம் பிள்ளையை ஆசிரியராகக் கொண்டு திராவிடன் எனும் தமிழ்ப் பத்திரிக்கையும் வெளிவந்து விற்பனையில் சூடு பிடித்தது. சர்.பி.டி. தியாகராயர் சுமார் ரூ.1 லட்சம் நன்கொடை வசூலித்துத் தந்தார்.

கோவையில் நடைபெற்ற நீதிக்கட்சியின் முதல் மாநாடு (1917):

கி.பி.1917 ஆகஸ்டு 19, 20களில் இப்புதிய இயக்கத்தின் முதல் மாநாடு கோவையில்தான் நடைபெற்றது. இம்மாநாட்டில்தான் ''இட ஒதுக்கீடு'' குறித்த தீர்மானம் இந்தியாவிலேயே முதன்முதலில் நிறைவேறியது. ஊற்றுக்குழி ஜமீன்தார் காளிங்கராயர், இராவ்பகதூர் ஏ.டி. திருவேங்கடசாமி முதலியார், டி.ஏ. இராமலிங்கம் செட்டியார் போன்றோர் சிறப்பான ஏற்பாடுகளைச் செய்திருந்தனர். பனகல் அரசர் இராமராய நிங்கார் தலைமையில் நடைபெற்ற மாநாட்டில் சென்னை மாகாணத்தோடு இணைந்திருந்த கேரள, ஆந்திர மாநிலத் தலைவர்களும், ஆரோக்யசாமி பிள்ளை, டாக்டர். டி.எம். நாயர், பி.டி. தியாகராயர் மற்றும் பார்த்தசாரதி நாயுடு கலந்து கொண்டு சிறப்பித்தனர். உடுமலை கனகராஜூம், சேலம் இரத்னசாமி பிள்ளையும், நீதிக்கட்சி வளர உதவிய இதர தலைவர்கள்.

அதன்பின்னர் இரண்டாவது மாநாடு ஆந்திராவின் கோதாவரி மாவட்ட புக்காவோவிலும், மூன்றாவது மாநாடு பெஜவாடாவிலும் நடை பெற்றது. இவ்விரு மாநாடுகளிலும் இம்மண்டலம் சார்பாய் டி.ஏ. இராமலிங்கம் ரெட்டியார் கலந்துகொண்டு சிறப்பித்தார். அதன்பிறகு நான்காவது மாநாடு

மீண்டும் கொங்கு மண்டல சேலத்தில் நடைபெற்றது. மாகாண அளவில் இராமநாதபுரம், புதுக்கோட்டை அரசர்கள், டி.ஏ. இராமலிங்கம் செட்டியார் போன்ற முக்கியத் தலைவர்கள் பங்கேற்று சிறப்பித்தனர். சர்.பி.டி. தியாகராயர் உடல்நலம் குன்றியிருந்ததால் அவரது வரவேற்புரையை திருமலைப்பிள்ளை வாசித்தார்.

மாண்டேகு - செம்ஸ்போர்டு சீர்திருத்தம்:

முதல் உலகப்போரில் பிரிட்டன் வெற்றியடைந்த பிறகு வந்த மாண்டேகு - செம்ஸ்போர்டு சீர்திருத்தங்களால் பெரிய அளவில் மாற்றமில்லையென நீதிக்கட்சியும் ஐயமுற்றது. சென்னை மாகாணச் சட்டமன்றத் தொகுதிகளின் எண்ணிக்கை 47லிருந்து 132 ஆனது. ஆனால் தொகுதி நிர்ணயம் செய்யும் சௌத்பரோ குழுவில் இரு பிராமணர் தவிரப் பிற்படுத்தப்பட்டோர் பிரதிநிதித்துவம் பெறமுடியவில்லை. வகுப்புரிமையை அக்குழு நிராகரித்தது. எனவே இலண்டன் சென்று ஆதரவு திரட்டி வாதிடச் சென்ற டாக்டர். டி.எம். நாயர் 1919 ஜூலை 7ல் இயற்கை எய்தினார். மாண்டேகு செம்ஸ்போர்டு சீர்திருத்தங்களால் இரட்டை ஆட்சிமுறை நடைமுறைக்கு வந்தது.

1920 நவம்பரில் பொதுத்தேர்தல் நடைபெற்றது. இதில் 98 பேர் மக்களால் வாக்குப்பதிவு மூலம் தேர்வு செய்யப்பட்டனர். பிறர் ஆளுநரால் நியமிக்கப்பட்டனர். சட்டமன்ற உறுப்பினரில் நால்வர் கவர்னரின் ஆலோசனைக்குழுவில் உறுப்பினராகினர். முக்கியத் துறைகளைத் தமது குழுவசம் வைத்துக்கொண்ட ஆளுநர்கள் இதரத் துறைகளை மக்கள் பிரதி நிகளுக்கு வழங்கினர்.

அவற்றுள் ஸ்தலஸ்தாபனம் (உள்ளாட்சி) கல்வி, பொது சுகாதாரம், பொதுப்பணி, விவசாயம், தொழில், கூட்டுறவு போன்றவை முக்கிய மானவை. மக்கள் பிரதிநிதிகள் தமது துறைகளில் சட்டமியற்ற, பட்ஜெட் தாக்கல் செய்ய, விவாதம் நடத்த உரிமை பெற்றனர். ஆனால் சட்ட ஒப்புதல் கொடுக்கும் பொறுப்பு ஆளுநரிடமேயிருந்தது.

இத்தேர்தலில் காங்கிரஸ் ஒத்துழையாமை இயக்கத்தைக் காரணம் காட்டித் தேர்தலில் நிற்க மறுத்ததால் நீதிக்கட்சி மொத்தமுள்ள 98 இடங்களில் 63 இடங்களை எளிதில் கைப்பற்றி பெரும்பான்மை பெற்று ஆட்சியைப் பிடித்தது. வெற்றி பெற்றோரில் கோவை திரு.டி.ஏ. இராமலிங்கம் செட்டியார், ஆர்.கே. சண்முகம் ரெட்டியார் போன்றோர் முக்கியமானவர்கள். ஏ. சுப்பராயலு செட்டியார் முதல்வராகவும் (பிரதமர்), பனகல் அரசரும், கே. வெங்கட

ரெட்டியாரும் அமைச்சர்களாகவும் பதவியேற்றனர். 1921ல் சுப்பராயலு ரெட்டியார் பதவி விலகிட பனகல் அரசர் பிரதமரானார். திரு. ஏ.பி. பாத்ரோவும் அமைச்சரவையில் சேர்த்துக் கொள்ளப்பட்டார். ஆர்.கே. சண்முகம் செட்டியார் முதலில் பனகல் அரசரிடமும் பின் ஏ.பி. பாத்ரோ விடமும் செயலராகப் பணியாற்றிச் சிறப்பித்தார். 1921ல் இனவாரி ஒதுக்கீடும், பெண் வாக்குரிமையும் சட்டமாக்கப்பட்டன. ஆதிதிராவிட சங்க திவான்பகதூர் எம்.சி. ராசாவை நீதிக்கட்சி அரசு மேலவையில் சேர்த்து அமைச்சருமாக்கியது. 1923ம் ஆண்டு அக்டோபரில் நடைபெற்ற தேர்தலிலும் நீதிக்கட்சியே வெற்றிபெற்றது. தாழ்த்தப்பட்டோர் 9 பேர் உறுப்பினராகினர். கோவையிலிருந்து திரு.வி.சி. வெள்ளிங்கிரி கவுண்டரும், மீண்டும் ஆர்.கே. சண்முகம் செட்டியாரும் தேர்வாகினர். 1920ம் ஆண்டு அமைச்சரவையில் தமிழருக்கு பிரதிநிதித்துவம் இல்லை. இக்குறையைப் போக்க 1923 அமைச்சரவையில் பனகல் அரசர் தமிழரான டி.என். சிவஞானம் பிள்ளையையும், ஏ.பி. பாத்ரோவையும் அமைச்சராக்கினார். எல்.டி. சாமிகண்ணு பிள்ளையைச் சட்டமன்றத் துணைத்தலைவராக்கினார். ஆர்.கே. சண்முகம் செட்டியாரும் தேர்வாகிப் பனகல் அரசின் பாராளுமன்றச் செயலரானார்.

நீதிக்கட்சி அரசின் சாதனைகள்: *

உயர் பதவிகளில் பிராமணரல்லாத இந்துக்கள், சிறுபான்மையினர், தாழ்த்தப்பட்டோர் அமர்த்தப்பட்டனர். பதவி உயர்விலும், இவர்களுக்குச் சலுகைகள் வழங்கப்பட்டன. கூட்டுறவு நாணய சங்கங்கள் ஏராளமாகத் தோற்றுவிக்கப்பட்டு ஆதிதிராவிடர் வீட்டு வசதி பெற முன்னுரிமை தரப்பட்டது. கி.பி.1920ல் டாக்டர். சி. நடேச முதலியார் தாழ்த்தப்பட்ட சாதி சகோதரர்களைச் சாதிப் பெயரில் அழைப்பதற்குப் பதில் "ஆதிதிராவிடர்" என அழைக்கச் சென்னை மாநகராட்சியில் தீர்மானம் நிறைவேற்றினார்.

எம்.சி. இராஜா முயற்சியால் பஞ்சமர், பறையர் எனும் வார்த்தைகள் இந்தியாவிலேயே முதல்முறையாக சென்னை மாகாணத்தில் நீக்கப்பட்டு "ஆதி திராவிடர்", "ஆதி ஆந்திரர்" என அழைக்கப்பட்டனர். தொழிலாளர் நலத்துறையின் ஆணையராக ஐ.சி.எஸ். அதிகாரி நியமிக்கப்பட்டு தொழிலாளர் நலன் காக்கப்பட்டது. கோவை மாவட்டக் குற்றப் பரம்பரையினர் என அழைக்கப்பட்ட வலையர், குறவர் மறுமலர்ச்சி பெறச் சலுகைகள் வழங்கியது. மதுரை, இராமநாதபுரம் மாவட்டங்களில் கள்ளர் சீரமைப்புக்கு இலட்சக் கணக்கில் செலவிட்டது. சவுந்திரபாண்டியன், இரட்டைமலை சீனிவாசன் போன்றோர் சமூக சீர்திருத்த நடவடிக்கைகளுக்கு உறுதுணையாக நின்றனர்.

---

* நீதிக்கட்சி அரசு பாடுபட்டது யாருக்காக?, Dr.பு. இராசதுரை.

கி.பி. 1925ல் 20 நகராட்சிகளில் இலவசக் கட்டாயக் கல்வி நடைமுறைப்படுத்தப்பட்டது. சர்.பி.டி. தியாகராயர் முயற்சியால் இந்தியாவில் முதன்முறையாக இலவச மதிய உணவுத்திட்டம் ஏற்பட்டது. (சென்னை மாநகராட்சியில் கி.பி. 1925ல்) பிற்படுத்தப்பட்டோர் கல்விக்கட்டணம் பாதியாகக் குறைக்கப்பட்டது.

கோவை மாவட்ட மேட்டுப்பாளையம், மீனவர் கூட்டுறவு சங்கத்திற்கு மிகக் குறைந்த கட்டணத்தில் கீழ்பவானி மீன்பிடி உரிமை கொடுக்கப் பட்டது. பிற்பட்டோருக்கும், தாழ்த்தப்பட்டோருக்கும் கல்வி கட்டணச் சலுகை வழங்கியது. சென்னை மாநகராட்சியில் சர்.பி.டி. தியாகராயர் மதிய உணவுத் திட்டத்தைக் கொணர்ந்தார். ஆரம்பக் கல்விக்கு முக்கியத்துவம் தரப்பட்டது. 1923ல் இந்து அறநிலையச் சட்டம் கோவில்களை அரசு நிர்வாகத்தின் கீழ் கொண்டுவந்தது. சென்னை பல்கலைக்கழகச் சட்டமும், ஆந்திரப்பல்கலைக்கழகச் சட்டமும் இயற்றப்பட்டன.

Dr. முத்துலட்சுமி ரெட்டியாரின் முயற்சியால் இசை வேளாளர் குலப் பெண்கள் தேவதாசிகளாக்கப்படுவதை எதிர்த்து தேவதாசி முறை ஒழிப்பு சட்டம் கொண்டுவரப்பட்டது. தேவதாசி முறையை ஆதரித்துப் பேசிவந்தவர்களின் வாதங்களைத் தீவிரமாக எதிர்த்து சட்டத்தை நிறைவேற்றினர்.

T.M. *நாயர்:*

பாலக்காடருகே தாரவாத்தில் 1868ல் பிறந்த மாதவன் நாயர் டி.எம். நாயர் எனப்பட்டார். சென்னை மாநிலக் கல்லூரியில் எம்.ஏவும், பின் சென்னை மருத்துவக் கல்லூரி மற்றும் எடின்பரோ பல்கலையில் MD (ENT) படித்தவர். 1897ல் சென்னை வந்து பணியாற்றியவருக்கு மருத்துவத்துறையில் பெரும்புகழ் கிடைத்தது.

Anti septic எனும் மருத்துவ இதழ் நடத்தி வந்தார். காங்கிரசில் ஈடுபாடு கொண்டவர். 1913-15 வரை சட்டமன்ற உறுப்பினராகயிருந்தார். பின் 1916ல் நீதிக்கட்சியின் நிறுவனர்களுள் ஒருவராகி 1919ல் இலண்டனில் காலமாகும்வரை அதன் வளர்ச்சிக்கு அரும்பாடுபட்டவர்.

ஏராளமான பொதுமக்கள் ஆயிரக்கணக்கில் திரண்டு நின்று நீதிமன்றத்தை முற்றுகையிட்டனர். திரு.வி.சி. வெள்ளிங்கிரி கவுண்டர் தமது பண்ணையிலிருந்து கள்ளிறக்குவதை நிறுத்தியதோடு, தமது செல்வாக்கால் பிற விவசாயிகளையும் கள்ளிறக்காதிருக்குமாறு பார்த்துக் கொண்டார். ஆங்கிலேயருக்கு வருமானம் தடைபட்டது.

ஈ.வே.ராவோ ஒருபடி மேலே சென்று தமது தோப்பிலிருந்த கள்ளிறக்கும் மரங்களை வெட்டி வீழ்த்தினார். ஈரோட்டிலும் தொடர்ந்து மறியல் நடைபெற்றது. ஈ.வே.ரா. கைதாகி சிறைபுகுந்தார். ஆனால் அவரது இல்லப் பெண்மணிகளான அவரது மனைவி நாகம்மையும், தங்கை கண்ணம்மாளும் போராட்டத்தைத் தொடர்ந்து கைதாகினர். ஈரோட்டுப் பெண்களின் போராட்டம் இந்தியா முழுக்கப் பெருமை தேடித்தந்தது. காந்தியடிகள் தமது யங்இந்தியா பத்திரிக்கைத் தலையங்கத்தில் கள்ளுக்கடை மறியலை நிறுத்துவது தமது கையிலில்லை. அது ஈரோட்டில் உள்ள இரு பெண்கள் கையிலுள்ளது என்று புகழ்ந்துரைத்தார். கோவை மாவட்டத்தின் ஆபத்தான மனிதராக ஈ.வே.ராவை ஆங்கிலேய நீதிபதிகள் கருதுமளவு வெகு தீவிரமாக சுதந்திரப் போரை நடத்தினார். சேலத்தில் Dr. வரதராஜுலு நாயுடு, இராஜாஜி தலைமையிலான போராட்டம் சூடுபிடித்தது.

இந்த சமயம் கோவையில் பிளேக் நோய் பரவிப் பலரைப் பழிவாங்கியது. வ.உ.சி. அருகாமையிலிருந்த பேரூருக்குக் குடி பெயர்ந்தார். அச்சமயம் பிறந்த பெண்குழந்தைக்குப் பேரூர் பெண் தெய்வம் மரகதவல்லி நினைவாய் மரகதவல்லி என்றே பெயரிட்டார். *1921* துவக்கத்தில் கோவையின் பிற முக்கியத் தலைவர்களான ஆர்.கே. சண்முகம் செட்டியார், டி.ஏ. இராமலிங்கம் செட்டியார், C.S. இராமச்சந்திரன் செட்டியார், N.S.R. உடனிணைந்து ''கோவை தொழிலாளர் பேங்கு & ஸ்டோர்ஸ் லிமிடெட்'' துவங்கிக் குறைந்த வட்டியில் தொழிலாளர்களுக்குக் கடனுதவியும், மலிவான விலையில் உணவுப் பொருட்களும் கிடைக்க வழிவகை செய்த வ.உ.சி. *1921* மே *1*ல் கோவையே அதிரும் வண்ணம் மேதினப் பேரணியைத் தொழிலாள சகோதரர்களுக்காக N.S.R. உடன் இணைந்து நடத்திக் காட்டினார். காங்கிரஸில் பெரியார் வளர்ச்சிபெற Dr. வரதராஜுலுவுடன் சேர்ந்து அனைத்து வகைகளிலும் உதவி வந்தார். பீளமேடு (சர்வசன பள்ளி) உள்ளிட்ட கோவையின் பல பாகங்களிலும் பிரச்சாரம் செய்தார்.

1921 செப்டம்பர் *12* முதல் தமிழகத்தில் குறிப்பாக மதுரையில் காந்தியடிகள் தங்கி சுற்றுப்பயணம் செய்யலானார். மதுரை மேலமாசி வீதி ராம்ஜி கல்யாண் சேட்ஜி வீட்டில் தங்கியிருக்கையில் தமிழகக் குடியானவர்கள் எளிய கோவணம் மட்டுமே தரித்து விவசாய வேலைக்குச் செல்வதைக் கண்டு மனம் இரங்கி அன்றுமுதல் வெறும் வேஷ்டி (மேலாடையின்றி) மட்டும் அணியலானார்.

1921ம் ஆண்டில் சட்டமன்ற மற்றும் உள்ளாட்சித் தேர்தல் நடைபெற்றது.

டி.ஏ. இராமலிங்கம் செட்டியார் கோவை மாவட்ட கழகத் தலைவராகப் பொதுமக்களால் தேர்ந்தெடுக்கப்பட்டார். பட்டக்காரர் நல்லதம்பி சர்க்கரை மன்றாடியார் ஈரோடு தாலுகா போர்டு தலைவராகி 1933 வரை அப்பொறுப்பு வகித்தார். 1921 சட்டமன்றத் தேர்தலில் டி.ஏ. இராமலிங்கம் செட்டியார், ஆர்.கே. சண்முகம் செட்டியார் தேர்வு செய்யப்பட்டனர். வெள்ளக்கிணறு வி.சி. வெள்ளிங்கிரிக் கவுண்டர் சட்டமேலவைக்குத் தேர்ந்தெடுக்கப்பட்டார். பிரதமர் பனகல் அரசரின் (அன்று முதல்வர் பதவி பிரதமரெனப்பட்டது) விருப்பத்தால் ஆர்.கே. சண்முகம் செட்டியார் பாராளுமன்ற செயலரானார்.

1921ல் கேரளாவில் மாப்ளா என அழைக்கப்படும் மலபார் முஸ்லீம்கள் ஆங்கிலேயருக்கெதிராய் ஆர்ப்பாட்டம் நடத்தினர். பதிலுக்கு ஆங்கிலேயரோ வன்முறையைக் கட்டவிழ்த்து விட்டு கொடுமை பல புரியலாயினர். அன்று அவர்களைக் காப்பதற்கு என்று எந்தப் பெரிய தலைவர்களுமில்லை. ஆதரித்துக் குரல் கொடுப்பாருமில்லை என்ற நிலையில் மொழி, மத, இன வேறுபாடுகளை என்றைக்கும் பாராத வ.உ.சி. தாமாக முன்வந்து போராடி நீதியை நிலைநாட்டச் செய்தார். கோவையை இருப்பிடமாகக் கொண்டிருந்த வ.உ.சி. கேரளாவின் முஸ்லீம் சகோதரர்களுக்குப் பாடுபட்டாரெனில் மூன்றாண்டுகள் கழித்து வ.உ.சி. கோவில்பட்டி சென்றிருந்த நிலையில் ஈரோட்டிலிருந்து ஈ.வே.ரா. தமது மனைவி, தங்கை மற்றும் கோவை அய்யாமுத்துவுடன் வைக்கம் சென்று போர் நடத்தி மலையாள தேச தாழ்த்தப்பட்ட சகோதரர்களுக்கு உரிமை பெற்றுத் தந்தார்.

செப்டம்பர் 11ல் மகாகவி பாரதியார் மறைந்தார்.

நவம்பர் 17, 1921-ல் வேல்ஸ் இளவரசர் பம்பாய் வந்த பொழுது கலவரம் வெடித்து ஆங்கிலோ - இந்தியரும், ஐரோப்பியரும் தாக்கப்பட்டனர். டிசம்பர் 14, 1921ல் வேலூர் கோட்டைத் திடலில்

மகாகவி சுப்ரமணிய பாரதியார்

தடையை மீறி பொதுக்கூட்டத்தில் பேசிய இராஜாஜிக்கு மூன்று மாத தண்டனை தரப்பட்டது. அதே கூட்டத்தில் பேசிய பெரியாருக்கு வேலூரில் பேச 2 மாதம் தடை விதிக்கப்பட்டது. 14-01-1922-ல் வேல்ஸ் இளவரசர் சென்னை வருகை புரிகையில் மாநிலம் முழுக்கப் போராட்டங்களும், ஆர்ப்பாட்டங்களும் ஈ.வே.ரா. ஏற்பாட்டில் நடைபெற்றது. வ.உ.சி. கோவையில் மில் போராட்டத்திற்குத் தலைமை தாங்கினார். 1922-ல் பிப்ரவரி 5 சௌரி சௌராவில் காவல்நிலையம் கொளுத்தப்பட்டு 20 காவலரும், சப்-இன்ஸ் பெக்டரும் இறந்ததால் காந்தி உண்ணாவிரதமிருந்து, சட்டமறுப்பைக் கைவிட்டார். "யங் இந்தியா" பத்திரிக்கையில் அவரெழுதிய கட்டுரை களுக்காக 1922 மார்ச் 10ல் கைது செய்யப்பட்டு 6 ஆண்டு தண்டனை விதிக்கப்பட்டது. இதைக் கண்டித்து வேலூர் சிறையில் இராஜாஜி போன்ற தலைவர்கள் உண்ணாவிரதமிருந்தனர். 1922 டிசம்பர் 27 கயா மாநாட்டில் சட்டசபை புறக்கணிப்பைக் கைவிட மோதிலால் நேரு, சத்யமூர்த்தி, வித்தல்பாய் படேல் முயல்கையில் காந்திக் காதரவாய் இராஜாஜி செயல்பட்டு தீர்மானத்தை வெற்றி பெறச் செய்ததன் மூலம் தேசிய அளவில் முக்கியத்துவம் பெற்றார். தேர்தலில் போட்டியிடக் கூடாதென இராஜாஜிக்காதரவாய் ஈ.வெ.ரா. ஓர் இயக்கம் துவங்கினார். மோதிலால் நேருவுடன் இணைந்து தாம் சுயராஜ்யக் கட்சியை துவங்கவிருப்பதாக சித்தரஞ்சன்தாஸ் தெரிவித்தார்.

கம்யூனிச தோற்றம்:

[11]கயா மாநாட்டில் எஸ்.ஏ. டாங்கேயும், தமிழக சிங்காரவேலரும் தீர்மானம் கொண்டுவந்து தொழிற்சங்க இயக்கங்களை உருவாக்கி பலதரப்பட்டு இருக்கும் சங்கங்களை ஒருங்கிணைக்கும் முயற்சியில் பெருவெற்றி பெற்றனர். இது கம்யூனிச இயக்க வரலாற்றில் மைல் கல்லாகக் கருதப்படுகிறது.

திருப்பூரில் நடைபெற்ற காங்கிரஸின் 1922ம் வருட மாநாட்டில் (7-11-1922ல்) ஈ.வே.ரா. மாநிலச் செயலராக இராஜாஜி, வ.உ.சி. Dr. வரதராஜுலு நாயுடு, திரு.வி.க. முயற்சியில் தேர்வு செய்யப் பட்டார். ஈ.வே.ரா. உயர்சாதிப் பாகுபாடுகளை காங்கிரஸ் வன்மை யாகக் கண்டிக்க வேண்டினார். திருச்சியில் செயல்பட்டு வந்த காங்கிரஸ் தலைமையிடம் ஈ.வே.ராவால் ஈரோட்டுக்கு மாற்றப் பட்டது. இதே வருடம் ஈரோட்டிலிருந்து ஈ.வே.ரா மாளிகையில்

---

11. இந்தியன் கம்யூனிஸ்ட் கட்சியின் எண்பது ஆண்டு பயணம் தேவ. பேரின்பம் (பக். 31).

மோதிலால் நேரு, இராஜாஜி, Dr. அன்சாரி, ஈ.வே.ரா ஆகியோர் ஆலோசனைக்கூட்டம் நடத்தினர். ஒற்றுமைக்காக இதைப் பள்ளியாக மாற்றினார் ஈ.வே.ரா.

1923ல் தேசபந்து சித்தரஞ்சன்தாஸ் கோவை வந்து பின் சேலம் வழியே பாப்பாரப்பட்டி சென்று சுப்ரமணியசிவத்தின் பாரதமாதா கோவிலுக்கு அடிக்கல் நாட்டினார். 1923ம் வருடமும் சத்யமூர்த்தியின் எதிர்ப்பை மீறி ஈ.வே.ரா. மாநில செயலராகினார். ஈ.வெ.ராவின் நிதியுதவியால் திரு.வி.க.வின் ''நவசக்தி'' எனும் காங்கிரஸ் ஆதரவுப் பத்திரிக்கை தடையின்றி வெளிவரலாயிற்று. தமிழகமெங்கும் தொழிற்சங்க நடவடிக்கைகள் வலுவடைந்தன. 1923ம் வருடம் மே 1யை சென்னையில் சிங்காரவேலர் பிரமாண்ட மாகக் கொண்டாடினார். 1923ம் வருடம் தேசபந்து சித்தரஞ்சன் தாஸ் முன்னிலையில் கோவையில் நடைபெற்ற கூட்டத்தில் பெல்காம் காங்கிரஸ் மாநாடு 1924ல் முடிந்தவுடன் பிராமணரல்லாதோர் மாநாடு நடத்தத் தீர்மானமாயிற்று.

1923 மே 25ல் பம்பாயில் கூடிய காங்கிரஸ் கமிட்டி கூட்டத்தில் சட்டப்பேரவை நுழைவை காங்கிரஸ் கண்டிக்கக் கூடாதென தீர்மானம் நிறைவேற்றப்பட்டதை எதிர்த்து ராஜாஜி, படேல் காரியகமிட்டியி லிருந்து விலகினர். இதற்கிடையே தேசபந்து சித்தரஞ்சன் தாசும், மோதிலால் நேருவும் சுயராஜ்யக் கட்சியை நிறுவினர். டில்லியில் காங்கிரஸின் நிர்வாகக்கூட்டம் கூட்டப்பட்டு தேர்தலில் போட்டியிட விரும்புவோரைத் தடுப்பதில்லையெனத் தீர்மானித்தது. 1923 நவம்பரில் நடைபெற்ற மத்திய சட்டமன்றத் தேர்தலில் கோவை ஆர்.கே. சண்முகம் செட்டியார், அரங்கசாமி அய்யங்கார் போன்றோர் சுயராஜ்யக்கட்சி சார்பில் தமிழகத்திலிருந்து தேர்வாயினர். மொத்தமுள்ள 155 இடங்களில் காங்கிரசின் மனப்பூர்வ ஆதர வில்லாவிடினும், சுயராஜ்யக் கட்சி 48 இடங்களைப் பிடித்தது. சென்னை மாகாண சட்டமன்றத்தில் நீதிக்கட்சியே வெற்றிபெற்று ஆட்சியைப் பிடித்தது.

கொங்கு மண்டலத்தில் தங்கி தேசப்பணி ஆற்றியதோடு, காங்கிரஸில் தான் வளரமுடியாவிடினும் ஈ.வே.ரா. வளர எல்லா வகையிலும் வழிவகுத்துத் தந்து வந்த வ.உ.சி.க்கு 1924ல் வக்கீல் தொழில் நடத்த மீண்டும் உரிமம் கிடைத்தது. சென்னை தண்டபாணி பிள்ளை இவ்வுரிமம் பெற்றுத்தர முயல்கையில் கேரளாவின் சங்கரன் நாயர், சிறுபான்மை இனத்தைச் சார்ந்த நீதிபதி அப்துல்ரகீம், வெள்ளையரான ஈ.எஸ். வாலேஸ் போன்றோர்

வ.உ.சி.யின் தியாகத்தை உணர்ந்து தாமே மனமுவந்து உதவினர். இராஜாஜி ஏதோ காரணத்தால் உதவாதிருந்துவிட்ட சூழலில் வேற்று மொழி, மத, இன சகோதரர்கள் உதவியது மனிதநேயத்திற்கு மொழியோ, மதமோ, இனமோ தடையாக இயலாது என்பதை வரலாறு நமக்குணர்த்தும் பாடமாகும்.

வக்கீல் உரிமம் பெற்று 1924ல் கோவில்பட்டி சென்று வ.உ.சி. மீண்டும் தொழில் நடத்துகையில் காமராஜருக்கு அழைப்பு விடுத்தார். வ.உ.சி. வீட்டில் அவரது குடும்பத்தில் ஒருவராய் காமராஜர் நீண்டநாள் தங்கி சுதந்திரப் போராட்டத்தில் ஈடுபட்டு வந்தார். ஆங்கிலேயரால் பல இன்னல்களுக்காளாகியிருந்த முடி திருத்தும் தொழிலாளிகள், ஆதி திராவிடருக்கு எல்லாம் இலவசமாகக் கைப்பணம் செலவிட்டு வாதாடி வ.உ.சி. விடுதலை வாங்கித் தந்தார். பின்னாளில் காமராஜர் மீதும் இதர காங்கிரஸ்காரர்கள் மீதும் பொய்வழக்குகள், சதிவலைகள் பின்னப்பட்டபோது தமது தள்ளாத நிலையிலும் அரும்பாடுபட்டு வாதிட்டு வெள்ளையர் அரசே வியக்கும் வண்ணம் விடுதலை வாங்கித் தந்தார்.

கதர் பிரசாரத்திற்காக 1924ல் தமிழகம் வந்த ஜம்னாலால் பஜாஜ் தலைமையிலான குழுவினரை சந்தித்த சேலம் இரத்தினசாமி கவுண்டர் திருச்செங்கோடு அருகே புதுப்பாளையத்தில் 4 ஏக்கரா நிலம் தானமாகக் கொடுத்தார். சேலம் இரத்தினசாமி கவுண்டர் அவர்களின் பேத்தி திருமதி. சௌந்திரம் கைலாசம் அம்மையார் ஆவார். (சௌந்திரம் அம்மையாரின் மகள் புகழ்பெற்ற வழக்கறிஞரான திருமதி. நளினி சிதம்பரம், மருமகன் இந்தியாவின் உள்துறை அமைச்சர் மாண்புமிகு ப. சிதம்பரம்).

ஈ.வே.ரா. நடத்திய வைக்கம் போர் (1924)

கேரள மாநிலம் வைக்கம் எனும் ஊரில் முக்கியத் தெருக்கள் வழியே செல்ல சாதி இந்துக்களுக்குத் தடைவிதிக்கப்பட்டு சாதிக் கொடுமை அதிகமாயிருந்தது. இதையெதிர்த்த தலைவர்களை திருவாங்கூர் அரசு கைது செய்து கொடுமைப்படுத்த, ஈ.வே.ராவுக்கு அழைப்பு விடுக்கப்பட்டது.

மன்னத்துப் பத்மநாபபிள்ளை, கிருஷ்ணபிள்ளை, சங்குப் பிள்ளையோடு இணைந்து ஈ.வே.ரா போராடினார். ஆரம்பத்தில் அவரை அரசு விருந்தாளியாக மதித்து நடத்த திருவாங்கூர் அரசு

முன்வந்தது. அதை ஏற்க மறுத்துப் போராட்டத்தைத் தீவிரப் படுத்தியதால் 22-04-24ல் கைது செய்து 1 மாதம் சிறையிலடைத்தது.

மற்ற தலைவர்களின் மனைவி, தங்கை போல் வீட்டிலேயே அடைந்து கிடந்து சுகபோக வாழ்வு அனுபவிக்க விரும்பாத நாகம்மை யாரும், கண்ணம்மாளும் கோவை அய்யாமுத்து துணைகொண்டு வைக்கம் சென்று போராடி கைதானார்கள். ஈ.வே.ராவிற்கு ஆதரவு கொடுப்பதற்குப் பதில் அவருக்குப் பெருமை சேருவதைக் கண்டு பொறாமைப்பட்ட பிற தலைவர்கள், உயர்சாதி அடக்கு முறையையும் விரும்பினார்கள். ஆனால் காங்கிரஸ் தலைவர்களான ஜார்ஜ் ஜோசப், அப்துல் ரகுமான் போன்ற பிற மதத்தவர் வெளியி லிருந்து ஆதரவு கொடுத்தனர்.

ஒரு மாத முடிவில் விடுதலையடைந்த ஈ.வே.ரா. 22-05-24ல் மீண்டும் போராடி கைதானார். இதற்கிடையே புரோகிதர்கள் ஈ.வே.ராவை அழிக்க யாகம் நடத்தினர். ஆனால் யாகமுடிவில் மன்னர் இறந்துவிட்டார். அரசியிடம் கலந்து ஆலோசித்த திவான் கிருஷ்ணபிள்ளையின் முன்முயற்சியால் சலுகைகள் தரத் தயாரானது திருவிதாங்கூர் அரசு. ஈ.வே.ராவிற்குப் பெருமை கிடைப்பதை விரும்பாத சிலர் இராஜாஜி மற்றும் காந்தியை வரவழைத்து அரசி - காந்தி பேச்சு வார்த்தைக்கு ஏற்பாடு செய்தனர். அதன் முடிவில் சலுகைகள் கிடைத்தன.[12] 29-11-25ல் வைக்கத்தில் மன்னத்துப் பத்மநாபபிள்ளை, 'கேரளகாந்தி' கேளப்பன் முயற்சியால் ஈ.வே.ராவுக்கு பாராட்டுவிழா நடைபெற்றது. வைக்கம்வீரர் என பட்டம் சூட்டப்பட்டது. இதை முன்மாதிரியாகக் கொண்டுதான் நாடெங்கும் ஆலயப் பிரவேசம் நடைபெற்றது.

1925ல் வைக்கம் போராட்டத்தை முடித்துக்கொண்டு மார்ச் 19ம் தேதி கோவை போத்தனூர் இரயில் நிலையம் வந்த காந்தியடி களுக்கு இரயில் நிலையத்தில் மகத்தான வரவேற்பு கொடுக்கப் பட்டது. பின் அங்கிருந்து திருப்பூர் சென்றவரை நகராட்சி வரவேற்றுப் பாராட்டுரை வாசித்தது. திருப்பூர், ஈரோடு, புதுப்பாளையம், திருச் செங்கோடு உள்ளிட்ட பல பகுதிகளில் பிரச்சாரம் செய்தார். கோவை மாவட்ட செங்குந்த மகாஜன சங்க மாநாட்டில் சிறப்புரை யாற்றினார். திருப்பூரில் ஆஷர் மில் அதிபரும், தேசிய எண்ணம் மிக்கவருமான புருஷோத்தம் தாமோதர் ஆஷர் வீட்டில் தங்கினார். ஈரோடு சென்ற காந்தியடிகளை ரயில் நிலையத்தில் வரவேற்று உபசரித்தார் ஈ.வே.ரா.

12. இவர்தாம் பெரியார் - 2. போர் - மா. நன்னன் (பக். 91).

வைக்கம்போர் நடைபெற்ற சமயத்தில் பிப்ரவரி 6, 1925ல் ரத்னசாமி கவுண்டரிடமிருந்து பெற்ற நிலத்தில் திருச்செங்கோட்டை யடுத்த புதுப்பாளையத்தில் இராஜாஜி, காந்தி ஆசிரமம் அமைத்து ஈ.வே.ராவை வைத்துத் திறப்பு விழா செய்தார். வெறும் சிறுசிறு குடில்களை மட்டுமே கொண்ட இச்சிறு ஆசிரமத்திலேயே தமது 12 வயது மகள் இலட்சுமியையும், 15 வயது மகன் நரசிம்மனையும் தங்க வைத்தார். தாழ்த்தப்பட்டோர் உள்ளிட்ட பல்வேறு சாதியினர் ஆசிரமவாசிகளாயினர். எவ்வித சாதி, இன வேறுபாடுகளின்றி சமத்துவம் நிலைநாட்டப்பட்டது. இங்கு காந்தியடிகள் இரண்டு நாட்கள் தங்கி மகிழ்ந்தார்.

தமிழ்நாட்டில் கதர்வாரியத்தில் தகராறு ஏற்பட்டது. ஈ.வே.ரா. தலைவராகயிருந்தாலும் செயலரான சந்தானம் என்பவர் வசமே செயல்பாடுகள் விடப்பட்டன. அவரோ பெரும்பாலான பதவிகளுக்கு ஈ.வே.ராவுக்கு தெரியாமல் தமது உயர் சாதியினரை நியமித்துவிட்டார். குறைந்தபட்சம் 50% இடங்களையாவது பிராமணரல்லாதோருக்கு வழங்குமாறு ஈ.வே.ரா. உத்தரவிட்டார். சந்தானமோ இதையேற்காது தமது பதவியை இராஜிநாமா செய்து விட்டுக் காந்தியடிகளிடம் இராஜாஜி மூலம் புகார் செய்தார். இப்பிரச்சினையில் தலையிட்ட காந்தியடிகள் பிராமணரல்லா தோருக்கு 50% போதாது. எனவே 90% கொடுங்கள் என்று அறிவுறுத்திய தோடு சந்தானத்தையும் சமாதானப்படுத்திப் பதவி விலகலை திரும்பப் பெறக் கூறினார். ஈ.வே.ரா. கஷ்டப்பட்டு தமிழ்நாடு முழுக்க சுற்றுப்பயணம் செய்து கோவை, சேலம், ஈரோடு, திருப்பூர், கரூர், திருச்சி, தஞ்சை எனப் பல ஊர்களிலும் கதர் விற்பனைக்கூடங்களை ஆரம்பித்திருந்தார். காந்தி தலையிட்ட பிறகும் இட ஒதுக்கீடு சரிவர அமலாகாததால் முதல்முறையாகக் கோபப்படலானார். அத்துடன் நெருங்கிய நண்பரான இராஜாஜியையும் வெறுக்கலானார்.

சேரன்மாதேவி ஆசிரமம்

வ.வே.சு. அய்யர் இயற்கையில் மிகச்சிறந்த தேசபக்தர். திருச்சியிலும், ரங்கூனிலும் பிரபல வக்கீலாகப் பணிபுரிந்து பின்னர் பாரிஸ்டர் படிக்க இலண்டன் சென்றார். 1907ல் **“இந்தியா விடுதியில்”** தங்கி சாவர்க்கர், காமா அம்மையார் முதலானோரோடு தொடர்பு ஏற்படுத்தி ஆயுதப் புரட்சி செய்யத் திட்டமிட்டார். மதன்லால் திங்ரா, கர்சான் வாலியைக் கொன்றபிறகு ஆங்கிலேயர் கெடுபிடி அதிகரித்ததால் பிரான்சு சென்று பின் பாண்டிச்சேரியையடைந்தவர்.

அரவிந்தர், வ.உ.சி. மற்றும் பாரதியாரிடம் நட்பு பூண்டிருந்தார். 1911 ஆஷ்கொலை வழக்கில் குற்றவாளியெனக் குற்றம் சாட்டப் பட்டவராவார். 1920ல் அரசியல் குற்றவாளிகளுக்குப் பொது மன்னிப்பு வழங்கப்பட்ட பின்னரே இவரால் இந்தியாவினுள் நுழைய முடிந்தது. இந்தியா வந்தபின்னர் "தேசபக்தன்" இதழின் ஆசிரியராக யிருந்து அரசாங்கத்தையெதிர்த்து எழுதி வந்ததால் குற்றச்சாட்டுக் குள்ளாகி தண்டனை பெற்றுப் பின் விடுதலையானவுடன் திருநெல்வேலி மாவட்டம் சேரன் மாதேவியில் "பரத்வாஜ ஆசிரமத்தை" துவக்கினார்.

இதற்காக Dr. வரதராஜுலு நாயுடு, திரு.வி.க., கானாடு காத்தான் சண்முகம் செட்டியார் தமிழ்நாடு முழுக்க மட்டுமின்றி மலேசியா போன்ற வெளிநாடு களிலிருந்தும் நிதி திரட்டித்

வைக்கம் வெற்றிக்குப் பின் ஈரோட்டில் மஹாத்மா உரை நிகழ்த்திய இடத்தில் அமைக்கப்பட்ட சிலை

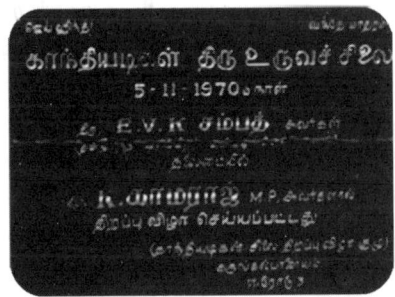

மஹாத்மாவின் வருகையை இரு தலைமுறைகளாகப் போற்றி வரும் திரு.ஈ.வே.கி. சம்பத் பரம்பரையினர்

தந்தனர். காங்கிரஸ் சார்பாக ரூ.10,000/- நன்கொடை கொடுக்க முடிவானது. முதலில் ரூ.5,000/- கொடுக்கப்பட்ட நிலையில் அக்குருகுலத்தில் சாதிவெறி தலைவிரித்தாடிக் குழந்தைகள் மத்தியில் பிராமணர், பிராமணரல்லாதோர் எனும் வேறுபாடு விதைக்கப்பட்டுத் தனித்தனியே உணவு பரிமாறப்பட்டது. அதிலும் பிராமணரல்லாத குழந்தைகளுக்குத் தரமில்லாத உணவு தரப்பட்டது ஈ.வே.ராவால் கண்டு பிடிக்கப்பட்டது. Dr. வரதராஜுலு நாயுடு, திரு.வி.க., ஓமந்தூரார் ஆகியோரும் திடீர் சோதனை நடத்தி உண்மையறிந்து வேதனைப்பட்டனர். வ.வே.சு. ஐயரோ சமபந்தியாக ஒரே இடத்தில் சாதி வேறுபாடற்று அனைத்து சிறுவர்களுக்கும் உணவிட மறுத்துவிட்டார். காந்தி தலையிட்டும் பிரச்சனை முடியவில்லை. இந்நிலையில் காங்கிரஸ் தருவதாக வாக்களித்திருந்த நன்கொடையில் மீதி ரூ.5000-யை ஈ.வே.ரா. நிறுத்தி வைத்தாலும், மற்றொரு செயலர் வழங்கிவிட்டார். சளைக்காத ஈ.வே.ரா., திரு.வி.க., Dr. நாயுடு மற்றும் சண்முகம் செட்டியார் முயற்சியால் வெளிநாட்டு நன்கொடைகளை தடைசெய்ய ஆசிரமம் திணறியது. இந்நிலையில் தமிழ்நாடு காங்கிரஸ் கமிட்டித் தலைவர் Dr. வரதராஜுலு நாயுடுவின் மீது வேண்டுமென்றே பிராமணர் எதிர்ப்பைக் கடைப்பிடிக்கிறார் என 2 கண்டனத் தீர்மானம் கொண்டு வந்தனர். ஈ.வே.ரா., திரு.வி.க., ஓமந்தூரார், சேலம் ஆதிநாராயண செட்டியார் ஒன்றுபட்டுத் தீவிரமாகச் செயலாற்றியதால் தீர்மானம் தோற்றது. ஆத்திர மடைந்த ராஜகோபாலாச்சாரியார், Dr. டி.எஸ்.எஸ். இராசன், கே. சந்தானம் ஐய்யங்கார், ஆரணி Dr. சாமிநாத சாஸ்திரி, வரதாச்சாரி போன்றோர் காங்கிரஸ் கமிட்டியிலிருந்து விலகி நெருக்கடி கொடுத்தனர். ஈ.வே.ராவின் வைக்கம்போர், கதர் ஈடுபாடு, சுதந்திரப் போராட்டத்தில் செய்துவந்த தியாகம் போன்றவை பிரபல பத்திரிக்கைகளில் இருட்டடிப்பு செய்யப்பட்டு வந்தது. எனவே தமது கொள்கைகளை மக்களுக்குப் புரியவைக்க ''குடிஅரசு'' வார இதழை 02-05-25ல் இராட்டைச் சின்னமோடு துவக்கினார். இதை ஆரம்பித்து வைத்தவர் திருப்பாதிரிப்புலியூர் ஞானியார் சாமியாவார். பிராமணரல்லாத குழந்தைகள், பிராமணக் குழந்தைகளுக்குச் சரியாக அமர்ந்து ஒரே உணவை சாப்பிடுவதைப் பெரிய குற்றமெனக் கருதி அனுமதிக்க மறுத்துவந்த வ.வே.சு. அய்யர் 03-06-1925ல் பாபநாச அருவியில் குளிக்கச் சென்றபோது,

சுப்ரமணிய சிவாவின் கல்லறைத் தோற்றம்

தவறி விழுந்த தமது மகளைக் காக்கப் பாய்ந்து சுழலில் சிக்கிப் பரிதாப மரணமடைந்தார். 06-06-1925ல் ஈரோட்டில் தங்கபெருமாள் பிள்ளை தலைமையில் பெரியார் இரங்கல் கூட்டம் நடத்தி தமது குடியரசு பத்திரிக்கைகளிலும் அய்யரின் இதரகுண நலன்களைப் பரிந்துரைத்தார். இதன் பின்னர் Dr. நாயுடு, பெரியார், வயி.சு. சண்முகம் செட்டியார் போன்ற தலைவர்கள் அய்யரின் மனைவியோடு பேச்சு வார்த்தை நடத்தி குருகுலப் பிரச்சனையை அமைதியாக முடித்து வைத்தனர்.

> தொழுநோய் முற்றிய சூழலில் தமது 41-ம் வயதில் (1925-ஜூலை 23) பாப்பாரப்பட்டியில் சுப்பிரமணிய சிவா மரணமடைந்தார்.

காங்கிரசிலிருந்து பெரியார் விலகல்

1920 திருநெல்வேலி மாநாட்டிலேயே ஈ.வே.ராவும், வ.உ.சி.யும் இணைந்து வகுப்புவாரி இடஒதுக்கீடு தீர்மானம் கொண்டு வந்தனர். ஆனால் எஸ். சீனிவாச அய்யங்கார் அதைத் தமது அதிகாரத்தால் நிராகரித்து விட்டார்.

அடுத்தவருடம் 1921ல் தஞ்சையில் நடைபெற்ற மாநாட்டில் திரு.வி.க., சர்க்கரைச் செட்டியார் உதவியால் ஈ.வே.ரா. மீண்டும் கொண்டுவர முனைந்தது இராஜாஜியின் சமாதானத்தால் தடைப்பட்டது.

1922 திருப்பூர் மாநாட்டில் ஈ.வே.ரா செயலராகத் தேர்ந் தெடுக்கப்பட்டாலும் தீர்மானம் நிறைவேற்ற விரும்பினார். இம் முறை விஜயராகவாச்சாரி தடுத்துவிட்டார். வெகுண்ட ஈ.வே.ரா.வோ ராமாயணத்தையும், சாதிவேறுபாட்டை வலியுறுத்தும் மனுஸ்மிருதி யையும் கொளுத்தக் கூறினார்.

1923 சேலம் மாவட்டத்திலும் தீர்மானத்தை நிறைவேற்ற முடியாத கலவரச்சூழல் ஏற்பட Dr. வரதராஜுலு நாயுடு சமாதானம் செய்தார்.

1924 திருவண்ணாமலை மாநாட்டிலும் தீர்மானம் தடுக்கப்பட்டது. எஸ். சத்யமூர்த்தி, இராஜாஜி, Dr. டி.எஸ்.எஸ். இராசன் போன்றோர் இத்தீர்மானத்தை ஏற்க விரும்பவில்லை. எஸ். சீனிவாச ஐயங்காரோ நேரிடையாக ஈ.வே.ராவை எதிர்த்தார்.

தமது தீர்மானம் 5 முறை நிராகரிக்கப்பட்டதும் கடும் கோபத்தில் இருந்த ஈ.வே.ரா. 22-11-25 காஞ்சி மாநாட்டிலாவது நிறைவேற்றிட உறுதிபூண்டார். அதற்கு ஒரு காரணமும் இருந்தது. 1926ல் பொதுத்தேர்தல் வர இருந்தது. சுயராஜ்யக்கட்சி சார்பாகக் காங்கிரசார் போட்டியிடுவது எனவும், சுயராஜ்யக்கட்சிக்காக முழு ஆதரவு தருவது எனவும் தீர்மானிக்கப்பட்டிருந்தது. எனவே மக்கள் பிரதிநிதிகளில் பிராமணர் அல்லாதோருக்கு மக்கள் தொகை அடிப்படையில் காந்தி விரும்பியதுபோல் 90% இல்லாவிடினும் குறைந்தபட்சம் 50% ஆவது பெற்றுத்தர விரும்பினார். வ.உ.சி., ஆர்.கே. சண்முகம் செட்டியார், ஆற்காடு ஏ. இராமசாமி முதலியார் கலந்துகொண்டனர். கோவை டி.ஏ. இராமலிங்கம் செட்டியார், Dr.வரதராஜுலு நாயுடு, தண்டபாணி பிள்ளை, ஜனாப் அமீதுகான், கோவை அய்யாமுத்து ஆதரவுக்கரம் நீட்டி ஒன்றுபட்டு நின்றார்கள். தீர்மானம் நிறைவேறுவதற்கான எல்லா ஏற்பாடுகளும் நடை பெற்று முடிந்தன. ஆனால் இறுதியில் மாநாட்டுத் தலைவரான திரு.வி.க. பிராமணத் தலைவர்களின் பேச்சுக்கு மயங்கி, அத்தீர் மானத்தை ஏற்க மறுத்துவிட்டார் என ஈ.வே.ரா. கருதினார். நியாயமான இடஒதுக்கீட்டுக் கொள்கையைத் தொடர்ந்து புறக்கணித்து வந்த காங்கிரசில் மனசாட்சியை அடகு வைத்துத் தொடரவிரும்பாது, அக்கணமே அதை அழிப்பதென சபதமிட்டு வெளியேறினார். அதே காஞ்சியில் வைத்து அன்று மாலை 22-11-25ல் டி.ஏ. இராமலிங்கம் செட்டியார் தலைமையில் பெரியார் பிராமணரல்லாதோர் மாநாட்டை நடத்தி 90% இடஒதுக்கீடு கோரும் தீர்மானத்தை நிறைவேற்றினார்.

பெரியார் ஒரேயடியாக விலகுவதை விரும்பாத சில நல்ல காங்கிரஸ் தலைவர்களும் மற்றும் அவரது ஆதரவாளர்களும் மிகவும் வற்புறுத்தினர். எனவே மறுநாள் 23-11-25ல் நடைபெற்ற தமிழ்நாடு காங்கிரஸ் கமிட்டிக் கூட்டத்தில் பங்கேற்று, தலைவர் பொறுப்புமுடித்த Dr. வரதராஜுலு நாயுடுவிற்கு பாராட்டுரை வழங்கிப் பேசினார். Dr. வரதராஜுலு நாயுடுவின் சமாதானத்தில்

சச்சரவு சற்று தள்ளிப்போடப்பட்டது. ஸ்ரீனிவாச ஐயங்கார் தலைவராகவும் பெரியார் ஆதரவு ஜனாப் அமீதுகான், ஆர்.கே. சண்முகம் செயலராயினர். பெரியார், Dr. நாயுடு, திரு.வி.க., சத்யமூர்த்தி போன்றோர் செயற்குழு உறுப்பினராகத் தேர்ந்தெடுக்கப் பட்டனர். அத்துடன் அகில இந்திய காங்கிரஸ் பொதுக்குழு உறுப்பினர்களாக பெரியாரும், நாகம்மையாரும் தேர்வாயினர்.

இவ்வேறுபாட்டால் பெரியார் அரைமனதுடன் காங்கிரஸில் நீடித்தாலும் பிராமணரல்லாதோர் இயக்கங்களை வெளிப்படையாக ஆதரித்து ஒருங்கிணைக்க முனைந்தார். சிங்காரவேலர், ஜீவானந்தம் போன்றோர் வெளிப்படையாகப் பெரியாரை ஆதரித்துச் செயல் பட்டனர். **1925** கௌஹாத்தி காங்கிரசின் தலைவராக ஈ.வே.ரா.வின் கொள்கைகளைத் தடுத்து வந்த எஸ். ஸ்ரீனிவாச சாஸ்திரியே தேர்வானதால் ஈ.வே.ராவின் எதிரிகள் வலுவடைந்தனர்.

30-05-1926 கோவை டவுன்ஹாலில் நடைபெற்ற தென்னிந்திய நலவுரிமைச் சங்க மாநாட்டில் (நீதிக்கட்சி) கோவை வக்கீல் ஈபன் அழைப்பால் கலந்துகொண்டு சுரேந்திரநாத் ஆரியாவுடன் இணைந்து பிராமணரல்லாதோர் முன்னேற்றம் குறித்து ஈ.வே.ரா. பேசினார். மகாத்மாவின் திட்டங்கள் திசைமாறியதாலும், உயர் சாதிவெறி அதிகமானதாலும்தான் பிரச்சனைகள் தோன்றியதாக வெளிப்படையாக அறிவித்தார். இதற்கிடையே எவ்வளவோ ஒத்துழைப்பு தந்துவந்தாலும் திரு.வி.க., Dr. வரதராஜுலு நாயுடுவின் செல்வாக்கை விரும்பாத சில தலைவர்கள் அவர்களுக்கு மறைமுக இடைஞ்சல்கள் கொடுத்துத் தாமே பதவி விலகல் கடிதம் கொடுக்க வைத்தனர். பெரியாரது வார்த்தைகளில் இருந்த நியாயத்தையும், உண்மை நிலவரத்தையும் உடனடியாக உணர மறுத்ததன் பலனை அத்தலைவர்கள் உணர்ந்தனர். ஆனால் நிலைமை கைமீறியதால் அவர்களால் ஒன்றும் செய்ய இயலவில்லை. ஸ்ரீனிவாச ஐயங்கார் தலைமையிலான நிர்வாகிகள் இவர்களது பதவி விலகலை உடனே ஏற்றதோடு மிச்சமிருந்த பெரியாரைக் காங்கிரசிலிருந்தும், செயற்குழுவிலிருந்தும் விலக்கி (டிஸ்மிஸ்) அறிக்கை விட்டு மகிழ்ந்தனர்.

25-12-1926ல் மதுரையில் ஏ.பி. பாத்ரோ தலைமையில் சுப்ரமணிய முதலியார் கூட்டிய பிராமணரல்லாதோர் மாநாட்டில் பெரியாருடன் வ.உ.சி., ஜார்ஜ் ஜோசப் போன்ற காங்கிரஸ் தலைவர்கள் பலர் கலந்துகொண்டனர். இக்கூட்டத்தில் பெரியார் கதரை ஆதரித்துப் பேசியதால், நீதிக்கட்சியினரும் முதல்முறையாகக்

கதர் உடுத்த ஆரம்பித்தனர். பெரியார் பிராமணரல்லாதோர் முன்னேற்றத் திற்காகப் பாடுபட்டாலும் காந்தியக் கொள்கைகளையோ, கதர் குறித்த இலட்சியத்தையோ மாற்றவில்லை. எனினும் 1926 பொதுத் தேர்தலில் பிராமணரல்லாதோரின் வெற்றியை விரும்பினார்.

சென்னையில் சட்டம் பயின்று கோவை வந்து 1926ல் வக்கீலாகப் பணிபுரிய ஆரம்பித்த தி.சு. அவினாசிலிங்கம் செட்டியார், தேச விடுதலையையே முதற்கடமையாகக் கருதி காங்கிரசில் இணைந்து பணியாற்றி வந்தார். பெரியாரது விலகலால் ஏற்பட்ட வெற்றிடம் இவர் கோவை மாவட்டக் காங்கிரஸ் கமிட்டித் தலைவரானதால் நீங்கி சுதந்திரப் போராட்டம் தீவிரமானது.

1926 நவம்பரில் நடைபெற்ற பொதுத்தேர்தலில் நீதிக்கட்சியை வீழத்துவதற்காக திரு.வி.க., எஸ். ஸ்ரீனிவாச அய்யங்கார், எஸ். சத்திய மூர்த்தி அய்யங்கார் மற்றும் கோவை ஆர்.கே. சண்முகம் செட்டியார் அயராது பாடுபட்டனர்.

சென்னை நகரத்தில் எஸ். ஸ்ரீனிவாச அய்யங்கார், நீதிக்கட்சியின் வி. சர்க்கரை செட்டியாரைத் தோற்கடித்தார். செங்கல்பட்டில் சி.எஸ். முத்துரங்க முதலியார், நீதிக்கட்சி தலைவர்களுள் ஒருவரான ஆற்காடு ஏ. இராமசாமி முதலியாரை வென்றார். கோவை தொகுதியில் ஆர்.கே. சண்முகம் செட்டியாரும், பல்கலைக்கழக தொகுதியில் எஸ். சத்திய மூர்த்தியும் வென்றனர். காங்கிரசின் சாமி வெங்கடாசலம் செட்டியாரும், சுயேச்சையான Dr. சுப்பராயனும் தேர்வானோரில் குறிப்பிடத்தக்கவர்.

[13]1927 ஜுலையில் கோவையில் நடைபெற்ற பிராமணரல் லாதோர் மாநாட்டில் பெரியார், வ.உ.சி., திரு.வி.க., Dr. நாயுடு, சுரேந்திரநாத் ஆரியா, ஆர்.கே. சண்முகம் செட்டியார் கலந்து கொண்டனர். இம்மாநாட்டில்தான் நீதிக்கட்சியினர் தனிப்பட்ட முறையில் காங்கிரசில் சேர அனுமதிக்கப்பட்டது. இதன்மூலம் பிறப்படுத்தப் பட்ட மக்களின் வலிமை காங்கிரஸில் அதிகரிக்கும் எனக் கருதினர். அத்துடன் கவர்னரை எதிர்த்து முதன்முதலில் திராவிட இயக்கங்கள் (நீதிக்கட்சி) குரலெழுப்பியதும் கோவையில் தான். ஆனால் இத்தீர் மானத்தை நம்பிக் காங்கிரசில் சேர்ந்த ஆர்க்காடு இரட்டையரில் ஒருவரெனப் புகழ்பெற்ற திரு. ஏ. இராமசாமி முதலியார் கதர் உடுத்திய பின்பும் அகில இந்தியக் காங்கிரஸ் கமிட்டிக்குத்

13. தந்தை பெரியார் ஈவெ.ரா. வாழ்க்கை வரலாறு - புலவர். அண்ணாமலை (பக். 77).

தேர்வாகவில்லை. ஏராளமான உள்ளடி வேலைகளால், நீதிக் கட்சியினர் காங்கிரசில் இணைந்து செய லாற்றினாலும் முக்கியத்துவம் பெறமுடியவில்லை.

இதே வருடம் 1927ல் காந்தியைப் பெங்களூரில் சந்தித்துப் பேசி தமது கொள்கைகளை வலியுறுத்தினார் பெரியார். வருணா சிரமக் கொள்கைகள், பிராமணராதிக்கம் ஒழிந்தால்தான் இந்தியாவில் மறுமலர்ச்சி ஏற்படும் என பெரியார் கூறியதை உடனே ஏற்க மறுத்தார் மகாத்மா. இத்துடன் தமது காங்கிரஸ் மீதான கடைசி நம்பிக்கையை இழந்த பெரியார் அதன்பின் திரும்பிக்கூடப் பார்க்கவில்லை.

சென்னை மாகாண முதல்வரான முதல் தமிழர் – டாக்டர் ப. சுப்பராயன்

திருச்செங்கோடு அருகே உள்ள குமாரமங்கலம் ஜமீன்தாரான சுப்பராயன், இங்கிலாந்தில் பார்-அட்-லா முடித்து 1917 இந்தியா திரும்பி இராஜாஜி உதவியால் கலப்புத்திருமணம் புரிந்தவர். 1926ம் ஆண்டு பொதுத்தேர்தலில் காங்கிரசும், இராஜாஜியும் வெளிப் படையாகச் சுயராஜ்யக்கட்சியை ஆதரித்ததால் அது அதிக இடங்களைப் பிடித்து நீதிக்கட்சி ஆட்சியமைப்பதைத் தடுத்தது. ஆனால் சுயராஜ்யக் கட்சியினுள் பதவிச்சண்டை வலுத்தது. எனவே தலைவர்கள் ஒன்றுசேர்ந்து திருச்செங்கோடு தொகுதியி லிருந்து போட்டியின்றித் தேர்ந்தெடுக்கப்பட்டிருந்த டாக்டர் ப. சுப்பராயன் தலைமையில் சுயேச்சை அமைச்சரவை அமைய ஆதரவு தந்தனர். பெரியாரும் தமது ஆதரவை நல்கினார். ஆரோக்ய சாமி முதலியாரும், ரங்கநாத முதலியாரும் அமைச்சராகினர்.

ராயல் கமிஷன் எனும் சைமன் கமிஷனில் இந்தியர் இடம்பெறாததால் அந்தக் கமிஷனை காங்கிரஸ் எதிர்த்தது. சுப்பராயர் அதை வரவேற்க அமைச்சரவை கவிழ்ந்தது. எனினும் நீதிக்கட்சி மற்றும் பெரியார் ஆதரவால் டாக்டர் சுப்பராயன் மீண்டும் முதல்வராகப் பொறுப்பேற்றார். முத்தையா முதலியாரும், சேது ரத்னய்யரும் அமைச்சராயினர்.

1928ல் அண்ணாமலைப் பல்கலைக்கழகச் சட்டத்தால் அண்ணா மலைப் பல்கலைக்கழகம் உருவானது. டாக்டர். சுப்பராயன் முதன் முதலாக சாதியடிப்படையில் நியமனங்கள் நடைபெற அரசாணை வெளியிட்டார். இதன்படி பிராமணரல்லாத இந்துக்கள் ஐவர்,

பிராமணர் இருவர், தாழ்த்தப்பட்டோர் ஒருவர், முஸ்லீம் இருவர், ஆங்கிலோ-இந்தியர் மற்றும் கிறிஸ்துவர் இருவர் என பணிநியமன விகிதம் 15-12-1928ல் மாற்றி அமைக்கப்பட்டது. முத்தையா முதலியார் தமது பதிவுத்துறையில் நியமனம் மட்டுமின்றிப் பதவி உயர்வும் இடஒதுக்கீடு அடிப்படையில் வழங்க உத்தரவிட்டார்.

நீதிக்கட்சித் தலைவர்கள் மறைவு

நீதிக்கட்சியின் முக்கியத் தலைவராக விளங்கிய சர்.பி.டி. தியாகராயர் 1927 ஏப்ரல் 28லும், பனகல் அரசர் 1928 டிசம்பர் 16லும் இயற்கை எய்திட நீதிக்கட்சி சற்றுத் தளர்ந்தது. மறுபுறம் ஈ.வே.ரா. காங்கிரசைக் கடுமையாக எதிர்க்கத் தொடங்கியதால் காங்கிரசும் வலுவிழந்தே காணப்பட்டது.

இந்தியக் கம்யூனிஸ்ட் கட்சி உருவானது

1925 டிசம்பர் 25ல் கான்பூரில் ஒரு வழியாக அனைத்துத் தடைகளையும் மீறி இந்தியக் கம்யூனிஸ்ட் கட்சி உருவாகி முதல் மாநாடு நடைபெற்றது. தமிழக சிங்காரவேலர் தலைவராகத் தேர்ந் தெடுக்கப்பட்டார். காட்டே செயலரானார்.

1927-28ல் இந்தியா முழுக்க உற்பத்தியான கதரில் மூன்றி லொருபாகம் கதரியக்கத் தலைவராகயிருந்து ஈ.வே.ரா. உருவாக்கி யிருந்த மிகச்சிறந்த கட்டமைப்பினால் தமிழகத்தில் உற்பத்தியானது.

இரண்டாவது முறையாக அக்டோபர் 16, 1927ல் தமது பாலக் காட்டுப் பயணத்தை முடித்துக்கொண்டு மகாத்மா கோவை வந்தடைந்தார். "நான் ஏன் இந்துவாக இருக்கிறேன்" "Why am I Hindu" எனும் பொருளில் கோவையில் சகிப்புத்தன்மை குறித்து உரையாற்றித் தொகுப்பு வெளியிட்டு, சுதந்திரப்போராட்டக் காரணங்களை விளக்கி, 4 நாட்கள் பொள்ளாச்சி, உடுமலை உள்ளிட்ட மாவட்டப் பிறபகுதிகளில் சுற்றுப்பயணம் செய்தார். தமிழகத்தில் வசூலான பணம் 68,000ல் கோவை மாவட்டத்தில் மட்டும் 25,000 கிடைத்தது குறிப்பிடத்தக்கது.

காங்கிரஸிலிருந்து பெரியார், திரு.வி.க., Dr. வரதராஜுலு நாயுடு போன்றோர் அதிருப்தியால் வெளியேறத் துவங்கிய காலத்தில், பொதுமக்களிடையேப் பிராமணரல்லாதோர் மத்தியில் கடும் எதிர்ப்பு நிலவியது. இந்நிலையில் காங்கிரஸின் செயற்குழு

உறுப்பினர்களாக முத்துரங்க முதலியார், இராமபத்ர உடையார், சேலம் ஆதிநாராயணன் செட்டியார் எனப் பிராமணரல்லாதோரை நியமித்தனர். மேலும் வ.உ.சி. - Dr. வரதராஜுலு நாயுடு - திரு.வி.க. - ஈ.வே.ரா என பிள்ளை - நாயுடு - முதலியார் - நாயக்கர் அணியில் காங்கிரஸில் எஞ்சியிருந்தவர் வ.உ.சி. மட்டுமே.

1927ல் நெல்லை எஸ்.என். சோமயாஜுலு தலைமையில் நீல்சிலை அகற்றும் போராட்டம் வெடித்தது. இதற்கு சேலம் வரதராஜுலு நாயுடு முழு ஆதரவு தந்தார். முதல் இந்தியச் சுதந்திரப் போரில் வடஇந்தியாவில் கொடுமைகள் பல புரிந்த கர்னல் நீலுக்குச் சென்னை மவுண்ட் ரோடில் வைக்கப்பட்டிருந்த சிலையை அகற்ற முதல் போராட்டத்தை மதுரையைச் சார்ந்த சுப்பராயலு நாயுடுவும், முகமது ராவுத்தரும் துவங்கி ஒன்றாகக் கைதாகி சென்னை மாகாணத்தில் இந்து - முஸ்லீம் ஒற்றுமையையும், ஆங்கிலேய எதிர்ப்பையும் நாட்டிற்கு உணர்த்தினர். இவ்விருவரைத் தொடர்ந்து சோமயாஜுலுவும், குடியாத்தம் சாமிநாத முதலியார், திருவேங்கடம், தர்மபுரி என். தீர்த்தகிரி முதலியார் போன்றோரும் நீல்சிலை அகற்றும் போராட்டத்தில் சிறைவாசம் அனுபவித்தனர்.

1927ல் அமெரிக்காவைச் சார்ந்த மேயோ எனும் பெண்மணி Mother India என்று புத்தகம் வெளியிட்டு இந்தியாவின் அடிமைத் தனத்திற்கும், பெரும்பாலான மக்கள் கல்வியறிவற்று இருப்பதற்கும் உயர்சாதியினரது கொடுமையே காரணம் என்று குறிப்பிட்டிருந்தார். நாடெங்கும் கொந்தளிப்பு ஏற்பட்டது. காந்தி, நேரு கண்டித்தனர். பெரியாரோ மேயோவை ஆதரிக்கையில், கோவை அய்யாமுத்து அதை தமிழில் மொழிபெயர்த்து மேயோ கூற்று மெய்யா? பொய்யா? என புத்தகம் வெளியிட்டார்.

வ.உ.சி. தலைமையேற்ற சேலம் காங்கிரஸ் மாநாடு

ஒருவழியாக தாமதமாக வ.உ.சி.யின் சிறப்பைக் காங்கிரசார் உணர்ந்து 1927 சேலம் மாநாட்டிற்குத் தலைமை ஏற்க அழைப்பு விடுத்தனர். காங்கிரஸ் தளர்ச்சியுறுவது விரும்பாத வ.உ.சியும் ஏழு வருட வனவாசத்திற்குப் பிறகுப் பெருந்தன்மையோடு அவ் வழைப்பை ஏற்று கலந்துகொண்டு சுதந்திரப் போராட்ட

அவசியத்தையும், பாரதி, திலகர் செய்த தியாகங்களையும், சமூக அளவில் செய்யவேண்டிய சீர்திருத்தங்கள், மூடநம்பிக்கை ஒழிப்பு போன்றவற்றை வற்புறுத்தி உரைநிகழ்த்திப் புத்தகமாக வந்தவர்க் கெல்லாம் விநியோகித்தார்.

1927 ஆகஸ்டில் கோவை மில்களில் ஸ்டிரைக் தொடங்கியது. 5000க்கு மேற்பட்ட தொழிலாளிகள் உள்ளிருப்பு வேலைநிறுத்தம் செய்தனர்.

இரயில்வே வேலைநிறுத்தம் [1927 – 28]

நாகப்பட்டினம் இரயில்வே தொழிற்சாலையை திருச்சிக்கு மாறுதல் செய்து ஆட்குறைப்புக்கு ஏற்பாடு செய்த ஆங்கிலேய நிர்வாகத்தைக் கண்டித்து தென்னகம் தழுவிய இரயில்வே வேலை நிறுத்தம் துவங்கியது. நாகப்பட்டினம், திருச்சி பொன்மலை, கோயம்புத்தூர் - போத்தனூர் பணிமனைகள் ஆரம்பத்தில் போராட்டத்தி லிறங்கின. தண்டவாளங்கள் தகர்க்கப்பட்டன. தந்திக் கம்பங்கள் வீழ்த்தப்பட்டது. அரசு கடுமையாக நடவடிக்கையெடுக்க முயல் கையில் காங்கிரஸ் சற்று விலகி நின்றது.[14] பெரியாரோ தமது சகாக்களோடு பிரச்சாரம் செய்து நிதி சேகரித்துத் தொழிலாளர் களுக்குப் பொருளுதவி புரிந்து வந்தார். அரசு கைது செய்து வழக்குத் தொடர்ந்தது. நீதிமன்றத்தில் பெரியாருக்கெதிரான வழக்கு வருகையில் அரசு வாபஸ் வாங்கிப் பிரச்னையின் தீவிரத்தைக் குறைத்தது. தலைவர்களின் விடுதலைக்கு சத்திய மூர்த்தியும், கோவை என்.எஸ். இராமசாமி அய்யரும் வாதிட்டனர்.

இராஜாஜி தமது காந்தி ஆசிரமம் அமைந்துள்ள திருச் செங்கோடு தாலுகா மற்றும் அருகாமையிலுள்ள இராசிபுரம் தாலுகாவி லிருந்த 50க்கு மேற்பட்ட கள்ளுக்கடைகளை கலால்துறை உயரதி காரியை ஆசிரமத்துக்கு வரவழைத்து 3 ஆண்டுகளுக்கு மூடச்செய்தார்.

இராஜாஜி தலைமையிலான உப்புசத்யாகிரகம்

1929ம் ஆண்டில் வெளிவந்த சைமன் கமிஷன் அறிக்கை காங்கிரஸுக்குத் திருப்தியளிக்காததாலும், லார்டு இர்வின் உப்பு

14. தமிழர் தலைவர் பெரியார் ஈ.வெ.ரா. வாழ்க்கை வரலாறு - சாமி. சிதம்பரனார் (பக். 125 - 126).

வரியை நீக்காததாலும் மகாத்மா உப்புசத்யாகிரகம் துவங்கி தண்டியாத்திரை மேற்கொண்டு தடையை மீறி உப்பெடுத்தார். அரசியலில் 1924லிருந்து ஒதுங்கியிருந்த இராஜாஜி முன்னிலை பெற்றார். தமிழகத்தில் ஏப்ரல் 13, 1930ல் ஜாலியன் வாலாபாக் நினைவுநாளில் திருச்சியிலிருந்து 98 சத்யாகிரகிகளுடன் திருச்சி Dr. டி.எஸ்.எஸ். இராசன் வீட்டிலிருந்து இராஜாஜி தலைமையில் வேதாரண்யத்திற்கு யாத்திரை துவங்கியது. லக்ஷ்மி மில்ஸ் நிறுவனர் திரு. ஜி.கே. சுந்தரமும், தர்மபுரி வட்டார காங்கிரஸ் கமிட்டித் தலைவராகவும், பின்னர் சேலம் மாவட்ட காங்கிரஸ் கமிட்டித் தலைவரான தர்மபுரி டி.என். தீர்த்தகிரி முதலியாரும் இவர்களில் ஒருவராவார்.

''கத்தியின்றி இரத்தமின்றி
யுத்தமொன்று வருகுது
சத்தியத்தின் நித்தியத்தை
நம்பும் யாரும் சேருவீர்''

என்று தொடங்கும் பாடலை நாமக்கல் கவிஞர் இராமலிங்கம் பிள்ளை இயற்றினார். இப்பாடலைப் பாடியவண்ணம் பாத யாத்திரைக் குழு வேதராண்யம் அடைந்தது. அங்கு திருவண்ணாமலை அண்ணாமலைப் பிள்ளை வரவேற்றார். வேதாரண்யத்தில் அனைத்து ஏற்பாடுகளையும் வேதரத்னம்பிள்ளை செய்து வைத் திருந்ததால் தடையை மீறி ராஜாஜி தலைமையிலான முதல் குழுவினர் உப்பெடுத்தனர். இராஜாஜிக்கு ரூ.200 அபராதமும், ஆறுமாத தண்டனையும் வழங்கப்பட்டது. பெல்லாரி சிறையில் அடைக்கப்பட்டார். போராட்டத்தை தூண்டியதற்காக அண்ணாமலைப் பிள்ளை, வேதரத்னம் பிள்ளை, மதுரை வைத்தியநாத அய்யருக்கு ஆறுமாத தண்டனை வழங்கப்பட்டது. திருச்சி Dr. டி.எஸ்.எஸ். இராசனுக்கு 1 வருட தண்டனையும் விதிக்கப்பட்டது. திரு. டி.என். தீர்த்தகிரி முதலியார் மற்றும் திரு. ஜி.கே. சுந்தரம் போன்றோரும் உப்புசத்யாகிரகப் போராட்டத்தில் ஈடுபட்டதற்காக சிறையி லடைக்கப்பட்டனர்.

தமிழகமெங்கும் கொந்தளித்துப் போராட்டங்கள் நடந்தன. திருப்பூர், ஈரோடு, சேலம், கோவையில் மறியலும், பேராட்டமும் தீவிரம் அடைந்தன. திருப்பூரில் காங்கிரஸ் தலைவர் ராமசாமி கவுண்டர், அவரது மகன் ஈசுவரமூர்த்தி கவுண்டர், பி.எஸ். சுந்தரம்

போன்றோரோடு புருஷோத்தம ஆஷர், பத்மாவதி ஆஷர் போன்றோரும் போராட்டத்திலிறங்கி கைதாகினர். இதில் இராமசாமி கவுண்டர், பத்மாவதி ஆஷர் போன்றோர் 6 மாத சிறைத்தண்டனை அடைந்தனர்.

நாமக்கல் கவிஞர்
இராமலிங்கம் பிள்ளை

*1929*ல் ஈ.வே.ரா. தஞ்சை பட்டுக் கோட்டையில் முதல் மாகாண சுய மரியாதைத் தொண்டர்கள் மாநாட்டை நடத்தினார். திருச்சி கி.ஆ.பெ. விசுவநாதம் பிள்ளை துவக்கி வைக்க கோவை அய்யா முத்து உறுதுணையாக நிற்க வெற்றிகரமாக மாநாடு நடந்து முடிந்தது. *1927-28*ல் தர்மபுரியில் துவங்கப்பட்ட ரத்னா மோட்டார் சர்வீஸ் பேருந்து நிறுவனமும் அதன் உரிமை யாளர்களான அப்பாவு பிள்ளையும், கஸ்தூரி பிள்ளையும் பெரியாரது சுயமரியாதை இயக்கத்தின் அனைத்து மாநாடுகள், போராட்டங்களுக்குப் பெருமளவு ஆதரவு தந்தனர். இவர்களுடன் பெண்ணாகரம் இராமமூர்த்தி, பொன்னுசாமி, முருகேசன், கிருஷ்ணன் போன்றவர்கள் உறுதுணையாக நின்று தர்மபுரியில் சுயமரியாதை இயக்கத்தை வளர்த்தனர்.

*1930*ல் தமிழிசை மாநாட்டைக் கோவையில் பெரியார் நடத்தினார்.

நான்காம் பொதுத்தேர்வு 1930

காங்கிரசார் சத்யாகிரகத்தில் ஈடுபட்டு தேர்தலைப் புறக் கணித்தனர். பெரியார் நீதிக்கட்சியை ஆதரித்து பிரச்சாரம் செய்தார். நீதிக்கட்சியினர் முந்தைய காலச் சாதனைகளை சொல்லி வாக்கு கேட்டதால் மீண்டும் வெற்றிபெற்று ஆட்சியைக் கைப்பற்றினர். இம்முறை பி. முனுசாமி நாயுடு முதல்வராகவும், பி.டி. இராசன், எஸ். குமாரசாமி ரெட்டியார் போன்றோர் அமைச்சர்களாகவுமானார்கள்.

ஆர்.கே. சண்முகம் செட்டியார் *1931*ல் மத்திய சட்டமன்ற உறுப்பினராகி மோதிலால் நேரு, வித்தல்பாய் படேல் உள்ளிட்ட அனைத்துத் தலைவர்களையும் தமது பேச்சாற்றலால் கவர்ந்து வெள்ளையரைத் தமது வாதங்களால் திணற வைத்தார். *1930*ல் ஈரோட்டில் சுயமரியாதை இயக்க இரண்டாவது மாகாண மாநாட்டை

பெரியார் முன்னிலையில் ஆர்.கே. சண்முகம் செட்டியார் வரவேற்புக் குழுத்தலைவராக இருந்து நடத்தினார். மாநாட்டில் உப்பு சத்யாகிரகத்தில் ஈடுபடக் கோரி ப. ஜீவானந்தம் தீர்மானம் கொணர்ந்தார். அதை பெரியார் ஏற்க மறுத்ததால் தீர்மானம் தோல்வி யுற்றது. மாநாடு முடிந்தவுடன் பெரியார் ஐரோப்பா சுற்றுப்பயணம் மேற்கொள்ளலானார். இச்சமயம் ஜீவா, கோவை அய்யாமுத்துவுடன் இணைந்து கோவையில் தேசிய சுயமரியாதை மாநாட்டை நடத்திக் காட்டினார். இம்மாநாட்டைக் கூட்டி ஆங்கிலேய அரசை எதிர்த்து முழக்கமிட்டதற்காக இருவரும் கைதாகி சிறை சென்றனர். ஈ.வே.ரா. ஐரோப்பிய சுற்றுப்பயணத்தைப் பாதியில் விட்டுவந்து பிளவை சரிசெய்தார். இதேசமயம் 10 ஆண்டு சிறைத்தண்டனை முடிந்து சிங்காரவேலர் வெளியே வந்து கம்யூனிசத்தை வளர்க்கலானார்.

சட்ட மறுப்பு இயக்கம் – 1930

1930ல் லாகூரில் நடைபெற்ற காங்கிரஸ் மாநாட்டில் நேரு தலைமையில் சேலம் விஜயராகவாச்சாரியார் பலமுறை முயன்று வந்த கோரிக்கையான பூர்ண சுயராஜ்யம் பெறுவதே குறிக்கோள் என இலட்சக்கணக்கானோர் முன்னிலையில் தீர்மானிக்கப்பட்டது. இதன்மூலம் 1930ல் சட்ட மறுப்பு இயக்கம் தொடங்கியது.

சி.சுப்ரமணியம் தலைமையில் பொள்ளாச்சியில் சட்டமறுப்பு இயக்கமும், கள்ளுக்கடை மறியலும் செய்து காங்கிரஸ் தொண்டர்கள் கைதாகினர். கோவை மாவட்ட முழுக்க கிராமங்கள்தோறும் ஊர்க் கட்டுப்பாடு விதிக்கப்பட்டு கள்ளிறக்க மறுத்தனர். கள்ளுக்கடை மறியலின் வெற்றியால் அரசுக்கு இலட்சக்கணக்கில் வருவாய் இழப்பு ஏற்பட்டது. 1930 பிப்ரவரியில் வால்பாறையில் என்.எஸ். இராமசாமி அய்யர் பேசவிருந்த பொதுக்கூட்டம் தடை செய்யப் பட்டு, அமைப்பாளர்கள் தாக்கப்பட்டனர்.

1930 செப்டம்பரில் பெல்லாரி சிறையிலிருந்து வெளிவந்த இராஜாஜியை இரு வாரத்திற்குள் மீண்டும் கைது செய்து ஒரு வருட தண்டனை விதித்தனர். கோவை டவுன்ஹால் மைதானத்தில் காங்கிரஸ் பொதுக்கூட்டத்தில் போலீஸார் புகுந்து தடியடி நடத்திக் கலைத்தனர்.

ஆங்கிலேயரிடமிருந்து விடுதலை பெற்றால் மட்டும் போதாது. மக்கள் அறியாமையிலிருந்தும் விடுதலை பெறவேண்டு மென திரு. சு. அவினாசிலிங்கம் செட்டியார் கருதினார். கிராமப்புற

ஏழை மாணவர்கள் குறிப்பாகத் தாழ்த்தப்பட்டோர் சமுதாயக் குழந்தைகள் கல்விபெற விரும்பி அதனைச் செயலிலும் காட்டினார். நாட்டு விடுதலைக்காகத் திருமணமே வேண்டாமெனத் தியாகம் செய்த செட்டியார் தமது பரம்பரைச் சொத்துக்களை விற்று அந்த மூலதனம் கொண்டு 1930ல் கோவையை அடுத்த போத்தனூரில் பள்ளி துவக்கினார். 1931ல் விருதுநகரில் காமராஜர் மீது ஆளுநரைக் கொலை செய்ய முயன்றதாகவும், வெடிகுண்டு வீச முயன்றதாகவும் பொய்வழக்கு போடப்பட்டது. வ.உ.சி. தாமே நேரில் வாதாடி காமராசரையும், காங்கிரஸ் தொண்டர்களையும் காப்பாற்றினார்.

இதற்கிடையே இந்தியர்களுக்கு சலுகைகள் வழங்க முதலாவது வட்டமேசை மாநாட்டை ஐந்தாம் ஜார்ஜ் மன்னர் இலண்டனில் துவக்கி வைத்தார். 1930 நவம்பர் 12 முதல் 1931 ஜனவரி 19 வரை நடந்த இம்மாநாட்டில் இந்தியா முழுவதிலுமிருந்து பல்வேறு அமைப்புகளைச் சார்ந்த 89 பிரதிநிதிகள் கலந்து கொண்டனர். அதில் தமிழகம் சார்பில் திருமதி. ராதாபாய் (திருச்செங்கோடு ப. சுப்பராயன் மனைவி) ஆற்காடு ஏ. இராமசாமி முதலியார், சர்.ஏ.டி. பன்னீர்செல்வம், பாத்ரோ போன்றோர் பங்கேற்றனர்.

காங்கிரஸ் கலந்து கொள்ளாததால் இம்மாநாடு தோல்வியில் முடிந்தது. இந்தியர் நலனில் ஓரளவேனும் அக்கறை காட்டி வந்த பிரதமர் ராம்சே மெக்டோனால்டு இது குறித்து மிகவும் வருந்தினார். அவரது முயற்சியால் இங்கிலாந்து அரசப் பிரதிநிதி இர்வின், மகாத்மாவுடன் பேச்சுவார்த்தை நடத்தினார். 1931, மார்ச் - 4ல் காந்தி - இர்வின் ஒப்பந்தம் ஏற்பட்டது. இதன்படி உப்புச் சட்டம் தளர்த்தப்பட்டது. அனைத்து அரசியல் கைதிகளும் விடுவிக்கப்பட்டனர். காந்தி - இர்வின் ஒப்பந்தம் அமைதியை மீட்டதால் மகிழ்ந்த மாகாண அரசுகளும், ஸ்தலஸ்தாபனங்களும் (உள்ளாட்சி) அவ்வொப்பந்தப் பெயரை பொதுவிடங்கள் பல வற்றிற்கும் சூட்டி மகிழ்ந்தன. சென்னையில் பாலத்திற்கு காந்தி இர்வின் பாலமெனவும், கோவை மைதானத்திற்கும், ஸ்டேடியத் திற்கும் காந்தி - இர்வின் ஸ்டேடியம் எனவும் பெயரிடப்பட்டது. (இன்றைய வ.உ.சி. பூங்கா - நேரு ஸ்டேடியம்).

1931ல் இராஜாஜி வேண்டுகோளுக்கிணங்க பலரும் தமது மரங்களில் கள்ளிறக்க அனுமதி மறுத்தனர். நகரசபைகளும், தாலுகா போர்டுகளும், மாவட்ட கழகங்களும் தமது மரங்களை கள்ளிறக்கம் குத்தகைக்கு விட மறுத்தன. குறிப்பாக கோவை நகரசபையும், கோவை தாலுகா கழகமும் முன்மாதிரியாகத்

திகழ்ந்தன. 1931-32ல் கோவை மாவட்டம் அரசுக்கு ஒரு பெரிய சவாலாக அமைந்தது. வி.சி. வெள்ளிங்கிரி கவுண்டர், தி.சு. அவினாசிலிங்கம் செட்டியார், சி. சுப்ரமணியம், இராமையா கவுண்டர், சுப்பண்ண கவுண்டர் போன்றோரால் கள்ளு வருமானம் பாதிக்கப்பட்டது.

கள்ளுக்கடை மறியலிலும், தீண்டாமை ஒழிப்பிலும் தீவிரமாக செயலாற்றிய கோபியருகிலுள்ள கூகலூரை சார்ந்த கே. சுப்பண்ண கவுண்டரை மிகவும் பாராட்டி ''யங் இந்தியா'' பத்திரிக்கையில் மகாத்மா எழுதினார்.

1931ல் ஈரோட்டில் நவஜவான் மாநாடு பொதுவுடைமை வாதிகளால் நடத்தப்பட்டது. லாகூர் சதிவழக்கில் உயிர்நீத்த ஜதீந்திரரின் சகோதரர், ஜீவா முன்னிலையில் சிறப்புரையாற்றினார்.

1931 செப்டம்பர் 7ல் இரண்டாவது வட்டமேசை மாநாடு இலண்டனில் துவங்கியது. வைசிராய் வெலிங்டனின் வேண்டுகோளால் தயங்கியவண்ணம் மகாத்மா இலண்டன் சென்றார். சென்னை மாகாணத்திலிருந்து சேலம் ராதாபாய் சுப்பராயன், ஆற்காடு ஏ. ராமசாமி முதலியார், ஏ.டி. பன்னீர்செல்வம், எஸ். ஸ்ரீனிவாச சாஸ்திரி, ஏ.பி. பாத்ரோ, பொப்பிலியரசர், ''இந்து'' ஏ. ரங்கசாமி அய்யங்கார், இரட்டைமலை ஸ்ரீனிவாசன் கலந்து கொண்டனர்.

எவ்வித பலனுமின்றி 1931, டிசம்பர் 1ல் இரண்டாம் வட்டமேசை மாநாடு முடிந்தது. காந்தி இந்தியா திரும்பு முன்பு மக்களுக்கெதிராய்ப் பல்வேறு அவசர சட்டங்கள் போடப்பட்டன.

1931 டிசம்பர் 29ல் பெரும்பாலான தலைவர்கள் சிறையிலிருந்தாலும், காந்தி கராச்சியில் காங்கிரஸ் காரியக்கமிட்டி மாநாட்டை நடத்தினார். மாநாட்டிற்கு முன்பு பகத்சிங், இராஜகுரு, சுகதேவ் தூக்கிலிடப்பட்டனர். தேசபக்தர்களைக் காக்கக் காங்கிரஸ் தவறியதாக கராச்சி முழுக்கக் கறுப்புக்கொடி ஏற்றப்பட்டது.

காங்கிரஸ் மாநாடு முடிந்தவுடனேயே 1932, ஜனவரி 4ல் பம்பாயில் காந்தி கைது செய்யப்பட்டார். தமிழகம் திரும்பிய இராஜாஜியும், சத்தியமூர்த்தியும் ஜனவரி 11ல் கைதாகினர். ஆங்கிலேய அரசு காங்கிரசை சட்டவிரோதமென அறிவித்தது.

சேலத்தில் அந்நியத் துணிக்கடை முன்பு மறியல் செய்த இந்தியப் பெண்கள் சங்கத் தலைவியான காமாட்சியம்மாளுக்கு 2 மாத சிறை தண்டனை வழங்கப்பட்டது. நாடகமேதை விசுவநாததாஸ், சர்தார் வேதரத்னம் பிள்ளை போன்றோருக்கு 1 வருட தண்டனை விதிக்கப்பட்டது.

பொள்ளாச்சியில் நடைபெற்ற கள்ளுக்கடை ஏலத்தைத் தடுக்க முயன்ற சி. சுப்ரமணியம் கைதாகி வேலூர்ச் சிறையில் அடைக்கப்பட்டார்.

1932 மார்ச் 23ல் பகத்சிங் தூக்கிலிடப்பட்டதைக் கண்டித்த ஹைதர் அலிகான் எனும் பொதுவுடைமைவாதி கைதாகிச் சென்னை சிறையிலிருந்தபோது, தனது சக கைதியும் காங்கிரஸ்காரருமான சீனிவாசராவை கம்யூனிஸ்டாக்கினார்.

1932ல் வேலூர் சிறை முழுக்க காங்கிரஸ்காரர்களால் நிரம்பி வழிந்தது. சி.சுப்ரமணியம், காமராஜர், வைத்தியநாதய்யர், முத்துரங்க முதலியார், பட்டாபி சீதாராமையா, ஈ.எம்.எஸ். நம்பூதிரிபாடு, என்.ஜி.ரங்கா, ஜீவானந்தம், பாஷ்யம் ஒரே சிறையில் வாடினர். இச்சிறைக்கு மாற்றப்பட்ட சீனிவாசராவ் தமது முயற்சியால் அதுவரை காங்கிரஸ்காரர்களாயிருந்த ஈ.எம்.எஸ். ஜீவா, பாஷ்யம் போன்றோரை கம்யூனிஸ்டாக மாற்றினார்.

1932 ஜூன் 16ல் காந்தியின் மகன் தேவதாஸ் காந்திக்கும், இராஜாஜியின் மகள் லட்சுமிக்கும் பூனாவில் கலப்புத் திருமணம் நடைபெற்றது. ஆகஸ்ட் 4ல் மகாத்மா மீண்டும் கைது செய்யப் பட்டார். ஆகஸ்ட் 7ல் திருச்செங்கோடு புதுப்பாளையம் ஆசிரமத்தி லிருந்து சேலம் வரை பாதயாத்திரையை முஸ்லீம், தாழ்த்தப் பட்டோர் மற்றும் பெண்களடங்கிய 16 பேரோடு துவக்கிய இராஜாஜி கைது செய்யப்பட்டார்.

நீதிக்கட்சி பல ஆண்டுகள் பதவியிலிருந்த போதிலும், அதிகார துஷ்பிரயோகம் செய்யாததால் அதன் JUSTICE ''திராவிடன்'' ஆகிய பத்திரிக்கைகள் 1932-ல் நிறுத்தப்பட்டது.

1932ல் வ.உ.சியின் மணிவிழாவை சிறப்பாகக் கொண்டாட Dr. வரதராஜுலு நாயுடு மறக்கவில்லை. காங்கிரஸ் தலைவர்கள் உதவாத சூழலிலும் நல்லெண்ணமிகு நாயுடு, தமது சொந்தப் பணத்தில் விழாவை நடத்திக் காட்டினார்.

1932ல் சட்டமன்றத்திற்கு நல்லதம்பி சர்க்கரை மன்றாடியார் தேர்வாகி 1937 வரை அப்பதவி வகித்தார்.

18-08-32ல் இலண்டன் வட்டமேசை மாநாட்டில் அம்பேத்கார் வேண்டுகோளுக்கிணங்க ஆங்கிலேய அரசு தாழ்த்தப்பட்டோருக்கு தனித்தொகுதி முறையைக் கொண்டுவர முயற்சித்தது. இதைக் கேள்விப்பட்ட காந்தி சிறையிலேயே உண்ணாவிரதமிருந்தார்.

சென்னை எம்.சி. ராஜா, அம்பேத்கார், காந்தியை பூனா எரவாடா சிறையில் சந்தித்து பேச்சுவார்த்தை நடத்தியதால் உடன்பாடு ஏற்பட்டது. இந்தியாவெங்கும் "தீண்டாமை ஒழிப்பு" வாரம் கொண்டாடப்பட்டது.

பெரிய கோவில்கள், பொதுக்கிணறுகள், குளங்கள், முக்கிய வீதிகள் அனைத்திலும் தாழ்த்தப்பட்டோர் சகல உரிமைகளுடன் செல்ல அனுமதிக்கப்பட்டனர். அனைத்து சாதி இந்துக்களும் இணைந்து தாழ்த்தப்பட்டோர் விரும்பும் நான்கில் ஒருவரைத் தேர்ந்தெடுக்கும் கூட்டுத்தொகுதி முறை உருவானது. ஆங்கிலேய அரசு தனித்தொகுதியைக் கைவிட்டது.

கோவையில் கைதான விசுவநாததாஸ்:

1932ல் கோவையில் நாடக மேடைகளில் இடையிடையே தேசபக்திப் பாடல்கள் பாடப்பட்டு வந்தன. இதற்கு கோவை கலெக்டர் தடைவிதித்தார். அதையும் மீறி கோவை பாரதகான சபாவில் விசுவநாததாஸ் தேசபக்திப் பாடல்களைப் பாடியதால் இரண்டாண்டு சிறைத்தண்டனைக்குள்ளானார்.

கோவை அய்யா முத்தும், அவரது துணைவியார் கோவிந்தம் மாளும் சட்ட மறுப்பு இயக்கத்தில் கைதானார்கள். எம்.ஏ. ஈஸ்வரன் தலைமையில் ஈரோட்டைச் சார்ந்த காங்கிரசார் கைது செய்யப்பட்டனர். கூகளூர் சுப்பண்ண கவுண்டரும் கைதானார்.

அலகாபாத்தில் விஜயராகவாச்சாரியார் கூட்டிய இந்து – முஸ்லீம் ஒற்றுமை மாநாடு:

ஜின்னா உள்ளிட்ட அனைத்து முஸ்லீம் தலைவர்களும் காங்கிரசில் சேலத்தைச் சார்ந்த இராஜாஜியையும், விஜயராக வாச்சாரியரையும் பெரிதாக மதித்தனர். விஜயராகவாச்சாரியார் தமது முன்முயற்சியில் 1932 நவம்பரில் அலகாபாத்தில் இந்து - முஸ்லீம் - சீக்கிய மாநாட்டை கூட்டினார். முஸ்லீம்களுக்கான தனித் தொகுதியை நீக்க ஒரு சமரசத் திட்டம் உருவானது. கிலாபத் இயக்க நிறுவனரான சவுகத்அலியும், காந்தியும் மகிழ்ந்த சமயத்தில் இந்து மகாசபையும், முஸ்லீம்களில் சிலரும் எதிர்த்ததால் இம் முயற்சி தோல்வியுற்றது.

உடல்நலக் குறைவின் காரணமாய் மகாத்மா விடுவிக்கப் பட்டு டிசம்பர் 20ல் தமிழகம் வந்தார். சேலம் வரதராஜுலு நாயுடு, ம. பொ. சிவஞானம், டி. பிரகாசம் போன்றோர் வரவேற்பு

நிகழ்ச்சிகள், பொதுக் கூட்டங்களுக்கு ஏற்பாடு செய்திருந்தனர். ஆந்திரா, கர்நாடகா, கேரளா சென்று குமரியடைந்து முக்கடல் சங்கமத்தைக் கண்டு மகிழ்ந்து பின்னர் தூத்துக்குடியில் வ.உ.சி. தலைமையில் நடைபெற்ற பிரமாண்டமான பொதுக்கூட்டத்தில் கலந்து கொண்டார். ஒவ்வொரு மாவட்டமாக சுற்றுப்பயணம் மேற்கொண்டிருந்த மகாத்மாவுடன், சிறையிலிருந்து மீண்ட இராஜாஜி பிப்ரவரி 6, 1933ல் திருப்பூரில் இணைந்தார்.

மே - 18, 1933ல் பாட்னா காங்கிரஸ் துவங்குமுன்பு ஜெயபிரகாஷ் நாராயணன், ஆச்சார்ய நரேந்திரதேவ் இணைந்து ''காங்கிரஸ் சோஷலிஸ்டு கட்சியை'' மே - 17ல் துவக்கினர். காங்கிரஸில் ஒரு அங்கமாக விளங்கிய இவ்வமைப்பில் சோஷலிஸ்டுகளுடன், கம்யூனிஸ்டுகளும் இணைந்து செயல்பட்டனர். 1933ல் விட்டல் பாய் படேலின் திடீர்மறைவால் மத்திய சட்டமன்றத்தலைவர் பதவி காலியானது. அகில இந்திய தலைவர்கள் ஒன்றுகூடி கோவை ஆர்.கே. சண்முகம் செட்டியாரை தலைவராக்கினர். அப்பதவியை இளைய வயதில் முதன்முதல் அடைந்தவர் ஆர்.கே.எஸ்.தான்.

1933ல் கோவை மாவட்ட கழகத்தலைவராக வி.சி. வெள்ளிங்கிரி கவுண்டர் தேர்வானார். அத்துடன் மத்திய சட்டமன்ற உறுப்பினராகவும் தேர்வாகி விவசாயிகள் நலன்காக்கும் வண்ணம் பல்வேறு கால்நடைச் சங்கங்கள், புகையிலை உள்ளிட்ட விவசாயக் குழுக்களில் திறம்படச் செயலாற்றினார்.

பெரியாரது சுகதுக்கங்களில் மட்டுமல்லாது, அனைத்துப் போராட்டங்களிலும் கலந்துகொண்டு சிறைசென்ற நாகம்மையார் மரணமடைந்தார். பெரியாரோ நாகம்மை மறைந்த மறுநாளே, தாம் ஏற்கனவே வாக்களித்திருந்த திருச்சி கிறிஸ்தவ சீர்திருத்த திருமணத்தை தடையை மீறி நடத்திக் கைதானார். 26-11-1933 ஈரோடு சமதர்ம மாநாட்டில் திரு.வி.க. கலந்து கொண்டு நாகம்மை படத்தை திறந்து வைத்தார். Dr. வரதராஜுலு நாயுடு, ஜெயபிரகாஷ் நாராயணன் பெரியார் வீட்டில் தங்கிப் பேச்சுவார்த்தை நடத்தினர். பொதுவுடைமை இயக்கத் தலைவர் ஜீவானந்தமோடு இணைந்து பெரியார் சமதர்மத்தை வலியுறுத்தும்வண்ணம் ''ஈரோடு திட்டம்'' பிரகடனப்படுத்தினார். 30-12-1933ல் ''இன்றைய ஆட்சி ஏன் ஒழிய வேண்டும்?'' என ஆங்கிலேய அரசைக் கண்டித்துக் கடுமையாகத் தலையங்கம் எழுதியதால் பெரியார் மீண்டும் கைதாகிச் சிறை யிலடைக்கப்பட்டார். ஏழாண்டுகள் இடைவெளிக்குப் பிறகு 1934ல் கோவை மத்திய சிறையில் பெரியாரை இராஜாஜி சென்று

சந்தித்தார். தனிநபர் சத்யாகிரகத்திற்கு ஆதரவு தருமாறு வேண்டுகோள் வைத்தார். அதை ஏற்றுக்கொண்ட பெரியார் பதிலுக்குத் தமது ''ஈரோடு திட்டத்தை'' அதன் சமதர்ம நோக்கத்திற்காகக் காங்கிரஸ் ஏற்க வேண்டினார். மகாத்மா நிராகரித்துவிட இராஜாஜியால் ஒன்றும் செய்ய முடியவில்லை. அரசியலில் இரு துருவங்கள் மீண்டும் ஒன்றுசேர வந்த நல்ல வாய்ப்பு கைநழுவியது.

நாடெங்கும் 1934 ஜூலை 23ல் கம்யூனிஸ்டு கட்சி தடை செய்யப்பட்டது. கம்யூனிஸ்டுகள் காங்கிரசிலிணைந்து செயல்படத் துவங்கினர். 1934ல் பெரியார். ஈ.வே.ரா. மற்றும் ஜீவா ஆதரவில் தமிழன்பர்கள் மாநாடும், தமிழ் நடிகர்கள் மாநாடும் ஈரோட்டில் நடைபெற்றது.

பி.பி.சி. (BBC) ரேடியோ ஒலிபரப்பு மையங்கள் சென்னையிலும், திருச்சியிலும் துவங்கப்பட்டன. பின்னர் மாவட்டத் தலைநகரங்களிலும், முதன்மை தாலுகாக்களிலும் மையங்கள் உருவாக்கப்பட்டன.

மகாத்மா காந்தி அடிக்கல் நாட்டிய வித்யாலயா

மூன்றாம் முறையாகத் தமது மனைவி கஸ்தூரிபாயோடு 1934 பிப்ரவரி 6ல் கோவை வருகை புரிந்தார். முதலில் போத்தனூரில் தி.சு. அவினாசிலிங்கம் செட்டியார் துவங்கி நடத்திவந்த பள்ளிக்கு வருகை புரிந்து தங்கிப் பின் வித்யாலயாவிற்கான கட்டடங்கள் கட்ட அடிக்கல் நாட்டினார். சி. சுப்ரமணியம் இந்த சமயம் டி.ஏ. இராமலிங்கம் செட்டியாரிடம் பயிற்சி வக்கீலாகப் பதிவு செய்து, ஆனால் அவ்வேலையில் ஈடுபடாது செட்டியாரது போத்தனூர் வித்யாலயப் பணிகளில் கவனம் செலுத்தி வந்தார். பி.ஏ. ராஜூ செட்டியார், குரங்குசேட் குழுமத்தைச் சேர்ந்த அபுசேட் போன்ற பிரபல முன்னணி வணிகர்கள் ஏராளமாகக் காந்திக்கு நன்கொடை அளித்தனர். ராஜூ செட்டியார் தமது வீட்டு மாதிரியை வெள்ளியில் செய்து மேடையில் வைத்துப் பரிசளித்தார்.

திரு.தி.சு. அவினாசிலிங்கம் செட்டியார்

தமக்கு வரும் பரிசு பொருட்களைனைத்தையும், கிடைத்த மேடையிலேயே

ஏலம் விட்டுக் காங்கிரஸ் நிதியில் சேர்க்கும் பழக்கமுடைய மகாத்மா வெள்ளி வீட்டையும் ஏலம் விட்டார். அதை அதிகப்பணம் கொடுத்து அபுசேட் ஏலமெடுத்தார். திருச்சி ரோட்டில் தமது நினைவாய் மரம் நட்டுச் சென்றார் காந்தி. (அம்மரம் இன்று வரையிலும், எச்.எம்.எஸ். தொழிற்சங்க வளாகத்தில் உள்ளது). காந்தி போன்ற தலைவர்கள் சுற்றுப்பயணம் செய்து காங்கிரஸ் கொள்கைகளைப் பரப்பியதால், கொங்குநாடு உள்ளிட்ட மாநிலத்தின் பல பாகங்களிலும் நீதிக்கட்சியின் புகழ் மங்கத் துவங்கி, காந்தியக் காங்கிரஸ் கொள்கைகள் மக்களை ஈர்க்கத் தொடங்கின. குன்னூர் சென்று நாகேஸ்வரராவின் பங்களாவில் காந்தி தங்குகையில் இராஜாஜி, டி.எஸ்.எஸ். ராசன், அவினாசிலிங்கம் செட்டியார், சி. சுப்ரமணியம் ஆகியோர் உடனிருந்தனர். புகழ்பெற்ற லக்ஷ்மி மில்ஸ் குழுமத்தைச் சார்ந்த திரு.ஜி.கே. தேவராஜுலு, பழனி வரை தாமே முன்வந்து காந்திக்குக் காரோட்ட, இராஜாஜியுடன் சென்று பழனியாண்டவரை காந்தி தரிசித்தார்.

மத்திய சட்டமன்றத் தேர்தல் [1934]

1934 டிசம்பரில் மத்திய சட்டமன்றத் தேர்தல் வரவிருந்தது. அதற்கு இரு மாதங்கள் முன்பு *1934* அக்டோபரில் பம்பாயில் காங்கிரஸ் கூடியபோது இராஜாஜி தலைவராக வாய்ப்பு வந்தது. ஆயினும் தமக்கு இந்தி தெரியாதென்பதால் தலைமை பொறுப்பை மறுத்தார். பாபு இராஜேந்திர பிரசாத் தலைவரானார். காங்கிரஸ் மீது விதிக்கப்பட்ட தடைகள் நீங்கின. இராஜாஜி, சத்யமூர்த்தி போன்றோர் காங்கிரஸ் நேரிடையாகப் போட்டியிட வேண்டுமென வற்புறுத்தி வந்தனர். பம்பாயில் இதுகுறித்த தீர்மானம் நிறைவேறியது. இத்தீர்மானம் குறித்து முன்பேயறிந்த காந்தி காங்கிரசிலிருந்து விலகினார். **காங்கிரஸை விடுதலைக்கும், சமுதாய மறுமலர்ச்சிக்கும் மட்டுமே பயன்படுத்த விரும்பிய காந்தியடிகள் பதவி வேட்டையில் இறங்குவதை, தம்மாலான மட்டும் தடுத்துப் பார்த்தார்.**

தமிழகத்தில் *1920, 23, 26, 30* தேர்தல்களில் நீதிக்கட்சி போட்டி யிட்டு தொடர்ந்து (ஒருமுறை தவிர) ஆட்சியிலிருந்து வந்தது. அதுமட்டுமின்றி சொத்துவரியும், வருமானவரியும் செலுத்துவோரே அதுவரை வாக்காளர்களாயிருந்தனர்.

சென்னை மாகாணத்தைப் பொறுத்தவரை பொப்பிலியரசரும், ஈ.வே.ராவும் நீதிக்கட்சிக்காதரவாய் பிரச்சாரம் செய்தனர். தமிழக

திருப்பூர் குமரன்:

10.04.1904ல் கோவை (இன்றைய ஈரோடு) மாவட்ட சென்னி மலையில் நாச்சிமுத்து முதலியார் - கருப்பையா அம்மாளுக்கு மூன்றாவது மகனாகப் பிறந்தவர் குமாரசாமி முதலியார். வசதி குறைவாக இருந்த நெசவாளக் குடும்பமாதலால் பள்ளிப்படிப்பைக் கைவிட்டுத் தமது தாய் மாமாவிடம் பள்ளிப்பாளையம் சென்று நெசவு கற்றார். சென்னிமலையைவிட தொழில்ரீதியில் முன்னேறிக் கொண்டிருந்த திருப்பூர் சென்று சென்னியப்ப முதலியாரது நிறுவனத்தில் வேலைக்கமர்ந்தார். 1923ல் தமது 19ம் வயதில் இராமாயி அம்மாளை மணந்தார். காந்தியடிகளின் கொள்கைகளால் மிகவும் ஈர்க்கப்பட்டு விடுதலைப் போராட்டத்தைப் பற்றியே சிந்தித்து வந்தார். அச்சமயம் திருப்பூரில் உருவாகியிருந்த தேசபந்து வாலிபர் சங்கம் எனும் அமைப்பில் ஈடுபாடு காட்டலானார் குமாரசாமி. மகாத்மாவின் 1925 மார்ச் திருப்பூர் வருகை இத்தேச பக்தர்களை உரமேற்றியது. திருப்பூர் சுற்று வட்டாரத்தில் இச்சங்கம் முன்னின்று நடத்திய கள்ளுக்கடை மறியல் நல்ல வெற்றியைத் தந்தது. திருப்பூர் 1930ல் காவல்துறைக்கு நெருப்பூராக மாறியது. திருப்பூர் நகரக் காங்கிரஸ் தலைவரான ஈசுவரமூர்த்தி கவுண்டர், ராமசாமிக் கவுண்டர், அவரது மகன் பி.எஸ். சுந்தரம், புகழ்பெற்ற ஆஷர்மில்ஸ் புருஷோத்தமன் ஆஷரின் மனைவியான பத்மாவதி ஆஷர் போன்றவர்கள் சுதந்திர வேள்வியில் குதித்தனர்.

இராமசாமிக் கவுண்டர் மற்றும் பத்மாவதி ஆஷர், ஆறுமாத சிறைத்தண்டனை பெற்றனர். திரு. பி.டி. ஆஷரும் கைதானார். இதனால் தமது தந்தை இறந்து ஆறுமாதம்கூட ஆகாத நிலையில் 1932 ஜனவரி 10ம் தேதி பத்துப் பேரோடு குமரன் ஊர்வலம் சென்று மகாத்மா காந்திக்கு ஜே! என்று முன்னணியில் நின்று முழங்கினார். ஏற்கனவே கள்ளுக்கடை மறியல், சட்டமறுப்பு இயக்கத்தால் நொந்து போயிருந்த காவல்துறை கண்மூடித்தனமாக முன்னறிவிப்பின்றித் தாக்கத் தொடங்கிற்று. மிகவும் மெலிதான தேகமுடையவரான குமரன் ஓரிரு அடிகளில் கொடியைக் கீழே போட்டுவிட்டு ஓடிவிடுவார் என எண்ணிய காவல் துறையினர் முன் கொடியைப் போடாததோடு, விழுந்த அடியையும் மீறி கோஷமிட்டார். எரிச்சலடைந்த சர்க்கிள் இன்ஸ்பெக்டர் முகமது, குமாரனது மண்டை ஓட்டைப் பிளந்துவிட்டார். மயக்கமடைந்த நிலையிலும் கொடியைக் கைவிடாத குமரனை, மருத்துவமனைக்குத் தாமதமாகக் கொண்டு சென்றதாலும், அதிக இரத்தம் வெளியேறியதாலும், மூளை பாதிக்கப்பட்டதாலும் மறுநாள் 1932 ஜனவரி 11ல் மறைந்து,* தமது உயிர்த் தியாகத்தால் விடுதலைப் போராட்ட வீரவரலாற்றில் தமிழகத்துக்கும், தாம் வாழ்ந்த திருப்பூருக்கும் ஓர் சிறப்பிடம் பெற்றுக் கொடுத்த தியாகியானார்.

* திருப்பூர் குமரன் கே. ஜீவபாரதி (பக். 106, 122).

திருப்பூர் குமரன்

காங்கிரசின் முக்கியத் தூணாக விளங்கிய சேலம் Dr. வரதராஜுலு நாயுடு அங்கு தொடர்ந்து புறக்கணிக்கப்பட்டு வந்ததால் விலகி நீதிக்கட்சி ஆதரவில் போட்டியிட்டார்.

தினமணி, சுதேசமித்திரன், இந்து போன்றவை காங்கிரசுக்காதரவாய் செய்திகள் வெளியிட்டன. தீண்டாமையொழிப்பை எதிர்த்த பழமைவாதிகளோ இராஜாஜிக் கெதிராயும், காங்கிரசுக்கெதிராயும் செயல் பட்டனர். இராஜாஜி தாம் எந்தவொரு தொகுதியிலும் நிற்காது மாநிலமெங்கும் சூறாவளி சுற்றுப்பயணம் மேற்கொண்டார். நாவன்மைமிக்க சத்யமூர்த்தியின் பிரச்சாரமும் மக்களைக் கவர்ந்தது.

சென்னை மாகாணத்திலிருந்த 16 தொகுதிகளில் 11ல் காங்கிரஸ் வேட்பாளர்களை நிறுத்தியது. முஸ்லீம்களுக்கு மூன்றும், தாழ்த்தப்பட்டோருக்கு ஒன்றும், நிலச்சுவான்தார்களுக்கு ஒன்றும் ஒதுக்கப்பட்டிருந்தன. சென்னை நகரதொகுதியில் காங்கிரஸ் சார்பில் திரு.எஸ். சத்ய மூர்த்தியும், நீதிக்கட்சி சார்பில் ஆற்காடு ஏ. இராமசாமி முதலியாரும் போட்டியிட்டனர். கோவை - சேலம் - ஆற்காடு மாவட்டங் களடங்கிய மத்திய சட்டமன்றத் தொகுதியில் நீதிக்கட்சி ஆதரவில் சேலம் Dr. வரதராஜுலு நாயுடு நின்றார். அவரையெதிர்த்து கோவை டி.எஸ். அவினாசிலிங்கம் செட்டியார் காங்கிரஸ் சார்பில் நிறுத்தப்பட்டார். செங்கல்பட்டு - தென்ஆற்காடு தொகுதியில் வி.என். முத்துரங்க முதலியாரும், மதுரை - திருநெல்வேலி - இராமநாதபுரம் தொகுதியில் திரு.பி.எஸ். குமாரசாமி ராஜாவும், தஞ்சை - திருச்சி தொகுதியில் திரு. டி.எஸ்.எஸ். ராஜனும் காங்கிரஸ் சார்பில் போட்டியிட்டனர். தென்சென்னை முஸ்லீம்களுக்கு ஒதுக்கப்பட்டு காங்கிரஸ் ஆதரவோடு, ஜனாப்மூர்துசா பகதூர் போட்டியிட்டார். சென்னை மாகாணத்திற்கென்று ஒரேயொரு வர்த்தகத்தொகுதி ஒதுக்கப்பட்டிருந்தது. அதில் இந்திய சட்ட சபைத் தலைவராயிருந்த கோவை ஆர்.கே. சண்முகம் செட்டியார் நீதிக்கட்சி சார்பிலும், சாமிவெங்கடாசலம் செட்டியார் காங்கிரஸிலும் போட்டியிட்டனர்.

நாட்டில் பெருகி வந்த சுதந்திரவேட்கையில் ஆங்கிலேயர் அதிரும்வண்ணம் தாம் போட்டியிட்ட அனைத்துத் தொகுதிகளிலும் காங்கிரஸ் நூற்றுக்கு நூறு வெற்றி பெற்றது. தென் சென்னை யிலும் காங்கிரஸ் ஆதரவு மூர்துசாவே வென்றார். நீதிக்கட்சியின் ஜாம்பவான்களான இராமசாமி முதலியார், ஆர்.கே. சண்முகம் செட்டியார் மற்றும் நீதிக்கட்சி ஆதரவில் நின்ற சேலம் Dr. நாயுடுவும் தோற்றவர்களில் முக்கியமானவர்கள். இவ்வெற்றியால் இராஜாஜியின் நிர்வாகத்திறன் பளிச்சிட்டது. அவரது புகழ் தேசமெங்கும் பரவியது.

தேர்தலில் தோற்ற சர்.ஆர்.கே. சண்முகம் செட்டியார் கொச்சி திவானானார். சர்.ஏ. இராமசாமி முதலியார் இந்திய அமைச்சரவை கவுன்சிலில் இடம்பெற்று பின் மைசூர் திவானானார். சர்.சி.பி. ராமசாமி அய்யர் திருவாங்கூர் திவானானார்.

உள்ளாட்சி (தலஸ்தாபானம்) தேர்தல் நடைபெற்றது. மாவட்டக் கழகங்கள், தாலுகாக் கழகங்கள், நகரசபை தேர்தல் நடைபெற்று பெருவாரியான இடங்களில் காங்கிரசே வென்றது.

பெரியாரும், ஜீவாவும் ஒருங்கிணைந்து நடத்தி வந்த சுய மரியாதை இயக்கத்தின் 1935ல் திருத்துறைப்பூண்டி சுயமரியாதை மிக்க மாநாட்டில் பெரியார் நீதிகட்சியை ஆதரிக்க ஜீவா அதை யெதிர்க்க பிளவேற்பட்டது. ஜீவா சுயமரியாதை சோசலிஸ்ட் இயக்கம் துவக்கி, அதைக் காங்கிரஸ் சோசலிஸ்ட் கட்சியோடு, எஸ்.ஏ. டாங்கே முன் இணைத்து அதன் பொதுச்செயலரானார்.

தமிழக விஜயம் செய்த காங்கிரஸ் தலைவரான டாக்டர். ராஜேந்திரபிரசாத் தூத்துக்குடி சென்று உடல்நலம் பாதிப்படைந் திருந்த வ.உ.சி.யை நேரில் சந்தித்து மரியாதை செலுத்தினார். 1935 நவம்பர் 18ல் ''என்று தணியும் இந்த சுதந்திர தாகம்'' எனும் பாரதியார் பாடல் கேட்டவண்ணம் வ.உ.சி. இயற்கை எய்தினார்.

1935ல் டிசம்பரில் சென்னையில் காங்கிரசின் பொன்விழா ஆண்டில் சேலம் விஜயராகவாச்சாரியாரின் பொன்விழாவும் கொண்டாடப்பட்டது. இதிலிருந்து இராஜாஜி மீண்டும் காங்கிரசில் பங்கேற்கலானார்.

1936ல் லக்னோ காங்கிரஸ் மாநாட்டில் பட்டேலும், ராஜாஜியும், நேருவின் சோஷலிசக் கொள்கைகளுக்குப் பதில் சுதந்திரத்திற்கே முதலில் முக்கியத்துவம் தரவேண்டுமென்றனர்.

கொச்சின் திவானாயிருந்த சர்.ஆர்.கே. சண்முகம் செட்டியாரோ, இந்திய சமஸ்தானங்கள் அதுவரை அனுமதித்திராத பொறுப் பாட்சியை மக்களுக்கு வழங்கி நன்மதிப்பைப் பெற்றார். எனவே கொச்சின் சமஸ்தானத்தில் மட்டும் போராட்டங்களும், கலவரங் களுமின்றி அமைதி நிலவியது. இதைத் தொடர்ந்து மைசூரிலும், பொறுப்பாட்சி வழங்க சர்.ஏ. இராமசாமி முதலியார் ஏற்பாடு செய்து புகழடைந்தார்.

1936ல் நீதிக்கட்சியின் இறுதி மாநாடு திருச்செங்கோட்டில் நடைபெற்றது. பிரதமர் பொப்பிலியரசரும், பேரறிஞர் அண்ணாவும் கலந்துகொண்ட இந்த மாநாடு சிறக்க சேலம் கஸ்தூரி பிள்ளை உறுதுணை புரிந்தார்.

பண்டித நேருவும், கோவையும்

[15]அக்டோபர் 11, 1936-ல் தமது தமிழக சுற்றுப்பயணத்தின் மூலமாகக் கொங்குநாடு வந்தார் நேரு. நேருவிற்கு சென்ற இடமெல்லாம் மலர்கள் தூவி நீண்டநேரம் திரளாகக் காத்திருந்து தரிசித்தனர் பொதுமக்கள். வறுமை, வேலை வாய்ப்பின்மை குறித்த அவரது சிந்தனைகளும், எழுச்சிமிகு பேச்சும் பொது மக்களை வெகுவாகக் கவர்ந்தன. பெருந்தலைவர் காமராஜரின் குருவாகக் கருதப்பட்ட எஸ். சத்ய மூர்த்தியும், திரு. தி.சு. அவினாசி லிங்கம் செட்டியாரும் உடன்சென்றனர். ஈரோடு, பவானி, கோபி, சத்தி, அவினாசி, திருப்பூர், பல்லடம், சூலூர், கோவை, பொள்ளாச்சி, உடுமலை என அவர் சென்ற இடமெல்லாம் அக்கம்பக்கம் கிராமங் களிலிருந்து வண்டி கட்டிக் கொண்டு வந்து காத்திருந்து பொதுமக்கள் தரிசித்தனர். நேருவின் சுற்றுப் பயணம் முழுக்கப் பொதுவுடைமை இயக்க இராமமூர்த்தி உடனின்று மொழிபெயர்த்தார்.

கே.பி. சுந்தராம்பாள்

---

15. MADRAS DISTRICT GAZETTEERS - COIMBATORE (P.No.128).

1937-ம் ஆண்டு காந்தியடிகளின் சுற்றுப் பயணத்தின்போது கொடுமுடி சுந்தராம்பாள் அம்மையாரது வீட்டில் மகாத்மா உணவருந்தினர். அச்சமயம் தங்கத் தட்டில் உணவு பரிமாறப்பட, சாப்பிட்டவுடன் விளையாட்டாகத் தட்டையும் கேட்டு வாங்கிய காந்தியடிகள் அத்தட்டை ஏலம்விட்டு காங்கிரஸ் நிதியில் சேர்த்தார்.

காங்கிரசை அரியணையேற்றிய இராஜாஜி (1937)

இத்தேர்தலில் சொத்துரிமையுடையோருக்கு மட்டுமின்றி *21* வயதுக்கு மேற்பட்ட எழுதப்படிக்கத் தெரிந்த அனைவருக்கும் வாக்குரிமை வழங்கப்பட்டது.

சென்னை பட்டதாரி தொகுதியில் இராஜாஜி போட்டியிட விரும்பியதால் சத்யமூர்த்தி விலகிக் கொண்டார். விருதுநகரில் காமராஜரை எதிர்த்துப் போட்டியிட எவரும் முன்வராததால் அவர் போட்டியின்றித் தேர்வானார். இத்தேர்தலில் காங்கிரசுக்கு மஞ்சள் நிறப் பெட்டியும், நீதிக்கட்சிக்கு சிவப்புப் பெட்டியும் தரப்பட்டன.

இத்தேர்தலில் கோவை நகர்மன்றத் தலைவராகக் கிட்டத் தட்ட *15* ஆண்டுகள் தொடர்ந்து தேர்வாகிவந்த இரத்தின சபாபதி முதலியாரை நீதிக்கட்சி சார்பில் வேட்பாளராக்க விரும்பினர். சிறுவாணி குடிநீர்திட்டத்தை அமல்படுத்தியது போன்ற அரிய சேவைகளின்மூலம் மக்களின் பேராதரவைப் பெற்றிருந்த முதலியார் எளிதாக வெற்றிபெறும் வாய்ப்பிருந்தது. அவரைத் தேர்தலில் நிற்க வேண்டாமென வலியுறுத்த இராஜாஜி நேரில் சென்ற பொழுது குறிப்புணர்ந்த முதலியார் தேசநலனிற்காக தாமே மனமுவந்து போட்டியிலிருந்து விலகிவிடுவதாக அறிவித்தார்.

இதன்பின் காங்கிரஸ் சோசலிஸ்டுகள் கோவை தொகுதியில் ஜீவாவை நிறுத்த முயன்றனர். ஆனால் கோவை மாவட்ட காங்கிரசில் பலர் என்.ஜி. இராமசாமியை நிறுத்த விரும்பியதால், ஜீவா சீட்கேட்டு வற்புறுத்தாது பிரசாரத்தில் தீவிரமானார். நீதிக்கட்சி சார்பில் வாசுதேவை மில் அதிபர்கள் ஆதரித்தும், என்.ஜி. இராமசாமியே வென்றார்.

இப்பொதுத்தேர்தலில் நேருவின் பேச்சுகள், காந்தியின் அறிக்கைகள், இராஜாஜி, முத்துரங்கர், சத்யமூர்த்தி மற்றும் ஜீவாவின் அதிரடிப் பேச்சுக்களும், காமராசரின் செயல்வண்ணமும்

இணைந்து காங்கிரசை வலுப்படுத்தின. மறுபுறம் தமது ''ஜஸ்டிஸ்'' மற்றும் ''திராவிடன்'' பத்திரிக்கைகள் நின்றுபோனதால் பத்திரிக் கையாதரவை நீதிக்கட்சி இழந்து நின்றது.

பனகல் அரசர் பி.டி. தியாகராயர் மறைவிற்குப் பின்னால் தோன்றிய உட்பூசல்களால் நீதிக்கட்சியின் வலுகுன்றியது. சுதந்திரக் கனல் வீசிய நேரத்தில் அனைவரும் எதிர்பார்த்த வண்ணம் காங்கிரஸ் மொத்தமுள்ள 217 இடங்களில் 159ல் வென்றது.

இராமநாதபுரம் தொகுதியில் முத்துராமலிங்கத் தேவர், நீதிக்கட்சி ஆதரவினரான இராமநாதபுரம் இராஜாவை வென்றார். இந்துசமயக் கோயில்களை அரசு ஏற்று நடத்தக் காரணமாகயிருந்த சர்.பி.டி. இராசனோ காங்கிரஸ் வேட்பாளர் வடிவேலு கவுண்டரிடம் தோற்றார்.

சேலம் மாவட்டத்தில் முந்தைய தேர்தலில் வென்றிருந்த கே.ஏ. நாச்சியப்ப கவுண்டர் 1936லும் தொடர்ந்து வெற்றி பெற்றார்.

மேலவைத் தேர்தலிலும் 31 இடங்களில் போட்டியிட்டு 23 இடங்களை காங்கிரஸ் வென்றது. நீதிக்கட்சியின் பொப்பிலியரசர், வி.வி.கிரியிடம் தோற்றார். ரத்ததிகாரத்தைக் கவர்னர்கள் பயன் படுத்துவதில்லை என்றால் மட்டுமே காங்கிரஸ் பதவியேற்க ஒத்துக் கொண்டது. மூன்று மாத இழுபறிக்குப் பின்னர் முடிந்தளவு பயன் படுத்துவதில்லை என்று அரசு ஒத்துக்கொண்டதால் காங்கிரஸ் பதவியேற்றது.

1937 ஜூலை 17ல் தமிழகத்தில் முதன்முறையாக காங்கிரஸ் அமைச்சரவை இராஜாஜி தலைமையில் பதவியேற்றது. தமிழக, ஆந்திர, கர்நாடக மற்றும் கேரளப் பகுதிகளடங்கிய மாபெரும் சென்னை மாகாணத்தை இராஜாஜி வெறும் 10 அமைச்சர்களைக் கொண்டு மிகத் திறமையாக நிர்வகித்தார். இவரது அமைச் சரவையில் சேலம் Dr. சுப்பராயன், திருச்சி Dr. டி.எஸ்.எஸ். இராசன், வி.ஐ. முனுசாமிபிள்ளை, எஸ். இராமநாதன் பிள்ளை ஆகிய தமிழர்களும், ஆந்திரகேசரி டி. பிரகாசம், வி.வி. கிரி, பி. கோபால ரெட்டி ஆகிய தெலுங்கர்களும், யாகூப் ஹசன் எனும் கன்னட முஸ்லீமும், வர்கீஸ் எனும் மலையாளியும் அங்கம் வகித்தனர்.

முதல் இந்திய சுதந்திரப் போரில் வடஇந்தியாவில் படுகொலை நிகழ்த்திய கொடுங்கோலன் நீலை புரட்சியாளர்கள் சுட்டுக்கொன்று ஆத்திரம் தீர்த்தனர். ஆனால் அவனது செயல்களைப் பாராட்டியும், மரணத்தைப் புகழ்ந்தும் ஆங்கிலேயர் வெண்கலத்தில்

நீல் சிலையெழுப்பி மவுண்ட் ரோட்டில் வைத்தனர். சுதந்திரப் போராட்டத்தின் ஓர் முக்கிய அங்கமாக நீல்சிலை மீது தாக்குதல் தொடங்கியது. சேலம் Dr. வரதராஜுலு நாயுடுவின் இலட்சியங் களில் முக்கியமானதாக நீல் சிலையகற்றலும் இருந்தது. நெல்லை சோமையாஜுலு, அஞ்சலையம்மாள், ஜமதக்கினி, மதுரை ஸ்ரீனிவாச அய்யங்கார், சுப்பராயலுநாயுடு, முகமது ராவுத்தர், திரு. டி.என். தீர்த்தகிரி முதலியார் உள்ளிட்ட பல தியாகிகள் சிறை சென்று இதற்காகப் போராடி இருந்தனர்.

இராஜாஜி முதல்வரானதும் ஆங்கிலேயரின் கடும் எதிர்ப்பை மீறி இச்சிலையை மவுண்ட் ரோடிலிருந்து அகற்றினார். அமைச்சர் களின் சம்பளத்தை ரூபாய் 500க்குள் கட்டுப்படுத்தினார். அதிகாரி களின் சம்பளமும் குறைக்கப்பட்டது.

கடனில் தத்தளித்த ஏழை விவசாயிகள் நிவாரணம் பெற்றனர். குறைந்த வட்டியில் விவசாயிகளுக்கு கடன் வழங்கப்பட்டதால், கந்துவட்டிக் கொடுமைகள் குறையலாயிற்று. தாழ்த்தப்பட்டோர் கோயில்களில் நுழைவது குறித்து மதுரையில் மாநாடு நடத்தினார். நீதிமன்றத்தடை கோரியவர்களை முறியடிக்க ஆலயப்பிரவேசத்தை சட்டபூர்வமாக்கியதால், சென்னை மாகாணக் கோயில்களில் தீண்டாமை யொழிந்தது. சேலம் மாவட்டத்தில் பூரண மதுவிலக்கை அமலுக்குக் கொண்டுவந்தார். வருவாய் இழப்பைச் சரிசெய்ய 1% விற்பனைவரி விதித்தார். பத்தாயிரம் ரூபாய் முதல் 20000 ரூபாய் வரை வணிகம் செய்பவர்கள் ரூ. 5ம், 20,000-க்கு மேல் வணிகம் புரிபவர் ½ சதவீதமும் வரியாக செலுத்த வேண்டியிருந்தது. கள்ளுக்கடை மூடலால் ஏற்பட்ட வருமான இழப்பை இவ்வணிகவரி சமாளித்தது.

இதைத் தொடர்ந்து, மதுவிலக்கை ஆந்திராவிலிருந்த சித்தூர், கடப்பை மாவட்டங்களுக்கு விரிவுபடுத்தினார். அடுத்த வருடம் வடாற்காடு மாவட்டத்திலும் மதுவிலக்கு அமலுக்கு வந்தது. மது விலக்குத் தலைவராக சேலம் நாச்சியப்பக் கவுண்டர் தேர்ந்தெடுக்கப் பட்டார். ஆங்கிலத்திற்குப் பதிலாகத் தத்தம் தாய்மொழி வழியாகக் கற்க கல்வி மந்திரியான Dr. சுப்பராயன் ஏற்பாடு செய்தார்.

பொற்கொல்லர்கள் அல்லது விஸ்வகர்மாவினர் தம்மை ஆச்சாரிகள் என்று அழைக்கத் தடைசெய்து வேண்டுமானால் ஆசாரிகள் என்றழைக்க இராஜாஜி சட்டம் கொணர்ந்தார். ஆறாம் படிவம் முதல் எட்டாம்படிவம் வரை இந்தி கட்டாயப் பாடமாக்கப்பட்டது. மறைமலையடிகளாரும், நாவலர் சோமசுந்தர பாரதியாரும்

இதையெதிர்த்து இயக்கம் துவங்கினர். பெரியாரும் கடுமையாக எதிர்த்தார். மறியல் செய்து இந்திப் பாடங்களையெதிர்த்த சுயமரியாதை யியக்கத்தினர் கைது செய்யப்பட்டனர்.

1938 ஜனவரி 26ல் மக்கள் மத்தியில் இராஜாஜியும், அமைச்சர் களும் பூரண சுதந்திர உறுதிமொழியெடுத்தனர். இதுதவிர சட்ட சபையில் வந்தேமாதரம் பாடப்பட்டது. வெள்ளியன்று திருக்குரான் ஓதப்பட்டது. சென்னை மின்வசதி திட்டம், டிராம் உருவாகின. கிராமப்புற மக்கள் ''காலரா'' போன்ற கொடிய நோய்களிலிருந்து தப்பிக்கப் பாதுகாக்கப்பட்ட குடிநீர் திட்டம் உருவாக்கி செயல்படுத்தினர்.

ஜூன் 19, 1938ல் சென்னை மாகாண சட்டசபையில் தனி ஆந்திர மாநிலம் கோரி கொண்ட வேங்கட சுப்பையா கொணர்ந்த தீர்மானத்தை தமிழகக் காங்கிரஸ் எம்.எல்.ஏக்கள் எவரும் எதிர்த்துப் பேசவில்லை. இராஜாஜி அதையேற்று பரிந்துரை செய்தனுப்பினார்.

1939ல் இரண்டாம் உலகப்போரில் காங்கிரசையோ, இந்திய மக்களையோ கலந்தாலோசிக்காமல் போரிலீடுபடுத்திய ஆங்கிலேய அரசை கண்டித்து காங்கிரஸ் அமைச்சரவைகள் பதவி விலகின. இந்தியாவில் முதலில் பதவி விலகியது இராஜாஜி தலைமையிலான சென்னை மாகாண அமைச்சரவையே. இதனால் ஜூலை 14, 1937ல் பதவியேற்ற இராஜாஜி அமைச்சரவை அக்டோபர் 29, 1939ல் இரண்டாண்டுகள் மட்டுமே ஆட்சி செய்த நிலையில் பதவி விலகியது.

வேலை நிறுத்த ஆண்டுகள் [1937–39]

இந்தியாவில் முதன்முதலில் காரல் மார்க்ஸ் வரலாறு 1912ல் ராமகிருஷ்ண பிள்ளையால் கேரளாவில்தான் வெளியாகியது. அது முதல் படித்த இளைஞர்களிடையேயும் பொதுவுடைமை தத்துவங்கள் பரவலாயின. பெரியாரின் நண்பரும் வைக்கம் போரில் அவருக்கு உதவியவருமான கேரளகாந்தி கே. கேளப்பனின் சீடர்களாக விளங்கிய ஈ.எம்.எஸ்., ஏ.கே.ஜி., பின்னர் பொதுவுடைமை வாதியானார்கள். கம்யூனிச இயக்கங்கள் தடைசெய்யப் பட்டிருந்த போதிலும் கேரளாவில் அவற்றின் வளர்ச்சி அபரிமிதமாயிருந்தது. பெருஞ்செல்வந்தரும், நிலக்கிழாருமாக இருந்த ஈ.எம்.எஸ். நம்பூதிரிபாடு தமது சொத்தனைத்தையும் இயக்கத்திற்கு நன் கொடையாகக் கொடுத்து விட்டார். கட்சி தரும் சம்பளத்தை

மட்டும் பெற்று மக்களோடு மக்களாய் எளிய வாழ்க்கை வாழ்ந்து வந்தார். இவருக்குத் துணை நின்ற ஏ.கே. கோபாலனோ பல நாட்களில் வெறும் டீயைக் குடித்தும், சில நாட்களில் அதுவுமில்லாமல் முழுப்பட்டினி கிடந்தும் தன்னை முழுமையாக வருத்திக் கொண்டு கம்யூனிசக் கொள்கைகளைப் பட்டிதொட்டியெங்கும் இரவுபகல் பாராது நடந்தோ, சைக்கிளில் சென்றோ வளர்த்து வந்தார். இவர்களது படோடோபமற்ற தியாகமிகு எளிய தூயவாழ்க்கையும், மக்களைக் கவரும் பேச்சாற்றலும், கேரளாவில் நிலவிவந்த சமுதாய சூழ்நிலையும் கம்யூனிசக் கோட்பாடுகளின்பால் வெகுவாக மக்களை ஈர்த்தது. கம்யூனிஸ்டுகள் தடைசெய்யப்பட்டிருந்த காலத்திலும், தலைமறைவு வாழ்க்கை நிகழ்த்தியபோதும் அருகாமையிலிருந்த கோவை, சேலம் மாவட்டங்களுக்கு வருகைபுரிந்து, தொண்டர்கள் முகாம் அமைத்துக் கொள்கைகளைத் தொடர்ந்து பரப்பி வந்தார் ஏ.கே.ஜி. தடை செய்யப்பட்டிருந்த கம்யூனிச இயக்கங்களின் ஆதரவால் 1937க்கும் 39க்கும் இடைப்பட்ட காலத்தில் முப்பதாயிரம் தொழிலாளர்கள் கலந்துகொண்ட மாபெரும் வேலை நிறுத்தம் (ஸ்டிரைக்குகள்) கோவையை உலுக்கின. 1937 அக்டோபரில் சாரதா மில்லில் ஆரம்பித்த ஸ்டிரைக் மேலும் 8 மில்களுக்குப் பரவியது. இரு மாத இடைவெளியில் ஜீவா தலைமையேற்று நடத்திய லட்சுமி மில் போராட்டம் உண்ணாவிரதப் போராட்டமாக மாறியது. இறுதியில் நிர்வாகத்திடம் பி. இராமமூர்த்தி பேச்சுவார்த்தை நடத்தி சலுகைகள் பெற்றுத்தந்தார். தொடர்ந்து 1939 ஜனவரியில் காளீஸ்வர மில்லிலும் அதன்பின் ஸ்டேன்ஸ் மில் எனும் CS&W கோயம்புத்தூர் ஸ்பின்னிங் & வீவிங் மில்லிலும் ஸ்டிரைக் ஏற்பட்டது. அத்துடன் அருகாமையி லிருந்த மற்றொரு தொழில் நகரமான திருப்பூரையும், ஈரோட்டையும் பாதித்தது. காங்கிரஸ் ஆதரவு மற்றும் கம்யூனிச ஆதரவு தொழிற் சங்கங்கள் மோதிக்கொண்டன. போராட்டம் கலவரமாக மாறிவிடக் கூடாதென்பதற்காக காவல்துறை கடும் நடவடிக்கை எடுத்தது.

முதலாம் இந்தி எதிர்ப்பு

இந்நிலையில் இராஜாஜியின் இந்தித் திணிப்பை எதிர்த்து காஞ்சியில் 1937 பிப்ரவரியில் ஈ.வே.ரா. இந்தி எதிர்ப்பு மாநாடு நடத்தினார். கோவை மாவட்டம் பல்லடம் (சூலூர்) தோழர் பொன்னுசாமி இராஜாஜி வீட்டு முன் உண்ணாவிரதமிருக்கத் தொடங்கிக் கைதானார். கிரிமினல் சட்டம் கொண்டு இந்தி எதிர்ப்பை அடக்க முனைந்தார் இராஜாஜி. இதையெல்லாம் எதிர்த்து விடுதலையில்

எழுதிவந்த ஆசிரியர் முத்துசாமி பிள்ளையும், ஈ.வே.ராவின் அண்ணன் கிருஷ்ணசாமியும் 1938ல் கைது செய்யப்பட்டனர். தமிழகம் முழுவதிலும் தொண்டர்கள் ஈரோடு வருகை புரிந்து தலைவர்களை சந்தித்து கலந்து ஆலோசித்துப் பின் சென்னை செல்லலாயினர். [16]அத்தொண்டர்களைப் பெருமளவில் தமது பேருந்துகளிலே அழைத்துச் சென்று தர்மபுரியில் தங்கவைத்து உணவும், தேவையான வசதிகளும் செய்துகொடுத்து ஜோலார்பேட்டை வரை கொண்டுவிடும் பணியை நீதிக்கட்சியின் முக்கியப்பிரமுகரும், பெரியாரின் நண்பருமான கஸ்தூரிபிள்ளை மற்றும் பொன்னுசாமி பிள்ளை பொறுப்பேற்று இலவசமாக செய்து கொடுத்தனர்.

அணிஅணியாக சென்னை சென்று போராட்டத்தில் கலந்து கொண்டு வீரர்கள் சிறை சென்றனர். திருச்சியிலிருந்து ராவ்சாகிப், குமாரசாமிபிள்ளை, கே.வி. அழகிரிசாமி, திருப்பூர் மைதீன், மூவலூர் இராமாமிர்தம் அம்மையார் தலைமையில் இந்தி எதிர்ப்புப் பேரணி புறப்பட்டுச் சென்னை வந்தடைந்தது. இலட்சம் பேர் கலந்து கொண்ட கடற்கரைக் கூட்டத்தில் பெரியாரால் முதன்முறையாக **"தமிழ்நாடு தமிழருக்கே"** எனும் முழக்கம் எழுந்தது.

நவம்பர் 11, 1938ல் சென்னையில் தமிழ்நாட்டுப் பெண்கள் மாநாடு நடைபெற்றது. ஈ.வே.ராவின் நாத்திகக் கொள்கைகளை கடுமையாகக் கண்டித்தவர் மறைலை அடிகளார், ஈ.வே.ராவைக் கொலை செய்யத் தூண்டினார் என வழக்குக்கூட பதியப்பட்டது. ஆனால் இந்தி எதிர்ப்பு இவர்களை ஒன்றிணைத்தது. மறைமலை யடிகளின் மகளான நீலாம்பிகையம்மையார் தலைமையிலான இம்மாநாட்டில்தான் தமிழ்நாட்டுப் பெண்கள் சார்பாய் ஈ.வே.ராவிற்குப் **பெரியார்** எனும் பட்டம் சூட்டப்பட்டது. இதன் முடிவில் பெரியார் கைது செய்யப்பட்டார். சிறை மீண்டவுடன் 1939ல் ஈரோட்டில் திராவிட ஆராய்ச்சிப்பள்ளி துவங்கி திராவிடப் பண்பாடு, நாகரிகம் குறித்த ஆராய்ச்சிகளை ஊக்குவித்தார். 1939 நவம்பரில் ஈரோட்டில் நடிகவேள் எம்.ஆர். இராதாவைக் கொண்டு திராவிட நடிகர் கழகத்தைப் பெரியார் தோற்றுவித்தார். 1938 டிசம்பர் 18ல் சிறையி லிருந்த பெரியாருக்குச் சிறைக்கு வெளியே ஆதரவாளர்களால் 60ம் ஆண்டு விழா வெகுசிறப்பாகக் கொண்டாடப்பட்டது. டிசம்பர் 29 - 31ல் சென்னையில் கூடிய நீதிக்கட்சி மாநாட்டில் பெரியார் படத்தைத் தலைவர் நாற்காலியில் வைத்து மரியாதை செலுத்தினர். சிறைச்சாலையில் தாளமுத்து, நடராசன் எனும் இரு இளைஞர்கள் உயிர்நீத்துத் தியாகிகளாயினர்.

---

16. ராசாராம் - ராணி மைந்தன் (பக். 29).

1938ல் டி.ஏ. இராமலிங்கம் செட்டியாரது முன்முயற்சியால் விவசாயக் கடன் தள்ளுபடி சட்டம் நிறைவேறி விவசாயிகளின் துயர்துடைக்க வழிகோலியது.

1938ல் காங்கிரஸ் தேர்தலில் தமது தீவிர ஆதரவாளரான முத்துரங்க முதலியாரை நிறுத்தி வெற்றி பெறச் செய்தார் இராஜாஜி. அடுத்த வருடம் 1939ல் தமது மற்றொரு ஆதரவாளரான ஓமந்தூர் இராமசாமி ரெட்டியாரைத் தலைவராக்கி சத்யமூர்த்தி அணியைத் தொடர்ந்து தோற்கடித்தார்.

22-04-1939ல் அரசால் எந்தவித நிபந்தனையுமின்றி பெரியார் விடுவிக்கப்பட்டார். பாவேந்தர் பாரதிதாசனது திரைப்பிரவேசம் சேலத்தில் மோகினி பிக்சர்ஸின் ''கவிகாளமேகம்'' எனும் படம் மூலம் நிகழ்ந்தது. பொன்னுசாமி பிள்ளை மற்றும் நஞ்சையா ஆகியோரது மோகினி பிக்சர்ஸின் இப்படம் 1940ல் வெளிவந்து பாவேந்தரின் புகழை மேலும் பரப்பின. சேலத்தில் மாடர்ன் தியேட்டர்ஸ்க் காகவும் பாவேந்தர் பாட்டெழுத ஆரம்பித்த சமயம் [17]ஒகேனக்கல் நீர்வீழ்ச்சியின் அழகைக் கண்டு அற்புதமான ''அழகின் சிரிப்பை'' படைத்தார். 1941ல் தர்மபுரி பாப்பாரப்பட்டியில் சுப்ரமணிய சிவா வாழ்ந்த இடத்தில் சமரச சன்மார்க்க மாநாடு திரு.வி.க. தலைமையில் நடைபெற்றது. ஒருபுறம் திரு.வி.க. பொதுவுடைமை யாகத் திகழ்ந்தாலும் மறுபுறம் இறுதிவரை சிறந்த ஆன்மீகவாதி யாகவும், தேசபக்தராகவும் திகழ்ந்தார்.

1938 பிப்ரவரி 19ல் குஜராத் மாநிலம் அரிபுரா எனும் சிறிய கிராமத்தில் கிராமராஜ்யம் விரும்பிய காந்தியின் எண்ணத்திற் கேற்ப காங்கிரஸ் மாநாடு கூடியது. ஐரோப்பாவில் நீண்டகாலம் தங்கியிருந்து எம்டன் செண்பகராமன் போன்ற தலைவர்களை சந்தித்து நாடு திரும்பியவுடன் சுபாஷ் இம்மாநாட்டில் தலைவரான சுபாஷ் 1939லும் உலகப்போர் சூழலில் தாம் பதவியில் நீடிப்பதே தேச விடுதலையைத் துரிதப்படுத்துமென்று எண்ணினார். அதற்கேற்றாற்போல் கன்னியாகுமரி முதல் காஷ்மீர் வரை அவருக்குப் பெருத்த ஆதரவு இருந்தது.

1939 திரிபுரா (மத்தியபிரதேசம்) காங்கிரஸ் தேர்தலில் சுபாஷ் போட்டியிட்டார். அவரை வரவிடாது தடுக்க நினைத்த காந்தியோ, மௌலானா ஆசாத்தை நிற்கச் சொன்னார். ஆசாத் மறுத்துவிட்டதால்,

17. ராசாராம் - ராணி மைந்தன் (பக். 51).

பட்டாபி சீதாராமய்யாவை நிற்க வைத்தார். பட்டேல், இராஜாஜி, காந்தி ஆதரவுடன் நின்ற சீதாராமய்யா வெற்றிபெறுவார்போலத் தோன்றியது. ஆயினும் நாடெங்கும் காங்கிரசார் மனதில் ஒரு "ஹீரோ அந்தஸ்து" பெற்றிருந்த சுபாஷே வென்றார். சென்னை மாகாணத்திலும் அதிக அளவு வாக்குகள் இராஜாஜியின் எதிர்ப்பை மீறி சுபாசுக்கே விழுந்தன. முத்துராமலிங்கத் தேவர் வெளிப்படையாக சுபாஷிற்கு பிரச்சாரம் செய்தார். காந்தியோ பட்டாபியின் தோல்வியைத் தனது தோல்வி என்று அறிவித்தார். மாநாட்டில் சுபாஷின் தலைமை, ஓட்டைப்படகில் பயணம் செய்வதற்கு சமம் என்று இராஜாஜி முழங்கினார். நேருவின் சமாதான முயற்சிகள் பலனளிக்காததால் நொந்துபோன சுபாஷ் பதவி விலகினார். எனினும் நாடெங்கும் சுற்றுப்பயணம் செய்து செயல்படாத காங்கிரஸ் அமைச்சரவைகளைச் சாடினார். நோட்டீஸ் அனுப்பி பின் ஒழுங்கு நடவடிக்கையெடுத்து மூன்றாண்டு காலத்திற்குக் காங்கிரஸில் பதவிகள் வகிக்க தடைவிதித்தது.

சுபாஷ் மே 27ல் பார்வர்டு பிளாக்கைத் தொடங்கி சென்னை வந்து ஆதரவு திரட்டினார். காங்கிரசில் முன்பு பிரபலமாயிருந்த எஸ். ஸ்ரீனிவாச அய்யங்கார், முத்துராமலிங்கத் தேவர் ஆகியோர் ஆதரித்தனர். சென்னை திருவல்லிக்கேணி பொதுக் கூட்டத்தில் சுபாஷ் பேசுகையில் இங்கிலாந்தும், பிரான்சும் போரிலிறங்கிய செய்தி கிடைத்ததால் உடனே கல்கத்தா திரும்ப விரும்பிய போஸ், தேவர் விருப்பத்திற்கிணங்க கடைசியாக மதுரை சென்று மாபெரும் பொதுக்கூட்டத்தில் கலந்துகொண்டு உரையாற்றிய பின்னரே திரும்பினார். இங்கிலாந்தின் எதிரி நாடுகளான ஜெர்மனியையும், ஜப்பானையும் காங்கிரசும், காந்தியும் விரும்பவில்லை.

1940 பிப்ரவரி 15ல் தமிழ்நாடு காங்கிரஸ் தலைவர் தேர்தல் நடந்தது. சத்யமூர்த்தி தாம் நின்றால் தோற்போமென்று எண்ணியதால், காமராஜரை நிறுத்தினார். இராஜாஜியோ கோவை சி.பி. சுப்பையாவை ஆதரித்தார். ம.பொ.சி., கோவை டி.எஸ். அவினாசிலிங்கம் செட்டியார் ஆதரவு கிடைத்ததால் 103 ஓட்டுகள் பெற்ற காமராஜர் வெற்றி பெற்றார். சுப்பையா 3 ஓட்டுகள்தாம் குறைவாகப் பெற்றாரெனினும் அதன்பின் காமராஜரின் வளர்ச்சியை என்றுமே இராஜாஜியால் தடுத்து நிறுத்த முடியவில்லை. கம்யூனிஸ்டுகளாலும், சோஷலிஸ்டு களாலும் காங்கிரஸ் சோஷலிசக்கட்சி உருவாகியிருந்தது. காங்கிரஸின் ஓர் அங்கமாகவே செயல்பட்டு வந்த இக்கட்சியில் 1940 மார்ச்சில் பிளவு ஏற்பட்டது. Dr. ராம் மனோகர் லோஹியா, மசானி,

கேரளாவின் அச்சுதபட்வர்தன் போன்றோர் கம்யூனிஸ்டுகளை வெறுத்து வெளியேற்றினர். வட இந்தியாவில் சோஷலிஸ்டுகள் செல்வாக்குப் பெற்றிருந்தாலும், தென்னிந்தியாவில் கம்யூனிஸ்டுகளே வலுவாகயிருந்தனர். தமிழகத்தில் ஜீவா, ராமமூர்த்தி போன்ற தலைவர்களும், கேரளாவில் ஈ.எம்.எஸ். நம்பூதிரிபாடு, ஏ.கே. கோபாலன் போன்ற தலைவர்களும் கம்யூனிஸ்டுகளை வழிநடத்தி யுத்த எதிர்ப்புப் போராட்டத்தில் ஈடுபடுத்தினர்.

அரசு ஜீவாவை சென்னை மாகாணத்தை விட்டு வெளியேற்றி இராமமூர்த்தியை வீட்டுக்காவலில் வைத்தது. பம்பாய் சென்ற ஜீவா அங்கும் போராட்டத்தைத் தூண்டியதால் கைது செய்து வேலூரில் சிறை வைத்தது.

[18]1939-லேயே சேலம் எஸ்.எம். இராமையா, கே. செல்வராஜ், கோவை கே.ரமணி, பவானி பி.ஏ. ராஜகோபால் போன்றோர் கைது செய்யப்பட்டிருந்தனர்.

மோகன் குமாரமங்கலம், சி.எஸ். சுப்ரமணியம் போன்றோர் தலைமறைவானதுடன் திட்டம் தீட்டி ராமமூர்த்தியை வீட்டுக் காவலில் இருந்து மீட்டு சென்னையில் தொழிலாளர்கள் மிகுந்த பெரம்பூரில் முகாமிட்டனர். இவர்களுக்குதவிட அண்ணாமலைப் பல்கலைக்கழக மாணவரான திரு. உமாநாத் தமது படிப்பைக் கைவிட்டு தலைமறைவு முகாமுக்கு வந்தார். கோவை எம்.ஆர். வெங்கட் ராமன், அனுமந்தராவ் சுப்ரமணிசர்மா போன்றோர் இம்முகாமின் இதர உறுப்பினர்கள் இவர்களைப் பற்றி துப்புக் கொடுப்போருக்கு ரூபாய் 100 சன்மானம் அறிவித்து பிடித்தது.

பகத்சிங் பாணியில் குற்றத்தைப் பெருமையாக ஏற்றுக் கொண்ட இத்தியாகிகளில் கால் சற்று ஊனமான ராமமூர்த்திக்கு 4 ஆண்டுகளும், ஏனைய தலைவர்களுக்கு 3½ ஆண்டுகளும், உதவி செய்து வந்த உமாநாத்துக்கு 2½ ஆண்டும் தண்டனை வழங்கப்பட்டது.

கிருஷ்ணகிரி Dr. அண்ணாஜி, லலிதா அண்ணாஜி, பொள்ளாச்சி எ.டி. சுப்ரமணியம், கோவை கிஸன், ஆர்.கே. பாண்டுரங்கன், திருப்பூர் டி.வி. கிருஷ்ணன், வி.பி. சிந்தன், எம். கல்யாண சுந்தரம், சங்கரய்யா போன்று ஏராளமான தோழர்கள் கைது செய்யப்பட்டனர்.

18. சுதந்திரப்போரில் தமிழக கம்யூனிஸ்டுகளின் மகத்தானபங்கு - என். ராமகிருஷ்ணன் (பக். 117 - 127).

1940 டிசம்பரில் கோவையில் காளிங்கராயன் வீதியில் கம்யூனிஸ்டுகளின் தலைமறைவு அலுவலகம் சுற்றி வளைக்கப்பட்டது. மில் தொழிலாளிகள் நிறைந்த காட்டூர் அருகே இவ்வலுவலகத்தை அமைத்துச் செயல்பட்டு வந்த சேகர், ஆர். முத்துசாமி, பூபதி, ராமசாமி, மேட்டுப்பாளையம் எம். ஆர். அருணாசலம், என்.சி. சேகர், சுந்தரம் போன்றோர் கைது செய்யப்பட்டனர்.

தமிழகம் முழுவதும் தொழிலாள தோழர்களின் மீது போடப்பட்ட சதி வழக்குகளில் கம்யூனிஸ்டுகளுக்காதரவாய் காங்கிரஸ் வக்கீல்கள் இலவசமாக வாதாடிய அதிசய நிகழ்ச்சி நடந்தது.

1940 ஜூனில் சேலத்தில் நடைபெற்ற பொதுக்கூட்டத்தில் விஜயராகவாச்சாரியார் தமது 88வது வயதிலும் அயராது சுதந்திரக் கனலூட்டி சிறப்புரையாற்றினார்.

இராஜாஜி பதவி விலகிய பின்னர் இந்தி எதிர்ப்பிற்காக சிறையிலடைக்கப்பட்டிருந்த பெரியாரை விடுதலை செய்த கவர்னரோக் காங்கிரசைக் கடுமையாக எதிர்த்து வந்ததால் பெரியாரையே முதல்வராகும்படிக் கூறினார். இராஜாஜியும், பெரியாரை முதல்வராக வற்புறுத்தினார். 2ம் உலகப்போர் சமயம் பதவி பெறுதலை பச்சைத் துரோகமெனக் கருதிய உயர்ந்த உள்ளம் படைத்த பெரியார் முதல்வர் பதவியை துச்சமென நிராகரித்தார்.

1941ல் தனிநபர் சத்யாகிரகத்திலீடுபட்டு 1944 வரை தி.சு. அவினாசிலிங்கம் செட்டியார் இருமுறை சிறை சென்றார். சி. சுப்பிரமணியமும் கைது செய்யப்பட்டு பெல்லாரி சிறையில் வைக்கப்பட்டார்.

மத்திய சட்டமன்றத்தில் அரசின் நிதி மசோதாவை சத்திய மூர்த்தி முன் நின்றெதிர்க்க, அம்மசோதா நிறைவேறாது தோற்றது.

1945ல் கோவை சென்ட்ரலில் அண்ணாவின் வேலைக்காரி, சொர்க்கவாசல் நாடகங்கள் போடப்பட்டன.

சிங்காநல்லூரில் ஒரே வீட்டில் கருணாநிதியும், எம்.ஜி.ஆரும் குடி இருத்தல்

1945ல் பாண்டிச்சேரியில் நடைபெற்ற தி.க. மாநாட்டில் கொலைவெறி தாக்குதலுக்குள்ளான மு. கருணாநிதியை பெரியார் தம்முடன் ஈரோடு அழைத்து வந்து குடியரசுத் துணை ஆசிரியர் பதவி கொடுத்தார். நாற்பது ரூபாய் சம்பளத்தில் 20 ரூபாய் உணவிற்கும்,

இருப்பிடத்திற்குமென பிடித்தது போக மீதியுள்ள 20 ரூபாயில் தனியாக வாழ்ந்து வந்த கலைஞருக்கு கோவை ஜூபிடர் பிக்சர்ஸின் ''ராஜகுமாரி'' படத்துக்கு வசனம் எழுத வாய்ப்பு வந்தது. மகிழ்வுடன் பெரியார் விடைகொடுக்க கோவை வந்தார் மு. கருணாநிதி. ஆரம்பத்தில் இப்படத்தின் ஹீரோவான எம்.ஜி.ஆரும், இவரும் ஒரே வீட்டில் தங்கியிருந்தனர். இப்படம் 11-4-46ல் வெளிவந்து ஹிட்டானது. பின்னர் தமது மனைவி பத்மாவை ஊரிலிருந்து வரவழைத்து சிங்காநல்லூரில் வாடகை வீடு எடுத்து குடும்பம் நடத்தினார். சிங்காநல்லூரிலிருந்து குதிரைவண்டி மூலமாகவோ, கிடைக்காத சமயங்களில் நடந்தோ கோவை வந்து செல்வார். இரண்டாவது படமான அபிமன்யுவில் தமது பெயர் வராததால் வருத்தமுற்றுத் திருக்குவளை திரும்பிச் சென்றார்.

டிசம்பர் 4ல் இராஜாஜிக்கு ஒரு வருட சிறைத்தண்டனை கிடைத்தது. அதைத் தொடர்ந்து சேலம் Dr. சுப்பராயன், வி.ஐ. முனுசாமிபிள்ளை, எஸ். இராமநாதன்பிள்ளை, ஆந்திரகேசரி டி. பிரகாசம், வி.வி. கிரி, கோபாலரெட்டி ஆகிய அனைத்து முன்னாள் அமைச்சர்களும் கைதாகினர். மபொசி, காமராஜர், சேலம் மாவட்ட கழகத்தலைவர் கே.ஏ. நாச்சியப்பகவுண்டர், தஞ்சை மாவட்ட கழகத்தலைவர் பட்டுக்கோட்டை நாடிமுத்துபிள்ளை, தினமணி டி.எஸ். சொக்கலிங்கம் பிள்ளை, கல்கி கிருஷ்ணமூர்த்தி என அனைத்து பிரபல தலைவர்களும் கைது செய்யப்பட்டனர்.

1941-ல் திருச்சி பொன்மலையில் தென்னகரயில்வே ஆங்கிலேயருக்குக் குண்டுகள் தயாரிக்க உதவி வந்தது. இதை எதிர்த்துப் போராடிய கம்யூனிஸ்டுகள் குறிப்பாக அனந்தன் நம்பியார், கல்யாண சுந்தரம் தலைமையிலான தொழிற்சங்கப் பிரதிநிதிகள் கைதாகிக் கடும் தண்டனை அனுபவித்தனர்.

இதற்கிடையே ஜெர்மனியின் கூட்டாளியாக விளங்கிய ஜப்பான் சீனாவைப் பிடித்தது. பின்னர் மாதமொரு நாடாகக் கைப்பற்றியது. மலேசியா, சிங்கப்பூர், பர்மா ஆகியவை ஜப்பானியர் வசம் ஆனது. இலங்கைத் தலைநகர் கொழும்பு மீது வான்வெளித் தாக்குதல்கள் நடைபெற்றது. சென்னையைத் தாக்குவரென்ற அச்சத்தால் தலைமைச் செயலகமும், அச்சகமும், உதகமண்டலத்திற்கு உடனே மாற்றப் பட்டன. தரைவழியே ரங்கூனிலிருந்து மணிப்பூர் மூலம் இந்தியாவினுள் நுழையவும், கடல் மற்றும் வான்வழியே இலங்கையிலிருந்து இந்தியாவைக் கைப்பற்றவும் ஜப்பானியர் திட்டம் போட்டனர்.

இரயில் நிலைய உணவு விடுதிகளில் பிராமணர் சாப்பிடும் இடம், பிராமணரல்லாதோர் சாப்பிடும் இடம் என இரு இடங்கள் தனித்தனியே இருந்தன. பெரியாரது தொடர் போராட்டத்தால் 1941 மார்ச் 21-ல் இரயில்வே நிர்வாகம் இதற்குத் தடை விதித்தது. உணவருந்துமிடத்தை ஒன்றாகயிருக்கும் வண்ணம் உத்தரவு பிறப்பித்தது.

மார்ச் 27-ல், 1942ல் சர். ஸ்டாபோர்டு கிரிப்ஸ் தூது திட்டத்தை காந்தியடிகள் நிராகரித்தார். திவாலாகிப் போன வங்கியின் பின்தேதியிட்ட காசோலை என்று இத்திட்டம் வர்ணிக்கப்பட்டது. காங்கிரஸ் - முஸ்லீம்லீக் ஒற்றுமையின்மையால் சுதந்திரம் தள்ளிப்போவதை விரும்பாத ராஜாஜி, பாகிஸ்தான் கோரிக்கையை ஏற்க வற்புறுத்தினார். ஆனால் எதிர்மறை விளைவுகளைக் கிளப்பியதால் இராஜாஜி, காங்கிரசிலிருந்து ஜூலை 15, 1942ல் விலகிட நேர்ந்தது. அவரது தீவிர ஆதரவாளரான டி.டி. கிருஷ்ணமாச்சாரியும் உடன் விலகினார். இதே வருடம் கம்யூனிச நாடாக விளங்கிய ரஷ்யாமீது ஜெர்மன் படையெடுத்ததால், இந்திய கம்யூனிஸ்டுகள் போரில் இங்கிலாந்து ஆதரவு நிலையை மேற்கொண்டனர். இராஜாஜி கம்யூனிச மேடைகளில் ஏறி தேசப்பிரிவினையை ஆதரித்துப் பேசினார். இந் நிலையில் 8 ஆண்டுகள் கழித்து 1934ல் கம்யூனிஸ்டுகள் மீது போடப் பட்டிருந்த தடை நீங்கி அதன் தலைவர்கள் விடுதலை செய்யப் பட்டனர். பி.டி. ரணதிவே அரசுக்காதரவாய் அறிக்கை வெளியிட்டார்.

விடுதலைப்போரின் இறுதிக் கட்டம்

நாட்டு மக்களிடையே ஆங்கிலேய எதிர்ப்புணர்வு கொழுந்து விட்டெறிந்ததால் ''வெள்ளையனே வெளியேறு'' இயக்கத்தை ''செய் அல்லது செத்துமடி'' "do or die" முழக்கத்துடன் ஆகஸ்டு 8ல் மகாத்மா துவக்கினார். அன்றிரவே மகாத்மா காந்தி, சர்தார்பட்டேல், நேரு போன்ற தலைவர்கள் கைதாகினர்.

விடுதலைப் போரின்போது ஆகஸ்டு புரட்சியில் ஈடுபட்டதற்காக ஆயுள் தண்டனை பெற்ற தமிழக சோஷலிசத் தலைவர்கள் பல்லடம் பி.எஸ். சின்னத்துரையும், திருப்பூர் வேலுசாமியும். மற்றொரு சோஷலிசத் தலைவரான ஹெச்.எம்.எஸ்.ஏ. சுப்ரமணியமோ

திருமணமே புரியாது சுதந்திரப் போராட்டத்தில் ஈடுபட்டவர். இவர்களோடு இம்மண்டலத்தில் மேட்டூர் எம். சுரேந்திரனும் சோஷலிசக் கொள்கைகளுக்காகப் பாடுபட்டவர்.

சேலத்தில் குமாரமங்கலம் ஜமீனும் முன்னாள் முதல்வருமான ப. சுப்பராயன், கொங்கணாபுரம் நாச்சியப்ப கவுண்டர், விஜய ராகவாச்சாரியார் ஆதரவில் போராட்டம் தீவிரமடைந்தது. போராட்டத்திலிறங்கிய ஒரே காரணத்தினால் சேலம் மாவட்ட தியாகிகள் பலர் தொலைதூரத்திலுள்ள அலிப்புரம் சிறைக்கனுப்பப் பட்டு ஓராண்டு முதல் ஈராண்டு வரை சிறைத்தண்டனை அனுபவித்தனர். வாழப்பாடி கோ. பழனி வேலாயுதமோ அலிப்புரம் தண்டனை மட்டுமின்றி, ஆங்கிலேய அரசை எதிர்த்துப் பேசிய தற்காக இராஜ நிந்தனை வழக்கில் கைது செய்யப்பட்டு சேலம் சிறையிலும் 6 மாதம் வாடினார்.

தேசியக்கவி பாரதியார் உயிருடன் இல்லாத குறையை, நாமக்கல் கவிஞர் இராமலிங்கம் பிள்ளை தமது உணர்ச்சிமிகு பாடல்களால் நிவர்த்தி செய்தார். தமிழகம் முழுக்க நாடக சபாக் களிலும், காங்கிரஸ் மேடைகளிலும் பாரதியார் மற்றும் நாமக்கல்லார் பாடல்கள் பாடப்பட்டன. கொடுமுடி கே.பி. சுந்தராம்பாள் சென்ற விடமெல்லாம் அவரது கணீர் குரலால் தேசபக்திப் பாடல்கள் பாடும்படி பொதுமக்கள் வலியுறுத்தினர். அவரும் பொதுமக்கள் விருப்பத்திற்கேற்றபடி, பாடிப் பரவசப்படுத்தினார்.

[19]தர்மபுரியில் மிகவும் செல்வச் செழிப்பான குடும்பத்தைச் சார்ந்தவர், எம்.ஜி. நடேசன் செட்டியார். 1940களில் இந்திராவுடன், நேரு தர்மபுரி வருகைபுரிந்தபொழுது, செட்டியாரது வீட்டில்தான் தங்கியிருந்தார். 1942ல் வெள்ளையனே வெளியேறு இயக்கத்தைத் தருமபுரியில் முன்னின்று நடத்தியதால் கைது செய்யப்பட்டு Dr. டி.எஸ்.எஸ். இராஜன் போன்ற தலைவர்களுடன் திருச்சி சிறையில் அடைக்கப்பட்டார். தீர்த்தகிரி முதலியார், நடேசன் செட்டியார், பாளையம்புதூர் கந்தசாமிகவுண்டர், டி.ஏ.எம். சுப்ரமணிய செட்டியார், சுப்ரமணிய சிவாவின் நண்பரான சின்னமுத்து முதலியார், எம்.எஸ். அய்யம்பெருமாள் போன்றோரால் விடுதலைப் போராட்டத்தில் தர்மபுரி முக்கியத்துவம் பெற்றது.

---

19. தருமபுரி வரலாறு -பெரும்பாக்கன் (பக். 403)

ஆங்கிலேயரை அதிரவைத்த சிங்கை இரயில் கவிழ்ப்பும், சூலூர் விமான தள எரிப்பும்

[20]கோவையில் *1942*, ஆகஸ்டு *9*ல் காரனேசன் பார்க்கில் (இன்றைய வ.உ.சி. பூங்கா) நடைபெற்ற பொதுக்கூட்டத்தில் கே.வி. இராமசாமி, கே.பி. திருவேங்கிடம், என்.ஜி. இராமசாமி, ப.சு. சின்னதுரை போன்ற தலைவர்கள் உரையாற்றினர். காங்கிரஸ் செயற்குழுவிற்காக பம்பாய் சென்று திரும்பிய மாவட்டத் தலைவரான அவினாசிலிங்கம் செட்டியார் தந்த தகவல்கள் வெள்ளையரை வேரறுக்கத் தூண்டின. தொழிற்சங்கவாதியாகத் தியாகி என்.ஜி. இராமசாமியைத் தெரிந்தவர்கள் பலருக்கு அவரது தேசபக்தியும், விடுதலைப் போரில் காட்டிய தீவிர ஆர்வமும் தெரியவில்லை. என்.ஜி.ஆர். கொதித்தெழுந்து பிற தலைவர்களான கே.வி. இராமசாமி, கே.பி. திருவேங்கடம் உடன் கலந்தாலோசித்துத் திட்டம் தீட்டினார்.

ஆகஸ்டு *11*ல் கோவை, உடுமலை மில்கள் ஸ்டிரைக்கில் இறங்கின. ஆகஸ்டு *13*ல் என்.ஜி.இராமசாமி எம்.எல்.ஏ. கைது செய்யப்பட்டார். எனினும் தோழர்கள் ஊட்டி அரவங்காடிலிருந்து ஆங்கிலேயருக்குச் செல்லும் வெடிமருந்து இரயிலை கவிழ்க்கவும், சூலூரிலிருந்த விமானதளத்தை எரிக்கவும் முடிவு செய்தனர். சிங்காநல்லூர் குளத்தேரியை ஒட்டியுள்ள பகுதியில் *13-08-1942*ல் நடுஇரவில் பயணிகள் இரயிலனைத்தும் சென்றபிறகு இரண்டு மணியளவில் தண்டவாளத்தில் பிஷ் பிளேட்டுகளை அகற்றினர். பனிரெண்டு பெட்டி இரயில் வெடிமருந்துகளோடு கவிழ்க்கப்பட்டது.

இராமசாமி பிள்ளை, பெருமாள் கோனார், சின்னம்ம நாயக்கர், ரங்கசாமி கவுண்டர், காமாட்சி பண்ணாடி, அருணாச்சலத் தேவர் தலைமையில் பலர் பங்கேற்றுத் தமது வாழ்வைக் குறித்து வருந்தாது இச்செயலை துணிந்து மேற்கொண்டனர். மறுநாள் இந்தியா முழுக்க கோயமுத்தூர் இரயில் விபத்து குறித்தே பரபரப்பாகப் பேசப்பட்டது.

காவல்துறை நடவடிக்கைகள் கடுமையாகின. பொதுக் கூட்டம் நிகழ்த்தவோ, பேரணி நடத்தவோ கோவை மாவட்ட நிர்வாகம் தடைவிதித்தது. ஆங்காங்கே காவல்துறை தடியடி நிகழ்த்திப் பொதுமக்களையும், மாணவர்களையும் விரட்டத்

20. சூலூர் வரலாறு - செந்தலை. கவுதமன் (பக். 594).
MADRAS DISTRICT GAZETTEERS - COIMBATORE (P.No.132).

துவங்கிற்று. பவானி, கோபி செட்டிப்பாளையம் பகுதிகளில் தந்திக் கம்பங்கள் அறுக்கப்பட்டுத் தகவல் தொடர்பு துண்டிக்கப் பட்டது. 21ம் தேதி பொள்ளாச்சி அருகேயும், 23ம் ஈரோடு அருகேயும் இரயில் கவிழ்ப்பு முயற்சிகள் நடைபெற்றன. 22ம் தேதி பங்கஜா மில் ஸ்டிரைக்கில் போலீஸ் துப்பாக்கிச் சூடு நடத்தி இருவர் உயிரிழந்தனர். பலர் காயமடைந்தனர். 24ம் தேதி மேலும் 10 மில்கள் ஸ்டிரைக்கிலிறங்கின. நிலைமை கட்டுக்கடங்காது செல்லக் காவல்துறை காங்கிரசின் முக்கியத் தலைவர்களான அவினாசிலிங்கம் செட்டியார் மற்றும் சி.பி. சுப்பையா போன்றோரைக் கைது செய்து சிறையிலடைத்தது.

இதை எதிர்த்து மறுநாளே ஆகஸ்டு 25ல் தடையை மீறி ஈரோடு, கோபி, பவானியில் தேசபக்தர்கள் பொதுக்கூட்டம் நடத்திக் கைதாகினர். சிங்காநல்லூர், பள்ளபாளையம், இருகூரின் கள்ளுக்கடைகள் கொளுத்தப்பட்டன. கோவை நகரசபை சட்டமறுப்பு இயக்கத்தை ஆதரித்துத் தீர்மானம் நிறைவேற்றியதால் 6 மாத காலம் நகர சபை நடவடிக்கைகள் சஸ்பெண்ட் செய்யப் பட்டன. துடியலூர் அருகே மின்சார டவர் துண்டிக்க முயற்சி நடந்தது. ஈரோடு வருவாய்க் கோட்ட அலுவலகத்தில் தீ வைக்க முயன்றதும், ஏராளமான கள்ளுக்கடைகள் எரிக்கப்பட்டதும் அரசாங்கத்தை நிலைகுலையச் செய்தன. உண்மையான போராட்ட வீரர்கள் சிக்காத நிலையில், கையில் கிடைத்த அப்பாவிகளை பிடித்து சின்னாபின்னப்படுத்திய காவல்துறைக்குப் பாடம் புகட்ட சூலூர் விமானதள எரிப்பிற்குத் திட்டமிடப்பட்டது. விமானதளத்தை முதலில் எரித்துப் பின்னர் சூலூர் காவல் நிலையத்தைக் கைப்பற்றி அதன் ஆயுதங்கள் கொண்டு கோவை மத்திய சிறையைத் தகர்த்து சுதந்திரப் போராட்ட வீரர்களை விடுவிக்க எண்ணினர். 26-08-1942 இரவில் சுமார் 100 பேர் ஒன்றுதிரண்டு கண்ணம்பாளையம் வழியே முன்னேறி சூலூர் விமான தளத்தை எரியூட்டினர். இதில் தலைமை தாங்கிய கே.வி. இராமசாமி, கே.பி. திருவேங்கடம் ஆகியோர் குறித்துத் தகவல் தருவோருக்கு 500 ரூபாய் சன்மானம் அறிவிக்கப் பட்டது. இரட்டை ஆயுள் தண்டனை ஏழு பேருக்கும், கிட்டத்தட்ட 100 பேருக்கு 20 ஆண்டுகால ஆயுளும் வழங்கப்பட்டது. இவர்கள் அனைவரும் ஆந்திராவின் அலிப்புரம் சிறையிலடைக்கப் பட்டனர். இரண்டாம் உலகப் போரில் வடமேற்கில் நேதாஜியின் INAவின் ஊடுருவலும், பம்பாய் கடற்படை வேலை நிறுத்தமும் போன்று தென்கோடி கோவையில் நடந்த இவ்விரு நிகழ்வுகளும் மிக முக்கியமானவை. ஆங்கிலேயருக்கெதிராய் எவ்வித

அமைப்புமின்றி கோவை வாழ் தொழிலாளர்களும், பொது மக்களும் சிறுசிறு குழுக்கள் அமைத்து நிகழ்த்திய இச்சாதனைகள் இந்திய சுதந்திரப் போராட்ட வரலாற்றில் பொன்னெழுத்துக் களால் பொறிக்கப்பட வேண்டியவை.

தமிழிசைச்சங்கம் (1943)

கோவையைச் சார்ந்த இரத்தின சபாபதி முதலியாரும், ஆர்.கே. சண்முகம் செட்டியாரும் இணைந்து செட்டிநாட்டு அரசர் அண்ணாமலைச் செட்டியார் ஆதரவுடன் புரியாத கர்நாடக இசையின் ஆதிக்கத்தை மீறி தமிழிசை வளர தமிழிசைச் சங்கத்தைத் தோற்றுவித்தார்கள். இதேசமயம் பாவேந்தர் பாரதிதாசனும் இயல், இசை, நாடகத்தின் வளர்ச்சிக்காக முத்தமிழ் மன்றம் துவங்கி சேலம், கோவையில் பல ஆயிரம் ரூபாய் செலவழித்தார்.

1943ல் பெரியார் பம்பாய் சென்று அம்பேத்கார், முகமதலி ஜின்னாவை சந்தித்து திராவிடநாடு குறித்து பேச்சு வார்த்தை நடத்தினார்.

1944 ஆகஸ்டில் ஈரோட்டில் மாணவர் பயிற்சி முகாம் பெரியார் ஆதரவில் அறிஞர் அண்ணாவால் நடத்தப்பட்டது. அதில் நாவலரும், அன்பழகனும், ராசாராமும் கலந்துகொண்டு திராவிட இயக்கத்தில் தம்மை முழுமையாக ஈடுபடுத்திக் கொண்டனர்.

[21]1944 ஆகஸ்டு 27, 28 தேதிகளில் நீதிக்கட்சியின் சேலம் மாநாடு நடைபெற்றது. முத்தமிழ்க் காவலர் கி.ஆ.பெ. விசுவநாதம் பிள்ளை தலைமையில் நடைபெற்ற இம்மாநாட்டில் அறிஞர் அண்ணா நீதிக்கட்சியின் பெயரை திராவிடர் கழகம் என மாற்ற முன்மொழிந்தார். நாவலர் நெடுஞ்செழியன் வழிமொழிய அப்பெயர் ஏற்றுக் கொள்ளப் பட்டது. தராசு சின்னம் போய் கறுப்புக் கொடியின் நடுவே சிவப்பு வண்ண வட்டத்தோடு புதிய கொடி உருவாயிற்று. இதே மாநாட்டில்தான் அறிஞர் அண்ணா பொதுச் செயலராகத் தேர்ந்து

பேரறிஞர் அண்ணா மற்றும் தந்தை பெரியார்

---

21. திராவிட இயக்க வரலாறு - நாவலர். நெடுஞ்செழியன் பக். 474.

எடுக்கப்பட்டார். மேலும் ஆங்கிலேயர் கொடுத்திருந்த சர். திவான் பகதூர், ராவ் பகதூர் பட்டங்களைத் துறக்க வேண்டும் என முடி வெடுக்கப்பட்டது. திராவிடர் கழகத்தின் முதல் மாநாடு 1944 நவம்பரில் கோவையில் நடைபெற்றது.

1944ல் தம்மிடம் வந்துசேர்ந்த நாவலர் நெடுஞ்செழியனை அழைத்துக்கொண்டு பெரியார் அன்றைய கோவை, சேலம் மாவட்டம் முழுக்கச் சுற்றுப்பயணம் மேற்கொண்டார். நாவலருக்குக் கோவையில் தொழிலதிபர் ஜி.டி. நாயுடுவின் நூலகம் மற்றும் விடுதி மேற்பார்வையாளராகப் பெரியார் வேலை வாங்கிக் கொடுக்க, 1944-46 வரை நாவலர் கோவையில் குடியிருந்தார்.

காங்கிரஸ் தலைவர்கள் அனைவரையும் அரசு சிறையில் அடைத்தது. இதனால் போராட்டத்தின் தீவிரம் அடுத்த இரண்டாண்டுகள் வலுக்குறைந்து காணப்பட்டது.

1944 மே 8ல் காந்தி விடுதலை செய்யப்பட்டார். இராஜாஜி, சமாதான நடவடிக்கையிலிறங்கினார். அவரது முயற்சியால் ஜின்னாவின் பம்பாய் வீட்டில் காந்தி - ஜின்னா சந்திப்பு நிகழ்ந்தது.

இரண்டாம் உலகப்போரின் முடிவில் பிரிட்டன் தோற்றது. நேதாஜி தலைமையிலான இந்திய தேசிய இராணுவம் மணிப் பூரினுள் நுழைந்து ஆங்கிலேயரைத் திகைக்க வைத்திருந்தது. மலேசியா, சிங்கப்பூர், பர்மாவில் ஜப்பானியரிடம் ஆங்கிலேய இராணுவம் மரண அடி வாங்கியிருந்தது. இலண்டனை ஜெர்மானிய விமானப் படையினர் நாசப்படுத்தியிருந்தனர். சர்ச்சிலின் வைராக் கியத்தாலும் அமெரிக்க உதவியாலும் போரில் வென்றிருந்தாலும், அதன் இளைய தலைமுறையினர் முழுக்க ஜெர்மன் மற்றும் ஜப்பானியப் படையினரால் கொல்லப்பட்டிருந்தனர்.

தன்னைத் தற்காப்பதே கடினம் என்ற சூழலில் இந்தியா போன்ற மிகப்பெரிய வல்லரசை அரசியல் கொந்தளிப்பு மிக்க சூழலில் முன்போல் ஆளமுடியாதென உணர்ந்தது. பம்பாயில் கடற்படையினர் புரட்சி செய்து ஆங்கிலேய அதிகாரிகளைக் கொன்று யுத்தக் கப்பலைக் கைப்பற்றி தேசியக் கொடி ஏற்றினர். இவர்களுக்கு விமானப்படையிலும் ஆதரவு கிடைத்தது. சென்னையில் இருபடையினரும் ஊர்வலம் சென்றனர்.

நிலைமை கட்டுமீறிப் போனதால் தொழிலாளர் கட்சி ஆட்சிக்கு வந்தவுடன் பிரதமர் அட்லி இந்திய விடுதலைக்கு ஆதரவாய்ப் பேசினார். வைசிராய் வேவலால் காங்கிரஸ் - லீகு இடையே ஓர் உடன்பாடு காண முடியவில்லை. நாடெங்கும் இந்து

- முஸ்லீம் கலவரம் வெடித்தது. எனவே 1947 மார்ச்சில் வேவலுக்குப் பிறகு திறமைமிகு மௌண்ட் பேட்டனை வைசிராயாக நியமித்ததுடன், ஜூனுக்குள் சுதந்திரம் வழங்குவதாகவும் அட்லி அறிவித்தார்.

இந்திய சட்டமன்றத் தேர்தலுக்கும் அதைத் தொடர்ந்து அரசியல் நிர்ணய சபைக்கும் அரசு ஏற்பாடு செய்தது. அனைத்துத் தலைவர்களும் விடுதலை செய்யப்பட்டனர்.

இந்திய சட்டமன்றத் தேர்தலில் காங்கிரஸ் 57, முஸ்லீம் லீக் 30, சீக்கிய மற்றும் ஐரோப்பியர் 10, சுயேச்சைகள் 5 என வெற்றி பெற்றனர். தமிழகப் பொதுத் தொகுதிகளான 6லும் காங்கிரசே வென்றது. சென்னை மாகாணத்திற்கான ஒரே வர்த்தகத் தொகுதியில் கோவை டி.ஏ. இராமலிங்கம் செட்டியார் போட்டியின்றி தேர்வு செய்யப்பட்டார். சென்னை நகரில் திருமதி. அம்மு சுவாமிநாதன் (நேதாஜியின் ஐ.என்.ஏ.வில் ஜான்சி படைபிரிவின் தலைவியான லட்சுமியின் தாய்), செங்கல்பட்டு - தென்னார்காடு தொகுதியில் வெங்கடசுப்பா ரெட்டியார் (பாண்டிச்சேரி முதல்வர் வைத்திய லிங்கத்தின் தந்தை), கோவை - சேலம் - வடஆற்காடு தொகுதியில் வி.சி. வெள்ளிங்கிரி கவுண்டர் (கோவையையடுத்த, வெள்ளக் கிணறைச் சேர்ந்த பெருநிலக்கிழார்) திருச்சி - தஞ்சை தொகுதியில் சி.வி. சடகோபாச்சாரியார், மதுரை - இராமநாதபுரம் - நெல்லை தொகுதியில் ஆதித்தநாடாரும் வெற்றி பெற்றனர்.

கோடு உயர்ந்தது குன்று தாழ்ந்தது

இதனிடையே காங்கிரஸிலிருந்து விலகி கம்யூனிச மேடையில் முழங்கி வந்த இராஜாஜி, மௌலானா அபுல்கலாம் ஆசாத் முன் மீண்டும் காங்கிரசில் இணைந்து சென்னை மாகாண காங்கிரஸ் கமிட்டிக்கு திருச்செங்கோடு தாலுகாவிலிருந்து தேர்வு செய்யப் பட்டார். இவையெல்லாம் தமிழ்நாடு காங்கிரஸ் தலைவரான காமராஜரை வெறுப்புற வைத்தன. மதுரை திருப்பரங்குன்றத்தில் நடைபெறவிருந்த காங்கிரஸ் மாநாட்டிற்கு இராஜாஜியை காமராஜர் அழைக்காததால் ராஜாஜியினால் மாநாட்டிற்கு செல்ல முடியவில்லை. இம்மாநாட்டில் இராஜாஜியின் தேர்வு செல்லாது எனத் தீர்மானம் நிறைவேறியது. இருப்பினும் காங்கிரசின் அகில இந்தியத் தலைமை திருப்பரங்குன்ற தீர்மானத்தை நிராகரித்து இராஜாஜியின் தேர்வை அங்கீகரித்தது. எனவே இதை இலக்காக வைத்து அண்ணா தமது "திராவிட நாடு" பத்திரிக்கையில்[22] "கோடு உயர்ந்தது குன்று தாழ்ந்தது" என சிறப்புக் கட்டுரை வெளியிட்டார்.

---

22. காமராசர் ஓர்வழிகாட்டி - ஆலடி அருணா (பக். 96).

1946 ஜனவரி 21ல் காந்தியடிகள் இந்தி பிரச்சாரசபை வெள்ளி விழாவில் கலந்துகொள்ள அதன் தலைவர் ராஜாஜி அழைப் பேற்று சென்னை வருகை புரிந்தார். பயணத்தின் இறுதியாக இராஜாஜியுடன் இணைந்து 1946 பிப்ரவரியில் தஞ்சை பிரகதீஸ்வரர் கோயில், மதுரை மீனாட்சியம்மன் கோவில், பழனி முருகன் கோவில் ஆகியவற்றில் தரிசனம் செய்தார்.

இதைத் தொடர்ந்து ஏப்ரலில் சென்னை மாகாண சட்டசபைத் தேர்தல் வந்தது. காமராஜர் அணி, இராஜாஜி அணி ஆகியவை தத்தமது ஆதரவாளர்களுக்கு அதிக இடம் பெற்றுத்தர போட்டியி லிறங்கின. எனினும் த.நா. காங்கிரஸ் தலைவரான காமராஜரது செல்வாக்கால், இராஜாஜி அணியினருக்கு எதிர்பார்த்த அளவு இடங்கள் கிடைக்கவில்லை. எனவே சென்னை பட்டதாரி தொகுதியில் (பல்கலைக்கழக) இராஜாஜி போட்டியிட மறுத்து ஒதுங்கி நின்றார்.

அனைத்து மாவட்டங்களிலும் காமராஜர் சுற்றுப்பயணம் செய்து ஆதரவு திரட்டினார். கோவையில் தி.சு. அவினாசிலிங்கம் செட்டியார், திருச்செங்கோடு டாக்டர். ப. சுப்பராயன், ஈரோடு ஈஸ்வரன், சி. சுப்ரமணியம் ஆகியோர் கொங்கு நாட்டில் தீவிரப் பிரச்சாரம் மேற்கொண்டனர். மொத்தமுள்ள 215 இடங்களில் காங்கரஸ் 163ல் வென்றது. அதில் தமிழகத்திலிருந்து 63 பேர் போட்டியின்றித் தேர்வாயினர். முஸ்லீம்லீக் 28லும், கம்யூனிஸ்டுகள் 2லும், மற்றவை 12லும் வென்றன. இதில் ஈரோடு ஈஸ்வரன் போன்ற 63 காங்கிரஸ் வேட்பாளர்கள் போட்டியின்றி MLAவாக தேர்ந் தெடுக்கப்பட்டனர்.

கோவையில் சாரதா மில், CS&W மில், ACC சிமெண்ட் பாக்டரி ஆகியவற்றின் வேலை நிறுத்தப் போராட்டங்களால் கொந்தளிப்பான சூழல் நிலவியபோதிலும், சுதந்திர வெறி கொண்ட மக்களால் கம்யூனிஸ்டு, பிரஜா சோசலிஸ்ட் கட்சிகளை மீறி காங்கிரஸ் வென்றது.

சேலம் Dr. வரதராஜலு நாயுடு தலையிட்டு இராஜாஜி, காமராசர் பூசலைத் தவிர்த்தார். காங்கிரஸ் ஆட்சிமன்றக் குழுத் தலைவராகக் காமராஜர் தேர்ந்தெடுக்கப்பட்டார். ஆட்சிமன்றக் குழு உறுப் பினர்களாக காமராஜர் சார்பாக கோவை திரு. தி.சு. அவினாசி லிங்கம் செட்டியார் உள்ளிட்ட மூவர் தேர்வாகினர். இராஜாஜி சார்பாக கோவை சி.பி. சுப்பையா, அண்ணாமலைப் பிள்ளை, முனுசாமிப்பிள்ளை தேர்வு செய்யப்பட்டனர்.

1947 சேலம் சிறையில் கம்யூனிசத் தோழர்கள் சுட்டுக் கொலை செய்யப்பட்டனர். 1947 ஆகஸ்டு 1ல் கோவையையடுத்த சின்னியம்பாளையத்தைச் சார்ந்த தொழிலாளர் நால்வர் தூக்கி லிடப்பட்டனர்.

சென்னை பிரதமர் (முதல்வர்) தேர்தலில் காந்தியும் இதர தலைவர்களும் இராஜாஜியை ஆதரித்தனர். காமராஜர் தரப்பு எதிர்த்தது. இறுதியில் இராஜாஜி ஆதரவுடன் பெரியவர் சி.என். முத்துரங்க முதலியாரும், தெலுங்கர் சார்பில் டி. பிரகாசமும் போட்டியிட்டனர். தமிழக எம்.எல்.ஏக்களிடையே ஒற்றுமையுணர்வு இல்லாததால் டி. பிரகாசம் வெற்றி பெற்றார். கேரள, தமிழக, ஆந்திர இனங்களைச் சார்ந்த கதம்ப அமைச்சரவையே 01-05-1946ல் அமைந்தது.

சென்னையில் தொழிலாளர் இயக்கங்களைத் தோற்றுவித்து ஆங்கிலேயரிடமிருந்து அவர்தம் உரிமைகளைப் போராடிப் பெற்றுத்தந்த வி.வி. கிரியே தொழில் மற்றும் தொழிலாளர் நலஅமைச்சரானார். முத்துரங்க முதலியாரின் மருமகனான எம். பக்தவச்லத்திற்கு மராமத்து இலாகா (பொதுப்பணி) ஒதுக்கப் பட்டது. தமது சொத்தனைத்தையும் கிராமப்புற அரிசன குழந்தைகளின் கல்விக்காக செலவிட்டு வந்த கோவை டி.எஸ். அவினாசிலிங்கம் செட்டியாருக்கு கல்வித்துறையும், ராஜபாளையம் குமாரசாமி ராஜாவிற்கு வேளாண்துறையும், வி.வீராச்சாமிக்கு வனத்துறையும், கே. கோடிரெட்டிக்கு அறநிலையத் துறையும், கூர்மையாவுக்கு செய்தி மக்கள் தொடர்பு மற்றும் அரிசன நலமும், டேனியல் தாமஸுக்கு உள்ளாட்சியும், கே.ஆர். கரந்துக்கு வருவாய் துறையும், கேரளாவைச் சேர்ந்த ராகவ மேனனுக்கு போக்குவரத்தும் ஒதுக்கப் பட்டது. சபாநாயகராக ஜே. சிவசண்முகம் பிள்ளை தேர்வு செய்யப்பட்டார்.

அரசியல் நிர்ணய சபைக்கு சென்னை மாகாணம் சார்பில் 49 பேர் தேர்வாயினர். அதில் கோவை டி.ஏ. இராமலிங்கம் செட்டியார், Dr. சுப்பராயன், இராஜாஜி, காமராஜர், டி.டி. கிருஷ்ணமாச்சாரி, பட்டுக்கோட்டை வி. நாடிமுத்துப்பிள்ளை, ஓமந்தூர் ராமசாமி ரெட்டியார், கே. சந்தானம், சி. சுப்பிரமணியம், எம்.ஏ.எம். முத்தையா செட்டியார், வி.ஐ. முத்துசாமிபிள்ளை உள்ளிட்ட 22 பேர் தமிழகத்திலிருந்து தேர்வானவர்களில் முக்கியமானவர்.

இதற்கிடையே சென்னை மாகாண அரசில் ஆந்திரர் - தமிழர் மோதல் வலுத்தது. இதனால் பதவியேற்ற எட்டே மாதங்களில்

1947 மார்ச் 14ல் டி. பிரகாசம் பதவி விலக நேரிட்டது. அவர் மிகக் குறுகிய காலமேயாண்டு இருந்தாலும் ஆளுநர் ஆர்தர் ஹோப்புடன் போராடி கோவை - சூலூர் விமானதள எரிப்பு, மதுரை இன்ஸ்பெக்டர் மீதான திராவக வீச்சு வழக்கு போன்றவற்றில் கைதாகியிருந்த பல்வேறு போராளிகளை விடுவித்தார்.

ஓமந்தூர் இராமசாமி ரெட்டியார், 1947 மார்ச் 24ல் 13 அமைச்சர்களுடன் பதவியேற்றார். சேலம் Dr. சுப்பராயன், திருச்சி Dr. டி.எஸ்.எஸ். இராசன், கோபாலரெட்டி, சீதாராமரெட்டி, கே. சந்திரமௌலி, வேங்கடராவ், ஏ.பி. ரெட்டி மற்றும் எஸ். குருபாதம் போன்றோர் புதிய அமைச்சர்களாயினர்.

கோவை டி.எஸ். அவினாசிலிங்கம் செட்டியார், எம். பக்தவத்சலம், டேனியல் தாமஸ், கூர்மய்யா போன்ற டி. பிரகாசம் கால அமைச்சர்கள் ஓமந்தூரார் தலைமையிலும் மீண்டும் அமைச்சர்களாகவே தொடர்ந்தனர்.

தமிழகத்தில் சுதந்திரக் கொண்டாட்டம்

இந்தியா சுதந்திரமடைகையில் ஓமந்தூராரே, சென்னை மாகாண முதல்வராகயிருந்தார். மக்களுக்கும், காங்கிரசாருக்கும் சுதந்திரம் வருமுன்பே நம்பிக்கையூட்டும் வண்ணம்,

“ஆடு ராட்டே, சுழன்று ஆடு ராட்டே!
சுயராஜ்யம் வந்ததென்று ஆடு ராட்டே!!”

போன்று பல்வேறு அமரத்துவம் மிக்க பாடல்களியற்றிப் பலமுறை சிறைவாழ்வு அனுபவித்து வந்த நாமக்கல்லாரை ‘‘ஆஸ்தான கவிஞராக’’ அறிவித்து ஆகஸ்ட் 14லேயே கவர்னரைக் கொண்டு தங்கப்பதக்கம் கொடுத்து, பொன்னாடை போர்த்தச் செய்து சுதந்திர தினக் கொண்டாட்டங்களை நாட்டிலேயே முதலாவதாக சென்னையில் துவக்கி வைத்தார் ஓமந்தூரார் இராமசாமி ரெட்டியார். ஒரு காலத்தில் சுதந்திரப் போராட்டதி லிறங்குவதற்காகத் தமது நகரசபைத் தலைவர் பதவியை விடுத்து, மனைவி மற்றும் தமக்கையோடு சிறை சென்றிருந்த பெரியார், சுதந்திர தினத்தை துக்கநாளாகக் கொண்டாட அதிர்ச்சிக் கட்டளையிட்டார். அடிமைப்பட்டுக் கிடந்த தேசம், இலட்சக் கணக்கான வீரர்களின் தியாகத்தினால், பலகோடி மக்களின் சிறைவாழ்வில் விடுதலை பெறும் நேரத்தில் அதை துக்க தினமாக ஏற்க மறுத்தார் அண்ணா. இந்தியாவில் முதன்முறையாக வெள்ளையரை எதிர்த்து அழகுமுத்து கோனாரைக் களப்பலி தந்தது தமிழகமே.

நாடெங்கும் விழாக்கோலம் பூண்டு சுதந்திரதினம் கொண்டாடப் படுகையில், தமிழகம் அந்நியப்படக்கூடாதென்று விரும்பிய அண்ணாவோ, பெரியாரை எதிர்த்து சுதந்திர தினத்தை இன்ப நாளாகவும், திராவிடரின் திருநாளாகவும் கருதி கொண்டாட அறிக்கை விட்டார். தூத்துக்குடி தி.க. மாநாட்டையும் புறக்கணித்தார்.

1947-ல் சுதந்திர இந்தியாவின் முதல் நிதியமைச்சராகிப் பொறுப்பேற்கும்படி கோவை திரு.ஆர்.கே. சண்முகம் செட்டி யாருக்கு, நேரு விரும்பி அழைப்பு விடுத்தார். இந்திய சட்டமன்ற உறுப்பினராகவும், பின்னர் அதன் தலைவராகவும் செட்டியார் பணியாற்றிய காலத்திலிருந்தே அவரை மோதிலால் நேருவும், ஜவஹர்லால் நேருவும் கூர்ந்து கவனித்து வியந்து வந்தவர்கள். சுதந்திர இந்தியாவின் நிதி நெருக்கடிகளுக்கு தீர்வு காண கோவையைச் சேர்ந்த ஆர்.கே. எஸ்ஸால் மட்டுமே முடியுமென நேரு திடமாக நம்பினார். அதேபோல் ஆர்.கே.எஸ். பதவியேற்றவுடனேயே காரியங்கள் மளமளவென நடந்தேறின. இங்கிலாந்து சென்று வாதாடி ஸ்டெர்லிங் பணப்பிரச்சனையில் இந்தியாவுக்கு வந்துசேரவேண்டிய பணத்தை பாக்கி வைக்காது வசூலித்து வந்தார்.

சுதந்திரமடைந்த புதிய நாட்டின் ஆரம்ப கால நிதி சீர்திருத்தங்கள் எவ்வாறு இருக்க வேண்டும் என்பதற்கு ஓர் முன்னுதாரணத்தை ஏற்படுத்தி, உலக நாடுகளின் நிதியமைச்சர்கள் மத்தியில் உயர்ந்து நின்றார். ஆர்.கே.எஸ். முதன்முதலாக இந்திய சட்டமன்றத் தேர்தலில் (1930) இவர் போட்டியிட விரும்பிய போது, முந்தைய உறுப்பினரும், செல்வாக்கு [23]மிக்கவருமான வெள்ளக் கிணறு வி.சி. வெள்ளிங்கிரிகவுண்டர் தாமாக விட்டுக் கொடுத்தார். அத்துடன் ஆர்.கே.எஸ். போட்டியின்றித் தேர்வாக ஒத்துழைத்தார். அப்பொழுது அவரது ஆதரவாளர்களிடமெல்லாம் ஆர்.கே.எஸ். நன்கு படித்த அறிவாளி, வளர வேண்டியவர், நாமெல்லாம் அவருக்குத் தடையாக நில்லாது ஆதரிக்க வேண்டுமென்றவர் திரு. கவுண்டர். தன்னலமற்ற அப்பெரியவரின் தியாகமும், தீர்க்கதரிசனமும் வீண் போகவில்லை. நாட்டுக்கு ஒரு நல்ல நிதியமைச்சரைக் கொடையாகத் தந்த பெருமை கோவைக்கு கிடைத்தது. நூற்றாண்டுகளாய் அடிமைப் பட்டுக் கிடந்திருந்த இந்தியா, தனது ஆரம்பகால பொருளாதாரச் சிக்கல்களை சமாளிப்பதற்கு இவரது முயற்சிகளே காரணம். தமது முக்கியக் கடமைகள் முடிந்தபின்னர் தொடர்ந்து பதவியில் நீடிக்க விரும்பாதவராய், பதவி விலகி கோவை வந்தடைந்தார் ஆர்.கே.எஸ்.

---

23. கொங்குக் குலமணிகள் - புலவர். குழந்தை பக். 15.

முதல் இந்திய கவர்னர் ஜெனரலான இராஜாஜி

நாடு விடுதலையடைந்ததும் கலவர பூமியாக மாறிவிட்ட வங்காளத்தை நிர்வகிக்க இராஜாஜியே மிகப் பொருத்தமானவர் என அனைத்துத் தலைவர்களும் விரும்பினர். அதனை ஏற்று வங்கம் சென்ற இராஜாஜி தமக்கெதிரான கறுப்புக்கொடி ஆர்ப் பாட்டங்களைக் கண்டு அயராமல் வகுப்புக் கலவரத்தை அடக்கினார். மௌண்ட் பேட்டன் பிரபுவின் பணிக்காலம் முடிந்து இங்கிலாந்து செல்கையில் அனைவராலும் ஒரு மனதாக முதல் இந்திய கவர்னர் ஜெனரலாக ஏற்றுக்கொள்ளப்பட்டார். தலைநகர் டில்லியிலிருந்து ஆயிரக்கணக்கான மைல்கள் தெற்கேயுள்ள ஹோசூருகேயிருந்த தொரப்பள்ளி எனும் சிறிய கிராமத்தில் மிகச் சாதாரணமான புரோகிதர் குடும்பத்தில் பிறந்து தமது விடாமுயற்சியாலும், நேர்மை யாலும், மட்டற்ற தியாகத்தாலும் இந்தியாவின் மிக உயர்ந்த பதவியெனும் கவர்னர் ஜெனரல் பதவியை ஏற்றுத் தேசத்தின் நெருக்கடி மிகுந்த காலகட்டத்தில் மிகத் தெளிவாகவும், பொறுப் புடனும் நிலைமைகளை சரிவர நிர்வகித்தார் என்பது கிருஷ்ணகிரி மாவட்ட ஹோசூர் பகுதி மக்களுக்கும், சேலம் மாவட்ட மக்களுக்கும் மட்டுமின்றித் தமிழர்களான நம் ஒவ்வொருவருக்கும் பெருமை தேடித்தந்த விஷயமாகும்.

நவஇந்தியாவை உருவாக்கிய மும்மூர்த்திகள்
[நேரு, இராஜாஜி, பட்டேல்]

துணைநூற்பட்டியல்

எண்.	நூல்	ஆசிரியர்	வெளியீடு
	சங்க நூல்கள்		
1.	அகநானூறு		
2.	புறநானூறு		
3.	பதிற்றுப்பத்து		
4.	சிலப்பதிகாரம்		
	உலக/இந்திய வரலாறு		
5.	மறைந்த நாகரிகங்கள்	ந.சி. கந்தையா	இன்டர்நேஷனல் லிங்குஸ்டிக் சென்டர், சாத்தூர்
6.	இந்திய வரலாறு	டாக்டர். மங்களமுருகேசன்	பழனியப்பா பிரதர்ஸ், சென்னை.
7.	இந்திய வரலாறு (கி.பி. 1206 வரை)	புலவர். கோ. தங்கவேலு எம்.ஏ.	பழனியப்பா பிரதர்ஸ், சென்னை.
8.	இந்திய வரலாறு	நா. ஜெயபாலன்	எம்.எஸ். பப்ளிகேஷன்ஸ், சென்னை.
9.	இந்திய சரித்திரக் களஞ்சியம்	ப. சிவனடி	சித்தார்த்தன் புத்தகங்கள், சென்னை.
10.	சாணக்கியரும், சந்திரகுப்தனும்	ஏ.எஸ்.பி.ஐயர்	பழனியப்பா பிரதர்ஸ், சென்னை.
11.	Coins of India through the Ages	Director of Museums	Government Museum, Chennai.

12.	தென்னாட்டுப் போர்க்களங்கள்	பன்மொழிப்புலவர் கா. அப்பாத்துரையார்	பூம்புகார் பதிப்பகம், சென்னை.
13.	தென்னிந்திய வரலாறு தொகுதி I & II	டாக்டர்.கே.கே. பிள்ளை	பழனியப்பா பிரதர்ஸ், சென்னை.
14.	1857 எழுச்சி	இர்பான் ஹபீப்	பாரதி புத்தகாலயம், சென்னை.
15.	ஹிந்து சாம்ராஜ்ய சரித்திரம்	சாவர்க்கர்	மருதம் பதிப்பகம், ஒரத்த நாடு
16.	வீரசிவாஜியின் வரலாறு	டென்னிஸ் கின் கெய்டு	வ.உ.சி. நூலகம், சென்னை.
17.	மானிடம் வெல்லும்	பிரபஞ்சன்	கவிதா வெளியீடு, சென்னை.
18.	1857		சக்தி பதிப்பகம், சென்னை.
	தமிழக வரலாறு		
19.	குமரிக்கண்டம் (அ) கடல் கொண்ட தென்னாடு	பன்மொழிப்புலவர் கா. அப்பாதுரையார்	பூம்புகார் பதிப்பகம், சென்னை.
20.	கொடுங்கடல் கொண்ட குமரிக்கண்டம்	டாக்டர். புரட்சி தாசன்	பாண்டியன் பாசறை, சென்னை.
21.	3000 ஆண்டுகள் தமிழனின் கடல் வழி	ஆர்.என். சாமி	எமரால்டு பதிப்பகம், சென்னை.
22.	கடல் கொண்ட தென்னாடு	கண்ணதாசன்	கண்ணதாசன் பதிப்பகம், சென்னை.
23.	பிளினி (கி.பி. 23-29)	வி.எஸ்.வி. இராகவன்	மணிவாசகர் நூலகம், சிதம்பரம்.
24.	பழங்கால பண்பாடும் பழங்குடிகள் பண்பாடும்		அரசு அருங்காட்சியகம், சென்னை.

25.	தமிழ்நாட்டு நாணயங்கள்		அரசு அருங்காட்சியகம், சென்னை.
26.	பழங்காலத் தமிழர் வாணிகம்	மயிலை.சீனி வெங்கடசாமி	நியூ செஞ்சுரி புக் ஹவுஸ், சென்னை.
27.	சங்ககாலத் தமிழக வரலாறு	மயிலை. சீனி வெங்கடசாமி	
28.	தமிழக வரலாறு - கோசர்கள்	புலவர். கோவிந்தன்	எழிலகம், திருவத்திபுரம் செய்யாறு
29.	கரை படிந்த காலச்சுவடுகள்	பாகை நாடன்	மூவேந்தர் பதிப்பகம், சென்னை.
30.	தமிழக வரலாறும் பண்பாடும்	வே.தி. செல்லம்	மணிவாசகர் நூலகம், சென்னை.
31.	தமிழக வரலாறு	எம். பிரகாஷ்	பொற்சுடர் பதிப்பகம், மயிலாடுதுறை.
32.	தமிழக வரலாறு மக்களும் பண்பாடும்	டாக்டர்.கே.கே. பிள்ளை	உலகத் தமிழாராய்ச்சி நிறுவனம், சென்னை.
33.	சேரன் செங்குட்டுவன்	மயிலை.சீனி. வெங்கடசாமி	வ.உ.சி. நூலகம், சென்னை.
34.	சேர மன்னர் வரலாறு	ஔவை.துரைசாமி பிள்ளை	வள்ளுவர் பண்ணை, சென்னை.
35.	சரித்திரம் போற்றும் சேரர் கதை		
36.	சேரமான் காதலி	கண்ணதாசன்	வானதி பதிப்பகம், சென்னை-17.
37.	பண்டைய கேரளம்	பேராசிரியர். இளங்குளம் குஞ் ஞன் பிள்ளை	தமிழ்ப் புத்தகாலயம், சென்னை.
38.	சேர, சோழ, பாண்டியன்	மயிலை.சீனி வெங்கடசாமி	வ.உ.சி. நூலகம், சென்னை.
39.	சோழர்களின் அரசியல் கலாச்சார வரலாறு	மா. பாலசுப்பிரமணியன்	தமிழ் நாட்டுப் பாடநூல் நிறுவனம்

40.	சோழர் வரலாறு	டாக்டர். மா. இராசமாணிக்கனார்	
41.	தமிழ்நாட்டு வரலாறு - சோழப் பெருவேந்தர் காலம் தொகுதி - 1	தமிழ்நாட்டு வரலாற்றுக் குழு	தமிழ் வளர்ச்சி இயக்கம் குறளகம், சென்னை.
42.	தமிழ்நாட்டு வரலாறு - சோழப் பெருவேந்தர் காலம் தொகுதி - 2	தமிழ்நாட்டு வரலாற்றுக் குழு	தமிழ் வளர்ச்சி இயக்கம் குறளகம், சென்னை.
43.	விடுதலைப் போரில் வீரமிகு முஸ்லீம்கள்	செ. திவான்	
44.	பாண்டியர் ஆட்சி முறை	பேராசிரியர். ந.க. மங்கள முருகேசன், இராசம் முருகேசன்	பாரி நிலையம், சென்னை.
45.	பாண்டிய வரலாறு	சதாசிவப்பண்டாரத்தார்	மணிவாசகர் பதிப்பகம், சென்னை.
46.	வேளிர் வரலாறு	மு. இராகவையங்கார்	முல்லை நிலையம், சென்னை.
47.	மதுரை மகுடம்	விக்கிரமன்	விக்கிரமன் பதிப்பகம், சென்னை.
48.	மதுரை நாயக்கர் வரலாறு	அ.கி. பரந்தாமனார்	அல்லி நிலையம், சென்னை.
49.	ராணி மங்கம்மாள்	சிரஞ்சீவி	பிரேமா பிரசுரம், சென்னை.
50.	பாளையப்பட்டுகளின் வம்சாவளி தொகுதி 1	க. குழந்தைவேலன்	தமிழ்நாடு அரசு தொல்பொருள் ஆய்வுத்துறை, சென்னை.
51.	1806 வேலூர் புரட்சி	ச. தமிழ் செல்வன்	பாரதி புத்தகாலயம், சென்னை.
52.	தென் பாண்டித் திருநாடு (அல்லது) திருநெல்வேலி வரலாறு	பிஷப்.டாக்டர்.கால்டுவெல்	

53.	வீரன் அழகுமுத்துக்கோன் வரலாறு	முருகன்	கௌரா ஏஜென்சீஸ், சென்னை.
54.	தேச விடுதலையும் தியாகச்சுடர்களும்	த. ஸ்டாலின் குணசேகரன்	
55.	மாவீரர் கான் சாஹிப்	மஹதி	நேஷனல் பப்ளிஷர்ஸ், சென்னை.
56.	மருதநாயகம் உண்மை வரலாறு	டாக்டர். ந. இராசையா	ஞான முருகன் எழுத்தகம், இராசபாளையம்
57.	விடுதலைப் போரில் விருப்பாட்சி கோபால் நாயக்கர்	எம்.பி. மணிவேல்	நியூ செஞ்சுரி புக் ஹவுஸ், சென்னை.
58.	தமிழகக் கோட்டைகள்	க. இலக்குமி நாராயணன்	பவதி பதிப்பகம், சென்னை.
59.	தமிழ் வளர்த்த பெருமக்கள்	என். ஸ்ரீனிவாசன்	அல்லயன்ஸ் கம்பெனி, சென்னை.
60.	விடுதலைப் போரில் தமிழகம் தொகுதி 1	ம.பொ. சிவஞானம்	பூங்கொடி பதிப்பகம், சென்னை.
61.	விடுதலைப் போரில் தமிழகம் தொகுதி 2	ம.பொ. சிவஞானம்	பூங்கொடி பதிப்பகம், சென்னை.
62.	நீதிக்கட்சி அரசு பாடுபட்டது யாருக்காக?	டாக்டர். பு. இராசதுரை	திராவிடர் கழக வெளியீடு, சென்னை.
63.	வகுப்புரிமை வரலாறு	கி. வீரமணி	திராவிடர் கழக வெளியீடு, சென்னை.
64.	The Role of the communists in India's struggle for Freedom	P. Ramamoorthy	தமிழ் புத்தகாலயம், சென்னை.
65.	சுதந்திரப் போரில் தமிழகக் கம்யூனிஸ்டுகளின் மகத்தான பங்கு	என். இராமகிருஷ்ணன்	நியூ செஞ்சுரி புக் ஹவுஸ், சென்னை.
66.	இந்திய கம்யூனிஸ்டக் கட்சியின் எண்பது ஆண்டு இலட்சியப் பயணம்	தேவ. பேரின்பன்	நியூ செஞ்சுரி புக் ஹவுஸ், சென்னை.

	கொங்கு நாட்டு வரலாறு		
67.	சங்ககாலக் கொங்கு நாடு	டாக்டர். வடிவேலன்	
68.	கொங்கு நாடும் துளு நாடும்	மயிலை.சீனி வெங்கடசாமி	வசந்தா பதிப்பகம், சென்னை.
69.	கொங்கு நாட்டு வரலாறு (பழங்காலம் கி.பி. 250 வரையில்)	மயிலை.சீனி வெங்கடசாமி	பூம்புகார் பதிப்பகம், சென்னை.
70.	கொங்கு நாடு (கி.பி. 1400 வரை)	வீ. மாணிக்கம்	மக்கள் வெளியீடு, சென்னை.
71.	கொங்கு நாடும் சமணமும்	கோவை கிழார்	பேரூர் தமிழ்ப் பேரவை
72.	கொங்கு நாடும் தமிழும்	புலவர். குழந்தை	சாரதா பதிப்பம், சென்னை.
73.	கெட்டி முதலியரசர்கள்		The Salem Dt Committee for the Survey of Historical Records
74.	கொங்கு நாடும் கொங்கு வேளிரும்	தவத்திரு. சாந்தலிங் இராமசாமி அடிகளார்	பேரூராதீனம்
75.	கொங்கு நாடு	புலவர். முத்துசாமிக் கோனார்	புதுமலர் பதிப்பம், ஈரோடு.
76.	கொங்கு தேச இராசாக்கள்	கோவை. கிழார்	பேரூராதீனம், பேரூர்.
77.	கொங்குச் சோழர்	டாக்டர். புவனேஸ்வரி	புவியரசி பதிப்பகம், கோவை.
78.	கொங்கு நாட்டு வரலாறு	கோவை. கிழார். இராமச்சந்திரன் செட்டியார்	பேரூர் புலவர் பேரவை, பேரூர்.

79.	வேளாள புராணம்	வீராச்சிமங்கலம். கந்தசாமிக் கவிராயர்	மகாலிங்கம் மாரியம்மாள் மணிவிழா அறக்கட்டளை, கோவை.
80.	கொங்கு நாடு	புலவர். குழந்தை	சாரதா பதிப்பம், சென்னை.
81.	கொங்குநாடு கி.பி. 1400 வரை	வீ. மாணிக்கம்	மக்கள் வெளியீடு, சென்னை - 600 002.
82.	டணாய்க்கன் கோட்டை	இ. பாலகிருஷ்ண நாயுடு	அம்ருதா, சென்னை.
83.	கொங்கு நாட்டு முஸ்லீம்கள்	சி.எம்.ஏ. அப்துல் காதர்	ஆதில் பதிப்பகம், சென்னை.
84.	விடுதலைப்புலி திப்பு சுல்தான்	டாக்டர். ஜீவானந்தம்	பாரதி புத்தகாலயம், சென்னை.
85.	மாவீரன் திப்பு சுல்தான்	ஜி. ஆள வந்தார்	பாவை பப்ளிகேஷன்ஸ் சென்னை.
86.	History Of Tipu Sultan	Mir. Hussain Alikhan kirmani Trnalsated form Persian by Col.W. Miles	Asian Educational Services
87.	Counterflows to colonialism Indian Travellers and Settlers in Britain (1600 - 1857)	Michael Fisher	
88.	திப்பு சுல்தான்	சுந்தரபாண்டியன்	
89.	கோயம்புத்தூர் மாவட்டத் தொல்லியல் கையேடு	ஸ்ரீதர்	தமிழ்நாடு அரசு தொல்லியல் துறை
90.	கோயம்புத்தூர் மாவட்டக் கல்வெட்டுகள் தொகுதி - 2	டாக்டர். சீத்தாராம் குருமூர்த்தி	தமிழ்நாடு அரசு தொல்லியல் துறை

91.	உதகமண்டலம் அரசு அருங்காட்சியகக் கையேடு	டாக்டர். மகேசுவரன்	அருங்காட்சியங்களின் ஆணையர், அரசு அருங்காட்சியகம், சென்னை.
92.	ஈரோடு அரசு அருங்காட்சியகக் கையேடு	டாக்டர். ஜெயராஜ்	அருங்காட்சியங்களின் ஆணையர், அரசு அருங்காட்சியகம், சென்னை.
93.	கோயம்புத்தூர் அருங்காட்சியகக் கையேடு		அருங்காட்சியங்களின் ஆணையர், அரசு அருங்காட்சியகம், சென்னை.
94.	கிருஷ்ணகிரி அருங்காட்சியகக் கையேடு		அருங்காட்சியங்களின் ஆணையர், அரசு அருங்காட்சியகம், சென்னை.
95.	The NilGiris District Gazetteer		
96.	Salem District Gazetteer		
97.	Coimbatore District Gazetteer		
98.	கொங்கு நாட்டு குலக்கண்மணிகள்	புலவர். குழந்தை	சாரதா பதிப்பகம், சென்னை.
99.	ஈரோடு மாவட்ட வரலாறு	செ. இராசு	கொங்கு ஆய்வு மையம், ஈரோடு.
100.	சூலூர் வரலாறு	புலவர். செந்தலை கவுதமன்	பாவேந்தர் பேரவை, சூலூர்.
101.	தர்மபுரி வரலாறு	செந்தமிழ்ப் பாக்கன்	
102.	தர்மபுரி மாவட்டத்தில் கொங்கு வேளாளர்	டாக்டர். மணிமேகலை	பாவேந்தன் நினைவு அறக்கட்டளை, சென்னை

	தலைவர்கள் வரலாறு		
103.	திருப்பூர் குமரன்	கே. ஜீவபாரதி	குமரன் பதிப்பகம், சென்னை.
104.	ஜீவானந்தம் வாழ்க்கை வரலாறு	இஸ்மத் பாட்சா	நியூ செஞ்சுரி புக் ஹவுஸ், சென்னை.
105.	தமிழ்த் தென்றல் திரு.வி.க.	டாக்டர். விசுவநாதன்	தமிழ்ப் புத்தகாலயம், சென்னை.
106.	Bharat Ratna C.Subramainam A dreamer and a Doer		
107.	நாமக்கல் கவிஞரின் வாழ்க்கை வரலாறு	ஜெயந்தி நாகராஜன்	அறிவு பதிப்பகம், சென்னை.
108.	மாவீரன் செண்பகராமன்	யோகா பாலச்சந்திரன்	தமிழோசை, கோவை.
109.	ஜெய் ஹிந்த் செண்பகராமன்	ரகமி	பூரம், சென்னை.
110.	பெரியாரும் சுயமரியாதை இயக்கமும்	விஜயன்	பாரதி புத்தகாலயம், சென்னை.
111.	வாழும் சிதம்பரம்	புலவர். தில்லை அழகுவேலனார்	மீனா கோபால் பதிப்பகம், சென்னை.
112.	வ.உ.சி.யின் சுதேசிக்கப்பலும் தொழிற்சங்க இயக்கமும்	ச. தமிழ் செல்வன்	பாரதி புத்தகாலயம், சென்னை.
113.	இந்திய விடுதலைப் போரில் வ.உ.சி.	என். திரவியம்	மணிவாசகர் பதிப்பகம், சென்னை.
114.	கப்பலோட்டிய தமிழன் வ.உ.சி.	என்.வி. கலைமணி	சாந்தி நிலையம், சென்னை.

115.	நாட்டுக்கு உழைத்த நல்லவர் விஜயராகவாச்சாரியார்	சந்தான லஷ்மி	பழனியப்பா பிரதர்ஸ், சென்னை.
116.	நாட்டுக்கு உழைத்த நல்லவர் வ.உ.சி.	எம்.வி. வெங்கட் ராம்	பழனியப்பா பிரதர்ஸ், சென்னை.
117.	நாட்டுக்கு உழைத்த நல்லவர் இராஜாஜி	தி.சு. கலிய பெருமாள்	பழனியப்பா பிரதர்ஸ், சென்னை.
118.	தந்தை. பெரியார் வாழ்க்கை வரலாறு	புலவர். அண்ணாமலை	விசாலாட்சி நிலையம், சென்னை.
119.	இவர் தாம் பெரியார் வரலாறு தொகுதி 1 & 2	மா. நன்னன்	ஞாயிறு பதிப்பகம், சென்னை.
120.	அப்பா	சிவசங்கரி	திருமகள் நிலையம், சென்னை.
121.	மாமனிதர் மதியழகன்	டாக்டர்.கே.எம். செல்வராஜ்	கணியூர் பதிப்பகம், சென்னை.
122.	பாரத ரத்தினம் சி. சுப்பிரமணியம்	சிற்பி. பாலசுப்பிரமணியம்	கோலம் வெளியீடு, பொள்ளாச்சி
123.	வரலாற்றுடன் பயணித்த மாமனிதர்	அனில்குமார்	விகடன் பிரசுரம், சென்னை.
124.	கலைமகள் கல்விக்கூடம்	புலவர். செ. இராசு	அசோகன் பதிப்பகம், சென்னை.
125.	‘‘எனது போராட்டம்’’	ம.பொ. சிவஞானம்	
126.	வித்தக வாழ்க்கை	சே.ப. நாயுடு	
127.	A life of fulfillment	N. Chinnasamy naidu	Kalaikkathir achchakam, Coimbatore.
128.	நெஞ்சுக்கு நீதி தொகுதி 1	கலைஞர்.மு. கருணாநிதி	

129.	நெஞ்சுக்கு நீதி தொகுதி 2	கலைஞர்.மு. கருணாநிதி	
130.	உங்களுடன் ஒரு மாமனிதர்	செ. நல்லசாமி	உழவு அச்சகம், கோவை.
131.	ராசாராம்	ராணி மைந்தன்	ராஜராஜன் பதிப்பகம், சென்னை.
132.	காமராஜர் ஒரு வழிகாட்டி	ஆலடி அருணா	மதிவாணன் வெளியீடு, சென்னை.
	ஆன்மீகம்		
133.	கொங்கு நாட்டுத் திருத்தலங்கள் ஏழு	சேலம்.ப. அன்பரசு	நர்மதா பதிப்பகம், சென்னை.
134.	ஈரோடு மாவட்டத் திருக்கோயில்கள்	டாக்டர். ஜெயராஜ்	அரசு அருங்காட்சியகம், சென்னை.
135.	ஈரோடு தர்காக்கள் ஒரு வரலாற்று ஆய்வு	ச. ரமீஜா பேகம்	பல்லவி பதிப்பகம், ஈரோடு.
136.	அருள்மிகு மரகதாம்பிகை சமேத ஸ்ரீ சந்திரசூடேஸ்வரர் திருக்கோயில் தல வரலாறு ஓசூர்		திருக்கோயில் வெளியீடு
137.	அருள்மிகு வாழைத் தோட்டத்து அய்யன் கோயில் வரலாறு	வித்வான். நாராயணசாமி முதலியார்	திருக்கோயில் வெளியீடு
138.	அருள்மிகு பட்டீசுவரசாமி திருக்கோயில் தல வரலாறு, பேரூர்		திருக்கோயில் வெளியீடு
139.	அருள்மிகு ஸ்ரீ. தேனீஸ்வரர் திருக்கோயில் தல வரலாறு, வெள்ளலூர்		திருக்கோயில் வெளியீடு

140.	அருள்மிகு சங்கமேஸ்வரர் திருக்கோயில் தல வரலாறு, பவானி	டாக்டர். சி. மூக்கா ரெட்டி	திருக்கோயில் வெளியீடு
141.	அருள்மிகு பண்ணாரி அம்மன் திருத்தல வரலாறு, பண்ணாரி		திருக்கோயில் வெளியீடு
142.	திருப்பாண்டிக்கொடுமுடி அருள்மிகு மகுடேசுவரர், அருள்மிகு வீரநாராயணப் பெருமாள் கோவில்		திருக்கோயில் வெளியீடு
143.	சத்தியமங்கலம் ஸ்ரீ. வேணுகோபாலசாமி ஆலயத்தின் மகிமை		ஜோதிடர்.டி.என். முதரளிதரன், சத்தியமங்கலம்.
144.	திருமுருகன்பூண்டி சிவத்தலம்	எம். இராஜகோபாலன்	ஸ்ரீ. இந்து பப்ளிகேஷன்ஸ், சென்னை.
145.	கோவை மாவட்டக் கோயில்கள்	சூர்ய காந்தன்	விஜயா பதிப்பகம், கோவை.
146.	கொழுமம் - குமரலிங்கம் - ஐவர் மலை	டாக்டர். மனோன்மணி	தொல்லியல் துறை தமிழ்நாடு அரசு, சென்னை.
147.	ஓசூர் சந்திரசூடேசுவரர் ஓர் ஆய்வு	இரா. இராமகிருஷ்டிணன்	காவ்யா பதிப்பகம், சென்னை.
148.	அறுபத்தி மூவர் கதைகள்	அரு. ராமநாதன்	பிரேமா பிரசுரம், சென்னை.
149.	கரூர் - தாந்தோன்றிமலை ஸ்தலபுராணம்		திருக்கோயில் வெளியீடு.
	Newspaper		
150.	The Hindu	Newspaper	

ரோம நாணயங்கள்

ரோம நாணயங்கள்

ரோம நாணயங்கள்

சிவ – பார்வதி உருவமுடன் இந்து-முஸ்லீம் ஒற்றுமையை வலியுறுத்தும் ஹைதரின் நாணயம்

காலிங்கராயன்

ஆங்கிலேயருக்கு வழங்கப்பட்ட மெடல்கள்

கொச்சின் – மட்டாஞ்சேரியிலுள்ள யூதர் கோவில்

சேர மாமன்னர்கள் வணங்கிய திருவஞ்சைக்களநாதர் ஆலயம் – வஞ்சி மாநகரம் (கேரளா)

மூன்றாம் சேரமான் பெருமாள் எழுப்பிய இந்தியாவின் முதல் மசூதி – வஞ்சி மாநகரம் (கேரளா)

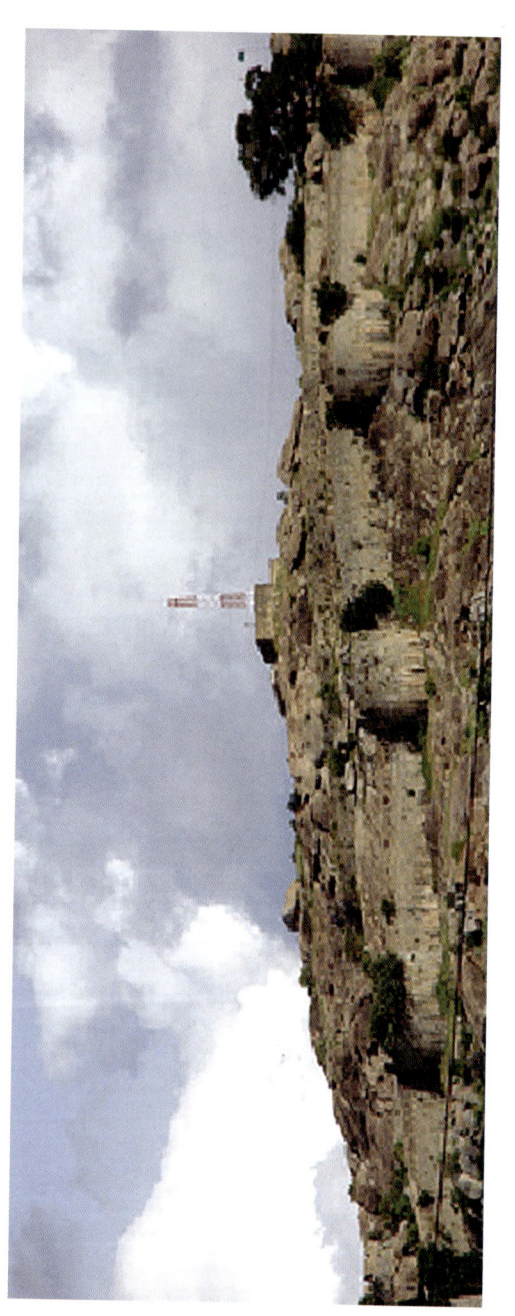

கிருஷ்ணகிரிக் கோட்டை